ஆயர் இனவரைவியல்

சா.கருணாகரன்

தடாகம்

தடாகம்

ஆயர் இனவரைவியல்

- **ஆசிரியர் :** *முனைவர் சா. கருணாகரன்*
- **முதற்பதிப்பு :** *டிசம்பர், 2023*
- **அட்டை ஓவியம் :** ப. மணிவண்ணன்
- **பக்க வடிவமைப்பு :** *கி. ஆஷா*

Book Name & Author Name: ***Aayar Inavaraiviyal*** by ***Dr. S. Karunakaran***

© ***Dr. S. Karunakaran***

Published by:

THADAGAM
No.112, First Floor, Thiruvalluvar Salai
Thiruvanmiyur, Chennai 600 041
Mob: +91-98400-70870
www.thadagam.com | info@thadagam.com

Printed at:

Real Impact Solutions
Chennai - 600 004

ISBN: 978-93-93361-86-8

Published on December 2023

Price: ₹ 395

அறிவு தந்த ஐயன்
கவிஞர் பாரதிபுத்திரனுக்கு

ஆசிரியரைப் பற்றி

முனைவர் சா. கருணாகரன் அவர்கள், தமிழக ஆயர்கள் குறித்து ஆய்வு செய்துவருகிறார். இந்நூல் ஆயர்கள் குறித்த அவரது இரண்டாவது நூலாகும். சென்னைக் கிறித்தவக் கல்லூரித் தமிழ்த் துறையில் உதவிப் பேராசிரியராகப் பணியாற்றிவரும் இவர், பண்பாட்டு மானிடவியல், வாய்மொழி வழக்காறுகள் சார்ந்த ஆய்வுகளில் ஈடுபட்டு வருகிறார்.

தொடர்புக்கு: shanthi.arulalan@gmail.com

முன்னுரை

மாந்த இனம் சிறுக சிறுக பல்கிப்பெருகி பரந்துவிரிந்தது. தொன்றுதொட்டு அது சந்தித்த இடர்களும், பெற்றுக்கொண்ட அனுகூலங்களும், தம்மை நிலைநிறுத்திக்கொள்வதற்கு உதவிற்று. பல்இனத் தொட்டிலாக விளங்கும் இந்திய சமூகங்களுக்குள் பழங்குடித் தன்மைகள் அறுபடாமல் தொடர்ந்துவருகின்றன. குடும்பம், உறவு, வழிபாடு, சடங்குகள், வாழ்வியல் முறைகள் போன்றவற்றில் தனித்தன்மையை விடாது பேணுகின்றன. அவற்றின் அடையாளங்களை, தொல்வரலாற்றை ஆய்ந்து, பொதுவெளிக்கு அளிக்கும்பட்சத்தில், நவீன உலகம் சந்தித்துக் கொண்டிருக்கும் பல்வேறு சிக்கல்களுக்குத் தீர்வு கிடைக்கக்கூடும்.

குறிப்பிட்ட ஒரு சமூகத்தை அல்லது ஒத்தப் பழக்கவழக்கங் களைக் கொண்ட ஒரு மக்கட் குழுவை ஆய்வுக்குட்படுத்தி, அதன் வரலாற்றையும், வாழ்வியலையும் எடுத்தியம்புவது இன வரைவியலாகும். இதனுள், அச்சமூகம் பற்றிய 'முழுமை' இருக்கும்.

இந்திய மக்கள் வரலாற்றில் குறிப்பாகத் தமிழ் நிலப்பரப்பில், தமக்கெனத் தனித்த அடையாளங்களை வைத்திருக்கின்ற தமிழ் ஆயர்களைப் பற்றியது இவ்வாய்வு. சங்க காலம் முதல் சம காலம் வரையும் இலக்கியங்களின் அடிப்படையிலும், பரவலான களஆய்வின் அடிப்படையிலும் இனவரைவியல் ஆய்வுக்குட் படுத்தப்பெற்று இந்நூல் வெளிவருகின்றது.

இனவரைவியல் ஆய்வு, முழுவதும் களஆய்வுவயப்பட்ட தாகும். ஏனெனில் உடனிருந்து உற்றுநோக்கி அவர்களோடு புழங்கி உய்த்துணர்ந்து பெற்ற தகவல்களை முறையான ஆய்வுக் குட்படுத்தும்போதே ஒரு முழுமை கிடைக்கும். அதுவே நம்பகத் தன்மையைப் பெறும். இவ்வாய்வு அவ்வகையில் நிகழ்த்தப்பெற்றதாகும். இதற்காகத் தமிழகம் தழுவிய அளவில்,

சில மாதிரி (Sample) ஆயர் ஊர்களைத் தேர்ந்தெடுத்துக்கொண்டு அவ்வூரில் இரண்டு முதல் மூன்று வாரங்கள் வரை தங்கியிருந்து இவ்வாய்வு நிகழ்த்தப்பெற்றுள்ளது.

சங்க காலம், அதற்கு முற்பட்ட வாழ்வியலை, இதற்கு முன் வெளிவந்துள்ள என்னுடைய 'ஆயர்கள் – ஓர் வரலாற்றுப் பார்வை' என்னும் நூல் தெளிவுப் படுத்தியிருக்கக் கூடும். இந்நூல், சங்க காலம் தொடங்கி, பள்ளு இலக்கியக் காலம் வரை இலக்கியச் சான்றுகளின் அடிப்படையிலும், சம கால வாழ்வியலைக் களஆய்வு அடிப்படையிலும் விவரிக்கிறது.

சா. கருணாகரன்

முன்னியம்பல்

முனைவர் பக்தவத்சல பாரதி
மேனாள் இயக்குநர்
புதுச்சேரி மொழியியல் பண்பாட்டு
ஆராய்ச்சி நிறுவனம்
புதுச்சேரி

இந்நூல் ஆயர் சமூகம் பண்பாடு பற்றியது. நூலாசிரியர் முனைவர் சா. கருணாகரன், சென்னைக் கிறித்தவக் கல்லூரியில் தமிழ் முதுகலை பயின்றவர். அக்கல்லூரியிலேயே 'ஆயர் வாழ்வியல்' என்னும் தலைப்பில் ஆய்வுசெய்து முனைவர் பட்டமும் பெற்றவர். இதன் பிறகு, ஆயர்கள் என்னும் தலைப்பில் தனி நூல் ஒன்றினை 2021இல் வெளியிட்டவர். இப்போது ஆயர் இனவரைவியல் நூலினை எழுதியிருக்கிறார். இந்த இரண்டு நூல்களும் நாணயத்தின் இரு பக்கங்கள் போல முன்னும் பின்னுமாக முழுமைப்படுத்துகின்றன.

மனிதகுலப் படிமலர்ச்சியில் ஆயர் வாழ்வியல் தனித்துவ மானது. இது வேட்டையாடி உணவு சேகரித்த காட்டாண்டி வாழ்விலிருந்து மாறுபட்டது. உலகளாவிய நிலையில் பல தேசங்களில் ஆயர் வாழ்வு நாடோடியமாகக் காணப்படுகிறது. சில தேசங்களில் அது அரை நாடோடியமாக மாறியது. பின்னாளில் அது வன்புல வேளாண்மையோடு கால்நடை வளர்க்கும் முறையாக வளர்ச்சிபெற்றது. அப்போது ஓரிடம் தங்கி வாழும் முறையும் (sedentarism) தோன்றியது.

சங்க இலக்கியத்தைப் படிக்காதவரை ஆப்பிரிக்காவில் வாழும் நூயர் (Nuer) சமூகம்தான் உலகிலேயே மிக முக்கியமான

ஆயர்க்குடி என எண்ணத் தோன்றும். ஆனால் சங்க இலக்கியத்தைப் பயின்ற பிறகு அக்கருத்து மாறிவிடும். சங்க கால ஆயர் வாழ்வு விரிவானது. குறிஞ்சியில் கானவர், குறவர், வேட்டுவர் ஆகிய மூன்று குடிகளை மட்டுமே காண்கின்றோம். ஆனால் முல்லையில் ஆயர் (நல்லினத்தாயர், புல்லினத்தாயர், கோட்டினத்தாயர்), கோவலர், இடையர், அண்டர், குடவர், பூழியர், பொதுவர், வடுகர் (வடபுல ஆயர்) முதலான எட்டுக் குடிகளைக் காண்கிறோம். மக்கள் தொகைப் பெருக்கம், வாழ்வாதார வாய்ப்பு, சூழல் தகவமைப்பின் வெற்றி முதலானவை தமிழ்ச்சூழலில் மிக வேகமாகத் தொழிற்பட்டதையே இது காட்டுகிறது.

இந்த நூலில் ஆசிரியர் கருணாகரன் முன்னெடுத்துள்ள தரவுகள், பகுப்பாய்வு, விவாதங்கள் மிகவும் விரிவானவை. ஆயர் வாழ்வு குறித்த இன்றைய கோட்பாட்டு விவாதங்களைப் பேசுவதற்கு இவை முக்கியமானவை. மானுடப் பண்பாட்டைச் சுற்றுச்சூழலே தீர்மானிக்கிறது என்னும் வாதம் (ecological determinism) ஒருபுறம் நிகழ்ந்துகொண்டிருக்கிறது. மாறாக பொருளாதாரமே தீர்மானிக்கிறது என்னும் வாதம் (economic determinism) மறுபுறம் நிகழ்ந்துகொண்டிருக்கிறது. இவ்விரண்டு வாதங்களையும் தாண்டி மனித அறிவைக் கொண்டு எதையும் செய்ய முடியும் என்ற 'மானுட வாய்ப்புவாதம்' (human possibilism) இன்னொரு புறம் பேசப்படுகிறது. இவை அனைத்தையும் விவாதிப்பதற்கு ஆயர் இனவரைவியல் பெரும் உந்துதலைத் தருகிறது.

சங்க இலக்கியங்களில் 234 பாடல்கள் முல்லை நில மக்களின் (ஆயர்) வாழ்வியலைப் பேசுகின்றன என்கிறார் நூலாசிரியர். எந்தெந்த இலக்கியத்தில் எவ்வளவு பாடல்கள் முல்லைக் குரியவை, அவை எந்தெந்தக் கூற்றில் வருகின்றன என்னும் புள்ளி விவரத்தையும் காட்டுகின்றார். எழுத்தெண்ணிப் படித்துள்ள இந்த வாசிப்பு மிகவும் பெருமதியானது.

இந்த நூல் சங்க காலம் தொடங்கி சமகாலம் வரை நீளுகிறது. முதல் இயல் 'தமிழ் இலக்கியங்களில் ஆயர்கள்' பற்றியது. சங்க இலக்கியம் தொடங்கி கார்நாற்பது, ஐந்திணை ஐம்பது,

திணைமொழி ஐம்பது, திணைமாலை நூற்றைம்பது, திருக்குறள் ஊடாக, சங்க மருவிய சிலப்பதிகாரம், சீவகசிந்தாமணி உள்ளிட்ட காப்பியங்கள், பக்தி இலக்கியங்கள், சிற்றிலக்கிய – பள்ளு இலக்கியங்கள் வரை ஆயர்களின் வாழ்வியலை ஓர் இலக்கிய இனவரைவியலாக ஆராய்கிறது. கருணாகரன் தமிழ் இலக் கியத்தின் நெடும்பரப்பை நம்வசப்படுத்தியுள்ளார். இந்த ஆய்வு வெகுமதியானது என்பதில் ஐயமில்லை.

இந்த நூலின் முறையியல் இலக்கிய இனவரைவியல் என்னும் சட்டகத்துள் வரையறுக்கப்பட்டுள்ளது. இயல்பாக இன வரைவியல் என்பது சமகாலத்துக்குரியது என்றாலும் தமிழின் செவ்விலக்கியத்தை வரலாற்று வரைவியலாக முன்னெடுக்கலாம். பக்தவத்சல பாரதியின் இலக்கிய மானிடவியல், பாணர் இன வரைவியல், சாதியற்ற தமிழர் – சாதியத் தமிழர் உள்ளிட்ட நூல்கள் இதற்குச் சிறந்த எடுத்துக்காட்டுகளாகும். அறிஞர் ஆர். பாலகிருஷ்ணனின் ஒரு பண்பாட்டின் பயணம் (2023), ஞா. ஸ்டீபனின் தொல்காப்பிய இனவரைவியல் முதலான நூல் களும் இந்த வரிசையில் வைத்து நோக்கத்தக்கவையாகும்.

நூலாசிரியர் கருணாகரன் எழுதியுள்ள இந்த ஆயர் இன வரைவியல் ஒரு தேர்ந்த ஆய்வின் பயனை நம்முன் காட்சிப் படுத்துகிறது. தமிழ் இலக்கியப் பரப்பு நெடுகிலும் பதிவாகி யுள்ள ஆயர் வாழ்வியல் பற்றிய தரவுகளை அணுஅணுவாகத் தொகுத்து வகைப்படுத்தி, நிரல்படுத்தி, பகுப்பாய்வு செய்துள்ளார். ஆயர் வாழ்வின் நெடும்பயணம் இங்குக் காட்சிபெறுகிறது. திரட்டியுள்ள தரவுகளும் எழுதியுள்ள விவரிப்புகளும் பிரம்மிப்பை ஏற்படுத்துகின்றன. ஆசிரியரின் தேடுதலும் உழைப்பும் மிகக் கடுமையானவை.

வரலாறு மாற்றங்களால் ஆனது என்பதை நூலாசிரியர் வெகு இயல்பாக உணர்த்துகிறார். சங்க கால ஏறுதழுவுதல் சிலப்பதிகாரக் காலத்தில் மாறிவிட்டதை ஒப்பிட்டுக் காட்டுகிறார். சங்க காலத்தில் மலர் தூவி மணக்கும் முறை, சீவகசிந்தாமணி காலத்தில் நீர் வார்த்து மணக்கும் முறையாக மாறியதையும் ஒப்பிடுகிறார். மன்னன் நந்தகோவிந்தன் இரண்டாயிரம் பசுக்களையும் ஏழு பசும்பொன் பாவைகளையும் பரிசமாகத் தந்ததையும் இந்த

வரைவியலில் குறிப்பிட்டுக் காட்டுகிறார். இவ்வாறு எண்ணற்ற அரிய தரவுகளைத் தொகுத்து இந்த இனவரைவியலை வரைந் திருக்கிறார். உலகப் புகழ்ப்பெற்ற இனவரைவியல் அறிஞர் கிளிஃபோர்டு கீர்ட்ஸ் வார்த்தைகளில் சொல்ல வேண்டுமானால் இந்த ஆயர் இனவரைவியல் ஓர் 'அடர்த்தி வரைவியல்' (thick description) என்று சொல்லலாம்.

ஆயர் இனவரைவியலின் இரண்டாம் இயல் 'தொடரும் பண்டைய மரபுகள்' பற்றியது. தமிழ்ச் சமூகம் நீண்ட நெடிய அறுபடாத மரபைக் கொண்டது. அதன் தொன்மையும் தொடர்ச்சியும் பல்வேறு காலக்கட்டங்களைக் கடந்து வந்துள்ளன. சங்க காலம் தொடங்கி அடுத்தடுத்தக் காலக்கட்டங்களில் ஆயர்களின் வாழ்வியல் மரபு எவ்வாறு தொடர்ந்து பேணப்பட்டது என்பதை கருணாகரன் ஆழ்ந்து நோக்கியுள்ளார். இதன் மூலம் ஆயர்களின் பண்பாட்டுத் தொடர்ச்சியை ஏராளமான சான்றாதாரங்களுடன் பேசுகிறார். இந்த இயலின் வாசிப்பு ஆயர் சமூகங்களின் பண்பாட்டு வரலாற்றை வாசிப்பதாகவே அமைந்துள்ளது. சமூக மாற்றங்களே வரலாற்றின் அடித்தளம் என்பதை இந்த இயல் வெகு இயல்பாகக் காட்டுகிறது.

'தற்கால ஆயர் வாழ்வியல்' என்னும் அடுத்த இயல் சமகால இனவரைவியல் சார்ந்து எழுதப்பட்டுள்ளது. களப்பணி மூலம் மக்களிடம் சென்று உடன் வாழ்ந்து, ஓர்ந்து அவர்களின் வாழ்வை ஒரு பண்பாட்டு மொழிபெயர்ப்பாக உருவாக்குவதே இனவரைவியல். களஆய்வின் மூலம் சமூக மெய்ம்மைகளைக் (social facts) கண்டறிவதே இனவரைவியலின் அடிப்படையாகும். சமூகத்தாரின் மெய்ம்மைகளை அர்த்தப்படுத்துதல் இன வரைவியலின் வெற்றியாக அமைய வேண்டும். இந்த அடிப் படைகளை நூலாசிரியர் கருணாகரன் வெகு நேர்த்தியாக முன்னெடுத்திருக்கிறார்.

தமிழகத்தின் பல்வேறு வட்டாரங்களிலும் உள்ள புகழ்பெற்ற ஆடு, மாடு, மலைமாடு, எருமை வகையினங்களையும் அவற்றை வளர்க்கும் சமூகங்களையும், வளர்க்கும் முறைகளையும் களப் பணி வாயிலாக ஆராய்ந்திருக்கிறார். மதுரை, சிவகங்கை மாவட்டங்களில் மட்டுமே உள்ள புலிக்குளம் வகை மாடுகள்

தனி வகையானவை. இவ்வாறு பிற சிறப்பு வகையினங்களையும் அவற்றின் இக்கால நிலைமைகளையும் விரிவான தரவுகளுடன் பேசுகிறார். மந்தைகளைப் பராமரித்தல், மேய்ச்சல் பருவங்கள், இடப்பெயர்ச்சி, வாழ்வியல் முறைகள், கால்நடைப் பொரு ளாதாரம், கிடை, சடங்கு சம்பிரதாயங்கள், வழிபாடு, திரு விழாக்கள், ஏறுதழுவுதல் எனப் பண்பாட்டின் பல்வேறு கூறுகளை ஒன்றிணைத்துப் பேசுகிறார். தமிழக ஆயர்கள் பல்வேறு சமூகப் பெயர்களுடன் விளங்குவதைத் (எ.கா. அம்பலக்காரர், கரையாளர், கீதாரி, கோனார், சேர்வை, தாசன், மந்தடி, நம்பி) தக்க விளக்கங்களுடன் எழுதியிருக்கிறார். மேலும், இவற்றிலிருந்து விரியும் இருபதுக்கும் மேற்பட்ட பிரிவினர்களையும் குறிப்பிடுகிறார்.

இந்த நூலின் இறுதி இயல் ‘வடுக ஆயர்களும் தமிழ் ஆயர்களும்’ பற்றிப் பேசுகிறது. சங்க காலத்திலிருந்தே வேங்கடத்திற்கு வடக்கே இருந்து தமிழகத்துக்குக் குடிபெயர்ந்த ஆயர்கள் வடுக ஆயர்கள் எனப்பட்டனர். இவர்களின் இன வரலாறு காட்டமராஜன் வழி வருகிறது. இவர்கள் இங்கு வந்து குடியமர்ந்த ஊர்களின் அடிப்படையில் தச்சநல்லூர் வகையினர், மாவடிக்கால் வகையினர், பாவூர் வகையினர், குருமூர்த்தி நாயக்கன்பட்டி வகையினர் என நான்கு பிரிவினராக உள்ளனர். இவர்கள் அனைவருக்கும் கெங்கம்மாவே இனதெய்வமாகும். வடுக ஆயர்களின் வாழ்வியல் முறையை மிகவும் நுணுகி அணுகியுள்ளார். நூலாசிரியர் அகவய, புறவய அணுகுமுறைகளின் வழி ஒரு தேர்ந்த பண்பாட்டியல் வாசிப்பை இதன் மூலம் நமக்குக் கொடுத்துள்ளார்.

இந்த நூலின் இறுதிப் பகுதியில் பண்பாட்டு ஊடுபரவல் (acculturation) மிகச் சிறப்பாகப் பேசப்பட்டுள்ளது. தமிழ் ஆயர் களுக்கும் வடுக ஆயர்களுக்கும் இடையே நிகழ்ந்த கொண்டு கொடுத்தல் சில நூற்றாண்டுகளைக் கடந்து வந்துள்ளது. அதனை நூலாசிரியர் கருணாகரன் திறம்பட நுணுகி ஆராய்ந்துள்ளார்.

நூலாசிரியரின் இரண்டு நூல்களும் தமிழக ஆயர்களை விளங்கிக்கொள்ள உதவும் சிறந்த நூல்களாக உள்ளன. தமிழக ஆயர்களிடம் களஆய்வு செய்தபோது திரட்டிய வாய்மொழி

வழக்காறுகளைத் தனி நூலாக எழுதத் திட்டமிட்டிருக்கிறார். அந்த நூலும் வரும்போது தமிழக ஆயர்கள் பற்றிய இனவரைவியல் முழுமை பெறும். இந்நூலுக்கடுத்து அதனையும் எழுதி வெளி யிடுவார். கருணாகரனின் ஆய்வு முயற்சியை ஆய்வாளர்கள் பெரிதும் வரவேற்பார்கள். அவருக்கு வாழ்த்தும் பாராட்டும்.

புதுச்சேரி   முனைவர் பக்தவத்சல பாரதி

10 மே 2023

களஆய்வின் விளைகனி

முனைவர் சா. பாலுசாமி
மேனாள் தமிழ்த்துறைத் தலைவர்
சென்னைக் கிறித்தவக் கல்லூரி
தாம்பரம், சென்னை – 600 059

ஒரு நிலத்தையும் மக்களையும் அடிமைப்படுத்திப் பயன் கொள்ள முளைத்த காலனித்துவவாதிகள், குடியேற்ற நாட்டு மக்களின் வரலாற்றையும் பண்பாட்டையும் நுணுகி நுட்பமாக அறியும் தேவையில், திரட்டுதல், ஆவணப்படுத்துதல், ஆராய்தல் ஆகிய செயல்பாடுகளை முன்னெடுத்தனர்.

தத்தம் சமயத்தைப் பரப்பிடவந்த, அந்நியமான சமய வாதிகளுக்கு அம்மண்ணின் பண்பாட்டு மரபுகளை அறிந்திட வேண்டிய தேவை இருந்தது.

ஆய்வாளர்களாகவும், புதியன தேடும் பயணிகளாகவும் வந்தவர்கள், தாங்கள் எதிர்கொண்டவற்றையும், அறிந்தவற்றையும் ஆர்வத்தோடு பதிவுசெய்தனர். இப்பதிவுகள் அவற்றைக் கொண்டு வாழ்ந்த மக்களை அறியாதிருந்தோர்க்கு எல்லையற்ற ஆர்வத்தூண்டுதலை ஏற்படுத்தியது. குறிப்பாக, கீழ்த்திசை நாடுகள் குறித்த செய்திகள், அவர்களுக்குக் காட்டிய உலகமே வேறாக இருந்தது. இவர்களுள் காலனித்துவவாதிகளுக்கு இப்புரிதல்கள் பெரும் அடிப்படை அரசியல் தேவையாக இருந்தது. குடியேற்ற நாட்டின் நிலவியல், தாவரம், விலங்குகள், பறவைகள், கனிமங்கள், விளைபொருட்கள், தட்பவெப்பம் குறித்த ஆழ்ந்த புரிதல்கள் அவர்தம் தொலைநோக்கோடுகூடிய ஏகாதிபத்தியத்திற்கு இன்றியமையாதனவாய் இருந்தன.

இன்று விடுதலையுற்ற நாடுகளில் இவ்வாய்வுத் தொடருவதற்கும் தொடர வேண்டியதற்கும் மிகத் தீவிரமான காரணியங்கள் உள்ளன.

நிலமானியச் சமுதாயம், அரைக்காலனிய – அரை நிலப் பிரபுத்துவ சமுதாயமாக மாற்றம் கொண்ட சூழலில் அறிவியலின் வருகை, வணிகத்தின் பெருக்கம், போக்குவரத்துச் சாதனங்களின் வளர்ச்சி, கல்வி மாற்றம், பண்பாட்டுக் கலப்பு ஆகியன நேர்ந்தபோது உலகில் பல பண்பாடுகளும் மொழிகளும் பெரும் தயக்கத்திற்கும் தடுமாற்றத்திற்கும் போராட்டத்திற்கும் உள்ளாயின. முக்கியமாகக் காலங்காலமாக ஏற்றிருந்த நம்பிக்கைகளும் விழுமியங்களும் அசைவுறத் தொடங்கின. இந்த மாற்றங்களின் பின்னால் ஓர் இயல்பான சமூக அசைவியக்கம், இயங்கியல் ரீதியாக இருந்திருப்பின் பெருஞ்சிக்கல்களும் அதிர்வுகளும் நேர்ந்திருக்காது அல்லது குறைந்தபட்சம் பேரதிர்ச்சி விளைந்திருக்காது. ஆனால் இவை ஓர் அதிகாரத்துடனும் உள்ளரசியலாய் ஏகாதிபத்திய வெறிகொண்டும் வலியப் புகுத்தப்பட்டபோது, நிலை நாட்டப்பட்டபோது ஒவ்வொரு இனமும் தம் அடையாளங்களைத் தேடவும், தேடியதைப் பேணவும், தம்மைச் சூழலுக்குப் பொருத்திக்கொள்ளவும் பரிதவித்துப் போராட வேண்டியதாயிற்று.

தொன்மையான வரலாறும் பண்பாடும் கொண்ட இனங்கள் துணிவோடு இந்நிலையை எதிர்கொண்டன. எதிர் அரசியலை முன்னெடுத்தன. பின்வந்த காலங்களில் அவ்வரசியலின் பல கருத்தாக்கங்கள், செயற்பாடுகள் காலத்துக்கு ஒவ்வாதனவாகத் தெரியவந்த போதிலும், அன்றைய நிலையில் அவை சரியானவையே என்று புரிந்துகொள்ளவேண்டி வந்தது. தேவை, தேவையின்மையைக் காலம் தீர்மானித்துக் கொண்டது. சிலவற்றை உதிர்த்துக்கொண்டது. பலவற்றைப் புதுக்கிக் கொண்டது. சிலபலவற்றை வளர்த்துக்கொண்டது. தன் இருப்பைத் தக்க வைக்கும் போராட்டத்திற்கு இனம் குறித்த ஆய்வு மிகமிக அவசியமானது. வரலாறு, தொல்லியல், பண்டைய இலக்கியங்கள், சமயங்கள் ஆகியன இவ்வரசியலை முன்னெடுக்கும் செயற்பாடுகளுக்கு வேர்களாக, வழிகாட்டிகளாகத் திகழ்ந்தன.

~

பொ.ஆ.15ஆம் நூற்றாண்டு முதற்கொண்டே பெரும் வரலாற்று மாற்றங்களை எதிர்கொள்ளும் அரசியல் நிலைப் பாட்டைத் தமிழ்ச் சமூகம், அரசியல், பொருளாதாரம், பண்பாடு... என்ற நிலைகளிலும் எதிர்கொள்ள சித்தமாயிற்று. இந்திய அளவில் பெரும் பண்பாட்டுப் பாரம்பரியமும் மொழி வளமும் அரசியல் வரலாறும் கொண்டிருந்த ஒன்றிரண்டு முன்னோடி இனங் களுக்கு இவ்வரசியல் பலமுனை போர்க்களமாகத் திகழ்ந்தது.

காலனிய கால மேலை அறிஞர்களே இதன் மொழிச் சிறப்பையும் இலக்கிய வளத்தையும் கலைச் சிறப்புகளையும் கொண்டாடியதுதான் வரலாற்றில் ஓர் இனிய முரண்! அவர்கள் காட்டிய வெளிச்சம், தன்னைத் தேடவும் போராடவுமான வழிகாட்டுதல்களை ஆற்றல்களை இவ்வினத்திற்குத் தந்தது.

~

19ஆம் நூற்றாண்டின் பிற்பகுதியிலிருந்து கண்டுபிடிக்கப் பட்ட பண்டைய இலக்கியங்கள், தமிழ்ச் சமூகத்தின் கட்டு மானம் குறித்துப் புத்தொளிப் பாய்ச்சியது. குறிப்பாக, சங்க இலக்கியங்கள் முதன்மைச் சான்றாதாரங்களாகக் கொள்ளத்தக்க தன்மையோடு அமைந்திருந்தன.

எம்மொழியிலும் காணாத அகப்புற வகைப்பாடும் அப் பொருண்மைகளைப் பாடுவதற்கான இலக்கியக் கோட்பாடுகளும் இலக்கியம் கடந்தும் பெருநன்மை விளைவிப்பனவாயின.

'புனைந்துரை, உலகியல் எனும் திறம் இரண்டினும் தொல்லியல் வழாமல் சொல்லப்பட்ட' கோட்பாடுகளை உறுதி யாகக் கடைப்பிடித்து எழுதப்பட்ட இலக்கியங்களில் காதல், உலகியலாகிறது. ஆனால், அதன் மாந்தர்களும் நிகழ்ச்சியமைப்பு களும் உலகியலும் புனைவும் கலந்தவையாகின்றன. முதற் பொருளும் கருப்பொருட்களும் உலகியலாக, யதார்த்த இயங் கியலாக அமைவதுதான் இதன் சிறப்பு! இயற்கைப் பொருட் களும் திணைக்குடிகளும் நடைமுறையிலிருந்தே சித்திரிக்கப் பட்டிருப்பதுதான் பெருவியப்புக்குரியதுமாம். அதனாலேயே ஐந்து திணையின் நிலம், பொழுதென்னும் முற்பொருட்களும், மக்களும் பிற கருப்பொருட்களும் இன்றும் தொடர்ந்து வாழும் உண்மையாகின்றன.

இன்று ஆய்வுக்கண்கொண்டு பார்க்கும்போது திணைக் குடிகளுக்கு வழங்கப்பெற்ற பல்வேறு பெயர்கள்கூட அவர்தம் வாழ்நிலையின் பல்வேறு கோணங்களை, தன்மைகளை எடுத்துரைப்பவனவாக அமைந்துள்ளன.

~

முனைவர் சா. கருணாகரன் அவர்கள், செய்துள்ள இந்த ஆய்வு தமிழ் இலக்கியங்களில் காலந்தோறும் ஆயர் குறித்து இடம் பெற்றுள்ள பதிவுகளைப் பொருள்சார் பண்பாட்டுக்கூறுகள், அறிதல்சார் பண்பாட்டுக்கூறுகள், நெறியியல்சார் பண்பாட்டுக் கூறுகள் என்னும் மூன்று வகைமைகளின் கீழ் வகைதொகை செய்கிறது.

உணவு, உடை, இருப்பிடம், தொழில், வேளாண்மை, பிற தொழில்கள், புழங்குப் பொருட்கள், இசைக்கருவிகள், ஆயர் வாழ்வில் உறவுகொள்ளும் இயற்கைப் பொருள்கள், அவர்தம் நம்பிக்கைகள், பழக்கவழக்கங்கள், வழிபாடுகள், விழாக்கள், கொண்டாட்டங்கள், வாழ்வில் அவர்கள் போற்றும் விழுமியங்கள் ஆகியன குறித்து ஏறக்குறைய அனைத்துத் தகவல்களும் திரட்டப்பெற்று, இலக்கியங்கள் காட்டும் ஆயர் வாழ்வினை இவ்வாய்வு அடிப்படைத் தரவுகளோடு எடுத்துரைக்கிறது.

இதற்கு அடுத்த நிலையில், சங்க காலம் முதற்கொண்டு இலக்கியங்கள் ஆவணப்படுத்தியுள்ள அவர்தம் வாழ்வியலின் பல்வகைக் கூறுபாடுகள் இன்னும் தொடரும் தன்மைகளை இவ்வாய்வு எடுத்துக்காட்டுகிறது. இதுவரை முல்லைத்திணை குறித்த வாழ்வியல் ஆய்வுகள் இலக்கியத் தரவுகளோடு பெரும் பாலும் நின்றுபோக, இவ்வாய்வாளர் அனைத்துச் சிரமங் களுக்கும் முகம்கொடுத்து, கள ஆய்வு நிகழ்த்தி, களஆய்வு நெறிமுறைகளை முழுமையாகப் பின்பற்றித் தரவுகளை நேர் முகமாகக் கண்டும் கேட்டும் திரட்டி வகைதொகை செய்து இலக்கியத் தரவுகளோடு ஒப்பிட்டு, ஆயர் வாழ்வின் அடிப் படைக் கட்டுமானங்கள் இன்றும் பெரிதும் தொடர்வதை உறுதிப்படுத்தியுள்ளார். இத்தரவுகள் நமக்கு இருவகை வியப்பு களைச் செய்கின்றன. ஒன்று, சங்க காலம் முதல் தமிழ் இலக்கியங்கள் யதார்த்த வாழ்வோடு கொண்டுள்ள உறவு;

படைப்பாக்கத்திற்கு நம் புலவர்கள் யதார்த்த வாழ்வினை அடிப்படையாகக் கொண்ட கலைத்திறன். இரண்டு, ஆய்வாளர் களஆய்வு நிலையில் ஆயர்களோடு சென்று வாழ்ந்து திரட்டி யுள்ள தரவுகள். இன்று தமிழியல் ஆய்வுக் களத்தில் கள ஆய்வு பெரிதும் குறைந்திருப்பது குறித்து ஆய்வறிஞர்கள் கவலைகொள்ளும் இந்நிலையில் இவ்வாய்வாளரின் மெய்மை சான்ற பெரும்முயற்சி வியப்பினையும் நம்பிக்கையினையும் தருகிறது.

அடுத்ததாக, இந்த ஆய்வு இன்றைய சமூக மாற்றங்களால் ஆயர் வாழ்வியலில் ஏற்படும் மாற்றங்களைச் சுட்டிக்காட்டுகிறது. உலகமயமாக்கல் என்னும் பெருமுழக்கத்தோடு முதலாளியம் கொண்டுவந்துள்ள பாரதூரமான மாற்றங்கள், தொழில்நுட்பம், கல்வி, தொடர்புச் சாதனங்கள், அரசியல் ஆகியவற்றால் ஏற்படும் மாற்றங்களை அக்கறையுடன் ஆய்வாளர் பதிவிட்டுள்ளார். இது இவ்வினம் தன்னை மறுபரிசீலனைக்கு உட்படுத்திக்கொள் வதற்கும் உதவுவதாகும்.

மேலும், தமிழ் ஆயர்களுக்கும் வடுக ஆயர்களுக்குமான ஒற்றுமை வேற்றுமைகளை விரிவாக ஆய்ந்துள்ளார். இது இந்திய அளவிலும் உலக அளவிலும் வாழும் ஆயர் சமுதாயத்தை நோக்கி ஆய்வினை வழிநடத்தக்கூடியது.

~

இறுதியாக, இந்நூல் இரண்டு தகவல்களை உணர்த்துகிறது. ஒன்று, ஒரு சீரிய ஆய்வு மேலுயர்த்தும் நம் அறிவு விரிவு! மற்றொன்று தமிழில் ஆய்வுப்புலத்தில் ஒரு திடமான ஆய்வாளரின் வருகை!

வாழ்த்துகளுடன்

செம்பாக்கம் **பாரதிபுத்திரன்**
22.08.2023

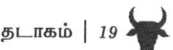

நூன் முகம்

இந்நூல் ஆயர்கள் தொடர்பான என்னுடைய இரண்டாவது நூலாகும். முதல் நூல் 'ஆயர்கள் - வரலாற்றுப் பார்வை', 2021ஆம் ஆண்டு வெளிவந்தது. இது அந்நூலின் விரிவு என்று சொல்வது பொருத்தமானதாக இருக்கும்.

என்னுடைய நெறியாளர், சென்னைக் கிறித்தவக் கல்லூரித் தமிழ்த் துறையின் மேனாள் துறைத் தலைவர் முனைவர் சா. பாலுசாமி அவர்களின் வழிகாட்டலில் ஆயர் வாழ்வியல் குறித்த விரிவான மானிடவியல் ஆய்வை ஐந்தாண்டுகளாக நிகழ்த்தினேன். அதன் அடிப்படையில், இந்நூல் ஆயர் இன வரைவியலாகத் தற்போது வெளிவருகிறது.

தமிழக ஆயர்கள், பெருவாரியான கால்நடைகளை மரபார்ந்த வகையில் தொடர்ந்து பேணிவரும் மதுரை, திண்டுக்கல், விருது நகர், சிவகங்கை, இராமநாதபுரம், திருநெல்வேலி, விழுப்புரம், திருவண்ணாமலை, குடந்தை, மயிலாடுதுறை ஆகிய மாவட்டங் களில் உள்ள தேர்ந்தெடுக்கப்பெற்ற ஊர்களில் களஆய்வு செய்து, ஆயர்களின் வாழ்வியல் முறைகளை ஆராய்ந்து இவ்வாய்வு முன்னெடுக்கப் பெற்றுள்ளது.

இந்நூலின், முதல் பகுதி, சங்க இலக்கியங்கள் காட்டும் ஆயர்களின் வாழ்வியல் முழுமையாகப் பண்பாட்டு மானிடவியல் ஆய்வுக்குட்படுத்தப்பெற்றுள்ளது. தொடர்ந்து பிற்கால இலக் கியங்களில் இடம்பெற்றுள்ள ஆயர்கள் குறித்த தரவுகள், பள்ளு இலக்கியக் காலம் வரை கவனத்திற்கொள்ளப்பெற்று, அவை உணர்த்தும் வாழ்வியல் முழுமையாகத் தரப்பெற்றுள்ளது. இப் பகுதி, ஏற்கெனவே 'ஆயர்கள் – வரலாற்றுப்பார்வை' நூலிலும் இடம்பெற்றிருக்கும். எனினும், சில மாற்றங்களுடன், இந்நூலின் பொருண்மைக்காக மீண்டும் தரப்பெற்றுள்ளது.

இரண்டாவது பகுதி, இலக்கியங்கள் உணர்த்தும் ஆயர் வாழ்வியலின் சில கூறுகள் தற்காலத்திலும் தொடர்ந்து வருமாற்றை விவரிக்கிறது.

மூன்றாவது பகுதியில் சமகாலத்தில் வாழும் ஆயர்களின் (2013-2015) முழுமையான வாழ்வியல் பதிவுசெய்யப் பெற்றுள்ளது. களஆய்வு வாயிலாகக் கண்டெடுக்கப்பெற்ற தகவல்களும் முடிவுகளும் இப்பகுதியில் விரிவாக விளக்கப் பெறுகின்றன.

தமிழகத்தில் பரவலாக வாழும் வடுக ஆயர்கள் குறித்துக் களஆய்வில் சேகரித்த தகவல்களையும், அவர்கள் தமிழ் ஆயர்களோடு கொண்டுள்ள பல்வேறு உறவுநிலைகளையும் விவரிக்கிறது இறுதி இயல்.

ஆய்வுக்கு உறுதுணையாகத் திகழும் பின்னிணைப்புகளும் துணை நூற்பட்டியலும் இடம்பெற்றுள்ளன.

★★★

‘தாயினும் ஆயின செய்யும் நலந்தரும் சொல்லை நான் கண்டுகொண்டேன்’ என்று திருமங்கையாழ்வார் சொல்வதைப் போல, நான் கண்டுகொண்ட சொல் ‘பாரதிபுத்திரன்’ என்பது. இடுக்கண்பட்டிரந்தும், பற்றுக்கோடற்றுப் பரந்தும் வீழ்ந்திருந்த போது, நான் பற்றிக்கொண்டது அப்பெயரைத்தான். அது, எனது உணவு திருத்திற்று! உடை திருத்திற்று! உருத் திருத்திற்று! அறிவு திருத்திற்று! எம்மைத் தாமாகவே கருதிற்று. கண்டறியாதவற்றை யெல்லாம் கண்ணுறக் காட்டிற்று.

நிறுவனமயப்பெற்ற கலை இலக்கியத்தோடு, சமூகத்தின் பண்பாட்டு வாழ்வியல் மீதும், தன்னுடைய ஆழமான ஆய்வுப் பார்வையைச் செலுத்தி, முன்னுள்ளதோடு அவற்றைப் பொருத்தி, புதியன கண்டு வழங்கும், பண்பாட்டு ஆய்வாளராகவும் திகழும் ஐயன் பாரதிபுத்திரன், இந்நூலுக்கு மிகச் சிறந்த அணிந்துரை வழங்கி, என்னுடைய ஆய்வுப்பணிக்கு மகுடம் அளித்துள்ளார். அவருக்கு என்றென்றும் கடப்பாடுடையேன்.

தமிழகத்தின் தலைசிறந்த மானிடவியல் ஆய்வறிஞர் முனைவர் பக்தவத்சலபாரதி அவர்கள், இந்நூலுக்கு மிக நேர்த்தியான அணிந்துரை வழங்கியுள்ளார். ஆய்வுக் காலத்தில் அவரைச் சந்தித்து சில வழிகாட்டல்களைப் பெற்றேன். இனிமை யாகவும் மனத்திற்கு நெருக்கமாகவும் எப்போதும் பேசக்கூடியவர். அவர் என்றும் என் நன்றிக்குரியவர்.

இவ்வாய்வினை நிகழ்த்துவதற்கு என்னைத் தேர்ந்தெடுத்து, ஆய்வு உதவித்தொகை வழங்கி, பொருள் இல்லை என்னும் நிலை இல்லாமல் செய்த செம்மொழித் தமிழாய்வு நடுவண் நிறுவனத்திற்கு என்னுடைய வணக்கங்கள்.

ஆய்வுப் பொருட்டு சென்ற இடங்கள் எல்லாம் என்னை, வேற்று ஆள் என்று எண்ணாது, அரவணைத்த ஆயர் பெரு மக்களுக்கும், இரவில் எங்குத் தங்குவது என்று திசையறியாது நின்றபோது அழைத்து, உணவிட்டு, உறங்குவதற்கு இடமளித்த ஐயாதுரை (மேலூர், மதுரை), பல்வேறு தகவல்களைத் தந்து களஆய்வுக்கு வழிகாட்டியாகத் திகழ்ந்த விவேகானந்தன் (சேவா, விராட்டிப்பத்து, மதுரை), தங்குவதற்கு இடமும் சந்திப்பதற்கு நல்லுள்ளங்களையும் ஏற்படுத்தி, உடன்வந்துதவிய இளங்கோவன் ஐயா (இராஜபாளையம், விருதுநகர்), கூடவே கூட்டிச்சென்று பலரைக் காண்பித்துதவிய சேத்தூர் இராமகிருஷ்ணன் ஐயா ஆகியோருக்கு என்றும் நன்றியுடையேன்.

எல்லா வகையிலும் எனக்கு அண்ணனாக இருக்கின்ற என்னுடைய எம்பி சா. பிரபாகரனுக்கும், அம்மாவுக்கும், துணைவியார் இராஜேஸ்வரிக்கும், வெயிலுக்கு மரமாகவும், மழைக்குக் குடையாகவும், பசிக்கு உணவாகவும் திகழும் நா. வினோத்குமார், வே. சண்முகம், சா. சாம்ராஜ் ஆகியோர்க்கும் பேரன்புகள்.

இந்நூலினைச் சிறந்த முறையில் வெளியிடும் தடாகம் பதிப் பகத்துக்கும், எப்போதும் என்னுடைய ஆய்வுப்பொருட்டு ஊக்கப்படுத்திக்கொண்டிருக்கும் அண்ணன் அமுதரசனுக்கும் எப்போதும் நன்றியுடையேன்.

★★★

பொருளடக்கம்

1. தமிழ் இலக்கியங்களில் ஆயர்கள் — 27
2. தொடரும் பண்டைய மரபுகள் — 125
3. தற்கால ஆயர் வாழ்வியல் — 161
4. வடுக ஆயர்களும் தமிழ் ஆயர்களும் — 284

பின்னிணைப்புகள்

- புலிக்குளம் மாட்டினத்தின் எண்ணிக்கை அட்டவணை — 320
- மலைமாடுகளின் எண்ணிக்கை அட்டவணை — 322
- புலிக்குளம் மாடுகளின் இடப்பெயர்ச்சியை விளக்கும் வரைபடங்கள் — 324
- ஆயர் உட்பிரிவுகள் — 326
- காளை விளையாட்டுகள் — 330
- கால்நடைகளுக்கு ஏற்படும் நோய்களும் அவற்றுக்கான சிகிச்சைகளும் — 338
- வடுக ஆயர்கள் இடம்பெயர்ந்ததைக் குறிக்கும் வரைபடம் — 341
- வடுக ஆயர்களின் பரவல் பற்றிய வாய்மொழிப் பதிவுகள் — 342
- வடுக ஆயர்களின் பரவல் பற்றிய வாய்மொழிப் பதிவுகள் — 344
- சொற்குறிப்பு அகராதி — 348

களஆய்வு நிகழ்த்தப்பெற்ற இடங்கள்

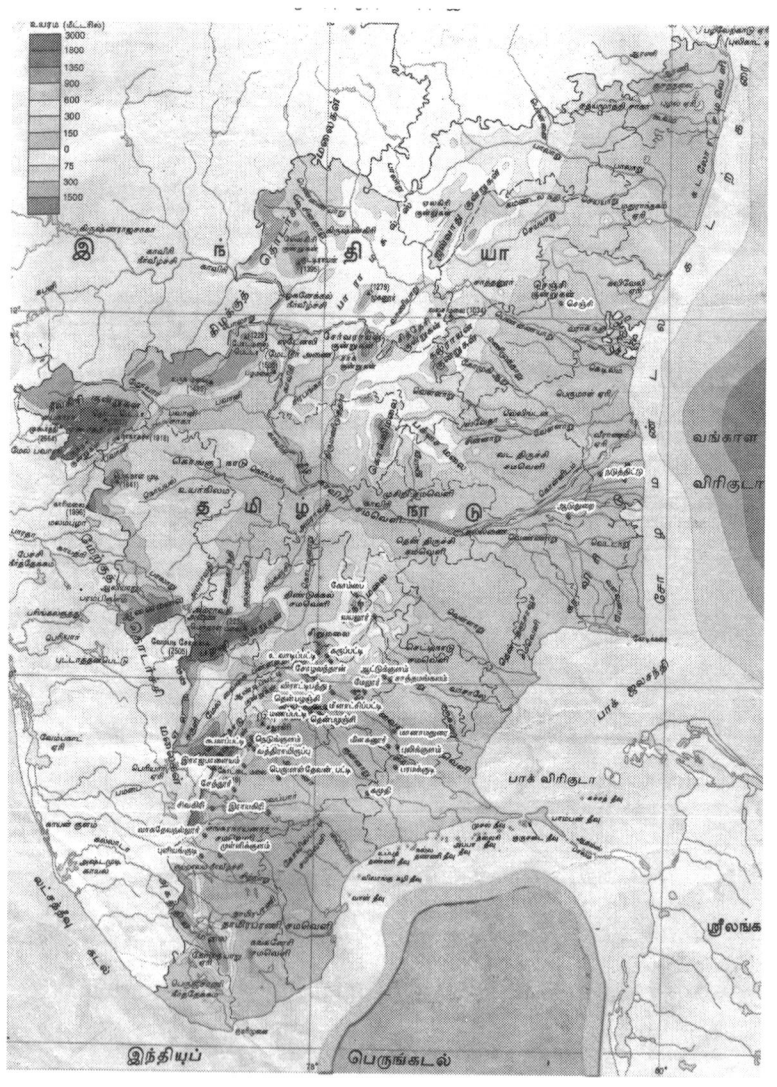

1. தமிழ் இலக்கியங்களில் ஆயர்கள்

சங்க இலக்கியங்களில் நற்றிணை, குறுந்தொகை, ஐங்குறுநூறு, கலித்தொகை, அகநானூறு முதலிய தொகை நூல்களிலும் முல்லைப்பாட்டு, நெடுநல்வாடை ஆகிய பத்துப்பாட்டு நூல்களிலும் முல்லைத்திணைப் பாடல்கள் இடம் பெற்றுள்ளன. இப்பாடல்களின் வழியே பண்டைய ஆயரின மக்களின் பண்பாட்டு வாழ்வியல் கூறுகளை அறியலாம்.

பண்பாடும் பண்பாட்டுக் கூறுகளும்

Culture என்னும் ஆங்கிலச் சொல்லுக்கு இணையாகப் 'பண்பாடு' என்னும் சொல் தமிழில் பயிலப்பட்டுவருகிறது. பண்பாடு என்பதற்கு நிறுவப்பட்ட வரையறைகள் இல்லை யென்றாலும் பல்வேறு அறிஞர்கள் பல்வகையான வரையறைகளைத் தந்துள்ளனர். அவற்றின்வழி பண்பாடு என்னும் சொல், பொதுவாக மனித சார்புடைய ஒன்றாகவும் மனிதர்களுடைய செயற்பாடுகள் - அச்செயற்பாடுகளுக்கான சிறப்புத் தன்மைகள் மற்றும் அதன் முக்கியத்துவம் ஆகியவற்றைக் குறிக்கும் குறியீட்டு அமைப்புகளைக் குறிப்பதாகவும் உள்ளது.[1]

பண்பாடு என்பது மனிதர்களின் நடத்தை முறைகளினால் பெறப்பட்ட சமுதாய மரபுரிமைகளின் தொகுப்பும், அறிவு, நம்பிக்கை, கலை, ஒழுக்க நெறிகள், சட்டம், வழக்கம் முதலானவையும், மனிதன் சமுதாயத்தில் ஓர் உறுப்பினராக இருந்து கற்கும் பிற திறமைகளும் பழக்க வழக்கங்களும் அடங்கிய முழுமைத் தொகுதியும் ஆகும் என்கின்றனர் மானிடவியல் அறிஞர்கள்.[2]

மரபு ரீதியாகக் கற்றுக்கொண்டவற்றினும், தேவை பொருட்டு ஏற்படுத்திக் கொண்ட பயன்படு பொருட்களினும் பகுத்துப் பார்க்கும்போது அவற்றின் மிகக் குறைந்த சிறிய அலகே பண் பாட்டுக்கூறு என்பர்.[3] இக்கூறுகள் பல இணைந்து பண்பாட்டுக் கலவையாகின்றன. ஒவ்வொரு சமுதாயத்தினரிடமும் உள்ள பண்பாட்டுக் கூறுகளை,

1. பொருள்சார் பண்பாட்டுக்கூறுகள்
2. அறிதல்சார் பண்பாட்டுக்கூறுகள்
3. நெறியியல்சார் பண்பாட்டுக்கூறுகள்

என்ற மூன்று நிலைகளில் வரிசைப்படுத்தலாம். இந்நிலை களின் அடிப்படையில் முல்லைத்திணைப் பாடல்களை அணுகி முல்லைத்திணைவாழ் மக்களின் பண்பாட்டு வாழ்வியல் கூறுகளை அறியமுடியும்.

சங்க கால முல்லை நில வாழ்க்கையின் பண்பாட்டுக்கூறுகள்

சங்க இலக்கியங்களில் நற்றிணையில் 30 பாடல்களும்; குறுந் தொகையில் 45 பாடல்களும்; ஐங்குறுநூற்றில் 100 பாடல்களும்; கலித்தொகையில் 17 பாடல்களும்; அகநானூற்றில் 40 பாடல்களும்; பத்துப்பாட்டுப் பாடல்களிலும்; புறநானூற்றில் பொதுவியல் திணையின் சில பாடல்களிலும் முல்லைத்திணையைச் சுட்டும் பாடல்கள் இடம்பெற்றுள்ளன. இவற்றில் கலித்தொகையோடு சேர்த்து தலைவன் கூற்றாக 98 பாடல்களும்; தலைவி கூற்றாக 62 பாடல்களும்; தோழி கூற்றாக 49 பாடல்களும்; தாயர் கூற்றாக 13 பாடல்களும்; ஏனையோர் கூற்றாக 12 பாடல்களும் இடம்பெற்றுள்ளன. இத்தகைய கூற்றுகளின்வழி முல்லைநில மக்களின் வாழ்வியல் புலப்படுகிறது.

“ஒரு குறிப்பிட்ட மக்கள், அவர்களின் பயன்பாட்டிற்காக ஏற்படுத்திக் கொள்ளும் அனைத்துப் பொருள்களும் பொருள்சார் கூறுகள் எனப்படும். இவை அம்மக்களின் பொருள்சாராப் பண்பாட்டை வெளிப்படுத்துபவையும் தேவைகள் உள்ளவரை இக்கூறுகள் அவர்களது பண்பாட்டில் நிலைத்து நிற்பதாயும் இருக்கும்.”[4]

சங்க கால ஆயரது வாழ்வியலில் உணவு, உடை, அணி கலன்கள், குடியிருப்பு, தொழில், கருவிகள் போன்றவைக் குறிப்பிடத்தக்க பொருள்சார் பண்பாட்டுக் கூறுகளாகும்.

உணவு

முல்லைத்திணைப் பாடல்களின் வாயிலாகச் சங்க கால ஆயர்களிடையே பல்வித உணவு வகைகள் வழக்கத்தி லிருந்ததை அறியலாம். பால் மற்றும் பால்படுபொருட்கள், தானிய வகைகள், பூக்கள், பூச்சிகள், ஊன் உணவுகள், கள் ஆகியவை அவர்களது உணவுப் பட்டியலில் சிறப்பிடம் பெற்றிருந்தன.

ஆயர்களது சமையலறை வீட்டின் முற்றத்திலோ, வீட்டை யடுத்துத் தனித்தோ அல்லது கிடைக்கு (பட்டி) அருகில் திறந்த வெளியிலோ அமைந்திருந்தது. யானைக்கூட்டம் போன்ற குதிர்களில் வரகுக் கதிர்கள் நிறைந்திருந்த வீட்டின் முற்றத்தில் சமையலறை இருந்தது. அப்பகுதி முழுமையும் புகை சூழ்ந் திருந்தது என்பதைப் 'புகைசூழ் கொட்டில்' (பெரும்.185-196) என்று பெரும்பாணாற்றுப் படை குறிப்பிடுகிறது. சமையலறையில் தாளிதம் செய்யும்போது 'குய்' என்ற ஓசையுடன் புகை எழுந்து பரவியதைக் குறுந்தொகை (குறுந்.167:3) காட்டுகிறது.

நெல், வரகு, தினை முதலிய தானியங்களும், பால், தயிர், மோர், வெண்ணெய், நெய் முதலிய பால்படுபொருட்களும், ஈசல்களையும், அவரைக்காய், வேளைக்கீரை, வேளைக்கீரைப் பூப் போன்ற தாவர வகைகளையும், செம்மறியாடு, முயல் இவற்றின் இறைச்சிகளையும் பலவித கள் வகைகளையும் ஆயர்கள் தம் உணவில் முதன்மையாகக் கொண்டிருந்தனர்.

வேளைக்கீரை, அதன் பூ, தயிர், மோர், ஈசல், வரகு இவற்றையெல்லாம் சேர்த்து புளிங்கூழ், புளிங்கறி, புளிஞ் சோறு முதலிய உணவு வகைகளைச் செய்தனர். நன்கு விளைந்த முற்றிய நெல்லை, அரிசியாக்கி ஆம்பற்பூவோடு சமைத்து உண்டனர்.[5] உணவு களிமண் பானைகளில் சமைக்கப்பெற்றது. (அகம்.393:14) பூளைப்பூப் போன்ற வரகுச்சோற்றை வேங்கைப் பூவை ஒத்ததான அவரைப் பருப்புடன் அவித்து வரகுச்சோற்றோடு சேர்த்து உண்டதை,

குறுந்தாள் வரகின் குறள்அவிழ்ச் சொன்றி
புகர்இணர் வேங்கை வீ கண்டன்ன
அவரைவான் புழுக்கு அட்டி, பயில்வுற்று
இன்சுவை மூரல் பெறுகுவீர் (பெரும்.193-196)

என்ற பெரும்பாணாற்றுப்படை அடிகள் குறிப்பிடுகின்றன. உணவினைக் கலங்களிலும் தேக்கிலையிலும் பரிமாறினர். உண்ணும் முன் கலங்களைக் கழுவி அதில் சோறுண்டனர் (புறம்.120).

புற்றிலிருந்து வெளிப்படும் ஈசலை மோரோடு சேர்த்து புளியங்களியும் (புறம்.119:3-4),[6] வரகரிசியைக் குற்றி வடிக்கப் பட்ட சோற்றுடன் வெண்ணிற வேளைப் பூவைத் தயிரில் கலந்து புளிங்கூழும் (புறம். 2153:1-4),[7] மணமிக்க நெய்யில் கடலையை வறுத்துச் சோற்றுடனும் சேர்த்து உண்டனர் (புறம்.120:14).

அகநானூற்று பாடலொன்று (அகம்.394:2-5) தயிரோடு, வரகரிசி, ஈசலைச் சேர்த்து ஆயமகள் ஆக்கிய புளியஞ் சோற்றினைக் குறிப்பிடுகிறது.[8]

இப்படி ஆக்கிய சோற்றில் வெண்ணெய் உருகி ஓடுமாறு விட்டு, இளையர்க்கு உண்ணத் தருகிறாள் அவ் ஆயமகள்.

மூங்கில் அரிசி சோற்றில் மேட்டு நிலத்தில் விளைந்த நெல்லின் அரிசியை விரவி, புளியைக் கரைத்து அதனோடு அவரை விதை சேர்த்து புளிங்கூழைச் செய்தனர் (மலை.434-437).[9] இரவு நேரங்களில் பாலும் பாற்சோறும், வெண்ணெய் கலக்கப் பெற்ற சோற்றையும் உண்டனர் (மலை.415-417).[10]

தினைமாவில் நெய்யிழுதையிட்டுச் செய்த உணவை விரும்பி உண்டனர் (மலை.440-448). பொன்னை நறுக்கியதைப் போன்ற நுண்ணிய அரிசியுடன் வெள்ளாட்டுத் தசையைச் சேர்த்து ஆக்கிய கருமையான சோற்றுத் திரளில் குளிர்ந்த வெண்ணெய் இழுதை இட்டு உண்டதை.

பொன்அறைந் தன்ன நுண்நேர் அரிசி
வெண்எறிந்து இயற்றிய மாக்கண் அமலை
தண்ணென் நுண்இழுது உள்ளீடு ஆக (மலை.440-442)

என்ற மலைப்படுகடாமின் முல்லை நிலப் பாடலடிகள் குறிப் பிடுகின்றன.

ஆநிரைகளை மேய்புலத்திற்கு ஓட்டிச் செல்லும்போது தமக்கு வேண்டிய உணவை மூங்கில் குழாய்களில் நிரம்ப இட்டு கட்டி, அதைக் காளைகளின் கழுத்தில் கட்டிவிடுவர் (அகம்.253:14-16). நீர் வற்றிப்போய் வறண்டிருக்கும் கோடைக் காலங்களில் இளைய எருதுகளின் கழுத்தில் கட்டிவைத்திருக்கும் மூங்கில் குழாயில் உள்ள உணவைப் புதிய வழிப்போக்கர்களுக்குத் தேக்கிலையில் பகிர்ந்து கொடுத்துத் தாமும் உண்டனர் (அகம்.311:8-11).[11]

பால்படுபொருட்கள்

ஆயர் பசு, எருமை, ஆடு ஆகியவற்றின் பாலையும் அவற்றினின்று கிடைக்கும் தயிர், மோர், வெண்ணெய், நெய் ஆகியவற்றையும் உணவாகக் கொண்டனர். ஆயர்கள் பாலை உணவாகக் கொண்டதைப் பற்றி அகநானூறும் (393:17), மலைப்படுகடாம் (409-410) மற்றும் பெரும்பாணாற்றுப்படை (168, 175) பாடல்களும் குறிப்பிடுகின்றன.

ஆயர்கள், நண்டுகளின் சிறு பார்ப்பினைப் போன்ற தினை யரிசிச் சோற்றைப் பாலுடன் கலந்து உண்டனர் (பெரும்.166). வெண்ணிறமான தயிரையும் (புறம்.215:3) செம்மறியாட்டின் பழுப்புநிறத் தயிரையும் (அகம்.394:2) சோற்றில் இட்டும், வெண்ணெய் அளையப்பெற்ற மோரையும் வெண்ணெயிலிருந்து பெறப்படும் நெய்யையும் சோற்றில் கலந்தும் (புறம்.120:14) உண்டனர்.

ஊன் உணவுகள்

ஆயர்கள் ஊன் உணவினை விரும்பி உண்டதைச் சங்கப் பாக்கள் வெளிப்படுத்துகின்றன. செம்மறியாட்டின் கறியையும் முயலிறைச்சியையும் சோற்றோடு சமைத்தும், செம்மறியாட்டுக் கிடாயை வெட்டி, அதனோடு சோறாக்கி அந்த ஊனையும் உணவையும் உண்டனர் (புறம்.113:1-2) வளமான ஊன் துண்டங்களால் நிறைந்த சோற்றையும் (புறம்.396:15) குறிய முயலின் தசையொடு, நெய்ச்சோற்றைக் கலந்தும் (புறம்.396:17) உட்கொண்டனர். மேலும் தம் ஆடையைப் பரப்பி உடும்பினைப்

பிடித்து அதை ஈட்டியால் கொன்று, மனைக்கு எடுத்துச் சென்று சமைத்து உண்டதை (நற்.59:1) நற்றிணைப் பாடல் குறிப்பிடுகிறது.

கள்

பல்வேறு மூலப்பொருட்களிலிருந்து தயாரிக்கப்பட்ட கள்ளை ஆயர்கள் அருந்தினர். முல்லைநிலத்தில் மலரிலிருந்து கள் இறக்கப்பட்டதைப் (புறம்.396:16) புறநானூற்றுப் பாடல் எடுத்தோதுகிறது. இறக்கப்பட்ட கள்ளை, நிலத்தைத் தோண்டிப் புதைத்து (புறம்.120:12), அது நன்கு புளித்ததும் இடியிடிக்கும் மழைக் காலங்களில் பனங்குடையில் நிரப்பி அருந்தினர் (நற்.253:7). தான் மட்டும் அருந்தாது மற்றவர்களுக்கும் கொடுத்து அருந்தச் செய்தனர் (புறம்.120:13).

இவ்வாறு ஆயர்கள் பல்வேறு வகையான உணவு வகை களை உண்டமைப் பற்றிய செய்திகளைச் சங்கப்பாக்களில் காணமுடிகிறது.

உடை

ஆயர்கள் உடல் முழுவதையும் மறைக்கும் விதத்தில் ஆடை யணிந்ததாகப் பாடல் குறிப்புகள் இல்லை. அவர்கள் கலிங்கம் என்னும் ஆடையையும், துவராடையையும், கருந்துவராடை யையும், நீலநிற ஆடையையும், கலிங்கப் பட்டாடையையும் அணிந்திருந்ததைச் சங்கப்பாக்கள் வாயிலாக அறியலாம்.

ஆயரினத்து ஆடவர்கள் துவராடையையும் கருந்துவராடை யையும் கலிங்கமும் அணிந்திருந்தனர். ஆடுமேய்க்கும் இடையர்கள் இடையில் ஒற்றை ஆடை உடுத்தியிருந்ததைப் பெரும்பாணாற்றுப்படை சுட்டுகிறது (பெரும்.175). அவ்வாடை யையும் மடித்துக் கட்டியவராய்த் திகழ்ந்தனர் (அகம்.54:10).

துவராடை என்பது காவி நிற ஆடையாகும். கரிய மேனியுடைய பொதுவன் துவராடை உடுத்தியிருந்ததையும் (கலி.102:37) மேய்புலத்தில் காயாம்பூ மாலை அணிந்த ஆயனொருவன் கருநிறமுடைய துவராடையை அணிந்திருந்ததையும் (கலி.108:10-11) முல்லைக்கலி சுட்டுகிறது.

கலிங்கம் என்னும் ஆடையைக் கல்லால மரநிழலில் இருக்கும் இறைவனுக்கு ஆய் அரசன் வழங்கியதாகச் சிறுபாணாற்றுப்படை (சிறுபா.96) குறிப்பிடுகிறது.

ஆய்ச்சியர் ஆடை

ஆய்ச்சியர்கள் நீலநிற ஆடையை உடுத்தினர். அவ்வாடை பல்வேறு வேலைப்பாடுகளைக் கொண்டதாக இருந்தது. இது தவிர, கலிங்கப் பட்டாடையையும் அவர்கள் உடுத்தினர்.

தன் அன்னை தனக்குத் தந்த நீலநிற ஆடையை அணிந்து கொண்டு, தன் தோழியரோடு சென்ற ஆயமகள் குறித்தும் (கலி.111:2-3), தன் களவு வெளிப்பட்ட அதிர்ச்சியில் தரையில் தொங்கிய பூக்கரையிட்ட தன் நீலநிற ஆடையைச் சரியாகக்கூடக் கட்டாமல் வாரிச் சொருகிக்கொண்டு வீட்டிலிருந்து வெளியே ஓடிய ஆயமகள் குறித்தும் (கலி.115:12-14) முல்லைக்கலி குறிப்பிடுகிறது.

சமையலறைக்குச் செல்லும் ஓர் ஆயமகள் கலிங்கப் பட்டாடையினை உடுத்தியிருந்தாள். தன்னுடைய மெல்லிய கைவிரல்களைத் தம் ஆடையில் துடைத்துக்கொண்டு, சமைய லறையினுள் சமைக்கச் சென்றதைக் குறுந்தொகை காட்சிப் படுத்துகிறது (குறுந்.167:1-2).

இவ்வாறு பலவிதமான ஆடைகளை ஆயர்கள் அணிந் திருந்தனர். குழந்தைகளின் ஆடை பற்றிய சான்று பாடல்களில் இல்லை.

அணிகலன்

செம்பொன்னால் செய்யப்பட்ட அணிகலன்களை ஆயர்கள் அணிந்தனர். (குறுந்.21:2, அகம்.364:4) அவர்கள் அணிந்திருந்த, கிண்கிணி, வளையல், மங்கல அணி, பொன்னரி மாலை, கழல், புலிப்பல் கோர்த்த தாலி, தாளருவி, சதங்கை, மகரக்குழை போன்ற அணிகலன்கள் குறித்துச் சங்கப்பாக்கள் குறிப்பிடுகின்றன.

பெண்கள், சில அணிகலன்களைத் தலையிலும் (குறுந்.21) ஒளிமிக்க வளையல்களைக் (புறம்.117:10, 240:4) கைகளிலும்,

குழை (கலி.104:23,109:14) மகரக்குழை (கலி.103:8), தாளருவி (பெரும்.:161) முதலிய அணிகலன்களைக் காதிலும், கழுத்தில் மங்கல அணியையும் (புறம்.127:5), காலில் பொற்சதங்கை களையும் அணிந்தனர் (அகம்.254:3).

ஆடவர்கள், மணிகள் கோக்கப்பட்ட வளையல்களை (புறம்.130:1) அணிந்தனர். கலப்பில்லாத பொன்னால் செய்யப்பட்ட தாமரைப்பூப் போன்ற பொன்னரி மாலையை மார்பில் அணிந்தனர் (புறம்.141:1). கைகளில் தொடியையும் (புறம்.374:16, 375:10) கால்களில் கழலையும் (புறம்.142:4) அணிந்தனர்.

சிறுவர்கள், புலிப்பல் கோத்தத் தாலியைக் கழுத்தில் அணிந் திருந்தனர் (புறம்.374:8). தவளையின் வாயைப்போன்ற கிண்கிணி என்னும் அணியையும் (குறுந்.148:2) குரும்பை வடிவில் மணிகளிழைத்துச் செய்யப்பெற்ற அணிகலனையும் (ஐங்குறு.442:5) கால்களில் அணிந்தனர்.

இருப்பிடம்

முல்லைக்காட்டில் வாழ்ந்த ஆயர்களின் வாழிடங்கள் சேரி, பள்ளி, பாடி, குறும்பு, சிறுகுடி, சீறூர் என்று வழங்கப்பட்டன.[12] அவர்களது ஊரைச் சுற்றிக் கதிர்களையுடைய வரகு விளைந் திருந்தது (அகம்.384:6). ஆயர்களது வீடுகள் கழிகளால் மிடையப்பட்ட குடில்கள் மற்றும் மட்சுவரானலான வீடுகள் என இரண்டு வகைகளாகக் காட்டப்படுகின்றன. ஆட்டிடையர்களது குடில்கள் பற்றிய செய்திகளே சங்கப்பாக்களில் அதிகம் இடம்பெற்றுள்ளன.

ஆயர்கள், தம் குடியிருப்பைச் சுற்றி முட்செடிகளாலான உயிர் வேலிகளை அமைத்திருந்தனர் (பெரும்.184-185). வேலிகளால் சூழப்பட்ட அவ்வூர்களில் சிறுசிறு குடில்களில் வசித்தனர் (பெரும்.147-148). அக்குடில்கள் வரகு வைக்கோல்களால் கூரையிடப்பட்டிருந்தன. (பெரும்.190-191) கழிகளால் கட்டப் பட்டு புற்களால் வேயப்பட்ட குடில்களும் காணப்பட்டன (மலை.438-439). கூரை வேய்ந்திருந்த வீட்டின் மேற்பகுதியின் கரிய தாழ்வாயில் குருவி இணையொன்று வசித்து வந்தது (நற்.181:1-2)

ஆட்டிடையரது குடியிருப்பைப் பெரும்பாணாற்றுபடை[13] *(147-154)* காட்சிப்படுத்துகின்றது.

குடில்களின் கதவுகள் மூங்கில் கழிகளால் அமைக்கப் பெற்றிருந்தன. உட்பகுதியில் ஆட்டுத்தோல் படுக்கையில் ஆட்டிடையன் ஒருவன் படுத்திருந்தான். இவ்வாட்டுத்தோல் படுக்கை மென்மையான மயிருடைய ஆட்டின் தோலை உரித்து அதனை இணைத்து மிதித்துச் செய்யப்பெற்றதாகும். *(மலை.418-420).* குடிலுக்கு அருகில் வளைந்த முகமுடைய செம்மறியாடுகளுடன் வெள்ளாடுகளும் இருந்தன நீண்ட கயிறு களால் கிடாய்கள் கட்டப்பட்டிருந்தன. குடிலின் வாயிலில் கட்டையான கால்களில் ஆட்டிற்குரிய குலைகள் கட்டப்பட் டிருந்தன. அவற்றை ஆட்டுக்குட்டிகள் தின்றுகொண்டிருந்தன. குடிலின் வாயிலருகில் கழிவுகள் குப்பையாகக் கிடந்தன. குடிலைச் சுற்றிக் கால்நடைகளின் கழிவுகள் மிகுதியாகக் காணப் பட்டன *(பெரும்.147-154).*

ஆயர்களின் குடியிருப்புகளில் முற்றம் வைத்து கட்டப்பட்ட வீடுகளும் இருந்தன. முற்றத்தில் மணல் பரப்பியிருந்தனர் *(அகம்.254:4).* அங்கு ஓர் ஓரத்தில் சிறிய சால்களில் நீர் வைத்திருந்தனர். அந்நீரை முயல்களும் மான்களும் அருந்தின. அங்குப் படலைக் கொடியோடுகூடிய பந்தல் வேயப்பட்டிருந்தது *(அகம்.87:1-3).* முற்றத்தில் குதிர்கள் இருந்தன. அவை வரகுக் கதிர்களால் நிரம்பியிருந்தன. கதிர்களைத் திரிப்பதற்குத் திரி மரங்கள் இருந்தன. வண்டிச் சக்கரத்தையும் கலப்பையையும் அருகிலிருந்த நீண்ட சுவரில் சார்த்தியிருந்தனர். *(பெரும்.185-189)* அச்சுவர்கள் சிவந்த மண்பூசிய மட்கலம் போன்று இருந்தன *(அகம்.394:9).* இப்பகுதி சமையற்கட்டாகவும் விளங்கியதால் புகை படிந்திருந்தது *(பெரும்.189).*

கோவினத்தாயர்கள்மற்றும்ஏற்றினத்தாயர்களதுகுடியிருப்பைப் பற்றிய தெளிவான காட்சிகள் காட்டப்படவில்லை. வீட்டிற்கு அருகில் தொழுவத்தில் கால்நடைகள் கட்டப்பட்டிருந்ததை மட்டும் பாடல்கள்வாயிலாக அறியமுடிகிறது.

தொழில்

சங்க கால ஆயர்களது முதன்மைத் தொழில் ஆநிரை மேய்ப்பதாகும். முல்லைநிலப் பகுதி காடு மற்றும் காடு சார்ந்த, புதர், புல்வெளி மிக்க பகுதியாகையால் இவற்றை ஆதாரமாகக் கொண்ட கால்நடைகளை வளர்த்து அதன்வழி பெறப்படும் பால்படுபொருட்கள், இறைச்சி, தோல் முதலியவற்றைப் பெற்று, மிஞ்சியவற்றைப் பண்டமாற்று மூலம் விற்று, வேண்டியதைப் பெற்று தம் தேவையை நிறைவேற்றிக் கொண்டனர். இருப்பினும் அவர்கள் ஆநிரை மேய்ப்பதை மட்டுமே தொழிலாகக் கொண் டிருக்கவில்லை. வன்புல வேளாண்மையிலும் ஈடுபட்டனர். இதனோடு தொடர்புடைய பிறதொழில் களையும் மேற்கொண் டிருந்தனர்.

ஆநிரை மேய்த்தல்

ஆநிரைகளில் ஆடு, மாடு இரண்டையுமே ஆயர்கள் வளர்த் தனர். ஆடுகளில் செம்மறியாடுகளும் வெள்ளாடுகளும் இருந்தன. மாட்டினங்களில் பசுக்களும் எருதுகளும் காளைகளும் இருந்தன. காளைகள் சாம்பல், காரி, வெள்ளை, செவலை போன்ற பல வண்ணங்களில் இருந்தன.

இரண்டு விதமான மேய்ப்பு முறை ஆயர்களிடையே இருந்தது. ஒன்று, காலையில் ஊரிலிருந்து கால்நடைகளை ஓட்டிச் சென்று மாலையில் மீண்டும் வீடுதிரும்பும் மேய்ப்பு முறை. மற்றொன்று, கால்நடைகளை மேய்த்துக்கொண்டே ஊர் ஊராகச் செல்லும் முறை. இவற்றில் பின்னதற்குக் குறைந்தளவிலான சான்றுகளே உள்ளன.

கால்நடை மேய்க்கும் ஆயர்கள் அதிகாலையிலேயே தம் மந்தைகளை மேய்புலத்திற்கு ஓட்டிச் செல்வர். கையில் நீண்ட கோல் வைத்துக்கொண்டு அவற்றைச் செலுத்துவர் (கலி.108:11). இளங்கன்றுகளை அவற்றினின்று பிரித்து சிறிய கயிற்றைக் கொண்டு தொழுவத்திலேயே கட்டி விட்டு, (அகம்.293:11-12) பசுக்கூட்டங்களை மேய்ச்சல் நிலம் நோக்கி நீண்ட தொலைவு ஓட்டிச் செல்வர் (குறுந்.64:4). கால்நடைகளுக்கான புல்வெளிகள்

பரந்திருந்ததால், அவை துன்பமின்றி மேய்ந்தன. காளைகளுக்குக் கழுத்தில் அடையாளமாகப் பூ மாலைகளை அணிவித்திருந்தனர் (குறுந்.363:1).

மேய்புலத்தில் பசுக்களின் நீர்த் தேவையை அறிந்து நீர்நிலை நோக்கிக் அவற்றைச் செலுத்தினர். வறண்டிருக்கும் நீர் நிலைகளில் தன் கையில் வைத்திருக்கும் கோலினால் சிறிய பள்ளத்தைத் தோண்டி, அதில் ஊறும் நீரைக் கால்நடைகளுக்கு அருந்தக் கொடுத்தனர் (ஐங்குறு.304:1-2).[14]

வறண்ட, தரிசு நிலப் பகுதிகளில் உள்ள கற்களை உடைத்து நீர் கசிகின்ற ஊற்றுக்கண்களை உண்டாக்கி, கால்நடைகளுக்கு உண்ணத் தந்தனர் (அகம்.321:6-8).[15]

கற்கள் மிகுந்த காட்டில் கணிச்சி என்னும் கருவியினால் தோண்டிய குழியிலிருந்து ஊறிவரும் நீரையுண்ட பசுக்கூட்டங்கள் மிக வறண்ட பாலை நிலப் பகுதியில் புக எத்தனிக்கும்போது, தாம் வைத்துள்ள ஊதுகொம்பினால் ஒலியெழுப்பி, அவற்றை அவ்விடம் செல்லவிடாமல் தடுத்து, தாழ்ந்துள்ள கொன்றை மரத்தின் குறைந்த நிழலில் இளைப்பாறச் செய்தனர் (அகம்.399: 6-11).[16]

மேலும், வேங்கை மரத்தின் கிளையை முழுவதும் வெட்டாமல் முறித்து அத்தழைகளை, இளைப்பாறும் பசுக்களுக்கு -(புறம்.224:12-16).[17]

தன் வாயை மடித்து சீழ்க்கையொலி எழுப்பும் கோவலர்கள், கோடையில் ஆக்களின் நீர் வேட்கையைப் போக்கும் பொருட்டு, வளைந்த வாயையுடைய பத்தலைக் கிணற்றில் இட்டு நீரை முகர்ந்து அருகில் உள்ள சிறிய குழிகளில் நிரப்பி அவற்றின் வேட்கையைத் தணித்தனர் (அகம்.155:8-9).[18]

கார்காலத்தில் மேய்ச்சல்

கோவலர், கார்காலத்தின் தொடக்கத்தில் மழையில் நனைந்த புற்கள்நிறைந்த திறந்தவெளிகளில் தம் கால்நடைகளை அழைத்துக் கொண்டு, சுருக்கி விரிப்பதாகக் கொண்ட தோற்பையில் கழு, சூட்டுக்கோல், உண்கலங்கள் ஆகியவற்றை வைத்துக் கட்டி

தோள்களில் மாட்டிக்கொண்டு, கொன்றைப் பழத்தாலான குழலை ஊதியபடியே மேய்புலத்திற்குச் செல்வர். அங்கு நடக்கும் காளைப்போர் குறித்து முல்லைக்கலி குறிப்பிடுகிறது.

மேய்புலத்தில், 'ஏறுகள் கூட்டமாகச் செல்லும்போது, ஈர நிலத்தைக் குத்திச் சேறாக்கின. அவை தம்முள் மாறுபாடுகொண்டு கனைத்து, ஒன்றை ஒன்றின்மேல் பாய்ந்து தாக்கிக்கொண்டன. போர்களத்தில் புகுந்த வீரர்களைப் போன்று இமில்களை யுடைய ஏறுகள் காணப்பட்டன. ஒன்றையொன்று தாக்கிக்கொண்ட ஏறுகள் சற்றுப் பின்வாங்கி, கால்களால் நிலத்தைக் கீறி தம்முள் குத்திக்கொண்டதால் அவற்றின் உடல் முழுவதும் புண்ணாகி இரத்தம் பொழியப்பெற்றது. இதனைக் கண்ட கோவலர், அப்போரைத் தடுக்க எண்ணி, வேறுசில எருதுகளை இடையில் புகவிட்டு, அவற்றை விலக்கித் தத்தம் இனத்தோடு சேர்த்து மேய்புலத்திற்குச் செலுத்துமாறு செய்தனர். இது ஊழிக்காலத் தொடக்கத்தில் நிலவுலகத்தை மீண்டும் படைப்பதற்குப் பிரம்மன், முதலில் எங்கும் நிறைந்திருந்த நீர்ப்பரப்பாகிய கடலை நிலத்தை விட்டுப் பிரித்த செயலை ஒத்ததாயிருந்தது. ஏறுகளைப் பிரிக்கும் போது அவற்றுடன் கோவலர், சண்டையிட நேர்ந்தது. ஏறுகள் அவர்களை ஓடும்படி செய்தன. ஓடாமல் நின்றிருந்தவர்கள்மீது நெருப்பைச் சிந்தும் கொம்பால் குத்தி உழலைக் கோத்த மரத் தைப்போலத் துளைத்தன. அவ்வாறு துளைத்த புண்ணிலிருந்து சொரிந்த இரத்தம் வழுக்குவதால் அவர்கள், மணலை அள்ளிக் கையைப் பிசைந்துகொண்டு உடம்பிலும் பூசிக்கொண்டு சிறிதும் காலம் கடவாமல் கடலில் தெப்பம் செலுத்தும் பரதவரைப்போல் ஏறுகளின்மீது ஏறி அதனைச் செலுத்தினர். *(கலி.106:1-25).*[19]

இப்படி ஏறுகளுடன் போரிட்டு, அவற்றின் சண்டையினைத் தடுத்து, மேய்புலத்திற்கு அழைத்துச் சென்றனர்.

மழைக்காலங்களில் மிகுதியான வெள்ளம் காரணமாகக் கால்நடைகளைத் தாழ்நிலப் பகுதிகளில் விடாமல், மேய்ச்சலுக் காக மேட்டுநிலப்பகுதிக்கு ஓட்டிச்செல்வது வழக்கமாயிருந்தது.

கார்கால மாலைப் பொழுதில் கவடுபோல் நீண்ட கோல் வைத்திருக்கும் கோவலர் பகலெல்லாம் பெய்த மழையில்

நனைந்து நீர் சொட்டச் சொட்ட ஆநிரையோடு திரும்பும் காட்சியை,

கவர்கோல் கோவலர்
எல்லுப்பெயல் உழந்த பல்ஆன் நிரையொடு
நீர்திகழ் கண்ணியர் ஊர்வயின் பெயர்தர

(அகம்.264:4-6)

என்று அகநானூற்றுப் பாடல் குறிப்பிடுகிறது. ஊர் திரும்பும் கோவலர், ஆடையை மடித்துக் கட்டியவாறு, பசுக்கூட்டங்கள் முன்னே செல்ல, அவற்றின் பின்னே கொன்றையங் தீங்குழலை இசைத்துக்கொண்டே மெதுவாக நடந்து சென்றனர் (அகம்.54:11).

ஆயர்கள் நிரை மேய்ப்பதற்கென்று தனியாகப் பணியாளர் களையும் வைத்திருந்தனர். அவர்கள் ஊரில் உள்ள ஆநிரைகளை யெல்லாம் ஒன்று சேர்த்து, மேய்புலத்திற்கு ஓட்டிச் செல்வர். மாலையில் வீடு வீடாக அவற்றைக் கொண்டு சேர்ப்பர். இதனை,

கொடுமடி உடையர் கோல்கைக் கோவலர்
கொன்றைஅம் குழலர் பின்றைத் தூங்க
மனைமனைப் படரும் நனைநகு மாலை

(அகம்.54:10-12)

என்ற அகநானூற்றுப் பாடல் குறிப்பிடுகிறது.

ஆடுமேய்த்தல்

செம்மறியாடும் வெள்ளாடும் இடையர்களால் புரக்கப்பட்டன. அவர்கள் ஆட்டினங்களை மேய்புலத்திற்கு ஓட்டிச்சென்று மேயச் செய்தனர். ஆடுகள் சிதறிவிடாமல் இருப்பதற்கும் பிறரது ஆட்டுத் தொகுதியுடன் கலந்துவிடாமல் இருப்பதற்கும் வீளை என்னும் ஒலியை வாயைக் குவித்து எழுப்பினர். தன் ஆடு களை ஒரே இடத்தில் கூட்டுவதற்காகவும் வாயை மடித்து சீழ்க்கையொலி எழுப்பினர் (அகம்.394:13-14). கையில் தீக்கோல் முதலிய கருவிகளைத் தோற்பையில் இட்டு, உறியின் ஒருபுறமும் பனை ஓலைப்பாயை மற்றொருபுறமும் தூக்கிக்கொண்டு ஆட்டிடையர்கள் சென்றனர். கார்காலத்தில் மிகுதியான வெள்ளம் காரணமாகத் தம் ஆட்டினங்களை மேட்டு நிலத்திற்குச் செலுத் தினர் (நெடுநல்.5). தொடர்ச்சியாகப் பெய்யும் மழையில்

நனைந்திருந்தனர் (நற்.142:15). ஆட்டினங்களை மேய்க்கச் செல்லும் முன், குட்டிகளைத் தனியே பிரித்து பெரிய குடை போன்ற கூண்டுகளில் அடைத்தனர். அவற்றிற்கான தழைக்குலை களைக் கட்டையான கால்களில் கட்டினர். அவற்றை ஆட்டுக் குட்டிகள் உண்டன (பெரும்.:47-48).

ஆட்டிடையர்கள் தம் ஆடுகளை மேய்த்துக்கொண்டே ஊர் ஊராகப் பயணம் செய்ததற்கு நேரடித் தரவுகள் இல்லை. எனினும் அவர்கள் வீட்டை விட்டு வெளியே செல்லும்போது, தமக்கு வேண்டிய பொருட்களை மொத்தமாக எடுத்துக்கொண்டு தம் புள்ளினத்தோடு இடம்பெயர்ந்ததை முல்லைப்பாடல்களில் காணமுடிகிறது. ஆட்டிடையர்கள் வயல்களில் கிடைகட்டி, கிடைக்குக் காவலாக அங்கேயே தங்குவது உண்டு. வயலில் கிடைகட்டுவது தொடர்பாக அகநானூறு பாடல் (அகம்.274:4-12) ஒன்று சான்று பகர்கிறது.

'புன்செய் நிலத்தில் எருவிற்காக ஆட்டுக்கிடையை நிறுத்தி இடையர்கள் காவலிருந்தனர். பாம்புகளை நடுங்குமளவு இடி யிடிக்கும் நள்ளிரவிலும் இடையர், கருத்துடன் காவல் செய்தனர். மேலும், இடையன் ஒருவன், நீண்ட கோலில் ஒரு பக்கம் சோற்றுப்பானையும் மறுபக்கம் தோல் படுக்கையையும் உறியாகக் கட்டிக்கொண்டு, மழை தன் உடலின் ஒரு பக்கத்தை நனைக்க, கோலைக் காலுடன் சார்த்தித் தனியே நிற்பான். அருகிலேயே தீக்கடைக் கோலால் தீ மூட்டி, அதில் குளிர்க்காய்ந்தபடி, அவன் எழுப்பும் சீழ்க்கையொலி, ஆட்டுக்குட்டியைக் கவ்விச் செல்லவரும் குள்ளநரியைத் தலைதெறிக்க ஓடச்செய்யும்.[20] கொள்ளிக் கட்டைகளை எடுத்து வீசியபடி பெருத்த சத்தத்துடனும் இடையர்கள் நரியை விரட்டினர் (அகம்.94:7-8).

வன்புல வேளாண்மை

தமிழ்ச் சமூகத்தில் தொடக்கக் கால வேளாண்மை, குறிஞ்சி நிலத்தில் காட்டெரிப்பு வேளாண்மையாகத் துவங்கியது. அது முல்லை நிலத்தில் காட்டெரிப்பு மற்றும் புன்செய் வேளாண்மை யாகவும், மருதநிலத்தில் பெருமளவிலான முறையான வேளாண்மையாகவும் நிலைபெற்றது. கால்நடை வளர்ப்போடு

முல்லை நிலத்தில் காட்டெரிப்பு வேளாண்மையும், புன்செய் வேளாண்மையையும் நிகழ்த்தப்பட்டமைப் பற்றி முல்லைப் பாக்கள் சான்று தருகின்றன.

முல்லைநிலப் பகுதியில் கோவலர்கள் காட்டெரிப்பு வேளாண்மையை மேற்கொண்டனர். புன்செய் காட்டிற்குள், மரத்தின் வேரடியை எரித்து (நற். 289:7-8), மரங்களையும் செடிகொடிகளையும் வெட்டி, எரியூட்டி அதன் சாம்பலில் குத்துக்கம்பு, தோண்டுகழி, களைக்கொட்டு போன்ற கருவிகள் வாயிலாகக் குழியிட்டும் கலப்பையால் உழுதும் பயிரிட்டனர். ஈரிலை வரகு (நற்.122:2) நெற்பயிர் (அகம்.204:12,294:9-10), தினை (ஐங்குறு.469:1) போன்ற பயிர்கள் பயிரிடப்பட்டன.

உழவு

பெருமழை பொழிந்த புலர்காலைப் பொழுதில் ஆயர்கள் தம் நிலத்தை உழுதனர். மழைப்பெய்தமையால் மண்ணில் நன்கு ஈரம் படிந்திருந்தது. அதைக் கலப்பையால் மீண்டும் உழுதனர். அவ்வாறு உழுத நிலத்தில், விதைப்பதற்கு விதைகளைப் பனை வோலைப் பெட்டிகளில் எடுத்துச்சென்றனர் (குறுந்.155:1-2). விதைகள் விதைக்கப் பெற்று ஒன்று பலவாக முளைத்து நாற்று களாக நின்றன. மழைக்குப் பனங்குடையைத் தலையில் கவிழ்த்துக்கொண்ட ஆயருழவர்கள், களைக்கடி பறை முழங்க, களைகளை வேரோடு பறித்தனர். அவர்கள் தூய்மைசெய்த கொல்லையில் கருமையான வரகுக் கதிர்கள் விளைந்து கவடு பட்டு நின்றன.[21] இப்படியான முற்றிய கதிர்களையுடைய வரகு வயல்கள் பல முல்லைக்காட்டில் இருந்தன (அகம்.384:6).

வரகு பயிரிடும் மற்றொரு காட்சியைப் புறநானூற்றில் பார்க்க முடிகிறது. ஆயர்கள் வேங்கை மரம் நிற்கும் வெப்பம் நிறைந்த மேட்டு நிலத்தைக் கார்கால ஈரத்தில் பலமுறை உழுது வரகு விதைத்தனர். பல கிளைகளுடன் அவை வளரும்போது இடையே வளரும் களைகளை அடியோடு பறித்தனர். இதனால் நீண்டு வளர்ந்து குறைவில்லாமல் நிறைய வரகு விளைந்ததை அப்பாடல் காட்சிப்படுத்துகிறது. மேலும் தினை, எள், அவரை முதலிய வற்றையும் பயிரிட்டனர்.[22]

கொல்லையில் தழைத்த வரகுக் கதிர்த் தட்டைகளைப் பொங்கழி எனப்படும் பொலியில் தொகுத்து, மாடுகளின் பிளவுபட்ட குளம்புகளால் துவைக்கப்பட்டு, உதிர்ந்த வரகுகளை அகலமான பாறையில் குவித்தனர். அவற்றை வரிகள் பொருந்திய பெரியதோள்களையும் நீண்ட செவிகளையும் உடைய தாய்மார்கள், திரிகையில் தேய்த்து முறத்தால் புடைத்து அரிசியை எடுத்தனர். அவற்றை உலக்கையால் முறையாகக் குற்றி, உரலில் பெய்து தீட்டினர். அந்த அரிசியை அங்குள்ள பெருஞ்சுனை நீருடன் சேர்த்து, பானையை அடுப்பில் ஏற்றிச் சமைத்தனர். இக்காட்சியை அகநானூற்றுப்பாடல் காட்சிப்படுத்துகிறது.[23]

புன்செய் நிலத்தில் பயிரிடப்பெற்ற தினை, முற்றி உதிர்ந்து கிடக்க, அவற்றைச் செம்பூழ்ப் பறவைகள் திருடித்தின்றன (ஐங்குறு.469:1). அகன்ற வயல்களில் பயிரிடப்பெற்றிருந்த நெற்கள், முற்றித் தலைசாய்ந்து கிடந்தன (அகம்.294:14-15). இதனை ஆயருழவர்கள் நெல்லறிப்பறை முழங்க, அறுவடை செய்தனர் (அகம்.204:10).

முல்லைநில நிரைமேய்ப்பு மற்றும் வேளாண்மை தொழிலில் மகளிரின் பங்கு கணிசமாக உள்ளது. ஆயமகளிரும் மேய் புனத்திற்குக் கறவைக் கலங்களோடு மேய்க்கச் சென்றனர் (கலி.116:1). தினைப்புனத்தின் அருகில் உள்ள மரத்தில் அமர்ந்து கொண்டு புனத்தைக் காவல் காத்தனர் (அகம்.194:14-15). தினைப்புனத்தில் உள்ள தன் தந்தைக்கு உணவுகொண்டு செல்வதும், நிரைமேய்க்கும் தன் தமயனுக்கு உண்ணும் கலங் களைக் கொண்டுசெல்வதும், தினை அறுவடை செய்த நிலத்தில் தன் தாய் விட்டுச்சென்ற கன்றுகளை மேய்ப்பதும் (கலி.108:33) ஆயமகளிரது பணிகளாக இருந்தன. மேலும், மாடுகள் மேய்ச்சலுக்குச் சென்றபின் கன்றுகளைக் கொட்டிலில் கட்டுவதும் (கலி.111:1-2), கன்றுகளை அருகில் உள்ள மேய்ச்சல் பகுதியில் மேயவிடுவதும் (கலி.108:33,110:22-23). பால் கறப்பதற்காக அதற்குரிய கலத்தோடு மேய்ச்சல் நிலம் நோக்கிச் செல்வதும் (கலி.108:32,116:16). கறந்த பாலை வீட்டிற்குக் கொண்டுவந்து சேர்ப்பதும் (கலி.111:1) எனப் பல்வேறு பணிகளை ஆயமகளிர் செய்தனர்.

வைகறைப்பொழுதில் எழும் ஆய்ச்சியர், புலிக்குரல் போன்று ஒலிக்கும் தயிர் மத்தினை எடுத்துத் தயிர் கடைவர். குடைக்காளான் போன்று உறைந்திருக்கும் தயிரைக் கடைந்து, வெண்ணெய் எடுப்பர். வெண்ணெயைப் பிரித்தெடுத்த பிறகு, மோரை மட்டும் அதற்குரிய பானையில் எடுத்து வைப்பர். இதனை,

நள்இருள் விடியல் புள்எழப் போகி
புலிக்குரல் மத்தம் ஒலிப்ப வாங்கி
ஆம்பிவான் முகை அன்ன கூம்புமுகிழ்
உறைஅமை தீம்தயிர் கலக்கி (பெரும்:155-158)

என்று பெரும்பாணாற்றுப்படை எடுத்துரைக்கின்றது. தயிர் கடைந்த மத்தின் மணத்தால் ஈர்க்கப்பெற்ற கன்று தன் நாவால் அதனை நக்கும் (அகம்.87:9). தயிர்க் கடையும்போது தயிர்த் திவலைகள் ஆய்ச்சியரின் உடலில் புள்ளிப்புள்ளியாகத் தெரித் திருக்கும் (கலி.108:35).

பிற தொழில்கள்

பால் விற்றல்

கையில் தீக்கடைக்கோல் முதலான கருவிகளுடன் தோற் பையை வைத்திருக்கும் இடையன் ஒருவன் பால்விலைக் கூறி விற்றதை (நற்.142:3-4) நற்றிணை காட்டுகிறது. தம் ஆட்டுத் தொகுதியுடன் வயலிலேயே கிடை அமர்த்தித் தங்கிவிடும் இடையர், அவற்றின் பாலைக் கறந்து ஊருக்குள் எடுத்துச்சென்று விற்று, தமக்கு வேண்டிய உணவுப் பொருட்களுடன் திரும்பினர். இதனை,

பறியுடைக் கையர் மறிஇனத்து ஒழியப்
பாலொடு வந்து கூழொடு பெயரும்
ஆடுடை இடைமகன் (குறுந்.221:2-4)

என்ற குறுந்தொகைப் பாடலடிகள் உணர்த்துகின்றன.

மோர் விற்றல்

வெண்ணெய் கடையப்பெற்ற மோரையும் வெண்ணெயையும் நெய்யையும் ஆய்ச்சியர் பிற பகுதிகளுக்குச் சென்று விற்றுவருவர். பேரூரும் சிற்றூரும் ஆரவாரம் செய்யுமாறு அழகுடைய ஆய

மகளொருத்தி மோர் விற்றுச் செல்வதை (கலி.109:6-7) முல்லைக் கலி காட்டுகிறது. வெண்மையான தயிர்ப் புள்ளிகளையுடைய பானையைத் தலைச் சும்மாட்டில் வைத்து விற்கச் செல்வாள் ஆயமகள். மோரை விற்றுத் தனக்கு வேண்டிய உணவுப் பொருட்களை வாங்கி வந்து, தன் சுற்றத்தாரோடு உண்பாள். வெண்ணெயிலிருந்து பெற்ற நெய்யை விற்று, பசும் பொன்னைக் கூட வாங்காமல், எருமையையும் நல்ல பசுவையும், கன்று களையும் வாங்கி வருவாள் (பெரும்.: 159-165)[24] என்ற பெரும்பாணாற்றுப்படைப் பாடலடிகள் விளம்புகின்றன.

முல்லைப் பாடல்களின் வழியே, உப்பு வணிகம் (நற்.374:2), சங்கறுக்கும் தொழில் (அகம்.24:1-2), வேட்டைத் தொழில் (அகம்.34:3), துணி வெளுக்கும் தொழில் (அகம்.34:11-12), பூ விற்கும் தொழில் (நற்.97:6-7) முதலிய தொழில் வகைகளை அறியமுடிகிறது. இவற்றை ஆயர் மேற்கொண்டிருந்தமைக்கான எந்தச் சான்றும் இருப்பதாகத் தெரியவில்லை.

கருவிகள்

சங்க கால ஆயர் வாழ்வியலில் பல்வேறு கருவிகள் வழக்கி லிருந்தன. ஆயர்கள் மேற்கொண்ட வேளாண்மையில் பல்வேறு கருவிகளைத் துணைக் கொண்டனர்.

நிலத்தை உழுவதற்குக் கலப்பையைப் பயன்படுத்தினர் (அகம்.194:1-4). உழுத நிலத்தில் விதைப்பதற்கான விதை களைப் பனை ஓலைப் பெட்டிகளில் கொண்டு சென்றனர் (குறுந்.155:1-2). பயிரின் களை நீக்கும்போது களைக்கடிப் பறையையும், அறுவடையின்போது நெல்லறிப்பறையையும் முழக்கிக் களைப்பில்லாமல் வேலை செய்தனர். புனம் காக்கும் போது பயிரைக் கொய்யவரும் கிளியை விரட்ட கிளிக்கடிக் கருவியையும் (குறுந்.193:3), பயிரைச் சேதப்படுத்த வரும் பன்றி களை விரட்ட குட்டையான தடிகளையும் (ஐங்குறு.421:1-2), கொடிய ஊதுகொம்பையும் (அகம்.94:9-11) பயன்படுத்தினர். புனத்தில் மழைபெய்யும்போது தாம் நனையாமல் இருக்க பனை ஓலையால் முடையப்பெற்ற குடையை மேலே கவிழ்த்துக் கொண்டனர் (அகம். 194:7-8). கள்ளைப் பனங்குடையில் குழி செய்து அதில் பெய்து பருகினர் (நற்.253:7).

அறுவடை செய்யப்பெற்ற வரகு முதலான பயிர்களைத் திரிக்கத் திரிமரங்கள் இருந்தன (அகம்.224:13-14). பயிர்களைச் சேமிக்க வட்டி என்னும் கருவியும் (கலி.109:14), பெரிய பெரிய குதிர்களும் இருந்தன. கதிர்களைத் திரிமரங்கள் மூலம் திரித்தும் முறத்தினால் புடைத்தும், உரலினால் உமி நீக்கியும், உலக்கையால் குற்றியும் அரிசியாக்கினர் (அகம்.393:7-9).

பூக்களையிட்டு வைக்க கடகப் பெட்டியைப் பயன்படுத்தினர் (நற்.97:8). கல் அடுப்பு மூட்டி களிமண் பானைகளில் உணவு சமைத்தனர் (அகம்.393:14). வீட்டின் வெளிச்சத்திற்குப் பெரிய பாண்டில் என்னும் விளக்கையும் (ஐங்குறு.405:1-2), வீட்டு முற்றத்தில் முயல் உள்ளிட்ட பிற உயிர்கள் நீரருந்த சிறிய சால்களையும் (அகம்.284:5-6) வைத்திருந்தனர். இளங்கன்று களைக் கட்டுவதற்குச் சிறிய கயிறு களையும் (கலி.116:6), கிடாய்களைக் கட்ட நீண்ட கயிறுகளையும் பயன்படுத்தினர். பனை ஓலைத் துண்டங்களால் முடைந்த சிறு பெட்டியையும் வைத்திருந்தனர் (கலி.117:6-8).

தயிரையும் மோரையும் கடைவதற்கு மத்தையும் (கலி.110:10), வெண்ணெய் அளையப்பெற்ற மோரைத் தனியாக வைக்க மண்பானைகளையும், பானையை வைக்க வட்டி என்னும் கூடையையும் (கலி.108:35), கூடையைச் சுமக்கத் துணியால் சுற்றப்பெற்ற சும்மாட்டையும் (கலி.109:13) பயன்படுத்தினர்.

நிரைமேய்க்கும் ஆயர்கள் நீண்ட கோலையும், கவடு போன்ற கோலையும் வைத்திருந்தனர் (அகம்.264:4). அவை நிரைகளை மேய்ப்பதற்கும் கட்டுப்படுத்து வதற்கும் உதவின. மேலும் அவற்றிற்குத் தேவையான இலை தழைகளை வெட்டித்தரக் கோடரியையும் (பெரும்.:170) வைத்திருந்தனர்.

மேய்புலத்தில் தங்களுக்கான உணவுகளை எடுத்துச்செல்ல மூங்கில் குழாய்களைப்பயன்படுத்தினர். அம்மூங்கில் குழாய்களை எருதுகளின் கழுத்தில் கட்டியிருந்தனர் (அகம்.311:10). ஆட்டினங் களுக்கும் (நற்.321:1), பசுவினங்களுக்கும் (நற்.364:9, குறுந்.275: 3-4), எருமையினத்திற்கும் (குறுந்.279:1), காளையினத்திற்கும் (அகம்.214:12) கழுத்தில் மணிகளைக் கட்டியிருந்தனர். அம் மணிகள் எப்போதும் அசைந்து ஒலி எழுப்பிக்கொண்டே இருந்தன.

ஆயர்கள் உணவினைத் தேக்கிலையிலும் (அகம்.311:11) உண் கலத்திலும் உண்டனர். விருந்தினர்க்கும் அவற்றிலேயே பரி மாறினர் (அகம்.315:16).

நீர் வற்றிய பகுதிகளில் நிரைகளின் வேட்கையைத் தணிப் பதற்காகக் கணிச்சி என்னும் கருவியால் குழிதோண்டி நீர் ஊறச் செய்தனர். வழி தவறிச் செல்லும் நிரைகளைத் தடுத்து நிறுத்த ஊதுகொம்பைப் பயன்படுத்தினர் (அகம்.399:8-10).

இடையர்கள் காலில் செருப்பு அணிந்திருந்தனர். செருப்பு அணிந்திருந்ததற்கான தழும்பு காலில் இருந்தது (பெரும்.169). கையில் எப்போதும் தீக்கடைக் கோல் வைத்திருந்தனர். அதன் மூலம் குளிர்காய்வதற்குத் தீ மூட்டிக்கொண்டனர் (அகம்.274:4-5). ஆட்டுக்குட்டிகளைத் தின்னவரும் குள்ள நரிகளை விரட்ட, கொள்ளிக் கட்டைகளைப் பயன்படுத்தினர் (அகம்.94:7-8). இந்தத் தீக்கடைக்கோல் முதலான கருவிகளை வைப்பதற்குத் தோற்பையை வைத்திருந்தனர். இப்பையை ஒரு பக்கமும் பனை ஓலைப் பாயை மறுபக்கமும் கொண்ட உரியைச் செல்லும் இடமெல்லாம் சுமந்து சென்றனர் (நற்.142:3-4). உரியில் சோற்றுப் பானையையும் தோல் படுக்கையையும் கட்டி வைத்திருந்தனர் (அகம்.274:6). இரவு நேரங்களில் செல்லும்போது முதுகில் ஓலைப் பாயைச் சுமந்து சென்றனர் (அகம்.94:4). இப்பாயைப் படுக்கை விரிப்பாகப் பயன்படுத்தினர். ஆட்டுத்தோலும் படுக்கை விரிப்பாகப் பயன்பட்டது (பெரும்.:151)

இசைக் கருவிகள்

ஆயர்கள் வில் யாழ் இசைத்தனர். குமிழ மரத்தில் உள்ள துளையுடைய கொம்பை வளைத்து, வில் யாழினை உருவாக்கினர். இந்த யாழில் குறிஞ்சிப்பண் இசைத்தனர்.[25]

ஆயர்கள் கைகளில் எப்போதும் குழல் வைத்திருந்தனர். அக்குழல் ஆம்பல், கொன்றை, மூங்கில் கொம்புகளால் உரு வாக்கப்பட்டதாக இருந்தது. மூங்கிலில் தீக்கடைக் கோலால் துளையிட்டுக் குழலூதிப் பாலைப் பண்ணை இசைத்தனர். மாலையில் பசுக்களோடு ஊர்த்திரும்பும்போது குழலூதினர் (நற்.69:89, 371:7-8, அகம்.214:12). பசுக்கூட்டத்தை ஒழுங்கு படுத்தவும் குழலூதினர் (நற்.364:10).

அறிதல்சார் பண்பாட்டு கூறுகள்

உலகையும் உலகிலுள்ள ஒவ்வொரு பொருளையும் உயிரின வாழ்க்கை யையும் பற்றி, மக்கள் என்னென்ன அறிந்துள்ளனர் என்பதையும் அவற்றை எவ்வாறு விளங்கிக்கொண்டுள்ளனர் என்பதையும் அறிவதே அறிதல்சார் பண்பாடாகும்.[26]

சங்க இலக்கிய முல்லைத்திணைப் பாடல்களின் வாயிலாக முல்லை நிலம் குறித்த பல்வேறு தரவுகளைப் பெறமுடிகிறது. அத்திணைவாழ் மக்கள், தாங்கள் வாழும் நிலப்பரப்பு, அங்கு நிலவும் சூழ்நிலை மாற்றம், அம்மாற்றங்களுக்குத் தக்க நிகழும் பல்லுயிரின குழுமம், மேலும், தாவரங்கள், விலங்குகள், பறவைகள், முதலியவைக் குறித்து நன்கு அறிந்திருந்தனர். அவற்றை மிக நுட்பமாகக் கண்டு வியந்தனர். மேலும், தங்க ளுக்குள் இருக்கும் நம்பிக்கைகள், விளையாட்டுகள், கடவுள் குறித்த சிந்தை, வழிபாட்டு முறைகள் ஆகியன பற்றிய தெளிவையும் புரிதலையும் கொண்டிருந்தனர். இவை யாவும் ஒரு நிலம்சார் பன்மக்களின் அறிதல்சார் பண்பாட்டுக் கூறுகளேயாகும்.

முல்லைநில மக்கள், இயற்கை, சிற்றுயிரினங்கள், மலர்கள், பறவைகள், விலங்குகள், மக்கள், நம்பிக்கைகள், விளையாட்டு மற்றும் வழிபாட்டு முறைகள் போன்றவற்றைக் குறித்த தெளி வான புரிதலைக்கொண்டிருந்தனர்.

இயற்கை

சங்க கால முல்லைத்திணை மக்கள் தங்களைச் சுற்றியிருந்த இயற்கையை நன்கு அறிந்திருந்தனர். அவற்றை மிகவும் நேசித்து தம் வாழ்வியலோடு இணைத்துக் கொண்டாடினர். தம் படைப்புகளில் அவற்றையும் உறுப்புகளாக்கி மகிழ்ந்தனர். தமிழ் மக்கள் சுற்றுச்சூழலுக்கும் பிற உயிரினங்களுக்கும் கொடுத் திருந்த முக்கியத்துவத்தைச் சங்க இலக்கியப் பாடல்கள் எடுத் தோதுகின்றன. அவர்தம் வாழ்வியலோடு கலந்திருந்த சுற்றுச் சூழலை முல்லை பாடிய புலவர்களின் பாடல்களின்வழியே அறியலாம். வேனிற்கால முடிவு தொடங்கி, குளிர்காலத் தொடக்கம் வரை முல்லைநிலம் பெறும் பன்முகத் தன்மை களைப் பாடல்கள் படம்பிடித்துக்காட்டுகின்றன.

வேனிற்கால முடிவு

கொடும் கோடைக்காலம் நிறைவடையும் தறுவாயில், முல்லைக் காடு மழையின்மையால் பொலிவிழந்திருந்தது. காட்டுவழிகள் எல்லாம் நீர் வற்றிக் கொடிய பாதையுடைதாக இருந்தன (நற்.99:1). கோடையின் கொடும் தாக்குதலில் காடே பட்டுப்போயிருந்தது (நற்.238:1). கதிரவன் தன் ஒளிக்கதிர்களைக் கைகளாகக் கொண்டு நிலப்பரப்பில் இருந்த பசுமை எல்லா வற்றையும் கொள்ளையிட்டு விட்டான் என்றும் தண்ணீரே இல்லாததால் நிலம், பிளவுபட்டு வெடித்துப் போயிருந்ததென்றும் (அகம்.164:1-3) அகநானூற்றுப் பாடல் குறிப்பிடுகிறது. நிலம் நீரின்றி பிளவுப்பட்டுப் போயிருந்ததால் எருதுகள் உழாமல் சோம்பிக் கிடந்தன என்றும், வெப்பத்தினால் உண்டான புழுக் கத்தில் மான்கள் தவித்தன என்றும் (குறுந்.391:1-2) குறுந்தொகை குறிப்பிடுகிறது. வேனிற் காலம் முடியும் தருவாயில் காடே வறண்டுபோயிருந்தது.

கார் வருகை

கொடிய வேனிற்கால வெப்பம் நீங்குமாறும் (ஐங்குறு.484:1-2), வறண்ட நிலம் குளிருமாறும் (ஐங்குறு.452:1), வறட்சியினால் தவித்த உயிர்கள் மகிழ்ந்து தளிர்க்குமாறும் (நற்.42:2-3), பொலிவிழந்திருந்த காடு புதுப்பொலிவு பெறுமாறும் (அகம்.4:7), புன்செய் நிலத்திலும் (குறுந்.186:2), குன்றுகளிலும் (குறுந்.108:1), பெருமழை பெய்தது. முல்லைக்காட்டில் கார்காலம் தொடங் கியது.

பெருமழை

மேகங்கள், ஒலி முழங்கும் பெருங்கடலிலே சென்று, நீரை முகர்ந்து, மிக்க ஆரவாரத்துடன் (அகம்.334:4) அகன்ற இவ் வுலகம் மறையும்படி வலமாக எழுந்து, நீர்ச் சுமையால் வருந்தி (அகம்.374:1), குன்றங்களிலும் (குறுந்.287:7) பெரிய மலைச் சரிவுகளிலும் ஆகாயம் மறையும்படி சூழ்ந்து (நற்.371:3-4), மிக்கென்றிருந்த இருளை வெட்டுவதுபோல் மின்னி (குறுந்.270:3), புள்ளிகளையும் வரிவரியான கோடுகளையும் உடைய பாம்பின் பசுமையான தலை துண்டிப்பதுபோன்றும் (குறுந்.190:3-4),

பாம்பின் படம் அடங்குவது போன்றும் (குறுந்.391:3) இடி யிடித்து, கருமுற்றி (குறுந்.314:1-2), வானமே பிளந்துவிட்டதைப் போன்று, பெரும் நீர்த்துளிகள் மொத்தமாய் மேலே கவிழ்ந்ததைப் போல, மிகுதியான பெரும் மழை பொழிந்தது (அகம்.374:1-7). கார் காலம் தொடங்கிற்று.

மிக்கக் குளிர்ச்சியுடைய மேகங்கள், நுங்கின் கண்கள் சிதறி விழுந்தாற் போன்றும் (அகம்.304:1-2), மகளிர் விளையாடும் கழங்கு போன்றும் (அகம்.334:7-8), குளிர்ந்த ஆலம்பனிக் கட்டிகளை மழையாகப் பொழிந்தன.

கருமேகங்கள், கதிரவனை மறைத்து (அகம்.214:1-2), அச்சம் தரும் மலைமுகட்டில் கொண்டல் காற்று வீசுவதால் குமுமி (நற்.89:1), மத்தளம் போல இடியிடித்து (நற்.139:5), பகற் பொழுதிலும் நடுஇரவிலும் (நற்.364:2), புலர் காலையிலும் (அகம்.194:1-2), மாலையிலும் (குறுந்.200:5) மலைச்சரிவுகளின் மேடுபள்ளங்களில் தத்தித்தத்தி விழுமாறு பெருமழைப் பொழிந்தது (குறுந்.94:6-7).

நீரோட்டம்

கார்காலத் தொடக்கத்தில் பெய்யும் இத்தகைய பெரு மழையால் பெற்ற நீரானது, குன்றத்தின் உச்சியிலிருந்து கலங் களாக, மரங்களிலிருந்தும் செடி, கொடிகளிலிருந்தும் உதிர்ந்த பூக்களுடனேயே அருவி நீராய் கீழே வீழும் (குறுந்.200:1-2). இப்படிப் பெய்த பெருமழையால், காட்டிலுள்ள ஆறுகள் எல்லாம் நிரம்பி ஓடின (நற்.97:4). இருபுறம் கரைசூழ்ந்து ஓடும் ஆறு, கரையில் நின்றிருந்த மாமரத்தின் வேர்களைப் பற்றியிருந்த வேரடி மண்ணையெல்லாம் அரித்துக்கொண்டும் (நற்.381:3-4), நெடிதுயர்ந்த மரத்தின் கிளைகளையெல்லாம் தொட்டுக்கொண்டும் (குறுந்.99:4) சென்றது. இத்தகைய வெள்ளத் தால் கரையின் இருபுறமும் மணற்கரைகள் உருவாகியிருந்தன (நற்.121:10). வெள்ளநீர், முல்லைக்காட்டின் நீர்நிலைகளை எல்லாம் நிரம்பியது. நீரோட்டத்தினால் நுண்ணிய கருமணல்கள் பரவிக்கிடந்தன (அகம்.234:1-2). நீர் வரத்தினால் நிரம்பப்பெற்ற பொய்கையில் முல்லைக்கொடியின் பூக்கள் மிதந்தன (அகம்.184:9-10). பறவையினங்கள் அதில் இரைத் தேடிக்கொண்டிருந்தன (அகம்.204:5-6).

ஊரில் பெய்த மழையால் தெருக்களிலெல்லாம் வெள்ளநீர் பெருக்கெடுத்து ஓடியது (அகம்.264:7-8). இதனால் எங்கும் மண் மணம் வீசியது (நற்.361:4). மாலை நேரத்தில் பெய்த பெருமழையால் உழவர்கள் மகிழ்ந்தனர் (குறுந்.200:5-6). மழையின்போது எழும் பலத்த இடியோசையைத் தன்னுடைய எதிரி என நினைத்து, எருதுகள் எதிர் முழக்கமிட்டன (ஐங்குறு.493:1). முல்லைக்காட்டில் பெய்த மழையினால் நிலம் பசுமையாகக் காணப்பட்டது (அகம்.154:10). வெம்மை நீங்கி (அகம்.224:10), அழகு பெற்றது.

கூதிர்கால வாடை

கொண்டல் காற்றினால் மழைபெய்து (நற்.89:1), கார்ப்பருவம் ஓய்ந்தது. அடுத்துவந்த பனியடர்ந்த கூதிர்கால வைகறைப் பொழுதில் (குறுந்.240:3-4), மிக்கக் குளிர்ச்சியுடன் வாடைக் காற்று வீசியது (குறுந்.110:7). வாடைக்காற்றின் வீச்சு தாங்காமல் இடைக்குலப் பெண்கள் தோள்மேல் கைகளைக் கட்டிக்கொண்டு நின்றனர் (முல்லை.:13-14). அப்படி நின்றும் குளிர்தாங்காமல் தவித்தனர். கோவலர் மிகுதியான குளிர்ச்சியினால் வருந்தினர். குளிரிலிருந்து தப்பிக்க, கைகளில் கொள்ளிக் கட்டைகளை வைத்து குளிர்காய்ந்தனர். ஆயினும் குளிர் தாளாமல் கன்னங் களும் பற்களும் பறைகொட்ட நடுங்கினர் (நெடுநல்.:7-8). இளைஞரும் முதியோரும் பிளந்த வாயையுடைய கும்மட்டியில் இட்ட செந்நெருப்பருகே இருந்து குளிர்காய்ந்தனர் (நெடுநல்.: 64-66). தொடர்ச்சியாக முன்பனிக்காலத்திலும் வீசிய வாடைக் காற்று, உழுந்தின் அகன்ற இலையைச் சிதறச் செய்தது (நற்.89:5-6). காட்டில் ஆட்டுக்கிடை வைத்திருக்கும் இடையர்கள் தீக்கடைக் கோலால் தீ மூட்டிக் குளிரைப் போக்க முற்பட்டனர். கடுங் குளிரில் விலங்குகள் மேய்ச்சலை மறந்தன. குரங்குகள் வருந்தின. பறவைகள் வீழ்ந்தன. பாலுண்ணவரும் கன்றுகளைப் பசுக்கள் எட்டி உதைத்தன (நெடுநல்.:9-12).

பல்லுயிரின எழுச்சி

கார்கால மழையால் முல்லைநிலம் பெற்ற வனப்பு, அதனைப் பல்வேறு உயிரினங்கள் நாடிவரும் உயிர்நிலமாக மாற்றியது. தேரைகள், தவளைகள், தம்பளப்பூச்சிகள், ஈசல்கள் எனப் பல்லுயிரினங்கள் புழங்கும் இடமாக உருமாறியது.

தேரைகள்

மலைப்பகுதிகளில் பெய்த மழையினால் சிறுசிறு சுனைகள் உருவாயின. குறுகிய வாயையுடைய சுனைகளில் தேரைகள் பறைபோல முழங்கின (*குறுந்.193:1-3*).[27] அவை முல்லை நில மெங்கும் ஒலித்தன (*ஐங்குறு.494:2*). நீர் நிரம்பிய பள்ளங் களிலெல்லாம் ஆடுகளங்கள்தோறும் ஒலிக்கின்ற பறையைப் போலத் தேரைகள் ஒலித்தன (*அகம்.364:3-4*).

தவளைகள்

கார்ப்பருவம் கண்டதும் பலவகையான கூட்டத்தினுடைய தவளைகள் ஒலிக்கத் தொடங்கின. (*நற்.42:3-4*) மழை பெய்ததால் காட்டிலுள்ள பள்ளங்களிலெல்லாம் நீர் நிறைந்து காட்சியளிக்க, அங்கெல்லாம் தவளைகள் இசைக்கருவிகள்போல முழங்கின (*அகம்.154:1-3*).[28]

தம்பளப்பூச்சிகள்

மூதாய் என்றழைக்கப்படும் செந்நிறத் தம்பளப்பூச்சிகள் மழை பெய்த காடு முழுவதும் பரவின (*அகம்.74:4,304:15*). இவை ஈயல் மூதாய் என்றும் இந்திரகோப் பூச்சி என்றும் அழைக்கப்பட்டன. சிவந்த மண் உள்ள பகுதிகளில் இவை வாழ்ந்தன (*அகம்.14:1-2*). மணல் நிறைந்த மேடான பகுதியில், சேற்றுமண் தோன்றும் வழியில் சிறிய வயிற்றையுடைய இப் பூச்சிகள் குறுக்கே ஓடிச் சென்றன (*அகம்.375:11-14*).[29] மேலும், அவை, காயா மலர்களின் உதிரல்களுக்கிடையே புகுந்து மறைந்து கொள்ளும் இயல்புடையதாக இருந்தன. சிவந்த முதுகுடைய (*அகம்.154:5*) இப்பூச்சிகள், முல்லைக்காட்டில் ஊர்ந்து சென்ற காட்சி, ஓவியம் போன்று இருந்தது (*அகம்.54:4*).

ஈசல்கள்

ஈரமான நிலத்திலிருந்து எழுந்த புற்றுகளிலிருந்து, ஏராளமான ஈசல்கள்; வெளிவந்தன (*ஐங்குறு.497:2*).[30] செம்மையான புற்று களிலிருந்து எழுந்த ஈசல்கள் ஆயர்களுக்கு உணவாகவும் இருந்தன (*புறம்.119:3*).

மலர் சூடுதல்

ஆயர், கோவலர், பொதுவர், இடையர் எனப்பட்ட ஆநிரை மேய்க்கும் முல்லைநில மக்கள் பலவகையான மலர்களைச் சூடியிருந்தனர். இவர்களுக்கான மாலைகளைச் சுற்றத்தார் கட்டித் தந்தனர் (கலி.109:9-10). ஆடவரும் பெண்டிரும் அம்மாலைகளைக் கழுத்திலும் கொண்டையிலும் (கலி.115:4-5) சூடிக்கொண்டனர்.

ஆயர், வெண்காந்தள் செடியின் வளைந்த பூங்கொத்தில் உள்ள பூக்களைப் பறித்து அதனை மாலையாக்கியும் (அகம்.264:2-4), பிடவஞ்செடி, காந்தட்செடி, காயாம்பூ இவற்றின் மலர்களை ஒன்றாகத் தொடுத்தும் (கலி.101:4-6), மாலையாக அணிந்து கொண்டனர். இளையோரும் ஆயர் தலைவர்களும் கொன்றை மலர்களையும் முல்லை மலர்களையும் சூடினர் (ஐங்குறு.432:12, நற்.361:1-2).

பசுமேய்க்கும் கோவலர்கள், முல்லையின் வெண்மொட்டு களைத் தொடுத்தும் (குறுந்.358:6-7), குருந்த மலர்களை மாலைகளாக்கியும் (ஐங்குறு.439:2), காந்தள் மலரின் நீண்ட இதழ்களைத் தொடுத்தும் (நெடுநல்.:5-6) அணிந்து கொண்டனர்.

பொதுவர், காயாம்பூ கண்ணிகளையும் (கலி.108:10), குருந்த மலர் மாலைகளையும் (கலி.111:7), முல்லையோடு குருந்த மலர்களை விரவியும் மாலைகளாக்கி (கலி.113:25) அணிந் திருந்தனர்.

ஆடுவளர்க்கும் இடையர், சிறிய செவ்விய முல்லையின் மொட்டுகளையும் (குறுந்.221:5), முல்லைப் பூவைப் பனங் குருத்துடன் இணைத்தும் (நற்.169:5-7), குராமரத்தின் பூவைப் புனைந்தும் (நற்.266:2-3), முல்லையுடன் தோன்றிப் பூக்களை நிரலாக்கியும் (அகம்.94:5), பலவிதமான மாலைகளை அணிந்திருந்தனர்.

ஆயமகளிர், பிடவம், முல்லை, காந்தள், கொன்றை முதலிய வற்றின் மலர்களையும் (கலி.102:2-4), கொன்றையோடு காயா, வெட்சி, பிடவம், முல்லை, கஞ்சங்குல்லை, குருந்து, கோடல், பாங்கர் இவற்றின் பூக்களையும், தழை, கோதை, இழை

என்னும் மூன்று வகையான தொடுக்கும் முறைகளால் தொடுத்து அணிந்துகொண்டனர் (கலி.102:5-6).

பறவைகள்

முல்லைக்காட்டில் பலவகையான பறவைகள் காணப்பட்டன. வானம்பாடி, காட்டுக்கோழி, கொக்கு, நாரை, அன்னப்பறவை, சேவல், மயில், குயில், பச்சைக்கிளி, செம்பூழ்ப்பறவை, தவிட்டுப் பறவை, காக்கை மற்றும் வண்டுகள் உள்ளிட்டவைக் குறிப் பிடத்தக்கன. இவற்றினை அதன் பண்புநலன்களோடு முல்லைப் பாடல்கள் விவரிக்கின்றன.

வானம்பாடி பறவைகள் மழைத்துளியை உணவாகக் கொள் பவை. கோடையில் மழையின்மையால் வறுமையில் இருந்த இவற்றின் துன்பம் தீருமாறு பெருமழைப் பொழிந்ததை (ஐங்குறு.418:1-2) ஐங்குறுநூறு குறிப்பிடுகிறது. பெருமழையால் ஈரமான செம்மண் நிலத்தில் ஈரமணலைக் காட்டுக்கோழிகள் காலால் கிளறின (அகம்.6:9). அவை, நாங்கூழ்ப் புழுக்களை வாயில் வைத்துக் கொண்டு அழகிய மிடற்றினால் கடைவது போலக் குரலெழுப்பித் தன் பெடையை அழைத்தன (நற்.21:6-7).

புதுவரவு பெற்ற நீர்நிலைகளில் எல்லாம் பசுமையான கால் களையுடைய கொக்குகள் தம் மென்மையான சிறகுகளுடன் சேறுகலந்த ஈரவெண்மணல் பரப்பில் சிவந்த வரிகளையுடைய நாரைகளுடன் மீன்களுக்காகக் காத்திருந்தன (நெடுநல்:15-18). அதன் பரப்பினையொட்டிச் சிறகுகளையுடைய அன்னப்பறவைக் கூட்டம் வானில் வரிசையாய்ப் பறந்து திரிந்தன (அகம்.334:10). அந்நீர்நிலையில் பல்வேறு பறவைகளும் இரை தேடிக்கொண் டிருந்தன (அகம்.204:5-6).

உச்சியில் கொண்டை கொண்ட சேவல்கள் பெரிய மனையில் பொழுது புலர்கின்ற விடியற்காலையில் கூவின (குறுந்.234:4-6). இரட்டைக் குரலில் கூவும் ஒள்ளிய புள்ளிகளையுடைய அதன் கழுத்தில் நீர்த்துளிகள் காணப்பட்டன (குறுந்.242:4-6).

முல்லை நிலத்து மலைமுகட்டில் நீலமணியின் நிறத்தையும் அழகிய தோகையையும் கொண்ட மயில்கள் நிறைந்திருந்தன (ஐங்குறு.431:2-3). மழையைக் கண்டு தம் அழகிய

புள்ளிகளையுடைய தோகையை விரித்து ஆடி (அகம்.304:12), மேகம் முழங்கும்போதெல்லாம் எதிர் குரல்கொடுத்து மீண்டும் மீண்டும் அகவின (குறுந்.194:2-3). பிளவுபட்டது போன்ற கண்களையுடைய அம்மயில்கள் மாலைப் பொழுதில் பூக்கள் உள்ள மரக்கிளைகளில் எல்லாம் தாவிப் பாய்ந்து, தனிமையில் கூவின (குறுந்.391:6-9).

மலைப் பகுதிகளில் பலவாகிய பறவைகள் ஒலித்தன (ஐங்குறு.453:2). ஆறாத புண்ணில் வேல் கொண்டு குத்தியதைப் போன்று மாலைப்பொழுதில் குயில்கள் கூவின (நற்.97:1). தளிரைப் போன்று நிறமுடைய பச்சைக் கிளிகளும் பசுமையான நிறமுடைய அதன் குஞ்சுகளும் காட்டில் நிறைந்திருந்தன. மணலில் உதிர்ந்து கிடக்கும் பூக்களுக்குச் சிச்சிலிப் பறவையின் சிறகு உவமையாகக் கூறப்பட்டுள்ளது (அகம்.324:2-4).

புன்செய் காட்டில் விளைந்து உதிர்ந்துள்ள பச்சைத்தினை களைச் செம்பூழ்ப் பறவைகள் திருடித் தின்றன (ஐங்குறு.469: 1-2). அழகில்லாத வெளிச்சிறகையுடைய தவிட்டுப் புறாவின் பெட்டை, தன் சேவலை மகிழ்விப்பதற்காக, மன்னருக்குப் பக்கத்தில் அமர்ந்து ஏற்றியும் இறக்கியும் நெலிந்தும் இசைக் கருவிகளை முழக்கும் இசைவாணர்களைப்போல இசை யெழுப்பின (ஐங்குறு.425:1-3).

காக்கைகள் கரைந்து விருந்தறிவித்தன (நற்.161:8-9). அதற்குப் பலியாக ஏழு கலங்களில் உணவுபெறத் தகுதியாயின (குறுந்.210: 1-6). தலைசாய்த்து பார்க்கும் கண்ணினையும் கூர்மையான வாயையும் உடைய காக்கையின் பேடையானது நடுங்குகின்ற தன் குஞ்சுகளைத் தழுவிக்கொண்டு சுற்றத்தோடு தமக்குப் பலியாகக் கிடைத்த உணவைச் சேர்ந்து உண்டன (நற்.367:1-5).

மாலையில் தம் குஞ்சுகள் இருக்கும் கூடுகளிலெல்லாம் பறவைகள் சென்றடைந்தன (நற்.69:3). அவ்வேளையில் அழகிய சிறகுகளையுடைய வண்டினங்கள் முல்லைப் பூக்களைச் சுற்றி வட்டமிட்டும் (அகம்.204:6), அதன் மகரந்தப் பொடியினை விரும்பியும் (அகம்.234:13) வேங்கை மரங்கள் நிறைந்துள்ள காடுகளில் ‘இம்’மென ஒலியெழுப்பியும் (நற்.161:4) திரிந்தன.

விலங்குகள்

முல்லைக்காட்டில் வாழ்ந்த மான்கள், முயல்கள், யானைகள், பன்றிகள், குதிரைகள், ஆடுகள், மாடுகள் ஆகிய விலங் கினங்கள் பற்றிய தகவல்களை முல்லைப்பாடல்கள் வாயிலாக அறிகின்றோம்.

முயல்கள்

நெல்லிக்காய்போன்ற விழியையும் வளைந்த கூரிய காதையும் முடியையுமுடைய முயல், தன் பெண் முயலோடு வயலில் முற்றி விளைந்து காய்ந்து கிடக்கும் வரகின் பெரிய குருத்தைத் தின்று, காய்களைக் கொண்ட கொடிகளின் மறைவில் உறங்கி, வீட்டு முற்றத்தில் சிறு சால்களில் உள்ள நீரைப் பருகும் (அகம்.284:5-6). குட்டி முயல்கள் அங்குத் தாவிக் குதித்து மகிழும் (அகம்.384:5)

ஆடுகள்

உள்ளீடில்லாத அவரையைப் போன்று ஒட்டிய வயிற்றையும் தாழ்ந்து தொங்கும் காதுகளையும் உடைய வெள்ளாட்டின் வெண்ணிறக் குட்டிகள், சிறுவர்களோடு துள்ளித் திரிந்து, அத்தி மரத்தின் அழகிய தளிரைக் கடிக்கும் (அகம்.104:4-6). ஆட்டிடையர்களின் குடிலுக்கு அருகில் ஆடுகளுக்காகக் கட்டை யான கால்களில் குலைகளைக் கட்டி வைத்திருப்பர். அவற்றைக் குட்டி ஆடுகள் உண்ணும். அவற்றின் எரு, குப்பையாகக் குடிலைச் சுற்றிக் காணப்படும் (பெரும்.154). வயலில் ஆட்டின் எருவிற்காகக் கிடை அமர்த்துவதும் உண்டு.

நரிகள்

நரிகள், ஆட்டுக்கூட்டத்தில் துள்ளி விளையாடுகின்ற குட்டி களைக் கவர்ந்துபோவதற்கு நேரம் பார்த்துக்கொண்டிருக்கும். இவற்றைக் குறுநரி என்று அழைத்தனர் (அகம்.94:8, 274:10-11).

மாடுகள்

மாலையில் காளைகளையுடைய ஆநிரைக்கூட்டத்தில் புல் மேய்ந்து திரும்பும் பசுக்களின் கழுத்தில் மணிகள் கட்டப் பட்டிருக்கும் (குறுந்.275:3-4). கடுங்குளிரில் மேய்புலத்தில் புற் களை மேய்ந்த தலைமைவாய்ந்த காளையோடு வரும் பசுக்கள்

அதன் மடியிலிருந்து பால் ஒழுகத் தம் கன்றுகளை நினைத்துத் தம்மோடுவரும் ஆநிரைகளைக் கடந்து, விரைவாகத் தொழுவத்திற்கு வரும் (குறுந்.344:3-6). பாம்புப் புற்றைக் குத்திய அடையாளமாக மண்ணுடன் கூடிய கொம்புகளையுடைய ஏறுகள் தம் பசுக்களோடு ஊர் திரும்பும்போது கூட்டமாகத் தொழுவத்தில் கட்டப்பட்டிருக்கும் தம் கன்றுகளை நினைத்து அழைக்கும் (அகம்.64:14). மடப்பம் பொருந்திய கண்களையுடைய கன்றுகளோ, தன் தாயர் வரவிற்காகத் தலையைத் தூக்கிப் பார்த்தபடியே இருக்கும் (குறுந்.64:1-3). பசுக்கள் கனைப்புக் குரலோடு தம் கன்று இருக்கும் இடம் நோக்கிச் செல்லும் (குறுந்.108:2).

காளையும் பசுவும் ஒன்றினையொன்று தழுவும்போதும் (நற்.69:4), யாமத்தில் முறுக்கிய கொம்புகளையுடைய எருமை அசையுந்தோறும் (குறுந்.279:1-3), நடுஇரவில் பல பசுக்கள் கட்டப்பட்டுள்ள மாட்டுத் தொழுவத்தில் காளையொன்று இயங்கும்போதும் (குறுந்.190:5-7), கழுத்தில் கட்டப்பட்டுள்ள பிளந்த வாயையுடைய, மணியானது அசைந்து ஒலியெழுப்பும்.

கார்காலத்தில் இடியோசைக் கேட்டு எருதுகள் பகையுணர்ச்சி கொண்டு எதிர்குரல் எழுப்பும் (ஐங்குறு.493:3-4). குளிர்காலத்தில் குரங்கு முதலான விலங்குகள் வருந்தி (நெடுநல்.:9), தம் பசியை மறந்திருக்கும் (ஐங்குறு.497:3). கன்றுகள் தன் தாயிடம் பாலுண்ண வரும்போது அதனை எட்டி உதைத்துத் தவிர்க்கும் (நெடுநல்.:10-11)

இவ்வாறு முல்லை நிலத்தின் தன்மைகளுக்கும் காலத்திற்கும் ஏற்பப் பல்வேறு விலங்கினங்களின் செயல்பாடுகள் அமைந்திருந்தன.

நம்பிக்கைகள்

சங்க இலக்கிய ஆயர் வாழ்வில், பல்வேறு நம்பிக்கைகள் சார்ந்த நிகழ்வுகளை முல்லைப்பாடல்களில் காண்கின்றோம். குழலோசை கேட்டல், இடக்கண் துடித்தல், பல்லியொலி, காக்கை கரைதல், தலைமாலை விழுதல், கிளிமொழி கேட்டல், நற்சொல் கேட்டல், மகனைப் பெறுதல், கோடிட்டு நாட்களை எண்ணுதல் போன்ற பல தகவல்களை முல்லைப்பாடல்கள் வழியே அறியலாம்.

நன்னிமித்தங்கள்

மாலை நேரத்தில் ஆயர்கள் ஊதும் குழலோசையானது, கணவனைத் தரும் நன்னிமித்தமாக மகளிர் கருதினர் (*கலி.101:40-43*). தன்னுடைய இடக்கண் மட்டும் துடிப்பதால், தான் விரும்பும் ஆயமகனையே தாம் மணக்கப்போவதாக ஆயமகள் கருதினாள் (*கலி.101:45-46*). காதலர்கள், பூக்கள் நிறைந்த சோலையில் மகிழ்ந்து விளையாடுவதற்கு நன்நிமித்தங்களைப் பார்த்திருந்தனர் (*கலி.101:49-50*).

பல்லியொலி கேட்டல்

பிரிந்து சென்றிருக்கும் தன் கணவனின் வரவை எதிர் பார்த்திருந்தவளுக்குத் தம் வீட்டுச் சுவரில் வாழும் பல்லி எழுப்பிய ஒலி, அவன் விரைந்து வருவான் என்ற நம்பிக்கையை ஊட்டும் நிமித்தமாக இருந்தது (*நற்.169:2-3*).

காக்கை கரைதல்

விருந்தினைக் காக்கைகள் அறிவிக்கும் என்பது நெடுநாளைய நம்பிக்கையாகும். தன்னுடைய வரவைத் தலைவிக்குக் காக்கைகள் அறிவிக்கும் என்று தலைவன் எண்ணுவதை, நற்றிணை (*நற்.161:9-8*)[31] அடிகள் புலப்படுத்துகின்றன. விருந்தினர் வருவர் என்று உணர்ந்த காக்கைகள், உரியவர் வீட்டில் கரைந்து, அவ்வரவை அறிவித்தன என்று குறுந்தொகைப் பாடல் சுட்டு கிறது (*குறுந்.210:5-6*). விருந்து வரும் என்ற நல்ல செய்தியைச் சொல்வதற்குப் பலியுணவாக, இடையர்களின் பலபசுக்கள் தந்த நெய்யுடன் தொண்டி நகரில் விளைந்த வெண்நெல்லைக் கொண்டு சமைத்த சோற்றை, ஏழுகலங்களில் பெற்றன (*குறுந்.210:1-4*).[32]

கிளிமொழி கேட்டல்

தலைவன் பிரிந்திருந்த காலத்தில் அவன் வரவைக் கிளிக்குப் பயிற்றுவித்து, அதைத் திரும்பத்திரும்பக் கூறுமாறு செய்து, அதையே நன்னிமித்தமாகக் கொண்டு தலைவனை ஆயமகள் எதிர்பார்த்திருந்ததை அகநானூற்று (*அகம்.34:14-18*) பாடல் தெரிவிக்கிறது.

நற்சொல்

சிறிய கயிற்றால் கட்டப்பட்டிருந்த இளங்கன்றுகள் தம் தாயர் வரவைப் பசியால் வருந்தியபடி எதிர்பார்த்திருப்பதைக் கண்ட ஆயமகள், 'உன் தாயர் வருகுவர்' என்று கூறுகிறாள். நற்சொல்லை எதிர்பார்த்திருந்த வயதான பெண்கள், ஆயமகள் கூறிய, 'வருகுவர்' என்ற நற்சொல்லைப் பெற்று அகமகிழ்ந்தனர் என்பதை,

சிறுதாம்பு தொடுத்த பசலைக் கன்றின்
உறுதுயர் அலமரல் நோக்கி ஆய்மகள்
நடுங்குசுவல் அசைத்த கையள் கைய
கொடுங்கோல் கோவலர் பின்நின்று உய்த்தர
இன்னே வருகுவர் தாயர் என்போள்
நன்னர் நன்மொழி கேட்டனம் (முல்லை.:12-17)

என்ற முல்லைப்பாட்டு அடிகள் தெரிவிக்கின்றன. இங்கு எதிர் பாராமல் கேட்கும் நல்ல சொற்கள் நன்னிமித்தமாக எடுத்துக் கொள்ளப்பட்டன என்பது புலனாகிறது.

தலைமாலை விழுதல்

ஏறுதழுவும்போது காளையைத் தழுவும் பொதுவன் ஒருவன் சூடியிருந்த தலைமாலை தூக்கி வீசப்பட்டதில், அது ஆயமகள் ஒருத்தித் தலையில் விழுந்தது. இதனையே நன்னிமித்தமாகக் கொண்டு காளையை வென்று, அவ்வாயமகளின் மனதையும் வென்ற அப்பொதுவனுக்கே அவளது பெற்றோர்கள் மணமுடிக்க முடிவு செய்தனர் என்ற செய்தியை,

மண்ணிமா சற்றநின் கூழையுள் ஏறுஅவன்
கண்ணிதந் திட்டது எனக்கேட்டுத் திண்ணிதாத்
தெய்வம்மால் காட்டிற்று இவட்கென, நின்னைஅப்
பொய்யில் பொதுவற்கு அடைசூழ்ந்தார் தந்தையோடு
ஐயன்மா ரெல்லாம் ஒருங்கு (கலி.107:31-34)

என்ற முல்லைக்கலி அடிகள் எடுத்துக்காட்டுகின்றன. இங்கு எதிர்பாராமல் விழுந்த தலைமாலை, அதற்குரியவனையே பெற்றுத் தரும் நிமித்தமாக அமைந்ததை அறிகிறோம்.

மறுமைக்கு மகன்

ஆண்மகனைப் பெறுவது மறுமையில் நலம் பயக்கும் என்றும், குடி தொடர்வதற்கு மகனே காரணம் என்றும் ஆயர்களிடையே ஓர் நம்பிக்கை யிருந்ததை,

> *நெடுந்தகை*
> *துனிதீர் கொள்கைத்தன் புதல்வனொடு பொலிந்தே*
> *(ஐங்குறு.408:3-4)*

என்ற ஐங்குறுநூற்றுப் பாடலடிகள் குறிப்பிடுகின்றன.

கோடிட்டெண்ணல்

ஆயர்கள், நாட்களை எண்ணுவதற்கு வீட்டுச் சுவற்றில் கோடுகள் இடுவதை,

> *... ஆய்கோடு இட்டுச்*
> *சுவர்வாய் பற்றும்நின் படர்சேண் நீங்க (குறுந்.358:2-3)*

என்ற குறுந்தொகை அடிகள் தெரிவிக்கின்றன.

விளையாட்டு

சங்க கால ஆயர்களுக்கிடையே இருந்த விளையாட்டு முறை களுள் சிலவற்றை முல்லைத்திணைப் பாடல்களில் காணலாம். கழங்காடல், சிற்றில் இழைத்தல், நீராடல், ஏறுதழுவல் போன்றவை அவர்தம் விளையாட்டு வகைகளுள் சிலவாகும்.

கழங்காடல்

கழங்காடல், மகளிர் விளையாட்டாகும். இதில் பயன்படும் கழங்குக்காய்கள் மரத்தைக் கடைந்து செய்யப்படும் (அகம்.135: 8-9). இக்காய்கள் முத்தின் அளவை யொத்ததாக இருக்கும் (அகம்.126:12). இவ்விளையாட்டை ஆயத்தோடு சேர்ந்து விளை யாடுவர் (அகம்.17:1-2, 66:24). கூரை வீட்டின்கீழ்த் தொடிகளை அணிந்துள்ள மகளிர், மணற்பரப்பில் கழங்காடினர் (நற்.79:2-3). கழங்குக் காய்களை உயர எரிந்து, அதைச் சரியாகப் பிடித்து மகளிர் கழங்கு விளையாடுவர். இப்படி எறியப்படும் காய்கள், மழையோடு இறங்கும் பனிக்கட்டிகள் போன்றிருந்ததாக அகநானூறு (அகம்.334:7-8)[33] குறிப்பிடுகிறது.

சிற்றில் இழைத்தல்

சிற்றில் இழைத்தல் என்பது, மண்ணில் வீடுகட்டி விளையாடும் விளையாட்டாகும். தம் பெற்றோரின் வாழ்வியல் பாங்குகளை நிகழ்த்தி விளையாடுவது இவ்விளையாட்டாகும். மகளிரும் சிறுமிகளும் சிற்றில் இழைத்து விளையாடியதற்கான குறிப்புகளைச் சங்க இலக்கியப் பாடல்களில் காணலாம்.

நெய்தல் நிலப் பெண்ணொருத்தி சிற்றில் புனைந்ததை (நற்.123:8) நற்றிணையும், மணலில் சிறுமி கட்டிய சிற்றிலை, சிறுவன் ஒருவன் இடித்துத் தள்ளியதைக் (கலி.51:2) கலித்தொகையும் குறிப்பிடுகின்றன. முல்லைக்கலியில் ஆயமகன் ஒருவன், சோலையில் விளையாடச் செல்லும் ஆயமகள் ஒருத்தியிடம் அவள் விளையாட, சிற்றில் அமைத்துத் தருவதாகக் கூறுவது குறிப்பிடத்தக்கது (கலி.111:8-9). மேலும், முல்லைநில மகளிர் ஆற்று மணற்கரையில் தன் தோழியரோடு சிற்றில் இழைத்து விளையாடுவர் (கலி.114:15).

மண் நிறைந்த அல்லது மணற்பாங்கான பகுதிகளில் சிறுவர்களும் இளம்பெண்களும் சிற்றில்கட்டி விளையாடியதைக் காண்கின்றோம்.

நீராடல்

ஆடவரும் பெண்டிரும் ஆற்றுப் புதுநீரில் நீராடி விளையாடுவதை வழக்கமாகக் கொண்டிருந்தனர். ஆறுகளின்றிப் பிற நீர்நிலைகளிலும் நீராடுவர். முல்லைக்கலியில் பொதுவன் ஒருவன் தன்னோடு நீராடி விளையாட வரும்படி ஆயமகள் ஒருத்தியை,

> பிடிதுஞ்சு அன்ன அறைமேல நுங்கின்
> தடிகண் புரையும் குறுஞ்சுனை ஆடிப்
> பனிப்பூந் தளவொடு முல்லை பறித்துக்
> தனிக்காயாந் தண்பொழில் எம்மொடு வைகிப்
> பனிப்படச் செல்வாய்நும் ஊர்க்கு (கலி.108:40-45)

என்று அழைக்கிறான். இதன் மூலம் ஆடவரும் பெண்டிரும் புதுப்புனலில் நீராடி மகிழ்வர் என்பது தெரிகிறது.

ஏறுதழுவல்

இது ஆண்களுக்கான விளையாட்டாகும். வரைவுக்காக நிகழ்த்தப்பெறும் விளையாட்டாகவும் வீர விளையாட்டாகவும் ஏறுதழுவல் நிகழ்த்தப்பெற்றது. சங்க இலக்கியத்தில் கலித்தொகை – முல்லைக்கலியில் மட்டுமே குறிப்பிடப்படும் இவ்விளையாட்டை ஏறுகோடல் என்று நச்சினார்க்கினியர்[34] குறிப்பிடுகின்றார். இவ்ஏறுகோடல் எண்வகை மணங்களுள் ஒன்றாகிய அசுரம் என்னும் மணவகையின்பாற்பட்டது என்றும், 'கைக்கிளையுள் அசுரமாகிய ஏறுகோடற் கைக்கிளை காமப் பொருளாகிய புலனெறி வழக்கில் வருங்கால் முல்லை நிலத்து ஆயரும் ஆய்ச்சியரும் கந்தருவமாகிய களவொழுக்கம் ஒழுகி வரையுங்காலத்து, அந்நிலத்தியல்பு பற்றி ஏறுதழுவி வரைந்து கொள்வரெனப் புலனெறி வழக்காச் செய்தல் இக்கலிகுறித்தென்று கோடலும் பாடலுள் அமையாதன என்றதனாற் கொள்க' என்றும் நச்சினாற்கினியர்[35] குறிப்பிடுகிறார்.

ஆயரினத்து இளைஞர்கள் குடும்பப் பொறுப்பினை ஏற்கும் தகுதியை உறுதிசெய்ய ஏறுதழுவல் நிகழ்த்தப்பெற்றது என்றும், குறிப்பாக ஆயரினத்துப் பெண்களை அவ்வினத்து ஆடவர்கள் மணப்பதற்காகவே ஏறுதழுவல் நிகழ்த்தப்பெற்றது என்றும் ஆயரிளைஞர்கள் தம் வீரத்தைப் பறைசாற்றும் களமாக ஏறு தழுவலைப் பயன்படுத்திக்கொண்டனர் என்றும் அறியமுடிகிறது. மூவினத்து ஆயரின இளைஞர்களில் காளையை அடக்கக் களத்தில் புகுபவர்களைப் பொதுவர் என்று அழைத்ததாகத் தெரிகிறது.

பொதுவர்

கலித்தொகையில் 16 இடங்களிலும் பட்டினப்பாலையில் ஓரிடத்திலும் பொதுவர் என்ற சொல் ஆயரைக் குறிக்கப் பயின்று வந்துள்ளது.

நில்லைநில மக்கள் பொதுவர் என்று அழைக்கப்படுவர்; அவர்களது காய்தல் உவத்தல் அற்ற பொதுமையான குணத்தால் அப்பெயர் ஏற்பட்டது[36] என்றும், பொது என்னும் திராவிடச் சொல் நடுநிலையைக் குறிப்பதால், ஆயர்கள் தமிழகத்தின் பொதுவராகவும் பொதுவான மக்களாகவும் இருந்ததால் அப்பெயருண்டாயிற்று[37] என்றும், மத்திய திராவிட மொழிகளில் பொது என்னும் சொல்லுக்கு மாட்டுமடி என்ற பொருளுண்டு.

அதனடிப்படையில் பொதுவர் என்ற பெயர் ஏற்பட்டிருக்கலாம்[38] என்றும் அறிஞர்கள் கருதுகின்றனர்.

ஆயமகள், தன் கணவனாக வீரன் ஒருவனையே ஏற்பாள். கொல்லக்கூடிய கொடிய கொம்புகளையுடைய காளைகளை அடக்கி, தம் வீரத்தை நிலைநாட்டாத ஒருவரை மறுமையில்கூட ஏற்க மாட்டாள். ஆடவர்களும், ஆயமகளிரை மணக்கவும், தம்முடைய வீரத்தைப் பறைசாற்றவும் ஏறுதழுவினர்.

ஏறுதழுவும் போர்

ஏறுதழுவலை, முல்லைக்கலி முதல் ஏழு பாடல்களில் படம்பிடித்துக் காட்டுகின்றது. இவ்வீர விளையாட்டு,

1. விழாத்தொடக்கம்
2. களம் அமைப்பு
3. வீரர்கள் தெய்வத்தைப் பரவுதல்
4. தொழுபுகுதல்
5. அறிவிப்புகள்
6. காளையுடன் போர்
7. குரவையாடல்

என்னும் ஏழு நிலைகளில் நடைபெற்றன.

விழாத்தொடக்கம்

பிடவஞ்செடி, காந்தட்செடி, காயாம்பூ இவற்றின் மலர்களையும், பிற மலர்களையும் மாலையாக அணிந்துள்ள ஆயர்கள் பலர் ஒன்றுகூடி (கலி.101:1-9), முதுகுடியில் பிறந்த பாண்டிய மன்னன் தீமையின்றி விளங்குவானாக என்று தெய்வத்துக்கு விழா எடுக்கும் பொருட்டும், பாண்டியரின் குடியோடு தோன்றிய குற்றமற்ற மனத்தினர்களான தம்முடைய இனத்து ஆடவர்கள் ஏறுதழுவும் விழாவுக்காகவும் தம்முள் கலந்துபேசித் திட்டமிட்டனர். (கலி.105:1-8). மூவினத்து ஆயர்களுள் யாரேனும் காளையை அடக்கிக் காளைக்கு உரிய பெண்ணை மணக்கலாம் என்று முரசறைந்து அறிவித்தனர். இவ்வாறு மன்னனையும், தெய்வத்தையும் வணங்குவதற்காகவும், திருமணத்திற்குரிய வீர இளைஞர்களைப் பெறுவதற்காகவும் ஏறுதழுவல் விளையாட்டை நிகழ்த்தினர்.

களம் அமைப்பு

ஏறுதழுவும் இடம் தொழு என்று அழைக்கப்பெற்றது. இத்தொழுவைச் சுற்றிலும் எல்லை வகுத்துக்கொண்டு கழிகளைக் கொண்டு கட்டியிருப்பர். தொழுவைச் சுற்றிப் பரண்கள் அமைக்கப்பட்டிருக்கும். இப்பரண்களில் ஆயமகளிரும், வீரர்களும், ஆயமகளிர்க்கு உரியவர்களும் அமர்ந்திருப்பர் (கலி.101:12). ஏறுதழுவும் வீரர்கள் தொழுவின் முன்பகுதியில் கூடுவர். இவ்வீரர்களின் பார்வைப்படுமாறு அப்பரண்கள் அமைக்கப்பட்டிருக்கும் (கலி.102:14).

வீரர்கள் தெய்வத்தைப் பரவுதல்

ஆயர் இளைஞர்கள் ஏறுதழுவும் தொழு சென்று காளையைத் தழுவும் முன்னர் நீர்நிலைகளிலும் பரந்த ஆலமரங்களின் அடியிலும் உறைந்துள்ள முதுபெரும் தெய்வங்களை வணங்குவர். இதனை

> துறையும் ஆலமும் தொல்வலி மராஅமும்
> முறையுளி பராஅய்ப் பாய்ந்தனர் தொழூஉ (கலி.101:13-14)

என்று முல்லைக்கலி குறிப்பிடுகிறது.

தொழுபுகுதல்

வீரர்களும், மகளிரும், காளைகளும் தொழுவினுள் புகுந்ததைத் தொழு புகுதல் எனலாம்.

வீரர்கள் தொழுப் புகுதல்

ஊரில் உள்ள பழைய தெய்வங்களை வணங்கி, இடியென ஆரவாரம் செய்து ஏறுதழுவும் களத்தினுள் ஆய இளைஞர்கள் புகுவதை,

> முழக்கென இடியென முன்சமத்து ஆர்ப்ப
> வழக்குமாறு கொண்டு வருபுவருபு ஈண்டி
> நறையொடு துகள்எழ நல்லவர் அணிநிற்ப (கலி.101:10-12)

என்ற தொடர்கள் மூலம் அறியமுடிகிறது. அப்படிப் புகுந்த ஆயர்களில் சிலர், குறிப்பிட்ட ஒரு காளையைச் சுட்டிக்காட்டி,

'அக்காளையை அடக்கி, அக்காளைக்குரிய பெண்ணைக் கொள்வேன்' என்று சூளுரைத்துத் தொழு புகுந்தனர். களத்தில் புகுந்த அவ்வீரர்கள் தொழுவின் முன்பகுதியை அடைந்தனர். வகை வகையாக நிறுத்தப்படும் கொல்லேறுகளின் மீது பாய்வதற்காக அவற்றின் எதிரே தயங்காது நின்றனர் (கலி.102:6-12).

காளைகள் தொழு புகுதல்

ஆயர்கள் தங்களுடைய காளைகளைக் களத்தில் கொண்டுவந்து சேர்த்தனர்.

அவர் மிடை கொள
மணிவரை மருங்கின் அருவிபோல
அணிவரம்பு அறுத்த வெண்காற் காரியும்
மீன்பூத்து அவிர்வரும் அந்திவான் விசும்புபோல்
வான்பொறி பரந்த புள்ளி வெள்ளையும்
கொலைவன் சூடிய குழவித் திங்கள்போல்
வளையுபு மலிந்த கோடு அணி சேயும்
பொருமுரண் முன்பின் புகல்ஏறு பலபெய்து

(கலி.103:10-17)

இப்படி ஒன்றுசேர்ந்த காளைகளையுடைய களம், வாசனைப் புகைப் படலங்கள் படரும் இடமாகவும், மலைச் சாரலில் மழை மேகங்கள் படிந்து மெல்ல இறங்கும்போது சிங்கமும் குதிரையும் யானையும் முதலையும் மலைக்குகையில் ஒன்றாகக் கூடி நிற்பதைப் போன்றும் காட்சியளித்தன (கலி.103:18-21).

தொழுவினுள் நிறுத்தப்பட்ட,

- 'பறக்கும் பட்டுப்பூச்சியின் சாம்பல் நிறத்தைக் கொண்ட காளையும்
- நெற்றியில் சந்திரனைப் போன்ற சுழியையுடைய கருநிறத்துக் காளையும் காதுகளுக்குப் பின்புறம் செம்புள்ளிகளையுடைய வெள்ளைக் காளையும்
- வெண்ணிறக் கால்கள் உடைய கரிய நிறக் காளையும்
- சிவந்த உடலில் வெண்புள்ளிகளுடன் விளங்கும் செவலைக் காளையும்

- வளைந்துத் தோன்றும் வளமான கொம்புகளையுடைய செவலைக் காளையும்
- புள்ளிகள் நிறைந்த வெள்ளைக் காளையும்
- வெண்ணிறமுடைய காளைகளும்
- போர்த்திறமிக்க கருநிறக் காளைகளும்
- குரால் காளைகளும்
- செவலைக் காளையும்'[39]

எனப் பலதிறப்பட்ட காளைகள் வரிசையாக நிற்க வைக்கப் பட்டிருந்தன. இவை போர்க்குணம் கொண்டவையாகவும் அதனதன் வலிமையினால் விரும்பப்படக் கூடியதாகவும் இருந்தன. அவை, போர்க்களத்தில் தம் எதிரியை எதிர்பார்த்து நிற்பதுபோலச் சினத்துடன் நின்றிருந்தன.

மகளிர் தொழு புகுதல்

தழை, கோதை, இழை என்னும் வகைகளில் பிடவம், முல்லை, காந்தள், கொன்றை ஆகிய பூக்களைத் தொகுத்துச் சூடிக்கொண்டுள்ள ஆயமகளிர் தம்முள் விளையாடிக்கொண்டு களத்தில் உள்ள பரணில் வந்தமர்ந்தனர் *(கலி.102:1-6)*. மேலும்,

> *மெல்லிணர்க் கொன்றையும் மெய்மலர் காயாவும்*
> *புல்இலை வெட்சியும் பிடவும் தளவும்*
> *குல்லையும் குருந்தும் கோடலும் பாங்கரும்*
> *கல்லவும் கடத்தவும் கமழ்கண்ணி மலைந்தனர்*
> *பல்ஆன் பொதுவர் கதழ்விடை கோட்காண்மார்*
>
> *(கலி.103:1-5)*

என்று கூடிய இவர்கள்,

> *முல்லை முகையும் முருந்தும் நிரைத்தன்ன*
> *பல்லர் பெருமழைக் கண்ணர் மடம்சேர்ந்த*
> *சொல்லர் சுடரும் கணங்குழைக் காதினர் (கலி.10368)*

ஆகிய இயல்புடையவர்களாக இருந்தனர்.

புறவிதழ் நீக்கிய மலர்களை நேராகத் தொடுத்த மணம் மிகு மாலையை அணிந்தவர்களாகத் திகழ்ந்த அவ்வாயமகளிர்,

தொழுவில் வரிசையாக நின்று (கலி.10:26), விண்மீன்கள் சூழ்ந்த சந்திரனைப் போலத் தோற்றமளித்தனர் (கலி.104:25-28).

அறிவிப்புகள்

முல்லைநிலத்து ஆயர் தம் குடியில் பெண் மகவு பிறந்ததும் ஒரு காளைக் கன்றையும் வளர்க்கத் துவங்குவர். அப்பெண் பருவம் எய்தும்போது கன்றும் சிறந்த காளையாக வளர்ந்து நிற்கும். அதனைத் தழுவும் இளைஞருக்கே அப்பெண் மாலை சூட்டுவாள் என்று பறையறைந்து அறிவிப்பர்.

> *... குறும்பு இவர்*
> *புல்லினத் தார்க்கும் குடஞ்சுட் டவர்க்கும்எம்*
> *கொல்லேறு கோடல் குறையெனக் கோவினத்தார்*
> *பல்லேறு பெய்தார் தொழூஉ (கலி.107:1-4)*

வரிசையாய் நின்றிருக்கும் ஆயமகளிரைச் சுட்டி, வேலிகளில் மேயும் ஆட்டுக்கூட்டத்தை உடையோர்க்கும், குடம் பால் தரும் பசுக்களை உடைய ஆயர்க்குமாக, 'எம் கொல்லேற்றை இளைஞர் தழுவும் விழா இப்போது நடைபெறும்' என்று அறிவிப்பர்.

மேலும், காளைகளைச் சுட்டி,

- இவ்வெள்ளைக் காளையின் கழுத்தைத் தழுவுபவன் கூரிய பல்வரிசையை உடைய இவ்வழகியைப் பெறுவான்

- கூர்த்த கொம்புகளையுடைய இக்கருநிறக் காளையின் கோபத்துக்கு அஞ்சாமல் இதனைப் பிடிப்பவன் ஒளிமிகும் அணிகலன்களும் நீண்ட கூந்தலும் உடைய இம்மங்கையின் கூந்தல் அணையின் துயிலப்பெறுவான்

- கொலைத் தன்மை வாய்ந்த இக்குரால் காளையைக் கொள்பவன் பெண்மான்போல் அஞ்சி நோக்கும் பார்வையை யுடைய இப்பெண்ணைப் பெறுவான்

- கொடிய வலிமை யுடைய இச்செவலைக் காளைக்கு அஞ்சாமல் இதனைப் பற்றுபவன் குழையணிந்த காதினை யுடைய இவளது மூங்கில் போன்ற தோளில் துயிலப் பெறுவான்

என்று பறையறைந்து அறிவிப்பர் (கலி.104:18-25).[40]

காளையுடன் விளையாட்டு

ஏறுதழுவும் விளையாட்டுத் தொடங்கியது. வகைவகையாக நிறுத்தப்பட்டுள்ள காளைகளின் மீது பாய்வதற்கு ஆய இளைஞர்கள் பலர் அவற்றின் எதிரே சென்றனர். காளைகளும், கொன்றுகுவிக்கும் வில்லைப்போல அவர்களைக் கொல்லும் சினத்துடன் கொடுமையாகப் பாய்ந்தன. அக்களமே போர்க்களம் போன்றிருந்தது (கலி.102:15-23). இதனால் எங்கு நோக்கிலும் துகள்கள் எழுந்தன. கடுமையான போரில் காளைகளின் கொடும் கொம்புகளை இளைஞர்கள் தம் மார்புகளில் ஏற்றனர். காளை களோ, அவர்களைக் கீழே தள்ளி அவர்தம் மார்பிலே கொம்பு களைக் கவிழ்த்தன. இதனைக் கண்டவர்கள் யாவரும் கலங்கினர் (கலி.102:21-24).[41] கடுமையான போரில், பகைவரைத் தம் கொம்புகளால் குத்திக் கிழித்து, அவர்தம் குடல்களைத் தம் கொம்புகளில் மாலைபோலச் சுற்றிக்கொண்டன (கலி.103:22-23).

ஏறுகொள்வேன் எனச் சபதமிட்டு வருபவர்களையும், ஏற்றின் கொம்புகளை மார்பில் ஏற்றுக்கொள்பவர்களையும், அதன்மீது பாய்ந்தேறிச்செலுத்துபவர்களையும், கொம்புகளினிடையே நுழை பவர்களையும் குடலறுத்தும், சிதைத்தும், சினத்துடன் போரிட்டும் செம்மாந்து நின்றன அக்காளைகள். இடியென முழங்கிடும் அவற்றைத் தழுவிட அடுத்தடுத்து வந்த வீர இளைஞர்களின் எலும்புகளை முறித்தும், தசையைக் கிழித்தும், அவற்றைத் தொழுவெங்கும் பரவிடச் செய்தன (கலி.104:57-59).

சாம்பல் நிறம் கொண்ட காளையொன்று, அதன் கூர்மையான பார்வைக்கு அஞ்சாமல் பாய்ந்த பொதுவனைச் சாகுமாறு தனது கொம்பால் குத்திக் குலைத்தக் காட்சி, திரௌபதியின் கூந்தலைப் பற்றியிழுத்த துச்சாதனனைப் பகைவர் நடுவே, நெஞ்சைப் பிளந்த வீமனை நினைவுக்கூர்வதாய் இருந்தது. கருநிறத்துக் காளையொன்று பொதுவன் ஒருவனது குடல் வெளிப்படுமாறு குத்திக்குலைக்கும் காட்சி, உருத்திரன் எமனது குடலை உருவி, பேய்களுக்கு இட்டதைப் போன்று இருந்தது. வெள்ளைக் காளையொன்று, அதன் கோபத்தைக் கண்டு அஞ்சாமல் பாய்ந்த பொதுவனைத் தன்னுடைய கொம்பின் முனையால் குத்திக் கிழித்த காட்சி, அசுவத்தாமன் தன் தந்தையைக் கொன்ற

சிகண்டியை நள்ளிரவில் வென்று தலையைத் திருகிக் கொன்றதைப் போன்று இருந்தது (கலி.101:15-32)

கரிய காளையொன்று தன் கொம்பினை எதிர்கொண்டு நின்ற பொதுவனை, அவன் இறக்குமாறு குத்தியது. வெள்ளை நிறத்துக் காளை, தன் கழுத்தில் பாய்ந்து தழுவியவனைத் தள்ள முடியாமல் பரணை நோக்கிப் பாய்ந்தது (கலி.105:30-41). மற்றொரு காளை யொன்று, தன் கொம்பின் வலிமை அடங்குமாறு தழுவிய ஒருவனை, வெற்றிபெற விடாமல் அங்கும் இங்குமாக அலைத்துக் கொண்டு திரிந்து, பெரிதும் காயப்படுத்தி, எலும்பை முறித்து, குடல்கள் அற்றுக் கவிழும்படிச் செய்தது. இதனைப் பரணிலிருந்து கண்ட பலரும் அதிர்ந்து, முகஞ்சுளித்து, அவ்விடத்தை விட்டு வரிசையாய் எழுந்துபோயினர். (கலி.104:39-44)

புகழை விரும்பிக் களம்புகுந்த இளைஞன் ஒருவன், காளை யைப் பற்றும்போது, பிடி நெகிழ்ந்து, ஏற்றின் கழுத்தை விட்டு, தன் கைகள் தள்ளப்பட, உடல் தளர்ந்து அதன் முன் வீழ்ந்தான். கபில நிறம் கொண்ட அக்காளை, கீழே விழுந்து கிடந்த அவனை, 'இவன் எனக்குச் சமமல்லன்' என்று ஒன்று செய்யாமல் திரும்பியது (கலி.104:45-50).

காளையை அடக்கும் இளைஞர்

காற்றுபோல விரைந்துவரும் காளையைத் தான் ஒருவனாகவே அதன் வலிமையை அடக்கி, அதனைவிட மேம்பட்ட பெரு மிதத்தோடு நிற்கிறான் ஓர் ஆயவீரன். காயாம்பூ மாலை அணிந்த மற்றொரு ஆயன், குறையாத வேகத்தோடும் சினத்தோடும் தன்மேல் பாய்ந்த செவலைக் காளையின் கொம்பின் அடிப் பாகத்தை இறுகப் பற்றி அதன் வலிமையைப் போக்கித் தழுவிக் கிடக்கிறான். ஏற்றோடு போரிட்டு அதனை அடக்கிய ஒருவன், அவ்வேற்றின் கொம்பில் சுற்றியிருந்த தன் குடலை எடுத்து மீண்டும் தன் வயிற்றில் இட்டுக்கொண்டு பெருமிதத்தோடு நிற்கிறான். எருமையினத்து ஆயவீரன் ஒருவன், போரை விரும்பும் ஏற்றின் கழுத்தில் தாவி, கையால் அதனை ஒரு மாலைபோலத் தழுவி, அது மீண்டும் எழாதவாறு அடக்குகின்றான். பசுவினத் தாயன் ஒருவன், மச்சத்தையுடைய ஏற்றின்மேல் படர்ந்து, நீர்த் துறையில் தெப்பத்தில் அமர்ந்து அதனைச் செலுத்துபவன்போல

வெற்றிக் களிப்பில் வீற்றிருக்கிறான். ஆட்டினத்தாயன் ஒருவன், புள்ளிகள் நிறைந்த வெள்ளைக்காளையின் அழகிய மேனியில், சந்திரனில் உள்ள மறுவைப்போல அகலாது பொருந்தித் தோன்று கின்றான் (கலி.103:22-52). மாலையணிந்த ஆயன் ஒருவன், மிக்க விருப்பத்தோடு தனது நீண்ட கரிய கைகளால் காளையொன்றன் கழுத்தை இறுகத் தழுவி, சில நொடிப் பொழுது அதன் கழுத்தருகே மறைந்திருந்து, சட்டென அதன் இமில்மீது ஏறிப் போரிட்டு, அதன் வலிமையை அடக்கியமையால் அக்காளை மிகுந்த துன்பமடைந்தது. இதனைக் கண்ட அக்காளைக்குரியோர், விருக்கெனச் சினந்து எழுந்தனர். தம் காளையைத் தழுவிய பொதுவன் மீது சினங்கொண்டனர் (கலி.103:28-29).

இவ்வாறு, ஏற்றின் கொம்பைப் பிடித்தும், மார்பில் சேரத் தழுவியும், கழுத்தை வளைத்தும், திமில் முறியத் தழுவியும், தமது தோள் நடுவில் அதன் கழுத்தை அகப்படுத்தியும், கொம்பு தன்மேல் படுவதை ஏற்றுக்கொண்டும் போரிட்ட இளைஞர் களையெல்லாம் ஏறுகள் முட்டித் தள்ளித் தம்மைத் தழுவ விடாமல் விலக்கின. விடாமல் சென்று சென்று தழுவியவரையெல்லாம் குத்திக் கிழித்தன (கலி.105:30-34). புலிக்கூட்டமும் யானைத் தொகுதியும் ஒன்றோடொன்று எதிர்த்துப் போரிட்டதைப்போல ஆயர் ஏறுகளோடு போரிட்டு அதனை அடக்கி, இறுதியில் நீலநிற மாலைகளைத் தம்முடைய சிவந்த கழுத்தில் அணிந்துகொண்டு அத்தொழுவைவிட்டு ஒன்றாகச் சென்றனர் (கலி.103:56-62). அக்களத்தில் தழுவப் பெற்ற ஏறுகள் எல்லாம் மேயச் சென்றன (கலி.104:60).

குரவையாடல்

ஏறுதழுவல் முடிவில் காளைகளும் சோர்ந்தன. ஆயரும் அவற்றால் பெரிதும் புண்பட்டனர். அப்போது அவ்வாயரோடு கூடும் நிமித்தங்களைப் பெற்று, மகளிர் அனைவரும் முல்லைப் பூக்கள் மலர்ந்துள்ள சோலையில் விளையாடப் புகுந்தனர் (கலி.101:47-50). சிறுகுடியில் எருப்பொடிகள் நிறைந்த மன்றத்தில், போரில் விழுபுண்பட்ட வீர இளைஞர்களைப் போற்றிப் பண்ணும் தாளமும் பின்னணியாய் அமையக் குரவைக் கூத்தாடினர். அதில் தன்னுடைய வீரத்தால் காளையை அடக்கிய வீரர்களையும், காளை அடக்கப்பெற்றதால் நுண்ணிய புன்னகைத்

ததும்ப நின்றிருந்த ஆயமகளிரின் மெல்லிய தோள்களையும் பாராட்டி ஆடிப் பாடினர் (*கலி.102:35-39*).

குரவையாட்டத்தில்,

கொல்லேற்றுக் கோடஞ்சு வானை மறுமையும்
புல்லாளே ஆய மகள்
அஞ்சார் கொலையேறு கொள்பவர் அல்லதை
நெஞ்சிலார் தோய்தற்கு அரிய உயிர்த்துறந்து
நைவாரா ஆயமகள் தோள்
வளியா அறியா உயிர்காவல் கொண்டு
நளிவாய் மருப்பஞ்சும் நெஞ்சினார் தோய்தற்கு
எளியவோ ஆயமகள் தோள்
விலைவேண்டார் எம்இனத்து ஆயர் மகளிர்
கொலையேற்றுக் கோட்டிடைத் தாம்வீழ்வார் மார்பின்
முலையிடைப் போலப் புகின் (கலி.103:63-73)

என்று பாடி, குரவைக் கூத்தாடினர்.

குரவையாட்டத்தின் முடிவில் கடல்சூழ்ந்த குற்றமற்ற சிறந்த இப்பழைய நிலவுலகத்தை ஆளும் உரிமையுடைய பாண்டியன், இந்தப் பெரிய உலகத்தில் பல்லாண்டு வாழ்க என வாழ்த்தி, குறையாத சிறந்த புகழையுடைய தெய்வத்தைப் பரவினர். இதோடு ஏறுதழுவும் விளையாட்டும் நிறைவுற்றது.

வழிபாடு

சங்க இலக்கிய ஆயர்கள் ஊர்த்தெய்வ வழிபாட்டையும் நிறுவனப்பட்ட தெய்வ வழிபாட்டையும் கொண்டிருந்தனர்.

ஊர்த்தெய்வ வழிபாடுகள்

பெண் எருமையின் கொம்பை மணல் பரப்பப்பட்ட தம் வீட்டு முற்றத்தில் நட்டு வைத்து ஆயர்கள் வழிபட்டதை,

தருமணல் தாழப்பெய்து இல்பூவல் ஊட்டி
எருமைப் பெடையோடு எமர்ஈங்கு அயரும்

(கலி.114:12-13)

என்ற முல்லைக்கலி அடிகள் மூலம் அறிகிறோம்.

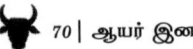

மேலும், பல்வேறு சிறுதெய்வங்களை வழிபட்டதாகவும் தெரிகிறது. ஆயரின இளைஞர்கள் ஏறுதழுவும்போது, தாம் வெற்றி பெறவேண்டி மராமரம், ஆலமரம், நீர்த்துறைகளில் உறைந்திருக்கும் முதுபெரும் தெய்வங்களை வணங்கி, ஏறுதழுவும் தொழுப் புகுந்ததை,

துறையும் ஆலமும் தொல்வலி மராஅமும்
முறையுளி பராஅயப் பாய்ந்தனர் தொழூஉ

(*கலி.101:13-14*)

என்ற அடிகள் உணர்த்துகின்றன. இத்தகைய தெய்வங்கட்கு உயிர்ப்பலி கொடுப்பதும் உண்டு. ஏறுதழுவும்போது ஏறுகளின் கொம்புகளில் சுற்றிக் கொள்ளும் வீரர்களின் குடல்களைப் பருந்துகள் கொத்திச்செல்கையில், அவற்றின் வாயிலிருந்து தவறி, ஆலமரம், கடம்பமரம் போன்ற தெய்வங்கள் உறையும் மரங்களின் கிளைகளில் மாலைபோல விழுந்துகிடக்கின்ற காட்சி, அத் தெய்வங்களுக்கு அணி செய்ததைப் போலக் காட்சியளித்தது என்பதை,

ஏறுதம் கோலம்செய் மருப்பினால் தோண்டிய வரிக்குடர்
ஞாலக்கொண்டு எழூஉம் பருந்தின் வாய்வழீஇ
ஆலும் கடம்பும் அணிமான் விலங்கிட்ட
மாலைபோல் தூங்கும் சினை (*கலி.106:26-29*)

என்ற பாடலடிகள் அறிவிக்கின்றன.

மால் வழிபாடு

மாயோன் (மால்), முல்லை நிலத்துக் கடவுளாவான். மாயோன் என்னும் சொல்லுக்குக் கருநிறமுடையவன் என்பதும் மால் என்னும் சொல்லுக்குக் கருமை என்பதும் பொருளாகும்.[42] முல்லை நிலத்து ஆயர்கள் பசிய கடலினையும், நீல வானத்தையும் கருநீலநிற காயாம்பூத் தொகுதிகளையும் பரந்திருக்கும் பிற வண்ணங்களையும் வனப்புகளையும் கண்டு அவற்றின் சாராம்சத்தை மாயோன் எனப் போற்றினர் என்கிறார் க.த.திருநாவுக்கரசு.[43]

பெரும்பான்மை முல்லைத்திணைப் பாடல்கள், மாயோன் பற்றியும் மால் வழிபாடு குறித்தும் பேசவில்லை. முல்லைக்கலிப்

பாடல்களும், முல்லைப் பாட்டும், பரிபாடலுமே மாயோன் பற்றி விவரிக்கின்றன.

மாயோனின் உருத்தோற்றம்

மாயோனின் தோற்றம் குறித்து, பரிபாடல், அகநானூறு (59:3-6), நற்றிணை(32:1), புறநானூறு(57:1-2), முல்லைப்பாட்டு, முல்லைக்கலி பாடல்கள் பல குறிப்புகளைத் தருகின்றன.

மாயோன் அன்ன மால்வரைக் கவாஅன் (நற்.32:1)

என்று நற்றிணையும்,

வல்லார் ஆயினும் வல்லுநர் ஆயினும்
புகழ்தல் உற்றோர்க்கு மாயோன் அன்ன (புறம்.57:1-2)

என்று புறநானூறும் மாயோனின் தோற்றம், குணம் குறித்து இயம்புகின்றன. மேலும், மாயோன் இந்நிலவுலகத்தை வளைத்தவன் என்றும், ஒருகையில் சக்கரத்தையும் மறுகையில் வலம்புரி சங்கையும் கொண்டு, மார்பில் திருமகளைத் தாங்கியிருப்பான் என்று மாயோன் குறித்த காட்சிப்படுத்தலை,

நனந்தலை உலகம் வளைஇ நேமியொடு
வலம்புரி பொறித்த மாதாங்கு தடக்கை (முல்லை.:1-2)

என்ற முல்லைப்பாட்டு அடிகள் புலப்படுத்துகின்றன.

மாயோனின் தோற்றம் குறித்து பரிபாடல் பாடல்கள், மாயவன் நீல நிறத்தையுடையவன் என்றும் (பரி.1:10,3:3,4:6-7,13:26,15:50), பொன்னிற ஆடையை உடுத்தியிருப்பான் என்றும் (பரி.3:82,15:28), கௌத்துவமணி, பொன்மாலை, நித்திலமதாணி, தொடி, வாகுவலயம், குழை முதலான அணி கலன்களையும் (பரி.1:16,2:29,13:4,15:55), கழுத்தில் துளசி மாலையையும் அணிந்திருப்பான் என்றும் (பரி.4:57-58), தனக்கென கருடக்கொடியையும் (பரி.13:40-41), சங்கு, சக்கரம், வில், தண்டு, வாள் என்னும் ஐம்படையையும் கொண்டிருப்பான் என்றும், கருடப் பறவையை வாகனமாகவும் (பரி.3:60) பாம்பினைப் படுக்கையாகவும் கொண்டிருப்பான் (கலி.105:10) என்றும் காட்சிப்படுத்துகின்றன.

மாயோனின் விளையாட்டுக் குறித்து,

> *... வடாஅது*
> *வண்புனல் தொழுநை வார்மணல் அகன்துறை*
> *அண்டர்மகளிர் தண்தழை உடீஇயர்*
> *மரம்செல மிதித்த மாஅல் போல (அகம்.59:3-6)*

என்ற அடிகளில், வடதிசையிலுள்ள யமுனையாற்றங்கரையில் நீராடும் அண்டர் மகளிரின் ஆடையை ஒளித்து வைத்துக்கொண்டு அப்பெண்கள் இறைஞ்சிக் கேட்க, குருந்த மரத்தின் கிளையைத் தாழ்த்தி, அதன் தழைகளை ஆடையாக உடுத்துவித்து, மாயோன் நிகழ்த்திய விளையாட்டை அகநானூற்றுப் பாடலொன்று விவரிக்கிறது.

முல்லைக்கலியில் மாயோன்

முல்லைக்கலி பாடல்களில் மாயோன், 'நேமித்திருமறு மார்பன்' *(கலி.104:9)* என்றும், 'நீலநிற வண்ணன்' *(கலி.104:38)* என்றும், 'நேமியான்' *(கலி.105:9)* என்றும் 'செல்வன்' *(கலி.108:55)* என்றும் குறிப்பிடப்படுகிறான். மாயோன் தொடர்பானதாகக் கூறப்படும் புராணக்கதைகளும் முல்லைக்கலி பாடல்களில் இடம்பெற்றுள்ளன. பகைவர் தன்னைத் கொல்லுமாறு விடுத்த குதிரையை, அதன் வாயைப் பிளந்து மாயோன், அடித்துக் கொன்ற செய்தியும் *(கலி.103:53-55)*[44] சந்திரனைக் கேது என்ற பாம்பு பிடிக்க முற்படும்போது, அப்பிடியினின்று, சந்திரனை விடுவித்த மாயோனின் செய்தியும் *(கலி.104:37-38)*[45] புராண உவமைகளாக இடம்பெற்றுள்ளன.

மாயோன் வழிபாடு

மாயோனை, வண்டுகள் ஒலிக்கும் முல்லைக்காட்டில் *(கலி.106:48)*, குரவையாடியும் *(கலி.103:75)*, திருவடியைத் தலையால் வணங்கியும் *(கலி.108:55)*, நெல், முல்லைமலர் கலவையைத் தூவியும் *(முல்லை.:9-11)* வழிபடுவர். காமனுக்குக் கோயில் இருந்ததை முல்லைக் கலி மூலம் அறிகிறோம். மேலும், அக்காமன் மலரம்புகளைக் கொண்டிருப்பான் என்ற தகவலையும் கலித்தொகை மூலம் அறியலாம் *(கலி.109:17-20)*.

பிற தெய்வங்கள்

முல்லைக்கலி பாடல்களில் பலதேவன், முருகன், சிவன், எமன், இந்திரன், பிரம்மன் போன்ற தெய்வங்களின் புராணக் கதைகளும் இடம்பெற்றுள்ளன.

பலதேவன்

மாயோனுக்கு அண்ணனாகக் கூறப்படும் பலதேவன், 'பால் நிறவண்ணன்' (கலி.104:9) என்றும், 'ஒரு குழையவன் மார்பன்' (கலி.105:11) என்றும் குறிப்பிடப்படுகிறான். பேரொளியும் புகழும் உடைய பனைக்கொடியையும், சிவப்பு மாலையையும் அணிந்தவன் பலராமன் என்று,

வானுற ஓங்கிய வயங்குஒளிர் பனைக்கொடி (கலி.104:8)

ஒருகுழை யவன்மார்பில் ஒண்தார் போல் (கலி.105:11)

என்ற பாடலடிகள் குறிப்பிடுகின்றன.

முருகன்

'வேல் வல்லான்' என்று குறிப்பிடப்படும் முருகன்,

வேல்வலான் உடைத்தாழ்ந்த விளங்கு வெண்துகில்

(கலி.105:17-18)

அதாவது, வெண்ணிற ஆடையை அணிந்தவன் என்று காட்சிப்படுத்தப்படுகிறான்.

மாகடல் கலக்குற மாகொன்ற மடங்காப்போர்
வேல் வல்லான் (கலி.104:13-14)

என்ற அடிகள் மூலம், கடல் கலங்க மாமர உருவம் கொண்ட சூரபதுமனை முருகன் கொன்ற புராண நிகழ்ச்சி குறிப்பிடப் பட்டுள்ளது.

சிவபெருமான்

சிவபெருமான், 'சீறரு முன்பினோன்' (கலி.101:7) என்றும், 'அந்திப் பசுங்கண் கடவுள்' (கலி.101:24) என்றும் 'கொலைவன்' (கலி.102:15) என்றும் குறிப்பிடப்பட்டுள்ளார். யாராலும் சினந்து வெல்ல முடியாத மழுவினையுடைய சிவபெருமானது சிறப்பை,

சீறரு முன்பினோன் கணிச்சி (கலி.101:7)

என்ற அடி புலப்படுத்துகிறது. மேலும், அவன் ஊழிக்கால முடிவு வரை உயிர்களை இடம்பெயர்வித்த எருமை ஊர்தியையுடைய எமனின் நெஞ்சைப் பிளந்து, கொன்று, குடலைப் பேய்களுக்கு இட்டான் என்பதை,

படரணி அந்திப் பசுங்கண் கடவுள்
இடரிய ஏற்றெருமை நெஞ்சு இடந்திட்டுக்
குடர்கூளிக்கு ஆர்த்துவான் (கலி.101:24-26)

என்ற அடிகளும், எமனின் நெஞ்சைத் தன் கால் நகத்தால் கிழித்து, பிளந்து கொன்றதை,

ஏற்றுஎருமை நெஞ்சம் வடிம்பின் இடந்திட்டுச்
சீற்றமோடு ஆருயிர் கொண்ட (கலி.103:43-44)

என்ற அடிகளும் புலப்படுத்துகின்றன.

கொலைவன் சூடிய குழவித் திங்கள் (கலி.102:15)

மிக்குஒளிர் தாழ்சடை மேவரும் பிறைநுதல்
முக்கண்ணான் உருவு (கலி.104:11-12)

ஆகிய அடிகள், அழித்தற்கடவுளாகிய சிவன், இளம்பிறையைத் தலையல் சூடியவன் என்றும், ஒளிவிளங்கும் சடை முடியையும் பிறை சூடிய நெற்றியையும் மூன்று கண்களையும் உடையவன் என்றும் குறிப்பிடுகின்றன.

எமன் / காலன்

உயிர்த்தேயும்போது, தொடர்ந்து சென்று அதை எமன், வதைத்துப் பறிப்பான் என்றும் (கலி.105:37-38), ஊழிக்கால முடிவில் உயிரினங்கள் ஒன்றன்பின் ஒன்றாக இறக்கும்போது அவற்றின் உயிரைக் கொள்வதற்காக ஊழித்தீயும், மழுப்படையும், காலனும் எமனும் ஒன்றுசேர்ந்து சுழன்று வரும் என்பதை,

மடங்கலும் கணிச்சியும் காலனும் கூற்றும்
தொடர்ந்துசெல் அமையத்துத் துவன்றுஉயிர் உணீஇய
உடங்குகொட் பனபோல் (கலி.105:20-24)

என்ற அடிகள் உணர்த்துகின்றன.

பிரம்மன்

ஊழி முடிவில் மீண்டும் நிலவுலகத்தைப் படைப்பதற்குப் பிரம்மன், நீர்ப்பரப்பை, நிலப்பரப்பிலிருந்து பிரிப்பான் என்பதை,

> *உருகெழு மாநிலம் இயற்றுவான்*
> *விரிதிரை நீக்குவான் வியன்குறிப்பு* (கலி.106:8-19)

என்ற அடிகள் விளம்புகின்றன.

இந்திரன்

இந்திரன் வச்சிரப்படை ஏந்தியவன் என்றும், ஆயிரம் கண் களையுடையவன் என்றும் முல்லைக்கலி தெரிவிக்கிறது (கலி.105:15-16)

மாபாரதச் செய்திகள்

சூதாட்டத்தில் இழக்கப்பெற்ற திரௌபதியின் கூந்தலைப் பற்றியிழுத்த துச்சாதனனைப் பாரதப் போரில் பகைவர் நடுவே, நெஞ்சைப் பிளந்து, வீமன் பழிதீர்த்தச் செய்தியையும் (கலி.101:18-20),[46] துரோணரைக் கொன்ற சிகண்டியை, அவரது மகன் அசுவத்தாமன் நள்ளிருளில் போரிட்டு வென்று தலையைத் திருகிக் கொன்ற செய்தியையும் (கலி.101:30-33),[47] பாரதப் போரில், கௌரவர்கள் நூறுபேரும் பாண்டவர்களது வில்லிற்கு வீழ்ந்த செய்தியையும் (கலி.104:57-59)[48] கலித்தொகை வாயிலாக அறியமுடியும்.

மேற்கண்ட புராண உவமைகள் யாவும், காளைகளுக்கும், வீரர்களுக்கும், வீரர்கள் காளைகளோடு பொருதும் களத்திற்கும் உவமையாகக் கூறப்பட்டுள்ளன.

நெறியியல்சார் பண்பாட்டுக்கூறுகள்

ஒரு பண்பாட்டின் நெறியியல் கூறுகள் எனப்படுபவை அம் மக்களின் வாழ்வை நெறிப்படுத்தும் கூறுகளைக் குறிக்கும். சமுதாயத்தில் ஒருவர் எவ்வாறு வாழவேண்டும், எவற்றைச் செய்யக்கூடாது போன்ற விதிமுறைகளோடு தொடர்புடைய கூறுகளே நெறியியல் கூறுகளாகும்.[49]

சங்க கால ஆயர்களிடையே இருந்த நெறியியல்சார் பண்பாட்டுக்கூறுகளான,

1. விழுமியங்கள் (Values)
2. குடிவழக்குகள் (Folkways)
3. மரபாண்மைகள் (Ethos)
4. திருமணம் (Marriage)
5. விருந்தோம்பல் (Hospitality)
6. பண்டமாற்று (Bartering)

ஆகியவற்றை இப்பகுதியில் காணலாம்.

விழுமியங்கள்

ஒரு பண்பாட்டைச் சேர்ந்தோரின் வாழ்வியலுக்கும், செயல்களுக்கும், நடத்தை முறைகளுக்கும் எவையெவை அவசியமென்று கருதப்படுகிறதோ, அவையே அப்பண்பாட்டினரின் விழுமியங்கள் ஆகும். தனிமனித விழுமியங்களிலிருந்து மாறுபட்ட, பண்பாட்டு விழுமியங்கள், அவர் சார்ந்த குழுவிற்கும், சமுதாயத்திற்கும் பொருந்தக்கூடியதாக இருக்கும். மேலும், அவை சமுதாயத்தில் நிகழும் நடத்தை முறைகளை மதிப்பிட்டுக் கூறுவதாகவும் அதற்கான பொருளைப் புலப்படுத்தக்கூடியதாகவும் இருக்கும்.[50]

சங்க இலக்கிய ஆயர் வாழ்வியலில் பல்வேறு விழுமியங்களை முல்லைத் திணைப் பாடல்கள் பதிவுசெய்துள்ளன. இவற்றின் வழியே வாழ்க்கை, கற்பு, வீரம் ஆகியவற்றின் மீது அவர்கள் கொண்டிருந்த விழுமியங்களை அறியலாம்.

வாழ்க்கை விழுமியங்கள்

வாழ்க்கைக் குறித்த ஆயர்களின் புரிதல்களில், இளமைச் சென்றால் திரும்பாது, இருமணம் இல்லை, மறுமைக்குப் புதல்வன் போன்ற விழுமியங்கள் குறிப்பிடத்தக்கவையாகும்.

இளமை மீளாது

காலத்தே பயிர்செய் என்பதை உணர்ந்தவர்கள் பண்டைய சமூகத்தினர். தாம் வாழும் வாழ்க்கையைப் பருவத்தோடொட்டி

ஒழுகி, இணைந்து வாழவேண்டிய காலத்தில் பிரிந்து சென்று பொருள்தேட செல்வது தவறானது என்று அறிவுறுத்தினர். இளமை சென்றால் மீண்டும் திரும்பாது என்பதை,

இளமை பாரார் வளம்நசைஇச் சென்றோர்
இவணும் வாரார் (குறுந்.126:1-2)

என்ற குறுந்தொகை அடிகள் உணர்த்துகின்றன.

இருமணம் இல்லை

ஆயர்களிடையே இருமண முறை இல்லை என்பதை முல்லைக்கலி தெரிவிக்கிறது.

அருநெறி ஆயர் மகளிர்க்கு
இருமணம் கூடுதல் இல்லியல்பு அன்றே

(கலி.114:20-21)

என்ற பாடலடிகள் மூலம் இருமணம் புரிவதை, தம்முடைய குடிப்பிறப்புக்கு இழிவாக ஆயமகளிர் கருதினர்.

மறுமைக்குப் புதல்வன்

புதல்வர்களைப் பெறுவதே நலம்பயக்கும் என்ற கருத்தியலை அக்கால ஆயர்கள் கொண்டிருந்தனர். இதனை,

இனிதிருந் தனனே நெடுந்தகை
துனிதீர் கொள்கைத்தன் புதல்வனொடு பொலிந்தே

(ஐங்குறு.408:3-4)

என்ற ஐங்குறுநூற்று அடிகள் தெரிவிக்கின்றன. இம்மைக்குப் புகழையும் மறுமைக்கு மகனையும் பெறுவதே ஆயராடவர்க்கு மகிழ்வைக்கொடுக்கும் என்பது இதன்மூலம் அறியலாம்.

தலைவன் மீதுள்ள விழுமியங்கள்

கார்காலம் தொடங்கியதும் திரும்பிவிடுவேன் என்றுரைத்துச் சென்ற தலைவன், சொன்னபடி வந்திராவிட்டாலும் கார் வந்திற்று. பெருமழைப் பொழிவதால் கானம் அழகுபெற்று பல வித மலர்களால் அணிசெய்கிறது. இவற்றையெல்லாம் கண்ட தலைவி, தலைவன் சொன்ன சொல் தவற மாட்டான் ஆகவே, இப்போது வந்துற்றது கார் மழை அல்ல. வம்பமாரி *(குறுந்.66:4-5)* என்றுகூறி,

கானம் கார் எனக்கூறினும்
யானோ தேறேன் அவர்பொய் வழங்கலரே (குறுந்.21:4-5)

என்று, அறியாமையுடைய மேகங்கள் முன்கூட்டியே இடியிடித்து மழையைப் பெய்கின்றன. தலைவன் பொய் கூற மாட்டார் ஆகையால், இது கார்காலம் அல்ல என்று உறுதியாக நம்புகிறாள். மேலும் தன்னுடைய காதலர்,

நிலம்புடை பெயர்வதாயினும் கூறிய
சொல்புடை பெயர்தலோ இலரே (நற்.289:2-3)

நிலவுலகம் தன் நிலையிலிருந்து பெயர்ந்து மறுபக்கமாகச் சாய்ந்து நின்றாலும்கூட தான் சொல்லிய சொல்லிலிருந்து மாற மாட்டார் என்று நம்புகிறாள். இதன்மூலம் முல்லைநிலத் தலைவன் மீது, அவன் தலைவி கொண்டிருந்த மாறாத உறுதியான நம்பிக்கை புலப்படுகிறது. சொன்ன சொல் மாறாமல் அவன் வருவான் என்ற அவளது எதிர்பார்ப்பு, அவன் மீது கொண்டுள்ள விழுமியம் இதன்மூலம் அறியலாம்.

கற்பு

தலைவன் பிரிந்து சென்று மீண்டு வரும்வரை, தலைவி ஆற்றியிருக்கும் 'இருத்தல்' நிலையே கற்பென முல்லைப் பாடல்கள் எடுத்தியம்புகின்றன.

"தலைவன் பிரிந்த ஞான்று (ஐந்திணைத்) தலைவி பிரிவு பொறாது வருந்துவாள். பறவையின் புணர்ச்சியும் விலங்கின் தழுவலும் காரும் மாலையும் பிற இன்பச் சூழ்நிலைகளும் அவளைக் கொல்லும். அவள் அடக்கத்தைக் கிளரும். தலைவன் குறித்த காலவரவை எதிர்நோக்கி வதிவாள். வருவான் என்ற நம்பிக்கையோடு தன் காமத்தை நாணங்கடவாது காத்து நிற்பாள்."[51]

"சுற்றுப்புறக்காட்சிகள் விடாது தாக்கினாலும் காமம் சுரந்து நெஞ்சிற் பரவி அலைத்தாலும் தலைவி நாண் விடாள். ஊரறிய உணர்ச்சியைக் காட்டாள். தனக்குத்தானே ஆறுதல் அடைவாள் அல்லது தோழியால் ஆற்றுவிக்கப்படுவாள்."[52]

இத்தகைய இருத்தல் நிலையே கற்பென முல்லைப்பாடல்கள் சுட்டுகின்றன.

முல்லை சான்ற கற்பு

கற்பிற்குச் சான்றாகவும் உவமையாகவும் முல்லை மலரைச் சுட்டுகின்றன முல்லைப்பாடல்கள்.

> முல்லை சான்ற கற்பின்
> மெல்லியற் குறுமகள் உறைவின் ஊரே (நற்.142:10-11)

என்றும்,

> கல்லைஅம் புறவில் குவிமுறை அவிழ்ந்த
> முல்லை சான்ற கற்பின் (சிறுபா.:29-30)

என்றும் சங்க இலக்கியப்பாக்கள் கற்பிற்கு முல்லை மலரை உவமிக்கின்றன.

இங்குப் பெண்களின் கற்பு 'முல்லை சான்ற கற்பு' எனப் போற்றப்படுகிறது. குறிப்பாக முல்லை நிலத்தில்தான் கற்பு என்பது முதன்முதலாக வலியுறுத்தப் பட்டது. தூய்மை, மணம் ஆகியவற்றின் காரணமாக முல்லைமலர் கற்புக்கு அடையாளமாகச் சுட்டப்பெற்றது.[53] எனவே, முல்லை மலர் மீது நிறுவப்படும் கற்பு என்னும் விழுமியம் இதன்மூலம் அறியற்பாலது.

அருந்ததி அனைய கற்பு

முல்லை மலரைப்போன்றே அருந்ததி விண்மீனும் கற்புக்கு உவமிக்கப்படுகிறது. காதலர்கள் கற்புநெறி வழுவாது வாழ வேண்டும் என்பதற்காகவே, திருமணத்தின்போது வானில் அருந்ததியைக் கண்டு ஆசிபெறும் நிகழ்வு நடைபெறும்.[54] இந்த அருந்ததியைக் கற்பிற்கு உவமித்து ஐங்குறுநூறு,

> அருந்ததி அனைய கற்பின் (ஐங்குறு.442:4)

என்கிறது. எனவே, அருந்ததியின் கற்பு போன்றது முல்லைநிலப் பெண்டிரின் கற்பு என்னும் விழுமியத்தை அறியமுடியும்.

வீரம் குறித்த விழுமியங்கள்

ஆயமகளிரிடையே வீரம் குறித்த விழுமியம் காளையை அடக்குவதாக உள்ளது. காளையை அடக்கி, தன் வீரத்தைப் பறை சாற்றும் வீரனுக்கே தம் மகளை மணம்செய்விக்கும் வழக்கமும் ஆயரிடையே இருந்தது. ஆயமகளும் காளையைத் தழுவிய வனையே மணப்பாள். காளையின் சீற்றத்துக்கு அஞ்சு பவனை மறுமையில்கூட மணக்க விரும்பமாட்டாள் (கலி.103:63-64).

உயிரானது காற்று போன்றது என்னும் கருத்தியல் ஆயர்களிடையே இருந்ததை அறியலாம். இதை உணராமல் உயிர்தான் முக்கியம் எனக் கருதி வீரச் செயல்புரியாத ஆடவரைத் தழுவும் அளவுக்கு ஆயமகளின் தோள் எளிமையானதல்ல (கலி.103:67-70). கொடுமையான கொல்லேற்றை, இவளின் கணவன் தழுவினான் எனப் பிறர் புகழ்ந்து பேசுவதையே ஆயமகள் விரும்புவாள். அத்தகைய வீரனையே மணப்பாள் (கலி.106:43-45).

எனவே ஆயரின ஆடவரின் மதிப்பு, காளையைத் தழுவும் வீரத்தைச் சார்ந்ததாகவே அமைந்திருந்தது.

குடிவழக்குகள்

ஒரு சமுதாயத்தில் அனைவரிடமும் காணக்கூடிய பொதுவான நடத்தை முறைகளே குடிவழக்கு எனப்படும்.[55] சங்க இலக்கிய ஆயர்களிடையே புழக்கத்தில் இருந்த பல்வேறு வழக்குகளை முல்லைக்கலி உள்ளிட்ட முல்லைப்பாடல்கள் அறிவிக்கின்றன.

மன்னனை வாழ்த்துவதும், மூவினத்தாயரின் சில வழக்குகளும், தாரை வார்த்துக்கொடுத்தல், நற்செயல்களை ஏற்றுக்கொள்ளல், மகளிர் மற்றும் ஆடவரது சில தனியொழுக்கங்கள் ஆகியவை சங்க இலக்கிய முல்லைப்பாடல்களில் காணப்படும் குடிவழக்குகளில் சிலவாகும்.

மன்னனை வாழ்த்துதல்

மன்னனை வாழ்த்தி, தெய்வத்தை வணங்குவதை எந்த ஒரு நிகழ்ச்சியின் தொடக்கத்திலும் இறுதியிலும் ஆயர்கள் வழக்கமாகக் கொண்டிருந்தனர். மன்னனை வாழ்த்தும்போது அவனது குடிச்சிறப்பையும், மன்னன் புரிந்த அளப்பரிய நிகழ்வுகளையும் புகழ்ந்து வாழ்த்துவர்.

அரசர்க்கு அரசன் என்னும் சிறப்பினை உடைய பாண்டியனின் பழக்குடிக்கு உரியவையாகக் கூறப்பட்ட ஒளிமிக்க முத்தும், கடலில் பிறந்த பிறபொருள்களும் நிலத்தில்தோன்றும் பொருள்களும், பகையரசர்களைப் போரில் கொன்று அவர்களது உரிமைப்பொருள்களைக் கவர்ந்து வந்தவனும், முதுகுடியின் வழித்தோன்றலும், இகல் மிக்கவனுமாகிய பாண்டிய மன்னன்

தீமையின்றி வாழ்வானாக என்று, மன்னனது குடிச்சிறப்பைப் புகழ்ந்து வாழ்த்துவர் (கலி.105:1-6).[56]

தனது நாட்டின் பகுதியைக் கடல்பொங்கி அலை எழுந்து, அழித்திடவும், அவ்வழிவு கண்டு, உள்ளம் சோராமல் பகைவர் நாட்டின் மீது படையெடுத்துத் தன் வலிமையினால் வென்று, அடிமைப்படுத்தி சோழ, சேர நாடுகளில் முறையே புலி, வில் ஆகிய இலச்சினைகளை நீக்கி, மிக்க புகழுடைய தனது கயல் இலச்சினையைப் பொறித்த அழியாப்புகழ் வாய்ந்த பாண்டிய மன்னன் என்ற வரலாற்றையும் கூறி வாழ்த்துவர் (கலி.104:1-4).[57]

மூவினத்தாயர் வழக்குகள்

கோவினத்தாயர், கோட்டினத்தாயர், புல்லினத்தாயர் ஆகிய மூவினத்தாயரில் பசுக்கூட்டங்களையுடைய மிகுதியாக உடைய கோவினத்தாயர்கள் செல்வந்தர்களாக இருந்தனர். செல்வ மதிப்பு, பசுக்கூட்டங்கள் தரும் பால் நிரம்பிய குடங்களின் மூலம் அறியப்பட்டது (கலி.113:9-10).[58]

ஆயர் குடியில் பெண் மகவு பிறந்ததும் ஒரு காளைக் கன்றை வளர்க்கத் தொடங்குவர். அப்பெண் பருவம் எய்தும்போது கன்றும் சிறந்த காளையாக வளர்ந்து நிற்கும். அதனை அடக்கும் இளைஞனுக்கே அப்பெண் மணமாலை சூட்டுவாள் என்று பறையறைந்து ஏறுகோடல் விழாவை நடத்துவர். அதில் வெற்றி பெற்றவருக்கே மணமுடித்துக் கொடுப்பர். இது ஆயரது குடி வழக்காக இருந்தது.[59] ஆயரினப் பெண்கள் கொல்லேற்றைத் தழுவி தம் வீரத்தைப் வெளிப்படுத்திய வரையே மணந்தனர் (கலி.102:10-12). கோவினத்தாயரும் புல்லினத்தாயரும் திரு மணத் தொடர்பு உடையோராய் இருந்தனர் (கலி.113:8-10). திருமணம் வீட்டு மற்றத்தில் நடைபெற்றது (கலி.115:18-21).

தாரை வார்த்தல்

ஆயமகளின் தந்தை, உயர்ந்தோர்க்கு ஒரு பொருளை வழங்கும் போது நீரைப் பெய்து, தாரை வார்த்து வழங்குவார் என்பதையும் யாவருக்கும் உணவளிப்பார் என்பதையும்,

> ...உயர்ந்தோர்க்கு
> நீரொடு சொரிந்த மிச்சில யாவர்க்கும்
> வரைகோள் அறியாச் சொன்றி (குறுந்.233:4-6)

என்ற குறுந்தொகைப் பாடலடிகள் உணர்த்துகின்றன.

நற்செயலை ஏற்றுக்கொள்ளல்

எந்தவொரு முக்கிய நிகழ்ச்சியின் தொடக்கத்திலும் எதிர்பாராமல் நிகழும் நற்செயலைத் தெய்வத்தால் நிகழ்ந்தது என எண்ணி ஏற்றுக்கொள்ளும் வழக்கத்தை ஆயர்கள் கொண்டிருந்தனர். ஏறுதழுவும்போது களமாடிய பொதுவன் சூடியிருந்த முல்லை மாலை வீசப்பட்டு, ஓர் ஆயமகளின் தலையில் விழுந்தது. அதை எடுத்து அவளும் தன் கூந்தலில் சூடிக்கொண்டாள். மாலையைச் சூடிக் கொண்ட அவளது உள்ளம் உறுத்தலாகவே இருந்தது. இந்நிகழ்வை அறிந்த அவளது பெற்றோர் தெய்வம் அவளுக்கான துணையைக் காட்டிற்று என்றுகூறி அவனுக்கே மணமுடிக்க முயன்ற செய்தியைத் தோழி வாயிலாக அறிந்து கலக்கம் நீங்கப் பெறுகிறாள் அவ்வாய மகள் (கலி.107:31-35).[60]

ஆயமகளிரின் தனியொழுக்கங்கள்

திருமணமாகாத பெண் தலையில் முல்லைமலர் சூடமாட்டாள். தம் மகளின் தலையில் வெண்ணெய் மணப்பதற்குப் பதிலாக முல்லை மணந்ததைக் கண்டு கவலைக் கொண்டு தாய் சினந்த செய்தியை,

> நறுநுதலால் என்கொல் ஐங்கூந்தல் உளரச்
> சிறுமுல்லை நாறிய தற்குச் குறுமறுகி
> ஒல்லாது உடனறுஎமர் செய்தார் அவன்கொண்ட
> கொல்லேறு போலும் கதம் (கலி.105:53-56)

என்ற பாடலடிகள் மூலம் முல்லைக்கலி குறிப்பிடுகிறது.

தொடர்பில்லாதவர்கள் தரும் பொருட்களை ஆயமகள் ஏற்க மாட்டாள். பொதுவன் ஒருவன் ஆயமகள் ஒருத்தியிடம் சிற்றில் புனையவோ, கோதை புனையவோ, தொய்யில் புனையவோ என்று வினவியதற்கு,

> ஏதிலார் தந்தபூக் கொள்வாய் நனிமிகப்
> பேதையை மற்ற பெரிது (கலி.111:14-15)

என்றும்,

> யாம் பிறர்
> செய்புறம் நோக்கி இருந்துமோ (கலி.111:17-18)

என்றும் மறுத்துக்கூறி, அறிமுகமில்லாதவர்கள் தரும் எந்தப் பொருளையும் ஏற்பது பேதைமை அல்லவா? என்று வினவுகிறாள்.

கருவுற்ற பெண்கள் புளிப்புச் சுவையுடைய உணவை விரும்புவார்கள் என்பதையும், பன்னிரண்டு மாதம் வரையிலும் கருவுற்றிருந்தார்கள் என்பதையும்,

> முந்நால் திங்கள் நிறை பொறுத்து அசைஇ
> ஒதுங்கல் செல்லாப் பசும்புளி வேட்கைக்
> கடும்சூல் மகளிர் போல (குறுந்.287:3-5)

என்ற குறுந்தொகைப் பாடலடிகள் அறிவிக்கின்றன.

ஆடவரது தனியொழுக்கங்கள்

ஆயராடவர், தனக்கு மகன் பிறந்தால் தன் தந்தையின் பெயரைச் சூட்டுவதை வழக்கமாகக் கொண்டிருந்தனர். தந்தையின் பெயரைத் தாங்கியுள்ள மகன், தன் குடும்பத்திற்கு விளக்கு போன்றவன் என்றும் நம்பினர் (ஐங்குறு.403:3).[61] மேலும் முல்லை நிலத்து ஆடவர்கள் மார்பில் சந்தனம் பூசியிருந்தனர் (நற்.394:7-9).[62]

அறிவிப்புகள்

அறிவிப்பு என்பது, அடுத்து நிகழக்கூடிய அல்லது நிகழ்கின்ற அல்லது நிகழ்ந்த நிகழ்ச்சியை அதற்கு முன்பாகவோ, அப் போதைக்கு அப்போதோ தெரிவிப்பதாகும். முல்லைத் திணைப் பாடல்களில், சூழலைக் கொண்டும், ஏறுதழுவல் மற்றும் மணப்பெண் பற்றிய அறிவிப்புகளும், ஆயமகனின் சூளுரைகளும் குறிப்பிடத்தக்கவையாகும்.

காலம் அறிவிப்பு

முல்லை நிலம் கார்காலத்தால் அழகுபெறும் என்பதை முல்லைப்பாடல்கள் உணர்த்துகின்றன. கார்கால வரவுக்கு முன்பு வரை வறண்டு காட்சியளித்த முல்லைநிலம், மழை வரவால்

பூக்களும் மரங்களும் செடிகொடிகளும் தழைத்து வளர்ந்து பூத்து, பருவக்காலங்களை அறிவுறுத்தின.

மகளிரின் கூந்தலில் கட்டியுள்ள அணிபோன்று பூத்துள்ள கொன்றையும் (குறுந்.21:3), பிச்சிப்பூவின் சிவந்த அரும்புகளும் (குறுந்.94:1-2), காயா (நற்.371:1), பிடவம் (நற்.242:1-5),[63] பகன்றை (அகம்.24:3) தோன்றி (ஐங்குறு.420:2) முதலிய மலர்கள் கார்காலத்தை அடையாளம் காட்டின.

முசுண்டை (புறம்.320:1), கருவிளை (ஐங்குறு.464:1), பீர்க்கம் (குறுந்.98:5) போன்ற மலர்கள் பனிப்பருவத்தை அறிவித்தன. பருவத்திற்கு ஏற்றாற்போலப் பூக்களைச் சூடிவரும் ஆநிரை மேய்க்கும் இடையர்கள் தாங்கள் சூடியுள்ள மலர்களால் பருவத்தைத் தெரிவித்தனர்.

இது பருவம் அல்ல என்று முல்லைநிலத் தலைவி கூறும் பாடல்களிலும், இது பரும்தான் எனத் தோழி அமைதி கூறும் பாடல்களிலும், கார்ப்பருவத்தையும் பிற பருவத்தையும் அடையாளப்படுத்த மலர்களும் சூழல்களும் பயன்படுத்தப் பட்டுள்ளன.

மரபாண்மைகள்

ஆயர்கள் தங்களை மிக்க பழமையான குடியான பாண்டியர்களின் குடியோடு தோன்றிய பெருமரபைச் சார்ந்தவர்கள் எனக் கருதினர். இதனை,

> *... தென்னவன்*
> *தொல்லிசை நட்ட குடியொடு தோன்றிய*
> *நல்லினத்து ஆயர்...* (கலி.104:4-6)

என்றும்

> *வீவுஇல் குடிப்பின் இருங்குடி ஆயரும்* (கலி.105:7)

என்றும் முல்லைக்கலி குறிப்பிடுகிறது.

ஏறுதழுவல் மரபு

மூவினத்தாயர்களும் கார்காலத்தில் ஓர் நாள், ஒன்றுகூடி, அவர்தம் மன்னனையும் தெய்வத்தையும் வாழ்த்தி, ஏறுதழுவும் விளையாட்டுக்கான காலத்தையும், விழாநாளில், ‘எம் கொல் லேற்றை இளைஞர் தழுவும் விழா இப்போது நடைபெறும்’

என்றும் பறையறைவித்து அறிவிப்பதை மரபாகக் கொண்டிருந்தனர் (கலி.107:1-4).

வரைவினை முக்கிய குறிக்கோளாகக் கொண்ட ஏறுதழுவும் விழாவில், காளைக்குரிய பெண்ணை அறிமுகப்படுத்தி, இக்காளையைத் தழுவி இவளைப் பெறலாம் என்பதும் மரபாக இருந்தது (கலி.102:18-25).

காளைகளைக் கண்டும், அக்காளைக்குரிய பெண்ணைக் கண்டும் தொழுப்புகும், ஆயமகன், 'யான் இவ்வேற்றைக் கொள்வேன்' என்றும் (கலி.104:51-52), 'யான் ஏறுதழுவி இவளைக் கொள்வேன்' என்றும் (கலி.102:10-12) சூளுரைத்து காளையைத் தழுவக் களத்தில் புகுவதை வழக்கமாகக் கொண்டிருந்தனர்.

திருமணம்

ஆயமகளிர் ஏறுதழுவியவரையே மணப்பர் (கலி.111:21). திருமணம் இருவீட்டார் உடன்பாட்டின்படியே நடைபெறும். ஆயமகளிரைப் பொருள் கொடுத்து, ஆய இளைஞர்கள் மண முடித்தனர். கொடிய காளையின் கொம்புகளுக்கிடையில் பாய்ந்து, அடக்குபவர்க்கு, அக்காளைக்குரிய பெண்ணின் உறவினர்கள், விலையேதும் பெறாமல் திருமணம் செய்விப்பர் (கலி.103: 71-73).[64]

ஆயமகளின் மனத்திற்குகவந்தவர்களே ஏறுதழுவலில் வெற்றி பெறுவாறாதலின், ஏறுதழுவல் முடிவில் திருமண முரசின் ஓசை விடாது ஒலித்தபடியே இருக்கும் (கலி.102:31-34). திருமணம் செய்வதாக முடிவு செய்தல் வரைவு என்றும், திருமணச் சடங்கு திருமணம், வதுவை என்றும் கூறப்பட்டன (கலி.115:18-21).

திருமண ஏற்பாடுகள்

திருமணத்தைப் பெண்வீட்டார் நிகழ்த்தினர். வீட்டு முற்றத்திலே திருமணம் நடைபெற்றது. அந்நன்னாளில் முற்றம் முழுக்க மணல் பரப்புவர். வீட்டை நன்கு அலங்கரித்து, சுவர்களுக்குச் செம்மண் பூசுவர். மணல் பரப்பப்பெற்ற முற்றத்தில் பெண்

எருமையின் கொம்பை நட்டுவைத்து வழிபட்டு மணவினைத் தொடங்கும் *(கலி.114:12-14)*.[65]

முற்றத்தில் திரையிட்டும் மணம் செய்வித்தனர் *(கலி.115: 19-20)*.[66] ஆயர்களின் திருமணம் இவ்வாறே நடைபெற்றன.

விருந்தோம்பல்

ஆயர்களின் சிறந்த விருந்தோம்பல் பண்பினைச் சங்க இலக்கிய முல்லைப்பாடல்கள் புலப்படுத்துகின்றன. ஆயர்கள் விருந்தினை எதிர்நோக்கிக் காத்திருப்பவர்களாகவும் *(நற்.221:8)*, இரவில் விருந்து வரினும் மகிழ்வோடு வரவேற்பவர்களாகவும் *(நற்.142:9)* திகழ்ந்தனர்.

விருந்தாக வருவோர்க்குச் சோற்றோடு, பசுவின் பாலைச் சேர்த்து உண்ணச் செய்தனர் *(அகம்.393:17)*. விருந்தாக இடையர்களின் குடிசைக்குச் சென்றால், நண்டுகளின் சிறு பார்ப்பினைப் போன்ற சோற்றைப் பாலுடன் பெறலாம் *(பெரும்.:167-168)*[67] என்றும், பூளைப்பூப் போன்ற வரகு சோற்றை அவரைப் பருப்புடன் பெறலாம் *(பெரும்.:192-196)*[68] என்றும் பெரும் பாணாற்றுப்படை குறிப்பிடுகிறது.

ஆட்டிடையர் வீடுகளில் இரவு நேரத்தில் சென்றாலும்கூட, பாலும் பாற்சோறும் வெண்ணெயுடன் பெறலாம் *(மலை.: 416-417)* என்றும்,[69] பகலில் பயணம் செய்த வருத்தம் நீங்க, புல்லால் வேயப்பட்ட இடையர் வீடுகளில் மூங்கில் அரிசிச் சோற்றுடன் நெல்லரிசி விரவப்பெற்ற சோற்றை அவரை விதையோடு புளியைக் கரைத்து செய்த புளிங்கூழையும் பெறலாம் *(மலை.:440-443)*[70] என்றும் மலைப்படுகடாம் குறிப்பிடுகிறது.

ஆநிரை மேய்க்கும் ஆயர்கள், மேய்புலத்தில் பசியோடு எதிர்ப்படும் வழிப்போக்கர்களுக்கு, தமக்காக இளைய எருதுகளின் கழுத்தில் மூங்கில் குழாய்களில் அடைத்துக்கொண்டு வந்திருக்கும் உணவைத் தேக்கிலையில் பகிர்ந்து உண்ணச்செய்து, அவர்களது பசிக் களைப்பினை நீக்கியதை அகநானூறு *(அகம்.311:15-17)*[71] இயம்புகிறது.

இவ்வாறு, ஆயர்கள் விருந்தோம்பல் பண்பில் சிறந்து விளங்கியதைச் சங்க இலக்கியப் பாடல்கள் விதந்தோதுகின்றன.

பண்டமாற்று

ஆயர்களிடையே பண்டமாற்று வணிகமுறை இருந்தது. பால், தயிர், மோர், வெண்ணெய் முதலிய பால்படுபொருட்கள் அவர்களது இல்லங்களில் எப்போதும் நிறைந்திருக்கும் ஆகையால், அதனைப் பிற நிலத்தாரிடம் கொடுத்து அதற்கு ஈடாக, நெல் முதலிய உணவுப்பொருட்களையும் ஆநிரைகளையும் பெற்று வந்தனர்.

வயலில் கிடை அமைத்திருக்கும் ஆட்டிடையர்கள், ஆட்டின் பாலைச் சேகரித்து, அருகில் உள்ள ஊர்ப்புறங்களில் விற்று, அதற்கு ஈடாக உணவுப் பொருட்களைப் பெற்றுவந்ததை,

பாலொடு வந்து கூழொடு பெயரும்
ஆடுடை இடைமகன் (குறுந்.221:3-4)

என்ற குறுந்தொகை பாடலடிகள் தெரிவிக்கின்றன.

முல்லைநிலம் அடுத்த மருதநிலப் பகுதிகளில் நெல் மிகுதியாகக் கிடைக்குமாகையால் அங்கு வட்டிலோடு சென்று மோர்விற்று, ஆயர்கள் நெல் பெற்றதை முல்லைக்கலியின் மூலம் அறிய முடிகிறது (கலி.109:13-14).

தயிர் கடைந்த வெண்ணெயில் இருந்து பெற்ற நெய்யை விற்று, பசும்பொன்னைக்கூடப் பெறுவர். ஆயினும், பெரும்பாணாற்றுப்படை சுட்டும் ஆய்ச்சியோ, பசும்பொன்னை விலையாகப் பெறாமல், தம் இனத்தார்க்குப் பொன்னாகத் திகழும் எருமை, பசு, கன்றுகளை விலையாகப் பெற்றுவருவாள் என்பதை,

நெய்விலைக் கட்டிப் பசும்பொன் கொள்ளாள்
எருமை நல்ஆன் கருநாகு பெறூஉம் (பெரும்.:164-165)

என்று அறியமுடிகிறது.

பிற நிலத்தாரோடு கொண்டிருந்த பண்டமாற்று உறவு மூலம் தம்முடைய பொருளாதாரத் தேவைகளை ஆயர்கள் நிறைவேற்றிக்கொண்டனர்.

சங்க காலத்துப் பிற்கால இலக்கியங்களில் ஆயர் வாழ்வியல்

சங்க காலத்திற்குப் பிறகு தோன்றிய இலக்கியங்களான பதினெண் கீழ்க்கணக்கு நூல்கள், சிலப்பதிகாரம், சீவக சிந்தாமணி உள்ளிட்ட காப்பியங்கள், நாயன்மார்கள், ஆழ்வார்களது பக்தி இலக்கியங்கள் மற்றும் சிற்றிலக்கியங்களான பள்ளு இலக்கியங்கள் முதலிய பல்வேறு இலக்கியங்களில் ஆயர்கள் குறித்த செய்திகளைக் காணமுடிகின்றன. அவற்றைப் பொருள்சார் பண்பாட்டுக்கூறுகள், அறிதல்சார் பண்பாட்டுக்கூறுகள், நெறியியல் சார் பண்பாட்டுக்கூறுகள் என்னும் பண்பாட்டு மானிடவியல் ஆய்வுக்குட்படுத்தும்போது ஆயர்களது வாழ்வியல் தொடர்பான பல்வேறு செய்திகளைப் பெறமுடிகின்றன.

பொருள்சார் பண்பாட்டுக்கூறுகள்

உணவு, உடை, அணிகலன்கள், வாழ்விடங்கள், தொழில், கருவிகள் போன்ற பொருள்சார் பண்பாட்டுக்கூறுகளைச் சங்க காலத்துப் பிற்கால இலக்கியங்கள் கொண்டிருக்கின்றன.

உணவு

ஆயர்கள் உட்கொண்ட உணவு வகைகளைச் சிலப்பதிகாரத்தில் காணமுடிகிறது. கண்ணகியை அடைக்கலப்பொருளாகப் பெற்ற ஆயர் முதுமகள் மாதரி, அவளைத் தம்முடைய ஆயர்சேரிக்கு அழைத்துச்சென்று தம்மிடமுள்ள உணவுப்பொருள்களை அவர்களுக்குத் தந்துதவிய காட்சியின் மூலம் ஆயர்கள் தம் விருந்தினருக்கும் அத்தகைய உணவு வகைகளையே அளித்துப் பேணினர் என்பது புலனாகிறது.

சிலப்பதிகார ஆயர்கள், கலங்களில் உணவு சமைத்து, வாழையிலையில் உண்ணும் வழக்கத்தைக் கொண்டிருந்தனர். பலாக்காய், மாதுளை, வெள்ளரிக்காய், மாம்பழம், வாழைப் பழம், நெல்லரிசி போன்றவையும் இவற்றோடு பால், மோர், நெய், பாற்சோறு முதலியவற்றையும் உணவாக உண்டனர் *(சிலம்பு.2.16:22-28)*.[72]

உடை

சீவக சிந்தாமணியின் வாயிலாக ஆய ஆடவர்கள் செந்து வராடையும் (சீவக.485:1), ஆயமகளிர் மார்பில் கச்சையையும் (சீவக.478:1) அணிந்திருந்தது தெரியவருகிறது.

அணிகலன்

ஆய மகளிர், தம் கைகளில் வளையல்கள் அணிந்திருந்ததைக் காணமுடிகிறது. இதனை, 'செறிவளை ஆய்ச்சியர்' (சிலம்பு.2. 15:207) என்றும் 'பொற்றொடி மாதராள்' (சிலம்பு.2.16:2) என்றும் 'பெய்வளை கையாள்' (சிலம்பு.2. 16:2-எ.கா) என்றும் 'வரிவளைக்கை' (சிலம்பு.2.16:2-ஆ.பு) என்றும் சிலம்பு குறிப் பிடுகிறது.

மழலை மொழிபேசும் ஆய்ச்சியர்கள், மார்பில் முத்துமாலை யினையும் (சீவக.424). பொன்னால் செய்யப்பட்ட அணிகலன் களையும் (சீவக. 419:1-2), பாதங்களில் பாடகமும், முன்கைகளில் வளையல்களும், ஒளிவீசும் மணிகள் பதித்த நகைகளையும் (சீவக. 479:1-2) அணிந்திருந்தனர்.

மேலும் திருமணத்தின்போது நெய்யை விற்றுப் பெற்ற புதிய பொன் தோட்டையும், ஒளிவிடும் அழகிய குழையையும், மங்களத்துக்குரிய காதணியையும் அணிந்தனர் (சீவக.488:1-2).

இருப்பிடம்

இளங்கோவடிகளின் சிலப்பதிகார காலத்தில் மதுரைவாழ் ஆயர்கள், வையைக் கரையொட்டிய புறஞ்சேரிகளில் வாழ்ந்தனர் (சிலம்பு:2.17.:4-5). அவர்களுடைய குடியிருப்புகள் கட்டுவேலி சூழ்ந்தவையாகத் திகழ்ந்தன. அங்குச் செம்மண் பூசப்பெற்ற, குளிர்ச்சியான பந்தலையுடைய அழகிய சிறிய வீடுகளில் வசித்தனர் (சிலம்பு: 2.16:4-6).[73]

சீவக சிந்தாமணி காலத்தில் புறவணி, புன்புலம் என்றெல்லாம் வழங்கப்பட்ட ஆயர் வாழ்விடங்கள் இருந்தன. இங்கு ஆயர் சேரிகள் பல நிறைந்திருந்தன. ஏதேனும் துன்பக்காலத்தில் இத்தகைய இடைச்சேரிகளில் பாறைபோல் தோய்ந்த தயிரும் பாலும் நெய்யும் கலந்து ஆறுபோல் ஓடியது (சீவக. 426:1-2).[74]

மேய்ச்சலுக்காகக் கால்நடைகளை ஊர்களிலிருந்து மலைப் பகுதிகளுக்கு அழைத்துச்செல்வர் என்பதையும் சிந்தாமணி தெரிவிக்கிறது (சீவக.415:1-2). இத்தகைய பயணம் இளவேனிற் பருவத்தில் நிகழும்.

பக்தி இலக்கியக் காலகட்டத்தில், ஆயரும் ஆய்ச்சியரும் நல்ல நாளில் நறுமண எண்ணெயும் மஞ்சள் சுண்ணாம்பையும் தூவிக்கொள்வதால் அவர்களது வீட்டு முற்றம் சேறானது என்றும் (திருப்.13:3) அவர்தம் வீடுகளில் தயிர், பால், நெய் முதலியவற்றை உரியிலிட்டுக் கட்டிவைத்திருப்பர் (திருப்.16:1) என்றும் பெரியாழ்வாரின் பாசுரங்கள் குறிப்பிடுகின்றன.

தொழில்

சிலப்பதிகாரச் சான்றுகளின்படி, ஆயர்களின் முதன்மைத் தொழில் ஆநிரை மேய்த்தலாகும். அதிகாலையில் கால்நடைகளை ஓட்டிச்செல்லும் ஆயர்கள், மாலையில் ஆட்டுக் குட்டிகளையும் கோடரியையும் உறியையும் தோளில் சுமந்தவர்களாய் ஆய்ச்சிய ரோடு ஊர் திரும்பினர் (சிலம்பு.2.15:204-206).[75]

கால்நடைகளைப் பேணி, அவற்றின் பயன்களைத் தானும் நுகர்ந்து, பிறருக்கும் தருவித்து வாழும் தொழிலைச் செய்பவர்கள் ஆயர்கள். மோரினை விற்று வாழ்க்கை நடத்தும் ஆய்ச்சியரை, “அளைவிலை உணவின் ஆய்ச்சியர்” (சிலம்பு.2.16:3) என்று சுட்டுகிறார் இளங்கோ.

அரண்மனைக்கு முறைவைத்து நெய் தருவிக்கும் வழக்கத் தையும் ஆயர்கள் கொண்டிருந்தனர் என்பதை, ஆயர் முதுமகள் மாதரியின் கூற்றிலிருந்து (சிலம்பு.2.17:7-8)[76] அறியமுடிகிறது.

பெருவாரியான கால்நடைகளை மலைப்பகுதிகளுக்கு ஓட்டிச் சென்று ஆயர்கள் மேய்த்துவரும் காட்சியைச் சீவகசிந்தாமணி தெரிவிக்கிறது.

பக்தி இலக்கியங்களில் ஆனாய நாயனாரும் பிற கோவ லர்களும் இணைந்து காட்டிற்குச் சென்று ஆநிரைகளை மேய்த்து வாழ்ந்ததைப் பெரியபுராணம், இலை மலிந்த சருக்கத்தில் விவரிக்கிறது.

மழநாட்டில் மங்கலவூரில் ஆயர்குடியில் பிறந்த ஆனாய நாயனார், சிறந்த சிவ பக்தராவார். கார்காலத்தில், பிற கோவலர் களுடன் பசுக்களைக் காட்டிற்கு ஓட்டிச்சென்று மேய்த்துவரு வதை வழக்கமாகக் கொண்டிருந்த இவர், ஒரு கையில் கோலும் மறுகையில் வேய்ங்குழலும் கொண்டு சென்றதையும் அங்குப் பரந்து விரிந்திருந்த கொன்றை மரத்தை இறைவனே என் றெண்ணி, அன்பினால் நெஞ்சுருகித் தம்முடைய குழலினால் ஐந்தெழுத்து மந்திரத்தை வாசித்தமையையும் இவ்விசை கேட்ட, இறைவனால் ஆட்கொள்ளப்பட்டார் என்பதையும் பெரிய புராணம் குறிப்பிடுகிறது (பெரிய.: 935-943).

ஆய மகளிர் தொழில்கள்

ஆயர்கள் தம்தொழிலால் அறியப்படுபவர் என்றும், குற்றமற்ற குடியினர் என்றும் நாலாயிர திவ்யபிரபந்தப் பாடல்கள் குறிப் பிடுகின்றன. ஆய்ச்சியர், அதிகாலையிலேயே எழுவர் என்றும், பொழுது புலர்வதற்குமுன் தயிர் கடைவர் என்றும் ஆண்டாள் (திருப்பா.480:4-5) பாடல்கள் குறிப்பிடுகின்றன. கடைந்த மோரை, வேறு பகுதிகளுக்கு ஆய்ச்சியர்களே விற்கச் செல்வர் (திருப்.231:1-2) என்று பெரியாழ்வார் குறிப்பிடுகிறார்.

பக்தி இலக்கியங்களைத் தொடர்ந்து சிற்றிலக்கியங்களில் – குறிப்பாக ஆடுகளைப் பேணும் இடையர்களின் வாழ்வியலைப் பள்ளு இலக்கியங்கள் விவரிக்கின்றன.

பள்ளு இலக்கியங்கள்

பள்ளு இலக்கியங்களில் ஆடு மேய்க்கும் இடையர் துணை மாந்தர்களாக இடம் பெறுகின்றனர். உழவுத் தொழிலுக்கும் கால்நடை வளர்ப்புக்கும் நெருங்கிய உறவு தொடர்ந்து வந்துள்ளதை அறியமுடிகிறது. பள்ளு நூல்களில் ‘ஆட்டுக் கிடை’ அமர்த்தும் இலக்கியத் தரவு பெறப்படுவதிலிருந்து சங்க இலக்கிய காலம் முதல், வயலில் கிடை அமர்த்தும் வழக்கம் தொடர்ச்சியாக வழக்கிலிருந்துள்ளமையை உணரலாம். விஜயநகர நாயக்கர் காலங்களில் தோன்றிய பள்ளு இலக்கியங்களின் மூலம் அக் காலத்திய ஆயர்கள் குறித்த புரிதலைப் பெறமுடிகின்றன.

பள்ளு இலக்கியக் கால நிலவுடைமைக்காரர்கள் கால் நடைகளில் கழிவுகளே உழவு நிலத்திற்குகந்த உரமாக எண்ணினர்.

இதனை,

நீட்டுரமும் தேட்டுரமும் நெல்லுரமும்
ஆகையினால் ஆட்டுரமும் மாட்டுரமும்
வயலுரங் காண் ஆண்டே (கண்ணுடை.76:1-3)

என்னும் பாடல்குறிப்புகளால் உணரமுடிகிறது.

உழவு நிலங்களில் வேளாண் பணிகள் தொடங்குவதற்கு முன்பு வயலிற்கு உரமேற்ற ஆயரை நிலவுடைமையாளர்கள் அல்லது உழவர்கள் அழைப்பர். உழவர் இலக்கியமான பள்ளு இலக்கியங்களில் வயலிற்கு உரமேற்ற ஆயரை அழைக்கும் பகுதி சிறப்பாக அமைக்கப்பெற்றுள்ளது. இப்பகுதியை,

- பண்ணையார் ஆயரை அழைத்துவரச் சொல்லுதல்
- பள்ளரது மறுமொழியும் புறப்பாடும்
- ஆயரது வருகை
- ஆயரது தோற்றம்
- கிடை பெருமை
- கிடை அமர்த்துதல்
- கிடை விவரம்

ஆகிய நிலைகளின்கீழ் அறிந்துகொள்ளலாம்.

பண்ணையார் ஆயரை அழைத்துவரச் சொல்லுதல்

நிலவுடைமையாளர்கள் பண்ணையார் என்று அழைக்கப் பெற்றனர். இவர்கள் உழவுக்கு முன்பு வேலையாட்களை அழைத்து, தம்முடைய பெரிய நிலத்திற்கு எரு வைக்கும் பொருட்டு,

எண்ணளவிலா நிலத்துக் கெருவைக்க
வேணுமென்று துன்னுபண்ணை யாண்டகையுஞ்
சொன்னபடியே (வையாபுரி.104:2-5)

ஆட்டினத்தைப் பேணும் ஆயரை அழைத்துவரச் சொல்வர். இப்படிச் சொல்லும்போது, ‘குற்றமற்ற கண்ணனது குடியினரான இடையர்’ என்றும், ‘கொச்சை இடையர்’ என்றும், ‘ஆட்டிடையர்’ என்றும் குறிப்பிட்டுக் சொல்வதைப் பள்ளு இலக்கியங்கள் மொழிகின்றன.

பள்ளரது மறுமொழியும் புறப்பாடும்

பண்ணையாரின் ஆணைப்படி, ஆயர் இருக்கும் இடம்தேடிப் பள்ளர் செல்வார். செல்லும்போது, தாம் திறமையுடன் தமது வயலெல்லாம் உரமேற்றத் தகுதியான ஆடுகளையுடைய ஆயர்களை அழைத்துவருவேன் என்று சொல்லிச் செல்வார். பள்ளர், பண்ணையாருக்கு மறுமொழியாக,

திட்டமுடன் சிவகிசிச் செவ்வேள் பண்ணை உரமேற்ற
மட்டிலாத ஆடுகொண்டு வருவேன் (வையாபுரி.105:1-2)

என்றும்,

மையப்புயல்போலும் வடிவழகர் பண்ணைவயல்
அப்படியே தப்பாமல் ஆடுவைக்க வேணுமென்றே
ஒப்பரிய பள்ளன் உவந்து பண்ணை யாண்டவனார்
செப்பியவாறு ஆயர்மனை தேடி நடந்தானே
(முக்கூடல்.75:1-4)

என்றும் கூறியபடி ஆயர் தங்கிருக்கும் மனை தேடித் பள்ளர் புறப்படுவார்.

மேலும்,

பாக்கியம் மிகுந்த தென்னிளசைப்
பண்ணை வயலுறமேற்ற
சீக்கிரத் திலாடு கொண்டு
திரும்புவே னாண்டே
அட்டி யேதனி யான்சென்
றாயரிட முரைத் தாட்டைக்
கெட்டியாய் வயல்தோறுங்
கிடை வைப்கே னாண்டே
....
மேழிகையில் பிடித்துழுது
வீட்டுக்கு மாட்டை விடும்
நாழீ கையலாடு கொண்டு
நான் வருவேனாண்டே (எட்டை.114:1-12)

என்று முக்கூடலில் உள்ள பண்ணை வயலெல்லாம் உரமேற்ற பொழுது சாய்வதற்குள் ஆட்டுக்குட்டிகளையும் சிறுசிறு குடில் களையும், ஆட்டுப்பட்டிகளையும் கொண்ட ஆயர்களை அழைத்து வரப் பள்ளர் புறப்பட்டார்.

ஆயர் வருகை

பள்ளர், ஆயரிடம் சென்று கிடை வைக்க வரும்படி அழைத்தவுடன் 'தானும் வாரேன் வாரோமென்று தங்கள் தங்கள் ஆடுகளும் குட்டிகளும் குடாப்புகளும் கொண்டு சேகரித்துக்கொண்டு பட்டிப்போட' பலரும் வந்தனர். ஆட்டுக் கிடை அமர்த்துவதற்குத் தேவையான பொருட்களுடன், ஆடு, ஆட்டுக்குட்டி, ஆட்டுக்குட்டிகளைக் கவிழ்க்க வைத்திருக்கும் குடாப்பு, கிடைக்கால் இவற்றை எடுத்துக்கொண்டு, கைகளில் பெரிய தடிகளைச் சுழற்றிக்கொண்டு, சினம் கொண்டவரைப் போலச் சிங்கமென நடந்து வந்தனர்.

ஆயர்கள் வரும் காட்சியை,

கண்டார் பயப்படத் கையிற் சுழற்றுதடி
செண்டாடிக் கொண்டு பள்ளன் சென்றழைத்த
சொற்படியே (வந்தனர்) (முக்கூடல்.81:1-2)

என்று முக்கூடற்பள்ளும்

சிங்கேறுபோல் நடந்து செங்கைத் தடி சுழற்றி
வெங்கோபம் கொண்டு பள்ளன் விண்டழைத்த
சொற்படியே (வந்தனர்) (எட்டை.115:1-2)

என்று எட்டையபுரப் பள்ளும் குறிப்பிடுகின்றன. மேலும்

கதிக்கும் கோவிற் குடியான பேய்வெட்டி
காளைக் கோனும் கனதுகை ஆடும்
குதிக்கும் சேர் இளம் குட்டியும் குட்டிக்
குடாப்புடன் கிடைக்காலும்தான் கொண்டு
(கண்ணுடை.78:1-4)

ஆட்டுக்கிடை அமர்த்த இடையர்கள் வந்துசேர்ந்தனரென்று கண்ணுடையம்மன் பள்ளு குறிப்பிடுகிறது.

ஆயரது தோற்றம்

வயலில் கிடை அமர்த்துவதற்கு வரும் ஆயரின் தோற்றத்தையும் குணத்தையும் அவர்கள் ஆட்டினை ஓட்டிச் செல்லும் நடையையும் எட்டையபுரப் பள்ளு குறிப்பிடுகிறது.

பட்டைநாமம் போட்டுக்கொண்டு
பல்லைப் பல்லைக் காட்டிக்கொண்டு
குட்டியும் ஆட்டையும் ஓட்டிக்கொண்டு
கோனார் வந்து தோன்றினாரே
கையில் கடைகோல் தூக்கிக்கொண்டு
கம்பால் ஆம்டைத் தாக்கிக்கொண்டு
நெய்யின் முடைகள் வீசவீச
நெட்டைக் கோனார் தோன்றினாரே
முடுக்கி ஆட்டைத் துரத்திக்கொண்டு
முன்னும் பின்னும் நிரத்திக் கொண்டு
தடிக் கம்பையும் ஊன்றிக்கொண்டு
தன்மக்கோனார் தோன்றினார்
ஒற்றையில் அப்பின ஆட்டை
யூசூசூ என்று ஓட்டிக்கொண்டு
குற்றம் சற்றும் இல்லாமல் எட்டக்
கோனார் வந்து தோன்றினாரே (எட்டை. 116:1-16)

இடையர்கள் நாமம் போடுபவர்கள் என்றும், கையில் தடியை வைத்துக்கொண்டு அதை வீசிவீசி, நரைத்த தம் மீசையை முறுக்கிக்கொண்டு நடப்பர் என்றும், துவளுமளவிற்குப் பாசி சட்டையை அணிந்திருப்பர் என்றும் வையாபுரிப்பள்ளு குறிப் பிடுகிறது.

இடையரது மேனி பால் மணம் வீசும் என்றும், உடலில் பதினெட்டு இடங்களில் நாமமிட்டிருப்பர் என்றும் ஒரு கையில் கோலும் மறுகையில் பால்கறக்கும் கடைக்காலும் கொண்டிருப்பர் என்றும் முக்கூடற்பள்ளு குறிப்பிடுகிறது.

கிடைப் பெருமை

ஆயர்கள் தங்களது ஆட்டின் வளத்தையும் எந்தச் சூழலையும் எதிர்கொள்ளும் தன்மையையும் பெருமையாகப் பேசுவர். இதனை,

வந்த கோனார்கள் தம்மை வாஞ்சையுடனே குடும்பன்
சிந்தை மகிழ்ந்து பண்ணைச் செய்யில் உரமேற்றுமென்ன
விந்தையுடன் சொல்லுமந்த வேளையினில் கேள் எனவே
தந்திரமாய் ஆட்டின் தகமையது சொல்லுவானே

(எட்டை.117:1-4)

என்று எட்டையபுரப் பள்ளு தெரிவிக்கிறது.

தங்களுடைய ஆடுகள் அனைத்தும் குறும்பாடுகள் என்றும், பாம்பும் புலியும் ஆட்டை ஒன்றும் செய்துவிடமுடியாது என்றும், யாதக்கோனின் கிடையில் புகுந்த பாம்பு ஒன்று மிதிபட்டுப் போனது என்றும் இந்நிலப்பகுதியில் வழிவழியாகத் தாம்தான் கிடை வைத்துவருவதையும் பெருமையுடன் கூறுவர். இதனை,

பூதக்கோன் புரியாட்டைச்
சோதித்தே ஒரு பாம்பும்
புலியும் காத்திருக்குது
கலிகண்டாய் குடும்பா
யாதக்கோன் கிடைதானும்
சீதத் தண்ணீரும் கொண்டே
அவன் ஆட்டைக் கண்ட பாம்பு
துவைபட்டுச் சென்றதே (வையாபுரி.110:1-8)

என்று வையாபுரிப் பள்ளும்,

நாதக்கோன் முக்கூடல்
ஆதிக்கோன் பண்ணைவயல்
நானடா உரமேற்றும்
கோனடா குடும்பா (முக்கூடல்.83:13-16)

என்று முக்கூடற்பள்ளும் குறிப்பிடுகிறது.

கிடை அமர்த்துதல்

ஆயர்கள் தனித்து வராமல் பலரோடும் சேர்ந்துவந்து கிடை வைத்ததை உணரமுடிகிறது. சிறியளவிலான ஆட்டுத் தொகுதியில் பெரும்பலனில்லை ஆகையால், பலரோடும் சேர்ந்து பெரிய ஆட்டுத்தொகுதியாக வயலில் கிடை அமர்த்துவர். இடையர்கள் எங்கெங்குக் கிடை வைத்தனர் என்பதை,

பரம்பரம் வரும் பண்ணைக் கிராமம்
மெச்சு செந்நெல் குடி இலுப்பைக்குடி
மீதமுள்ள வயல் நிலமெல்லாம்
நிச்சயம் செய்து இடையர் வகுப்பில்
நித்தம் நூறுகிடையாடு அமைத்தே
இச்சையாய் இருபத்தோரு நாள் வயல்
எல்லாம் நான் உரமேற்றினேன் ஆண்டே

(கண்ணுடை.79:2-8)

என்ற பாடலடிகள் தெரிவிக்கின்றன.

ஒரு கிடையில் நூறு ஆடுகள் இருக்குமென்றும், அவற்றை இருபத்தொரு நாட்கள் வயலில் கிடை அமர்த்துவர் என்றும் இதன்மூலம் அறியமுடிகிறது.

கிடை விவரம்

உழவு நிலங்களில், தோட்டங்களில் என எங்கெங்குக் கிடை அமர்த்தப்பட்டன என்பது பற்றிய தகவல்களைச் செங்கோட்டுப் பள்ளு குறிப்பிடுகிறது.

ஆலடியிலும் குருந்தடியிலும் ஆத்தியடியிலும்
ஆதிக்கோன் கிடை போட்டினருந்தனன்...
வட்டமூலை வயலிலும் திருநட்ட நிலத்திலும்
வளரும் அன்பரிடத்திலும் புகழ்மாறன் பதியிலும்
அட்டகோணமும் அளவிலா விளையாட்டை நிறுத்தியே
அம்பலப் பட்டியாகினர் திருவம்பலக்கோனார்
கொடிமுல்லையிலும் மருதநிலத்திலும் குறிஞ்சி நிலத்திலும்
குளிர் நெய்தலிலும் பாலை நிலத்தில் கோவிந்தக் கோனார்
வடிவினில் சகத்திர விழியுறு மருத்துவக் கோனார்
ஆதிக்கோன் கிடை பாலைக் கிழத்தியாள் சிற்றிடைச்சியும்
அங்கங்கே கிடைபோட்டு இருந்திடும் மாயங்கள் அறிவேன்

(செங்கோ.523-526)

இப்பாடலடிகளின் மூலம், ஆலமரத்தடியிலும், குருந்தமரத் தடியிலும், ஆத்தி மரத்தடியிலும், வட்ட மூலையுடைய வயலிலும், திருநட்ட நிலத்திலும், முல்லை, மருதம், குறிஞ்சி,

நெய்தல், பாலை நிலங்களிலும் கிடை அமர்த்தி நிலத்தை வளப்படுத்தினர். வயலில் கிடை அமர்த்தும்போது உடன் இடைச்சியரும் இருந்தனர்.

ஆயர்கள் ஆட்டினைக் கிடை அமர்த்தியதாகவே பாடல் பதிவுகளுள்ளன. மாட்டினைப் பேணும் கோவலர்கள் கிடை அமைத்தமைக்கான குறிப்புகளைப் பள்ளு நூல்களில் காண முடிவதில்லை.

கருவிகள்

சங்க இலக்கிய காலகட்டத்திற்குப் பிறகு தோன்றிய இலக்கியங்களில் குழலும் கோலுமே முதன்மைத்துவம் பெற்றிருக்கின்றன எனினும் பல சிறு கருவிகளையும் காணமுடிகிறது.

பதினெண் கீழ்க்கணக்கு நூல்களில் கார்நாற்பது, ஐந்திணை ஐம்பது, ஐந்திணை எழுபது, திணைமொழி ஐம்பது, திணை மாலை நூற்றைம்பது, கைந்நிலை, திருக்குறள் ஆகிய நூல்களில் கோவினத்தாயர் மற்றும் புல்லினத்தாயர் குறித்த செய்திகள் காணக்கிடைக்கின்றன.

முல்லை நிலமானது கார்காலத் தொடக்கத்தில் மிகுதியான மழைப் பொழிவைப் பெற்று, தழைத்தோங்கிச் செழித்திருந்தது என்பதையும் ஆங்கு ஆவினங்களைக் காப்பாரது இனிய குழலோசை ஒலித்துக்கொண்டே இருந்ததையும், 'கானந்தலை செயக் காப்பார் குழற்றோன்ற' என்று (திணைமா.122:1) திணை மாலை நூற்றைம்பது குறிப்பிடுகிறது.

ஆக்களைக்காக்கும் கோவலர், ஆட்டினங்களைக் காக்கும் இடையர் முதலானோரின் குழல் வாசிப்பையும், மாலையில் தம் நிரைகளோடு ஊர் திரும்பும் காட்சியும் பதினெண் கீழ்க்கணக்கு நூல்களில் காணமுடிகிறது.

கோவினத்தாயர்கள், கதிரவன் மேற்கு மலைத் தொடரில் மறையும்போது தோன்றும் செவ்வானம் சூழ்ந்த மாலைப் பொழுதில் தம்முடைய பசுக்கூட்டங்களுக்குப் பின்னால் மிக்க மகிழ்ச்சியோடு புல்லாங்குழலை இனிமைபட இசைத்தபடிச் செல்வர் (ஐந்.ஐம். 7:1-3).[77]

ஆயர்கள் பசுக்கூட்டங்களை முன்னே செலுத்தி, ஆம்பல் என்னும் புல்லாங்குழலை இசைத்தபடி செல்வதை, 'ஆயர்இனம் பெயர்த்து ஆம்பல் அடைதர' (திணை. ஐ. 27:1) என்று திணைமாலை ஐம்பது குறிப்பிடுகிறது. இக்குழலோசையானது பிரிந்திருப்போருக்கு நெருப்பைப்போல் சுடும் மாலைப்பொழுது வந்துற்றதை உணர்த்துவதற்குத் தூதாக வந்ததென்பதை,

> அழல்போலும் மாலைக்குத் தூதாகி ஆயன்
> குழல்போலும் கொல்லும் படை (குறள்:1228)

என்ற குறளடிகள் அறிவுறுத்துகின்றன.

ஆநிரைகள் வரிசையாகமுன்னே செல்ல, கொன்றைப் பழத்தைத் துருவித் துளைத்து செய்த குழலினை இசைத்துக்கொண்டு கோவலர்கள் பின்னே செல்லும் அந்திவேளையை,

> கொன்றைக் குழலூதிக் கோவலர் பின்னிசைத்துக்
> கன்றம ராயம் புகுதர (ஐந். எழு. 22:1-2)

என்ற அடிகள் காட்டுகின்றன. அக்குழலோசையானது துன்பத்தி லிருப்போருக்குக் கொடுமையான ஓசையாக இருக்குமென்பதை,

> கொன்றை கொடுகுழ லூதிய கோவலர்
> மன்றம் புகுதரும் போழ்து (30:3-4)

என்ற கைந்நிலை பாடலடிகள் உணர்த்துகின்றன.

ஆட்டினங்களை மேய்க்கும் இடையர்கள் 'பால்வாய் இடையர்' (கைந்.35) எனக் குறிப்பிடப்பட்டுள்ளனர். இவர்கள் கார்கால மழையில் தாம் நனைந்து விடாமல் இருக்க உதவும் ஓலைப்படலையும் படுத்துறங்கப் பறி என்னும் படுக்கையையும் கொண்டிருப்பர். ஆடுகளைப் பிரித்துவைக்க வைத்திருக்கும் பிரியோலையை, இரவு நேரங்களில் இரைத்தேடி வரும் நரிகளை விரட்டுவதற்குப் பயன்படுத்துவர். அப்பிரியோலையை அசைத்து நரிகளை அதட்டும்போது அவை அஞ்சி ஓடும். இக்காட்சியை,

> பறியோலை மேலொடு கீழா விடையர்
> பிறியோலை பேர்த்து விளியாக் கதிப்ப
> நரியுளையும் யாமத்தும் (திணை. நூற்.113:1-3)

என்னும் பாடலடிகள் காட்டுகின்றன. மாலைப் பொழுதில் இவ் விடையர், இனிமையான தீங்குழலை இசைப்பர் என்பதை,

பால்வாய் இடையர்
தெரிவிலர் தீங்குழல் ஊதும்பொழுது (கைந். 35:2-3)

என்ற பாடலடிகள் உணர்த்துகின்றன.

பக்தி இலக்கியங்களில், ஆனாயநாயனார் கோலும் குழலும் வைத்திருந்ததைப் பெரியபுராணம் குறிப்பிடுகிறது. நாலாயிர திவ்ய பிரபந்தங்கள், கோவலர்கள் தாழைக் குடையை வைத் திருந்ததையும் அதனை வெயிலுக்குக் குடையாய்ப் பயன்படுத்தி யதையும் தெரிவிக்கின்றன (திருப்.258:1-3). இளைய எருதுகளை மேய்ச்சலுக்கு அழைத்துச் செல்லும்போது அவற்றின் கழுத்துமணி ஓசை எழுப்பும் என்பதையும், கோவலர்கள் தம் கைகளில் கோடரியும் புல்லாங்குழலும் வைத்திருப்பர் என்பதையும்

மேட்டுஇளமேதிகள் தளைவிடும் ஆயர்கள்
வேய்குழல் ஓசையும் விடைமணிக்குரலும்
ஈட்டிய இசை திசை பரந்தன (திருப்பள்ளி. 920:1-3)

என்று தொண்டரடிப் பொடியாழ்வார் குறிப்பிடுகிறார்.

கோவலர்கள், பசுவிடம் கறந்த பாலைக் காவடிகளில் தூக்கி வருவர் (திருப்.227:1-3), கயிறுகளால் பின்னப்பட்ட உறிகளையும், கடினமான தடிகளையுடைய கோடரியினையும், தாழைப் பாய்களையும் கொண்டிருப்பர். இதனை,

கொண்ட தாள்உறி கோலக்கொடு மழுத்
தண்டினர் பறியோலைச் சயனத்தார் (திருப். 17:1-2)

என்று குறிப்பிடுகிறார் பெரியாழ்வார்.

வெட்சிப்போர்

சீவகசிந்தாமணி, வேடவர்களுக்கும் ஆயர்களுக்கும் இடையே நிகழ்ந்த வெட்சி – கரந்தைப் போரினைக் குறிப்பிடுகிறது

ஆநிரைக் கவரப்பெறுதல்

மலைப்பகுதிகளில் வேட்டைத் தொழில் புரிந்துவாழும் வேடர்கள், ஆயர்களது ஆநிரைகளைக் கவர்ந்துகொள்ளும்

செயலைத் திருத்தக்கதேவர் எடுத்துரைக்கிறார். தொடக்கக் காலத்தில் நிரைகவர்தலும் மீட்டலுமான போர்கள் இவ்வாறே நிகழ்த்தப்பெற்றன என்பதை இப்போரின்வழி உய்த்துணர முடிகிறது.

ஆயர்களது ஆநிரைகள் இளவேனிற் காலத்தில் மலைப் பகுதிகளுக்கு மேய்ச்சலுக்கு வரும்போது, முன்பே திட்டமிட்டபடி வேடர்கள் அவற்றைச் சூழ்ந்து நின்று, ஆயர்களுடன் போர் செய்து பசுக்கூட்டங்களைக் கவர்ந்து கொண்டனர் என்பதையும் வேடர்களது தாக்குதலை எதிர்கொள்ள முடியாமல் ஆயர்கள் மத்திடைப்பட்ட தயிர்போலச் சிதறியோடியதையும் திருக்கத் தேவர் எடுத்துரைக்கிறார் (சீவக.:415-423).

ஆயர்களின் மூலாதாரமான ஆநிரைகள் கவரப்பெற்றச் செய்திக் கேட்ட ஆய்ச்சியரின் பரிதாப நிலையையும் புலம்பலையும் பாடல்கள் எடுத்துரைக்கின்றன.

தயிர்க் கடையும்போது தெறித்துவிழும் தயிர்ப்புள்ளிகள் மொய்த் திருக்கும் தோள்களையுடைய ஆய்ச்சியர்கள் (சீவக.423:3), வலையில் சிக்கிய மான்போலவும் மயில் போலவும் துன்புற்றனர்.

> *வலைப்படு மான்என மஞ்ஞை யெனத்தம்*
> *முலைப்படு முத்தொடு மொய்க்குழல் வேய்ந்த*
> *தலைப்படு தான்மலர் மாலை பிணங்க*
> *அலைத்த வயிற்றின ராய்அழு திட்டார் (சீவக.424:1-4)*

என்றவாறு, மார்பில் கிடந்த முத்துமாலை, கூந்தலில் சூட்டியிருந்த முல்லை மலர் மாலையுடன் சிக்குற வயிற்றில் அடித்துக்கொண்டு அழுதனர் (சீவக.424:1-4). மேலும், தொழு வத்தில் கட்டப்பட்டிருந்த இளங்கன்றுகளைத் தழுவிக்கொண்டு 'இனி நீர் எங்ஙனம் வாழ்வீர்? நும் அன்னையரை வேடர்கள் கவர்ந்துகொண்டு போயினரே' என்றும்,

> *எம்அனை மார்இனி எங்ஙனம் வாழ்குவீர்*
> *நும்அனை மார்களை நோவ அதுக்கி*
> *வெம்முனை வேட்டுவர் உய்த்தன ரோஎனத்*
> *தம்மனைக் கன்றொடு தாம்புலம் புற்றார் (சீவக.425:1-4)*

என்றும் கதறியழுவதன் மூலம் அவர்களின் இரக்க இயல்பை அறியமுடிகிறது.

ஆநிரைகளை மீட்கச் சென்ற ஆயர்படை, தம் கோடரியும் குழலும் தெறித்துவிழ (*சீவக.422:1*), வேட்டுவர்களிடம் தோல் வியுற்றதை அறிந்து, தயிரும் பாலும் நெய்யும் கலந்து ஆறுபோல் ஓடும் இடைச்சேரி மிக்க துன்பமுற்றது என்று கோவிந்தையார் இலம்பகம் குறிப்பிடுகிறது. ஆயர்கள் தம்மைக் காத்துக்கொள்ளும் பொருட்டு, ஆயர்-படைவீரர்களைக் கொண்டிருந்தனர் என்பது இதன்மூலம் பெறப்படுகிறது.

ஆயர்களுக்கென அரசன் ஒருவன் இருப்பதையும், ஆநிரைக் கவரப்பெற்றதை அறிந்து, தம்முடைய படைவீரர்களை அனுப்பி அவற்றை மீட்டுவர முயன்றதையும் இங்கு அறிகிறோம். அப்படையும் வேடர்களிடம் தோல்வியுறவே, அவ்வாநிரைகளை மீட்டுவருவோருக்குத் தம் மகளையே மணமுடித்துத் தருவ தாக அறிவிப்பதிலிருந்து, கால்நடைகளின் செல்வாக்குப் புலப்படுகிறது.

அறிதல்சார் பண்பாட்டுக்கூறுகள்

இயற்கை, ஆயர்கள் மலர் சூடுவதையும், ஆயர்களது நம்பிக் கைகளையும் விளையாட்டு மற்றும் வழிபாடு ஆகிய கூறுகளை அறிதல்சார் பண்பாட்டுக் கூறுகளாக அறியமுடியும்.

மலர் சூடுதல்

பதினெண் கீழ்க்கணக்கு நூல்களில் ஆயர்கள் மிகச்சிறந்த பூமாலையினைச் சூடியிருப்பர் என்றும் அம்மாலையினை வண்டுகள் சூழ்ந்து ஆரவாரிக்கும் என்றும்

> *குருந்தலை வான்படலைசூடிச் சுரும்பார்ப்ப*
> *ஆயன் புகுதரு போழ்து (ஐந். எழு. 26:1-2)*

என்ற பாடலடிகள் மூலம் அறிய முடிகிறது.

காப்பியங்களில் ஆயர்களது சுற்றுச்சூழல் விவரிக்கப்பட் டுள்ளது. சீவகசிந்தாமணியில் ஆயர்கள் வாழும் பகுதியில் கார்கால வரவைக் கண்டு முல்லை மலர்கள் பூக்கலாயின.

அவ்வாறு பூத்து நிறைந்த பூக்களைப் பசுக்கூட்டங்கள் தங்களை அணையவரும் கன்றுகள் என்று நினைத்து தம் மடிசுரந்து பால்பொழிந்தன என்பதை,

> சில்அம் போதின்மேல் திரைந்து தேனுலாம்
> முல்லை கால்எனப் பூப்ப மொய்ந்நிரை
> புல்லு கன்றுஉளிப் பொழிந்து பால்படும் (சீவக. 413:1-3)

என்ற அடிகள் உணர்த்துகின்றன.

ஆயமகளிரும் ஆய ஆடவரும் தம்முடைய செறிந்த கூந்தலில் குளிர்ந்த முல்லை மலர்மாலையை அணிந்திருந்தனர் (சீவக.424:3, 485:1). அம்முல்லை மாலைகளைப் பற்களால் கிழித்த நாரினால் சேர்த்துத்தொடுத்திருந்தனர் (சீவக.438:2).

நம்பிக்கைகள்

ஆயர்களிடையே செய்வினைப்பயன் குறித்த நம்பிக்கையும், சகுனம் பார்க்கும் வழக்கம் இருந்துள்ளதையும் அறியமுடிகிறது. சிலம்பும் சீவகசிந்தாமணியும் ஆயர்கள் நம்பும் தீய சகுனங்களைக் குறிப்பிடுகின்றன.

செய்வினைப்பயன்

ஆயர்களிடையே செய்வினைப்பயன் குறித்த நம்பிக்கையைத் திணைமாலை நூற்றைம்பது பதிவுச்செய்துள்ளது. இப்பிறப்பில் செய்யும் வினைப்பயனை இப்பிறப்பிலேயே ஒருவன் அடைவான் என்றும், இதனை அறியாத அறிவிலிகளே மறுபிறப்பில் வினைப் பயனை எய்துவர் என்று திணைமாலை நூற்றைம்பது (திணை. நூற்:123:1-2) இயம்புகிறது.

தீய நிமித்தங்கள்

நிமித்தங்கள் மூலம் தமக்கு வரப்போகும் துன்பங்களை உய்த்துணரும் இயல்பினர்களாகச் சிலப்பதிகாரத்தில் ஆயர்கள் காட்டப்பட்டுள்ளனர். நெய்யளக்கும் முறைக்காகத் தயிர்த் தாழியருகே கயிறும் மத்துமாக வரும் மாதரியும், அவள் மகள் ஐயையும் அடுத்தடுத்துக் காணும் காட்சிகளைத் தீய நிமித்தங் களாக உணருகின்றனர்.

தயிருக்காகக் குடங்களில் உரையிடப்பட்டிருந்த பால் தோயாமலிருப்பதையும், தொழுவில் கட்டப்பட்டிருந்த எருத்தின் கண்களிலிருந்து நீர் வழிந்து கொண்டேயிருப்பதையும் உரியிலே வைத்த வெண்ணெயை உருக்கினாலும் உருகாமலிருப்பதையும் ஆட்டுக்குட்டிகள் தம் துள்ளலை மறந்து சோர்ந்திருப்பதையும் பசுக்கள் கதறுவதையும் அவற்றின் கழுத்து மணிகள் நிலத்தில் அறுந்து கிடப்பதையும் கண்ட மாதரி, ஏதோ தீமையொன்று வரப்போகிறது என்பதை அறிகிறாள். இதனை,

குடப்பால் உறையா குவிஇமில் ஏற்றின்
மடக்கண்நீர் சோரும் வருவது ஒன்றுண்டு
உறிநறு வெண்ணெய் உருகா உருகும்
மறி தெறித்து ஆடா வருவது ஒன்றுண்டு
நான்முலை ஆயம் நடுங்குபு நின்று இரங்கும்
மான்மணி வீழும் வருவது ஒன்றுண்டு (சிலம்பு:2.17:11-16)

என்று அறிவுறுத்துவதன் மூலம் அறிகிறோம்.

சகுனம் பார்த்தல்

ஆயர் மன்னர்களிடம் மிகப்பெரிய ஆநிரைக்கூட்டங்கள் இருந்துள்ளன. பிற ஆயர்களது ஆநிரைகளுக்கும் அரசனே பாதுகாவலனாக இருந்துள்ளான். ஆயர்கள் மலைப்பகுதிகளில் ஆநிரைகளை மேய்ச்சலுக்காக ஓட்டிச்செல்வர். தொகுதியான அக்கால்நடைகளுக்கு இடையே காரிப்புள் என்னும் பறவை பறந்தால், அது அழிவுக்கான அறிகுறியாகக் கருதினர். எனினும், அழிவுக் கருதி, ஆக்களைப் பட்டினிப்போட முடியாததாகையால் காவலை அதிகப்படுத்தி இளவேனிற் பருவத்தில் மலைப் பகுதிகளில் மேய்ச்சலுக்கு அவற்றைச் செலுத்துவர்.

விளையாட்டு

ஆய ஆடவர்களின் வீரவிளையாட்டான ஏறுதழுவலைச் சிலப்பதிகாரம் பதிவுசெய்துள்ளது. ஆயமகளிர் குரவையாடுதல், சிற்றில் இழைத்தல், நீராடல் போன்ற விளையாட்டுகளை நிகழ்த்தியுள்ளமைப் பற்றியும் இலக்கியங்கள் விவரிக்கின்றன.

குரவையாட்டம்

சிலப்பதிகாரக் காலகட்டத்தில் ஆயர்களிடையே இருந்த குரவையாட்ட முறைகளையும் குரவையாடுவதற்கான காரணங் களையும் ஆய்ச்சியர் குரவை பதிவுசெய்துள்ளது.

குரவையாடுவதால் பசுக்களுக்கும் கன்றுகளுக்கும் தமக்கும் வந்துற்ற துன்பம் ஒழியும் என்று நம்பப்பட்டது. ஆட்டத்தின் பாடுபொருளாக ஏறுகோள் நிகழ்ச்சியும், கண்ணன் தன் அண்ணன் பலராமனோடு விளையாடிய பிள்ளைப்பருவ நாடகங்களும், நப்பின்னையோடு கண்ணன் ஆடிய ஆட்டங்களும் இருந்தன.

ஆட்டமுறை

ஏழு பெண்களால் நிகழ்த்தப்படும் ஆட்டவகை குரவை யாகும். இவ்வேழு பெண்கள் வரிசையாக நிறுத்தப்பட்டு ஒவ்வொருவருக்கும் புனைப் பெயரிடப்படும். இவர்களில் மூவர் மாயவனாகவும் பலராமனாகவும் நப்பின்னையாகவும் பாத்திரமேற்பர். மாயவனாக நிற்பவளின் தோளில் துளசி மாலையைச் சூட்டி, கூத்த நூலில் கூறியுள்ளபடி குரவையாடுவர். ஏழுபெண்களும் முதலில் சமநிலையாக நின்று நடுவிரலையும் மோதிர விரலையும் முன்னால் மடக்கி மற்ற இரண்டு விரல் களையும் கோர்த்து, ஒவ்வொருவரும் மற்றவரது கரம் பிணைத்து வட்டமாக வளைந்து ஆடுவர்.

ஏழு பெண்களுக்கும் சிலப்பதிகார ஆய்ச்சியர் குரவை, குரல், துத்தம், கைக்கிளை, உழை, இளி, விளரி, தாரம் என்று பெயரிட்டுள்ளது. இதில் குரல் மாயவனாகவும், துத்தம் நப்பின்னையாகவும், இளி பலராமனாகவும் பாத்திர மேற்பர். குரல் (மாயவன்), இளியை (பலராமனை) நோக்கி, ‘பரப்பு உற்ற கொல்லைப்புனத்துக் குறுந்தொசித்தான் பாடுதும் முல்லை தீம்பாணி’ என்று கூறிக் குரவையாட்டம் தொடங்குகிறது. இங்குக் குரலும் விளரியும் மத்த சுரத்திலும், துத்தம் வலிசுரத்திலும் இளி சமசுரத்திலும், பாடுவர். மேலும், துத்தத்தோடு பாடுதலில் துணை யாக விளரி இணைந்து கொள்வர்.[78]

குரவையாட்டப் பொருண்மைகள்

குரவையாட்டத்திற்கு ஏறுதழுவலும், கண்ணனது இளம்பருவ நிகழ்வுகளும் புராணக்கதைகளும் பாடுபொருள்களாக உள்ளன.

சிலப்பதிகாரத்தில் ஏறுதழுவல்

சங்க இலக்கிய கலித்தொகை – முல்லைக்கலிக்குப் பிறகு சிலப்பதிகாரத்தின் ஆய்ச்சியர் குரவையில் ஏறுதழுவல் சுட்டப் பெற்றுள்ளது. ஆயர் பெண்கள் சிறுவயது முதல் வளர்த்துவரும் காளையைத் தழுவி வெல்லும் ஆயவீரரையே மணந்தனர் என்பதை,

தொழூவிடை ஏறுகுறித்து வளர்த்தார்
எழுவர் இளங்கோதையார் (சிலம்பு.2.17:எ.கா.)

என்கிறது ஆய்ச்சியர் குரவை. மேலும் தொழூவில் பலவகை காளைகள் நிறுத்தப்பட்டிருந்தன என்பதையும் அறியமுடிகிறது.

காரி எருத்து, நெற்றியில் சுட்டியுடைய காளை, நுண்ணிய புள்ளிகளையுடைய வெள்ளைக் காளை, பொன்னிறப் புள்ளிகளையுடைய வெள்ளைக்காளை, வெற்றி மிக்க இளைய காளை, தூய வெள்ளை நிறமுடைய காளை எனப் பல்வேறு காளைகளை ஆயரிளைஞர்கள் தழுவி, அக்காளைக்குரிய பெண் களை மணந்தனர் என்பதை ஆய்ச்சியர் குரவை தெளிவு படுத்துகிறது.

இங்குப் பெண்களை வரைவதையே முதன்மை நோக்கமாகக் கொண்டு ஏறுதழுவல் நிகழ்த்தப்பெற்றதை உணரமுடிகிறது.

குரவையுள் புராணக் கதைகள்

மாயவனின் இளமைகால விளையாட்டுகள், குரவையின் பாடுபொருளாக விரிகின்றன. இதில் பல்வேறு புராணச் செய்திகள் இடம்பெற்றுள்ளன.

கண்ணன், வஞ்சனையாக வந்து நின்ற கன்றினைக் குறுந் தடியாகக் கொண்டு விளாமரக் கனியினை உதிர்த்த நிகழ்வும், வாசுகி என்னும் பாம்பைக் கயிறாகக் கொண்டு மேரு மலையை

மத்தாக்கிக் கடலைக் கடைந்த நிகழ்வும், வஞ்சகமாக வந்து நின்ற குருந்த மரத்தினை முறித்த நிகழ்வும், யமுனையில் நீராடிய பெண்களின் ஆடையை ஒளித்துவைத்து விளையாடிய ஆட்டமும் காளிந்தியாற்றில் நப்பின்னையின் உள்ளத்தைக் கவர்ந்த நிகழ்வும் பாடல்களாகப் பாடப்பெற்று குரவையாட்டம் நிகழ்த்தப்பெற்றது.

ஏறுதழுவலின் வளர்ச்சி

சங்க இலக்கிய காலகட்டத்தில் நிகழ்த்தப்பெற்ற ஏறு தழுவலுக்கும், சிலப்பதிகார காலகட்டத்தில் நிகழ்த்தப்பெற்ற ஏறுதழுவலுக்கும் இடையே மிகப்பெரிய வேறுபாடுகள் அல்லது வளர்ச்சி நிலையைக் காணமுடிகிறது.

ஏறுதழுவல் தொடக்கத்தில் ஊர்முதுபெருந் தெய்வங்களை வணங்கித் தொழுப்புகும் காட்சியும், சூளுரைத்து காளையைத் தழுவும் காட்சியும் இயல்பாகச் சங்க இலக்கிய காலத்தில் காணமுடிந்தது. வரைவு பொருட்டு நிகழ்த்தப்பெறினும், காளை யைத் தழுவும் வீரம் மிகச்சிறப்பாகப் பாடல் முழுமையும் பேசப்பட்டது. ஏறுதழுவல் முடிந்த பிறகு, வீரர்களும் அவர் களுக்குரிய பெண்களும் இணைந்து அவர்தம் வீரத்தைப் புகழ்ந்து ஆடிப்பாடி குரவையாடியதைக் காணமுடிகிறது.

சிலப்பதிகாரக் காலகட்டத்தில் ஏறுதழுவல் நிகழ்வு ஆயரிடம் தான் வழக்கிலிருந்தது. இப்போது, திருமணம், முதன்மை நோக்கமாக இருந்தது. குரவையாட்டம் முழுக்கமுழுக்க காளை யைத் தழுவிய வீரரின் புகழைப் பாடாமல் முல்லைநிலக் கடவுளாகத் திருமாலின் பெருமைகளைக் கொண்டே நிகழ்த்தப் பெற்றது. கண்ணனது பிள்ளைப்பருவ நிகழ்ச்சிகள் குரவை யாட்டப் பாடுபொருள்களாக மாற்றம் பெற்றன. எனினும், குரவையாட்ட முடிவில் பாண்டிய மன்னனையும் தெய்வத்தையும் பரவும் மரபு பேணப்பட்டதை அறியமுடிகிறது.

வழிபாடு

ஆயர்களிடையே இயக்கி வழிபாடு, நெடுமால் வழிபாடு என இருவேறு வழிபாட்டு முறைகள் இருந்தமையைச் சிலம்புப் பகர்கிறது.

இயக்கி வழிபாடு

இயக்கி என்னும் பெண் தேவதையை ஆயர்கள் வழிபட்டனர். 'பாண்டிய நாட்டில் இக்கடவுள் இசக்கி என்று அழைக்கப்படுவாள் என்றும், இவளுக்கு ஆரியங்காளை என்னும் வேறொரு பெயர் உண்டென்றும், இவள் கணவன் இருக்கும்போதே துறவு பூண்டு தெய்வமானவள் என்றும்' ந.மு.வேங்கடசாமி குறிப்பிடுகிறார்.[79] கி.பி.3ஆம் நூற்றாண்டுக்கும் கி.பி. 6ஆம் நூற்றாண்டுக்கும் இடைப்பட்ட காலத்தில் சமண சமயத்தவராலும் பௌத்த சமயத்தவராலும் வடநாட்டிலிருந்து இயக்கி வழிபாடு தமிழ் நாட்டிற்குக் கொண்டுவரப்பட்டது என்றும், ஆரியர் இந்திய நிலப்பரப்பிற்குள் வருவதற்கு முன்னரே இவ்வழிபாடு இந்தியத் தொல்குடியினரிடம் இருந்ததாகவும் வெ.வேதாசலம் குறிப்பிடு கிறார்.[80]

சிலப்பதிகாரம், இயக்கி வழிபாட்டு முறையை விவரிக்கிறது. அறம்புரிகின்ற நெஞ்சத்தையுடைய ஆயர்கள் நிறைந்துவாழும் புறஞ்சேரியில் கோயில் கொண்டிருக்கும், பூப்போன்ற கண் களையுடைய இயக்கிக்குப் பால்சோறு படைத்து ஆயர் குலப்பெண், மாதரி வழிபட்டதை,

அறம்புரி நெஞ்சின் அறவோர் பல்கிய
புறஞ்சிறை மூதூர்ப் பூங்கண் இயக்கிக்குப்
பால்மடை கொடுத்துப் பண்பிற் பெயர்வோள்
ஆயர் முதுமகள் மாதரி என்போள்

(சிலம்பு.2.15:115-118)

என்று சிலம்பு எடுத்துரைக்கிறது. இதன் மூலம் ஆயர்கள் சிற்றூர் தெய்வங்களை வழிபட்டதை அறிமுடிகிறது.

நெடுமால் வழிபாடு

ஆயர்கள் வழிபட்ட திருமால் வழிபாட்டையும், வழிபடு பொருட்களையும் துன்பமாலை பகுதி குறிப்பிடுகிறது. அசைந்த சாயலையுடைய ஆயர்குல முதுமகள் வையைக் கரையிலிருந்த திருமாலின் கோயிலுக்குச் சென்று வழிபட்டதையும், திருமாலுக்கு மலரும், புகையும், அணியும், சந்தனமும், மாலையையும் சார்த்தி வழிபட்டதையும்,

ஆயர் முதுமகள் ஆடிய சாயலாள்
பூவும் புகையும் புனைசாந்தும் கண்ணியும்
நீடுநீர் வையை நெடுமால் அடிஏத்தத்
தூவித் துறைபடியப் போயினாள் (சிலம்பு:2.18:2-5)

என்ற பாடலடிகள் உணர்த்துகின்றன.

நெறியியல்சார் பண்பாட்டுக்கூறுகள்

ஆயர்களிடையே இருந்த குடிவழக்குகள், பல்வேறு விழுமி யங்கள், திருமணம், விருந்தோம்பல் உள்ளிட்ட நெறிதல்சார் பண்பாட்டுக்கூறுகளைச் சங்க காலத்துப் பிற்கால இலக்கியங் களிலும் காணமுடிகிறது.

குடிவழக்குகள்

கோனார்

கோவலர்கள் கோனார், கோபாலர் என்று அழைக்கப் பெற்றதைப் பக்தி இலக்கியங்களில் காணமுடிகிறது.

கோனாரை அடியேன் அடி
கூடுவது என்கொலோ (திருவாய்.3429:7-8)

என்று நம்மாழ்வார் கண்ணனைக் கோனாரே என்று விளிக்கிறார். ‘கோனார்’ என்னும் சொல்வழக்குப் பதினைந்து நூற்றாண்டுகளாக வழக்கிலிருந்து வருவதை, இதன்மூலம் அறியலாம்.

ஆயர்களது பெயர்கள்

ஆட்டிடையர்களின் பெயர்களைச் சிற்றிலக்கியமான பள்ளு இலக்கியங்களில் காணமுடிகின்றன. விடை கோனார், பூதக் கோன், யாதக்கோன், வேதக்கோன், கோனேரிக்கோன், ஆதிக் கோன், நெட்டைக் கோனார், தன்மக் கோனார், எட்டக்கோனார், சடையக் கோனார், புங்கக் கோன், கந்தக்கோன், திருவம் பலக்கோனார், கோவிந்தக் கோனார், மருத்துவக்கோனார் போன்ற பெயர்கள் ஆய்விற்கு எடுத்துக்கொள்ளப்பட்ட பள்ளு இலக்கியங் களிலிருந்து பெறப்படுகின்றன.

விழுமியங்கள்

ஆக்களைக் காத்து அரும்பணிச் செய்யும் ஆயர்களது வாழ்க்கைத் தீமையில்லாதது என்பதை,

ஆகாத்து ஓம்பி ஆப்பயன் அளிக்கும்
கோவலர் வாழ்க்கை ஓர் கொடும்பாடு இல்லை
(சிலம்பு.2.15:120-121)

என்ற அடிகள் வாயிலாகப் போற்றுகிறது சிலப்பதிகாரம்.

ஆயர்குடி

பக்தி இலக்கியமான நாலாயிர திவ்ய பிரபந்தத்தில் ஆயர்கள் காட்டிலே தங்கி வாழும் 'காடு வாழ் சாதி' என்கிறாள் ஆண்டாள் (நாச்சி.624:2). மேலும், கன்றூட்டிப் பசுக்கள் பலவற்றைக் கறப்பவர்களும், பகைவர்களின் பலம் அழிய அவரிடம் தேடிச் சென்று போர் செய்பவர்களும் உடைய குற்றமற்றது கோவலர்குடி என்பதை,

கற்றுக் கறவைக் கணங்கள் பலகறந்து
செற்றார் திறல் அழியச் சென்று செருசெய்யும்
குற்றம் ஒன்று இல்லாத கோவலர் (திருப்பா. 484:1-3)

என்று குறிப்பிடுகிறாள்.

ஆயரின் விருந்தோம்பல்

சிலப்பதிகார ஆயர்கள், விருந்தினை மிக்க இன்முகத்தோடு வரவேற்றனர். கண்ணகியை அடைக்கலப்பொருளாகப் பெற்ற இடைக்குல மாதரி, இரும்பேர் உவகைக்கொண்டாள் என்கிறார் இளங்கோ. விருந்தாக வரப்பெற்றோருக்குத் தனிக்குடிலைத் தந்தும், பல்வகை உணவுப்பொருட்களோடு புதிய கலங்களையும் தந்துதவும் ஆயர்களின் பெருந்தன்மையினைச் சிலப்பதிகாரப் பாடல்கள் மூலம் அறியமுடிகிறது. மேலும், விருந்தினர் அமர் வதற்குத் தாலப்புல்லில் வேய்ந்த தவிசினையும், உணவு உண்ண வாழை இலைகளையும், உண்டபின் (வெற்றிலை பாக்கு) தாம்பூலம் தரிக்கும் காட்சிகளையும் பாடல்கள் மூலம் அறியமுடிகின்றன.

ஆயர் திருமணம்

சீவக சிந்தாமணியில் ஆயர்களது ஆநிரைகளைக் கவர்ந்து சென்ற வேடவர்களை வென்று அவற்றைச் சீவகன் மீட்டுவந்தான். ஆய அரசன் நந்தகோன் கோவிந்தன், தாம் அறிவித்தபடி தம்

மகள் கோவிந்தையைச் சீவகனுக்கு மணம் முடிக்க ஏற்பாடு செய்தான். திருமணம், மான்கள் கடித்துப் பழகியதால் கடை குறைந்த முல்லையும் இருவாட்சியும் சூழ்ந்த பந்தரில் நடை பெற்றது. இதனை,

மான்கறி கற்ற கூழை மௌவல்சூழ் மயிலைப் பந்தர்க்
கான்சொரி முல்லைத் தாரோன் கடிவினை முடிக என்றான்

(சீவக.485:3-4)

என்ற அடிகள் அறிவுறுத்துகின்றன.

நன்னீராட்டும் சடங்கு

திருமணத்திற்கு முன், மணமகளுக்கு நன்னீராட்டும் சடங்கு நடத்தப் பெறுவதைச் சீவகசிந்தாமணி காட்டுகிறது. ஆய்ச்சியர்கள் பலர் ஒன்றுகூடி, நாழி உழக்கில் இருந்த நெய்யினைப் பசுவின் இளங்கன்றுகள் மேய்ந்து நின்று கழித்த அருகம்புல்லில் தோய்த்து எடுத்து, நீண்டு வளர்ந்த கரிய கூந்தலையுடைய கோவிந்தையின் தலையிலே தடவி, 'ஊழிதோறும் ஊழிதோறும் பசுவும் தொழுவமும் போன்று நீயும் நின் கணவனும் ஒருங்கே மூப்புற்று நெடுங்காலம் வாழ்க' என்று மனங்குளிர வாழ்த்தி, அகப்பையால் நீரைச் சொரிந்து நன்னீராட்டினர். இதனை,

நாழியுள் இழுதுநாகு ஆன்கன்றுதின்று ஒழித்தபுல் தோய்த்து
ஊழிதோறும் ஆவும் தொழும்போன்று உடன்மூக்க என்று
தாழிருங் குழலி னாளை நெய்தலைப் பெய்து வாழ்த்தி
மூழைநீர் சொரிந்து மொய்கொள் ஆய்ச்சியர் ஆட்டினாரே

(சீவக.487)

என்று பாடலால் அறியலாம்.

திருமணம்

நன்னீராட்டும் சடங்கிற்குப்பின் மணமகளை அலங்கரிக்கும் காட்சியைக் காணமுடிகிறது. நெய்யை விற்றுப் பெற்ற புதிய பொன்தோட்டையும் ஒளிவிடும் அழகிய குழையையும் நீக்கி, மங்கலத்துக்குரிய காதணியை அணிவித்தும் பின்னப்பட்ட மாலையைச் சூட்டியும், இலையில் இருந்த சந்தனத்தைப்

பூசியும் கோவிந்தைக்கு மணக்கோலம் செய்வித்தனர். பின் மணவிழா நடைபெறும் பந்தருக்கு, ஏறுகோட்பறை முழங்க அழைத்துச்செல்லப்பட்டனர்.

நந்தகோன் கோவிந்தன், நீர் நிரப்பப்பெற்ற அழகிய கலசத்தைக் கையில் ஏந்தி, சீவகனிடத்தில் நீரை வார்த்துக்கொடுத்தான். சீவகன் தன் நண்பன் பதுமுகனுக்கு என்று சொல்லி, அந்நீரை ஏற்றுக்கொண்டான். இவ்வாறு திருமணம் நிறைவுற்றது.

சங்க கால ஆயர் பெண்கள், மலர் தூவி நடத்துவித்த திரு மணமுறை, சீவகசிந்தாமணி காலத்தில் நீரைத் தாரைவார்த்துக் கொடுத்து மணம் செய்விக்குமாறு மாற்றம் பெற்றிருப்பதை அறியலாம்.

மணப்பரிசம்

பெண் வீட்டார் மாப்பிள்ளைக்கு மணப்பரிசம் தந்த காட்சி யைக் கோவிந்தையார் இலம்பகம் காட்டுகிறது. பதுமுகனுக்குக் கோவிந்தையை நீர்வார்த்து மணம் செய்வித்த நந்தகோன் கோவிந்தன், மணப்பரிசமாக இரண்டாயிரம் இளம் பசுக்களையும், பசும்பொன்னால் செய்யப்பெற்ற ஏழு பாவைகளையும் வழங் கினான். இதன் மூலம் மணப்பரிசம் பெறும் வழக்கம் காப்பியக் காலத்திலேயே இருந்துள்ளது.

★ ★ ★

சங்க இலக்கிய முல்லைத்திணைப் பாடல்களின் மூலம் அத்திணைசார் பண்டைய மக்களான ஆயர்களின் வாழ்வியலை நன்கு அறியமுடிகிறது. ஆயர்கள் பற்றிய குறிப்புகள் சங்க இலக்கியம் முழுவதும் விரவிக் கிடப்பதையும், அக்குறிப்புகளின் மூலம் ஆயர்களின் உணவு, உடை, அணிகலன்கள், வாழ் விடங்கள், தொழில்முறைகள், கருவிகள் உள்ளிட்ட பொருள்சார் பண்பாட்டுக் கூறுகளையும் ஆயர்கள் தம்மைச் சுற்றியுள்ள இயற்கை, சுற்றுச்சூழல் ஆகியவற்றைப் புரிந்துகொண்டிருந்த முறைமைகளும், பல்வேறு உயிரினங்கள் குறித்த அறிவையும் அறியமுடிவதோடு ஆயர்களது நம்பிக்கைகள், விளையாட்டுகள், தெய்வ வழிபாடுகள் முதலிய அறிதல்சார் பண்பாட்டுக் கூறு களையும், ஆயர்கள் தமக்குள் கொண்டிருந்த பல்வேறு

விழுமியங்கள், குடிவழக்குகள், மரபாண்மைகள், திருமணம், விருந்தோம்பல், பண்டமாற்று உள்ளிட்ட நெறியியல்சார் பண்பாட்டுக் கூறுகளையும் தெளிவாக அறியமுடிகிறது. இக்குறிப்புகள், நிலத்தோடும் கால்நடைகளோடும் பின்னிப்பிணைந்திருக்கும் பண்டைய ஆயர்களின் வாழ்வியலைப் புலப்படுவதோடு ஆயர் குடியின் தனித்துவத்தையும் உணர்த்துகின்றன.

நிலக்குடிகளான ஆயர்களைப் பாட்டுடைத்தலைவர்களாகக் கொண்டு பாடப்பெற்ற கலித்தொகை – முல்லைக்கலி பாடல்களில் இடம்பெற்றுள்ள ஏறுதழுவல் விளையாட்டு, சிலம்பதிகாரத்திலும் பதிவுசெய்யப்பட்டுள்ளதையும், பக்தி இலக்கியங்களில் ஆழ்வார்களால் சுட்டப்பெறும் கண்ணன் ஏறுதழுவி நப்பின்னையை மணந்ததையும் இணைந்து எண்ணும்போது ஏறுதழுவலின் தொடர்ச்சியை அறியமுடிகிறது.

முல்லைநிலத் தெய்வமான மால் வழிபாடு சங்க காலத்திலேயே கிருஷ்ண வழிபாட்டோடு இணைக்கப்பெற்று பெருந்தெய்வ வழிபாடாக உருபெற்றுவிட்டதைக் காணமுடிகிறது. ஆயினும் பல்வேறு சிறுதெய்வ வழிபாட்டை ஆயர்கள் நெடுங்காலமாகப் பேணிவருவதையும் அறியமுடிகிறது.

சங்க இலக்கிய முல்லைத்திணைப் பாடல்களில் காணமுடிகின்ற படைப்புக் கட்டமைப்பு விடுதலை, பதினெண் கீழ்க்கணக்கு நூல்களில் இல்லாமல் இருப்பதும் முல்லைத் திணையின் கருப்பொருள்கள் ஒரு சடங்காகப் பயன்படுத்தப் பட்டிருப்பதையும் உணரமுடிகிறது. பிற்கால இலக்கியங்களில் ஆயர்கள் மாலை வேளையில் குழலூதிக்கொண்டு கால்நடைகளோடு ஊர்திரும்பும் காட்சிகளே பேசப்பட்டுள்ளன.

சிலப்பதிகாரம், சீவகசிந்தாமணி ஆகிய காப்பியங்களின் மூலம் ஆயர்களது குடியிருப்புகள் பற்றிய தெளிவான பார்வை கிடைக்கிறது. ஆயர்கள் மட்டுமே வாழக்கூடிய இடங்களாக அக்குடியிருப்புகள் இருப்பதை அறியமுடிகிறது.

ஆயர்கள் கிடைப்போடும் நிகழ்வு சங்க இலக்கியங்களிலும் அதையடுத்து பிற்கால சிற்றிலங்கியங்களான பள்ளு இலக்கியங்

களிலும் பதிவாகியுள்ளதிலிருந்து இவ்வழக்கம் பன்னெடுங் காலமாகத் தமிழ் மண்ணில் இருந்துள்ளதை அறிய முடிகிறது.

ஆயர்களது திருமணங்கள் சங்க இலக்கியத்தில் மிக எளிமையாக நிகழ்ந்ததோடு ஆயர் பெண்களே திருமணத்தை நடத்தியதையும் பிறகு சீவகசிந்தாமணியில் சடங்கு முறைகளும், மணப்பரிசமாகப் பொன்னும் கால்நடைகளும் தருவதும் பெறுவதும் தோன்றிவிட்டதை உணரமுடிகிறது.

இலக்கியங்களில் இடம்பெற்றுள்ள ஆயர்களது பண்பாட்டு வாழ்வியலில் தற்போதும் தொடர்ந்துவரும் கூறுகளை, 'இன்றைய ஆயர் வாழ்வியலில் தொடரும் பண்டைய மரபுகள்' என்னும் அடுத்த இயலில் விவரிக்கப்படுகிறது.

அடிக்குறிப்புகள்

1. https://ta.m.wikipedia.org/wiki/பண்பாடு
2. பக்தவத்சலபாரதி, பண்பாட்டு மானிடவியல், 2014, ப.151-152
3. மேலது, ப.155
4. மேலது, பக். எண்.
5. அ.முத்துசாமி, சங்க இலக்கிய ஆயர் வாழ்வியல், 1993, ப.92
6. *செம்புற்று ஈயலின் இன்அளைப் புளித்து*
   மென்தினை யாணர்ந்து நந்தும் (புறம்.119:3-4)
7. *கவைக்கதிர் வரகின் அவைப்புறு ஆக்கல்*
   தாதுஎரு மறுகிற் போதொடு பொதுளிய
   வேளை வெண்பூ வெண்தயிர்க் கொளீஇ
   ஆய்மகள் அட்ட அம்புளி மிதவை (புறம்.215:1-4)
8. *சிறுதலைத் துருவின் பழுப்புஉறு விளைதயிர்*
   இதைப்புன வரகின் அவைப்புமாண் அரிசியொடு
   கார்வாய்த்து ஒழிந்த ஈர்வாய்ப் புற்றத்து
   ஈயல் பெய்து அட்ட இன்புளி வெஞ்சோறு (அகம்.394:2-5)
9. *செவ்வீ வேங்கைப் பூவின் அன்ன*
   வேய்கொள் அரிசி மிதவை சொரிந்த
   சுவல்விளை நெல்லின் அவரையம் புளிங்கூழ் (மலை.434-437)
10. *பல்யாட்டு இனநிரை எல்லினிர் புகினே*
    பாலும் மிதவையும் பண்ணாது பெறுகுவிர் (மலை.416-417)
11. *பயம்தலை பெயர்ந்து மாதிரம் வெம்ப*
    வருவழி வம்பலர்ப் பேணி காவலர்
    மழவிடைப் பூட்டிய குழாஅய்த் தீம்புளி
    செவிஅடை தீரத் தேக்கிலைப் பகுக்கும் (அகம்.311:8-11)
12. அ.முத்துசாமி, சங்க இலக்கியத்தில் ஆயர், 1993, ப. 100.

13. செற்றை வாயில் செறிகழிக் கதவின்
கற்றை வேய்ந்த கழித்தலைச் சாம்பின்
அதளோன் துஞ்சும் காப்பின் உதள
நெடுந்தாம்பு தொடுத்த குறுந்தறி முன்றில்
கோடுமுகத் துருவையொடு வெள்ளை சேக்கும்
இடுமுள் வேலி எருப்படு வரைப்பின் (பெரும்.147-154)

14. கல்லாக் கோவலர் கோலில் தொட்ட
ஆன்நீர்ப் பத்தல் (ஐங்குறு.304:1-2)

15. சேண்பால் வியன்சுரைப்
படுமணி இனநிரை உணீஇய கோவலர்
விடுநிலம் உடைத்த கலுழ்மண் கூவல் (அகம்.321:6-8)

16. கடற்றுஅடை மருங்கின் கணிச்சியின் குழித்த
உடைக்கண் நீடுஅமை ஊறல் உண்ட
பாடுஇன் தெண்மணி பயம்கெழு பெருநிரை
வாடுபுலம் புக்கென, கோடுதுவைத்து அகற்றி
ஒல்குநிலைக் கடுக்கை அல்குநிழல் அசைஇ
பல்ஆன் கோவலர்... (அகம்.399:6-11)

17. அருவி மாறி அஞ்சுவரக் கடுகிப்
பெருவறன் கூர்ந்த வேனிற் காலைப்
பசித்த ஆயத்துப் பயனிரை தருமார்
பூவாள் கோவலர் பூவுடன் உதிரக்
கொய்துகட்டழித்த வேங்கையின் (புறம்.224:12-16).

18. நெடுவிளிக் கோவலர் கூவல் தோண்டிய
கொடுவாள்ப் பத்தல் வார்ந்துஉகு சிறுகுழி (அகம்.155:8-9)

19. கழுவொடு சுடு படை சுருக்கிய தோல் கண்.
இமிழ் இசை மண்டை உறியொடு தூக்கி,
ஒழுகிய கொன்றைத் தீம் குழல் முறற்சியர்,
வழூஉ சொல் கோவலர், தம் தம் இன நிரை
பொழுதொடு தோன்றிய கார் நனை வியன் புலத்தார்.
அவ் வழி
நீறு எடுப்பவை, நிலம் சாடுபவை,
மாறு ஏற்றுச் சிலைப்பவை, மண்டிப் பாய்பவையாய்த்
துளங்கு இமில் நல் ஏற்று இனம் பல களம் புகும்
மள்ளர் வனப்பு ஒத்தன.
தாக்குபு தம் உள் பெயர்த்து ஒற்றி, எவ் வாயும்,

வை வாய் மருப்பினால் மாறாது குத்தலின்,
மெய் வார் குருதிய ஏறு எல்லாம் பெய் காலைக்
கொண்டல் நிரை ஒத்தன.
அவ் ஏற்றை
பிரிவு கொண்டு, இடைப் போக்கி, இனத்தோடு புனத்து ஏற்றி,
இரு திறனா நீக்கும் பொதுவர்
உரு கெழு மா நிலம் இயற்றுவான்,
விரி திரை நீக்குவான், வியன் குறிப்பு ஒத்தனர்.
அவரைக் கழல உழக்கி, எதிர் சென்று சாடி,
அழல் வாய் மருப்பினால் குத்தி, உழலை
மரத்தைப் போல் தொட்டன ஏறு.
தொட்ட தம், புண் வார் குருதியால் கை பிசைந்து, மெய் திமிரித்
தங்கார் பொதுவர் கடலுள் பரதவர்
அம்பி ஊர்ந்தாங்கு, ஊர்ந்தார், ஏறு.

20. ஆடுதலைத் துருவின்தோடுஏ மார்ப்ப
கடைகோல் சிறுதீ அடைய மாட்டி
திண்கால் உறியன் பானையன் அதளன்
நுண்பல் துவலை ஒருதிறம் நனைப்ப
தண்டுகால் ஊன்றிய தனிநலை இடையன்
மடிவிடு வீளை கடிதுசென்று இசைப்ப
தெறிமறி பார்க்கும் குறுநரி வெரீஇ
முள்ளுடைக் குறுந்தூறு இரியப் போகும் - (அகம்.274:4-12)

21. பேர் உறை தலைஇய பெரும் புலர் வைகறை,
ஏர் இடம் படுத்த இரு மறுப் பூழிப்
புறம் மாறு பெற்ற பூவல் ஈரத்து,
ஊன் கிழித்து அன்ன செஞ் சுவல் நெடுஞ் சால்,
வித்திய மருங்கின் விதை பல நாறி,
இரலை நல் மான் இனம் பரந்தவை போலக்,
கோடு உடைத் தலைக் குடை சூடிய வினைஞர்,
கறங்கு பறை சீரின் இரங்க வாங்கி,
களை கால் கழீஇய பெரும் புன வரகின்
கவைக் கதிர் இரும் புறம் கதூஉ உண்ட, (அகம்.194:1-10)

22. வெப்புள் விளைந்த வேங்கைச் செஞ்சுவல்
கார்ப்பெயல் கலித்த பெரும்பாட்டு ஈரத்துப்
பூழி மயங்கப் பலவுழுது வித்திப்
பல்லி ஆடிய பல்கிளைச் செவ்விக்

களைகால் கழாலில் தோடுஒலிபு நந்தி
மென்மயில் புனிற்றுப்பெடை கடுப்ப நீடிக்
கருந்தாள் போகி ஒருங்குபீள் விரிந்து
கீழும் மேலும் எஞ்சாமைப் பலகாய்த்து
வாலிதின் விளைந்த புதுவரகு அரியத்
தினைகொய்யக் கவ்வை கறுப்ப அவரைக்
கொழுங்கொடி விளர்க்காய் கோள்பத மாக (புறம்.120:1-11)

23. இதைச்சுவல் கலித்த ஈர்இலை நெடுந்தோட்டுக்
கவைக்கதிர் வரகின் கால்தொகு பொங்கழி
கவட்டுஅடிப் பொருத பல்சினை உதிர்வை
அகன்கண் பாறைச் செல்வயின் தெறீஇ
வரிஅணி பணைத்தோள் வார்செவித் தன்னையர்
பண்ணைவெண் பழத்து அரிசி ஏய்ப்ப
சுழல்மரம் சொலித்த சுளகுஅலை வெண்காழ்
தொடிமாண் உலக்கை ஊழிற் போக்கி
உரல்முகம் காட்டிய சுரைநிறை கொள்ளை
ஆங்கண் இருஞ்சுனை நீரொடு முகவா
களிபடு குழிசிக் கல்அடுப்பு ஏற்றி (அகம்.393:412)

24. புகவர்வாய்க் குழிசி பூஞ்சுமட்டு இரீஇ
நாள்மோர் மாறும் நல்மாமேனி
சிறுகுழை துயல்வரும் காதின் பணைத்தோள்
குறுநெறிக் கொண்ட கூந்தல் ஆய்மகள்
அளைவிலை உணவின் கிளைஉடன் அருத்தி
நெய்விலைக் கட்டிப் பசும்பொன் கொள்ளாள்
எருமை நல்ஆன் கருநாகு பெறூஉம் (பெரும்.: 159-165)

25. கைம்முயன்று
ஞெலிகோல் கொண்ட பெருவிறல் ஞெகிலிச்
செந்தீத் தோட்ட கருந்துளைக் குழலின்
இன்தீம் பாலை முனையின் குமிழின்
புழற்கோட்டுத் தொடுத்து மரல்புரி நரம்பின்
வில்யாழ் இசைக்கும் விரல்எறி குறிஞ்சி (பெரும்.:178-183)

26. பக்தவத்சலபாரதி, பண்பாட்டுமானிடவியல், 2014, ப.158

27. மட்டம் பெய்த மணிக்கலத்து அன்ன
இட்டுவாய்ச் சுனைய பகுவாய்த் தேரை
தட்டைப் பறையின் கறங்கும் (குறுந்.193:1-3)

28. படுமழை பொழிந்த பயம்மிகு புறவின்
நெடுநீர் அவல பகுவாய்த் தேரை
சிறுபல் இயத்தின் நெடுதெறிக் கறங்க (அகம்.154:1-3)

29. செறிமணல் நிவந்த களர்தோன்று இயவில்
குறுமோட்டு மூதாய் குறுகுறு ஓடி
மணிமண்டு பவளம் போல காயா
அணிமிகு செம்மல் ஒளிப்பன மறைய (அகம்.375:11-14)

30. நெடும்செம் புற்றம் ஈயல் பகர (ஐங்குறு.497:2).

31. ... ஈண்டுநம் வரவினைப்
புள்அறி வுறீஇயின கொல்லோ... (நற்.161:9-8)

32. திண்தேர் நள்ளி கானத்து அண்டர்
பல்ஆ பயந்த நெய்யின் தொண்டி
முழுதுடன் விளைந்த வெண்ணெல் வெஞ்சோறு
எழுகலத்து ஏந்தினும் சிறிதுஎன் தோழி (குறுந்.210:1-4)

33. மகளிர் அயர்ந்தனர் ஆடும்
கழங்குஉறழ் ஆலியொடு கதழ்உறை சிதறி (அகம்.334:7-8)

34. தொல்காப்பியம், பொருளதிகாரம், நச்சினார்க்கினியர் உரை, ப.53

35. மேலது. ப. 53

36. அ.முத்துசாமி, சங்க இலக்கியத்தில் ஆயர், 1993, ப.15

37. வி.கனகசபை, ஆயிரதெண்ணூறு ஆண்டுகளுக்கு முற்பட்ட தமிழகம், 2008 ப.57

38. இரா.அரங்கராசன், சங்க இலக்கியத்தில் ஆயர் வாழ்வியல், 2003 ப.23

39. கலி.101:15,21,27; கலி.103:10-17; கலி.104:7-17

40. அவ்வழி முள்எயிற்று ஏஎர் இவளைப் பெறும் இதுஓர்
வெள்ளேற்று எருத்து அடங்குவான்
ஒள்ளிழை வார்உறு கூந்தல் துயில்பெறும் வைமருப்பின்
காரிகதன் அஞ்சான் கொள்பவன் ஈரரி
வெரூஉப்பிணை மான்நோக்கின் நல்லாட் பெறூஉம்இக்
குரூஉக்கண் கொலையேறு கொள்வான் வரிக்குழை
வேயுறழ் மென்தோள் துயில்பெறும் வெம்துப்பின்
சேஎய் சினன் அஞ்சான் சார்பவன் என்றாங்கு (கலி.104:18-25)

41. எழுந்தது துகள்
    ஏற்றனர் மார்பு
    கவிழ்ந்தன மருப்புக்
    கலங்கினர் பலர் (கலி.102:21-24)

42. மால்கடல் (பெரும்பா.487); செந்தமிழ் சொற்பிறப்பியல் பேரகரமுதலி, தொகுதி 7, பகுதி 1, பக். 433, 448

43. க.த.திருநாவுக்கரசு, தமிழர் நாகரிகம், ப.156

44. மேவார் விடுத்தந்த கூந்தற் குதிரையை
    வாய்பகுத் திட்டுப் புடைத்த ஞான்று இன்னன்கொல்
    மாயோன் என்று... (கலி.103:53-55)

45. பால்மதி சேர்ந்த அரவினைப் கோள்விடுக்கும்
    நீல்நிற வண்ணனும் (கலி.104:37-38)

46. அம்சீர் அசையியல் கூந்தற்கை நீட்டியான்
    நெஞ்சம் பிளந்திட்டு நேரார் நடுவண்தன்
    வஞ்சினம் வாய்த்தாலும் (கலி.101:18-20)

47. ஆரிருள் என்னான் அருங்கங்குல் வந்துதன்
    தாளின் கடந்துஅட்டுத் தந்தையைக் கொன்றானைத்
    தோளின் திருகுவான் போன்ம் (கலி.101:30-33)

48. புரிபுமேற் சென்ற நூற்றுவர் மடங்க
    வரிபுனை வல்வில் ஐவர் அட்ட
    பொருகளம் போலும் (கலி.104:57-59)

49. பக்தவத்சலபாரதி, பண்பாட்டுமானிடவியல், 2014, ப.159

50. மேலது. ப.150

51. வ.சுப.மாணிக்கனார், தமிழ்க்காதல், 2009, ப.191

52. மேலது, ப.192.

53. க.பூரணசந்திரன், முல்லை சான்ற கற்பு, காலச்சுவடு – 131, நவம்பர் 2010

54. அருந்ததி விண்மீன், சப்த ரிஷி மண்டலத்தின் ஒரு பகுதி விண்மீன் குழு என்றும், இரவு நேரங்களில் வடக்கு வானில் மிக எளிதாக அடையாளம் காணக்கூடிய விண்மீன் தொகுதி இவை என்றும் கூறப்படுகிறது. இத்தொகுதியில் உள்ள இரண்டு விண்மீன்களும் வசிட்டரும் அவரது மனைவி அருந்ததியும் என்று புராணங்கள் இயம்புகின்றன. மேலும், இவ்விண்மீன் மண்டலத்தில் உள்ள விண்மீன்கள் யாவும் பூமியில் வாழ்ந்த சப்த ரிஷிகளே

என்றும், இவர்களில் வசிட்டர், அருந்ததி தவிர, ஏனையோர் இரம்பை, மேனகை, ஊர்வசி போன்ற வான தேவதைகளிடம் நிலைதடுமாறியிருந்தனர் என்றும் அவர்தம் மனைவியரும் இந்திரனை எண்ணி தன்னிலை இழந்திருந்தனர் என்றும், ஆனால் வசிட்டரும் அருந்ததியும் அன்பு நெறி வழுவாது எப்போதும் இணைந்தே இருந்தனர் என்றும் புராணங்கள் இயம்புகின்றன.

55. பக்தவத்சலபாரதி, பண்பாட்டுமானிடவியல், 2014, ப.161

56. *அரைசுபடக் கடந்துஅட்டு ஆற்றில் தந்த*
முரைசுகெழு முதுகுடி முரண்மிகு செல்வற்குப்
சீர்மிகு சிறப்பினோன் தொல்குடிக்கு உரித்தெனப்
பார்வாளர் முத்தமொடு படுகடல் பயந்த...
தீதின்று பொலிகென... (கலி.105:1-6)

57. *மலிதிரை ஊர்ந்துதன் மண்கடல் வௌவலின்*
மெலிவின்றி மேற்சென்று மேவார்நாடு இடம்படப்
புலியொடு வில்நீக்கிப் புகழ்பொறித்த கிளர்கெண்டை
வலியினான் வணக்கிய வாடாச்சீர்த் தென்னவன் (கலி.104:1-4)

58. *...குடஞ்சுட்டு*
நல்லினத்தாயர் எமர் (கலி.113:9-10)

59. சுப. அண்ணாமலை (உ.ஆ.), கலித்தொகை, 2003, பக்.396-397

60. *மண்ணிமா சற்றநின் கூழையுள் ஏறுஅவன்*
கண்ணிதந் திட்டது எனக்கேட்டுத் திண்ணிதாத்
தெய்வம்மால் காட்டிற்று இவட்கென நின்னைஅப்
பொய்யில் பொதுவிற்கு அடைசூழந்தார் தந்தையோடு
ஐயன்மா ரெல்லாம் ஒருங்கு (கலி.107:31-35)

61. *அகன் பெரும் சிறப்பின் தந்தை பெயரன்* (ஐங்குறு.403:3)

62. *....மார்பின்*
குறும்பொறிக் கொண்ட சாந்தமொடு
நறுந்தண் ணியன்கொல் (நற்.394:7-9)

63. *இலையில் பிடவம் ஈர்மலர் அரும்பப்*
புதலிவர் தளவம் பூங்கொடி அவிழ
பொன்னெக் கொன்றை மலர மணிஎனப்
பல்மலர் காயாங் குறுசினை கஞல
கார்தொடங்கின்றே காலை (நற்.242:1-5)

64. விலைவேண்டார் எம்இனத்து ஆயர்மகளிர்
கொலையேற்றுக் கோட்டிடைத் தாம்வீழ்வார் மார்பின்
முலையிடைப் போலப் புகின் (கலி.103:71-73)

65. தருமணல் தாழப்பெய்து இல்பூவல் ஊட்டி
எருமைப் பெடையொடு எமர்ஈங்கு அயரும்
பெருமணம் எல்லாம் தனித்தே ஒழிய (கலி.114:12-14)

66. வரைப்பில் மணல்தாழ பெய்து திரைப்பில்
வதுவையும் ஈங்கே அயர்ப (கலி.115:19-20)

67. இருங்கிளை ஞெண்டின் சிறுபார்ப்பு அன்ன
பசுந்தினை மூரல் பாலொடு பெறுகுவீர் (பெரும்.:167-168)

68. குறுந்தாள் வரகின் குறள் அவிழ்ச் சொன்றி
புகர்இனர் வேங்கை வீ கண்டன்ன
அவரைவான் புழுக்குஅட்டி, பயில்வுற்று
இன்சுவை மூரல் பெறுகுவீர் (பெரும்.:192-196)

69. பல்யாட்டு இனநிரை எல்லினிர் புகினே
பாலும் மிதவையும் பண்ணாது பெறுகுவீர் (மலை.:416-417)

70. செவ்வீ வேங்கைப் பூவின் அன்ன
வேய்கொள் அரிசி மிதவை சொரிந்த
சுவல்விளை நெல்லின் அவரையம் புளிங்கூழ்
அதற்குஇடை உழந்தறும் வருத்தம் வீட
அகலுள் ஆங்கண் கழிமிடைந்து இயற்றிய
புல்வேய் இரம்பைக் குடிதொறும் பெறுகுவீர் (மலை.:440-443)

71. வருவழி வம்பலர்ப் பேணி காவலர்
மழவிடைப் பூட்டிய குழாஅய்த் தீம்புளி
செவிஅடை தீரத் தேக்கிலைப் பகுக்கும் (அகம்.311:15-17)

72. இடைக்குல மடந்தையர் இயல்பிற் குன்றா
மடைக்கலம் தன்னொடு மாண்புடை மரபின்
கோளிப்பாகல் கொழுங்கனித் திரள்காய்
வாள்வரிக் கொடுங்காய் வாழைத் தீங்கனி
சாலிஅரிசி தம்பால் பயனொடு... (சிலம்பு.2.16:22-28)

73. மிளைசூழ் கோவலர் இருக்கை அன்றிப்
பூவல் ஊட்டிய புனைமான் பந்தர்க்
காவல் சிற்றில் கடிமனைப் படுத்து (சிலம்பு: 2.16:4-6)

74. பாறை படுதயிர் பாலொடு நெய்பொருது
ஆறு மடப்பள்ளி ஆகுலமாக (சீவக. 426:1-2)

75. கன்று தேராவின் கனைகுரலியம்ப
மறித்தோணவியத் துறிக்காவாளரோடு
செறிவளை யாய்ச்சியர் சிலர் புறஞ்சூழ (சிலம்பு.2.15:204-206)

76. நெய்ம்முறை நமக்குஇன்றுஆம் என்று
ஐயைதன் மகளைக் கூஉய் (சிலம்பு.2.17:7-8)

77. தேரோன் மலைமறைந்த செக்கர்கொள் புன்மாலை.
ஆர்ஆன்பின் ஆயன் உவந்து ஊதும் – சீர்சால்
சிறு குழலோசை (ஐந்.ஐம். 7:1-3)

78. கலியாண சுந்தரய்யர், சிலப்பதிகார மூலமும் அரும்பதவுரையும்
அடியார்க்கு நல்லார் உரையும், 1950, ப.192

79. ந.மு.வேங்கடசாமி குறிப்பிடுகிறார்

80. வெ.வேதாசலம், இயக்கி வழிபாடு, 1989, ப.115

2. தொடரும் பண்டைய மரபுகள்

சங்க இலக்கிய காலந்தொட்டுப் பள்ளு இலக்கிய காலம் வரையிலும் ஆயர்கள் குறித்த பண்பாட்டுத் தகவல்கள் இலக்கியங்களில் பதிவாகியுள்ளன. இவ்விலக்கியச் சான்றுகளையும் தற்போதைய ஆயர்களிடம் களஆய்வுவழி பெறப்பட்ட பண்பாட்டுத் தகவல்களையும் ஒப்புநோக்கி, அவற்றிலிருந்து தற்போது வழக்கிலிருக்கும் பண்பாட்டுக்கூறுகளை இக்கட்டுரை விவரிக்கிறது.

பொருள்சார் பாண்பாட்டுக்கூறுகள்

சங்க காலந்தொட்டு இலக்கியங்கள் சுட்டும் ஆயர்களது பொருள்சார் பண்பாட்டுக்கூறுகளில், உணவு, உடை, அணி கலன்கள், குடியிருப்புகள், தொழில், கருவிகள் முதலியவற்றின் சில குறிப்பிடத்தக்கப் பண்பாட்டுக் கூறுகள் அவர்களிடையே இன்றும் வழக்கிலுள்ளன.

உணவு

ஆயர்களின் முதன்மை உணவாகப் பால்படுபொருட்கள் விளங்குகின்றன. பசு, எருமை, ஆடு ஆகியவற்றின் பால், தயிர், மோர், வெண்ணெய், நெய் முதலியவை முதன்மை உணவுகளாக விளங்குவதோடு, சங்ககாலத்திருந்ததைப் போன்றே, பொருளாதார முக்கியத்துவம் கொண்டவையாக விளங்குகின்றன. மேலும் அரிசிச்சோறு, ஈசல் உணவு, புளிக்குழம்புகள், தேக்கிலையில் உணவு உண்பது, கள் அருந்துவது, காய்கறி மற்றும் பழவகைகளை உட்கொள்வது முதலிய இலக்கியச் சான்றுகளோடு ஆயர்களது தற்போதைய சில உணவு முறைகள் ஒத்திருக்கின்றன.

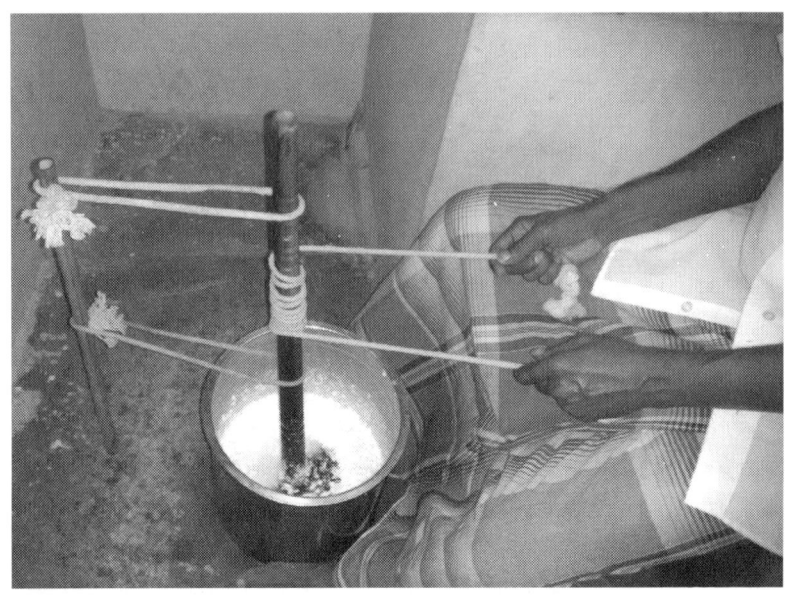

தயிர் கடைதல், விருதுநகர்

அதிகாலையில் தயிர் கடைதல், சிவகங்கை

பாலும் தயிரும்

பால் நேரடியாகவும், தயிர் நெல்லரிசிச் சோற்றுடனும் உணவாக உட்கொள்ளப்படுகின்றன. அகநானூறு,[1] மலைப்படுகடாம்,[2] புறநானூறு[3] ஆகியவற்றில் காணலாகும் வரகு மற்றும் நெல் லரிசிச் சோற்றுடன் பசுவின் தயிரையும் செம்மறியாட்டின் பழுப்புநிறத் தயிரையும் உணவாக உட்கொள்ளும் முறையைப் தற்போதும் காணமுடிகிறது. பசு, எருமை மற்றும் ஆட்டின் தயிர், மோர் போன்றவற்றை ஆயர்கள் உண்கின்றனர். ஆடு, மாடு மேய்க்கும் நண்பகல் வேளைகளில் மோரை உணவாகக் கொள்கின்றனர்.

நெல்லரிசிச் சோறு

சங்க கால ஆயர்களின் உணவுப் பட்டியலில் இருந்த அரிசி, வரகு, தினை போன்ற தானிய வகைகளில் அரிசி மட்டுமே தற்போது முதன்மை உணவாக உட்கொள்ளப்படுகிறது. நெல் லரிசியோடு பாலைக் கலந்து சிறுவர்கள் 'பாற்சோறு' உண் கின்றனர். ஆயர்கள் பாற்சோறு உண்டதை அகநானூற்றிலும்,[4] பெரும்பாணாற்றுபடையிலும்[5] மலைபடுகடாமிலும்[6] காண முடிகிறது.

ஈசல் உணவு

ஈசலை உணவாக ஆயர்கள் உட்கொண்டதைப் பற்றி அகநானூறு, புறநானூற்றுப் பாடல்கள்[7] குறிப்பிடுகின்றன. மழைக்காலங்களில் வீட்டுவாயிலிலும் விளக்கருகிலும், ஈரப் பாங்கான புற்றுகளிலிருந்தும் எழும் ஈசல்களைத் துணியை விரித்துப் பிடிக்கின்றனர். மறுநாள் காலையில் அவற்றை முறத்திலிட்டுப் புடைத்து, இறக்கைகளை அகற்றியபின், வெயிலி லிட்டு உலர்த்துகின்றனர். நன்கு உலர்த்தப்பட்ட ஈசல், அரிசிப்பொரிப் போன்றிருக்கும். இதனை நேரடியாக வெல்லத் துடன் சேர்த்தும், மோரில் கலந்தும் சோற்றோடும் உண்கின்றனர். மோரோடு ஈசலைச் சேர்த்து சங்க கால ஆயர்கள் உண்டனர். இவ்வுணவு முறை இன்றும் உள்ளது.

புளி வகைக் குழம்புகள்

புளிக்குழம்பு (கூழ்), புளிச்சாறு, புளிஞ்சோறு ஆகியவை ஆயர்களின் உணவு முறைகளில் தவிர்க்க முடியாதவைகளாக

மேய்புலத்தில் நெல்லரிசி உணவு

வீட்டில் நெல்லரிசி சோறு

ஈசல் உணவு

உள்ளன. புளிப்புச்சுவையுடைய உணவு வகைமைகள் பற்றி, புறநானூறும்[8] அகநானூறும்[9] குறிப்பிடுகின்றன. வாரத்திற்கிரு முறையாவது தத்தமது வீடுகளில் புளிக்குழம்பு செய்கின்றனர். கத்திரிக்காய் அல்லது அவரை விதையோடு புளிக்குழம்பு செய்யப்படுகிறது. அவரை விதையோடு புளியைக்கரைத்து புளிங்கூழ் செய்யப் பெற்றமைக்கு "நெல்லின் அவரையம் புளிங்கூழ்"[10] என்ற தொடர்மூலம் சான்று பகர்கிறது மலைபடு கடாம். இவ்வழக்கம் இன்றும் உள்ளது.

சங்க கால ஆயர்கள் புளிப்புச் சுவைக்கு ஆட்டின் பழப்பேறிய தயிரையும் மாட்டின் தயிரையும் பயன்படுத்தினர். தற்போதும் பயன்படுத்துகின்றனர்.

ஊன் உணவுகள்

ஆயர்கள் அரிசிச் சோற்றுடன் வெள்ளாட்டுச் தசையைச் சேர்த்து உண்டதாக மலைப்படுகடாம்[11] குறிப்பிடுகிறது. வெள் ளாடு மற்றும் செம்மறியாடுத் தசைகளையும் ஆயர்கள் அவ் வாறே உண்கின்றனர். வெள்ளாடுகளைவிட, செம்மறியாடுகளே ஆயர்களால் அதிகம் வளர்க்கப்படுவதால் செம்மறியாட்டுக் கறிகளே அதிகம் உட்கொள்ளப்படுகிறது. சோற்றோடு சேர்த்து உண்ணும்போது வெண்ணெய் அல்லது நெய் கலந்து உண்ணும் வழக்கமும் நடைமுறையில் உள்ளது. இக்காட்சியை,

> பொன் அறைந் தன்ன நுண்நேர் அரிசி
> வெண்எறிந்து இயற்றிய மாக்கண் அமலை
> தண்ணென் நுண்இழுது உள்ளீடு ஆக (மலை: 440-442)

என்ற சங்கப் பாடலில் காணமுடிகிறது.

ஆயர்கள், முயல் போன்ற சிறிய விலங்குகளை வேட்டை யாடி, அவற்றின் தசைகளைக் குழம்பாக்கிச் சோற்றோடு உண் கின்றனர். மலையோரங்களிலும் சமவெளிப் புதர்காடுகளிலும் கால்நடை மேய்க்கும்போது அகப்படும் முயல்கள் இவ்வாறு அவர்களுக்கு விருந்தாவதுண்டு. இப்படி முயல் உள்ளிட்ட விலங்குகளை ஆயர்கள் உண்டதாகச் சங்கபாடல்கள்[12] சான்று பகர்கின்றன. தற்போது ஊன் உணவுப்பட்டியலில் வெள் ளாடு, செம்மறியாடு, மீன், கருவாடு, கோழி போன்றவை முதன்மை உணவு வகைகளாக உள்ளன.

வெள்ளாட்டு இறைச்சி, மதுரை

தேக்கிலை

சில வீடுகளில் மண் பானைகளில் சமைக்கும் முறை வழக்கிலுள்ளது. குறிப்பாக, குழம்பு வகைகள் மண் சட்டி களிலேயே சமைக்கப்படுகின்றன. உணவு, தட்டுகளிலும், வாழை இலையிலும் பரிமாறப்படுகின்றன. மேய்புலத்திலும், மேய்ச்சலுக்காக மலைப்பகுதிகளுக்குச் சென்று தங்கும்போதும் அங்குள்ள தேக்கு மர இலையில் உணவுண்கின்றனர். சங்க காலத்தில் ஆயர்கள் மண் பானைகளில் உணவு சமைத்ததையும்,[13] மேய்புலத்தில் உணவினைத் தேக்கிலையில் உண்டதையும்[14] முன்பே கண்டோம்.

கள் வகைகள்

தென்னங்கள் மற்றும் பனங்கள் ஆகியவற்றை ஆயர்கள் அருந்துகின்றனர். ஆயர்கள் மழைக்காலங்களில் கள் அருந்தியதாக நற்றிணை[15] குறிப்பிடுகிறது. கள் இறக்கும் இடத்திற்கே சென்று அருந்துகின்றனர். மிகவும் வயதானவர்களில் சிலரே கள்ளை விரும்பிக் குடிக்கின்றனர். குடிப்பழக்கம் கொண்டவர்கள் பெரும் பாலும் அரசு மதுபானங்களையே நாடுகின்றனர். களஆய்வில் இருவேறு இடங்களில் மாடு மேய்க்கும்போது நண்பகல் வேளையில் மது அருந்திய சிலரை நேரில் காணமுடிந்தது.

காய்கறி மற்றும் பழங்கள்

ஆயர்கள் பல்வேறு காய்கறிகளையும் பழங்களையும் உணவாக உட்கொள்கின்றனர். அவரை, கத்திரி, பாவை, முள்ளங்கி, பீர்க்கு, புடலை, காரட், முட்டைகோஸ், வாழை, உருளை, கொத்தவரை, பீன்ஸ், முருங்கை போன்ற பலவகையான காய்கறிகளையும், கீரை வகைகளையும், மாம்பழம், வாழைப்பழம், பலாப்பழம், மாதுளை, திராட்சை, ஆரஞ்சு போன்ற பலவகையான பழ வகைகளையும் உண்கின்றனர். 'பலாக்காய், மாதுளை, வெள்ளரிக் காய், மாம்பழம், வாழைப்பழம், நெல்லரிசி போன்றவையும் இவற்றோடு பால், மோர், நெய், பாற்சோறு முதலியவற்றையும் சிலப்பதிகார ஆயர்கள்[16] உணவாகக் கொண்டிருந்தனர்.

உடை

விழாநாட்களிலும், வெளியூர்களுக்குச் செல்லும்போதும் பெரியவர்கள் வெள்ளை வேட்டி, சட்டையை உடுத்துகின்றனர். இளையவர்கள் முழுகால்சராய், சட்டை அணிகின்றனர். வயதான ஆய ஆடவர்கள் மேய்ச்சலின்போது பெரும்பாலும் ஒற்றை யாடையை உடுத்துகின்றனர். இடுப்பில் ஒரு வெள்ளை வேட்டி அல்லது கைலி மட்டுமே அணிகின்றனர். வேட்டி, காவி, வெளிர் பச்சை, வெளிர் நீலம் உள்ளிட்ட வண்ணங்களில் சாயமேற்றப்பட்டதாக இருக்கிறது. எனினும் பெரும்பாலும் வெள்ளை வேட்டியே அணிகின்றனர். சங்க காலத்தில் ஆய ஆடவர்கள் இடையில் ஒற்றையாடை உடுத்தியதையும், அதனை மடித்துக்கட்டிக் கொண்டிருப்பதையும் பெரும்பாணாற்றுபடை,[17] அகநானூற்று[18] பாடல்கள் மூலம் அறியலாம். செந்துவராடையை ஆய ஆடவர்கள் அணிந்திருந்ததாகச் சீவகசிந்தாமணி[19] குறிப் பிடுகிறது. தற்போது கோயில்களில் பூசை செய்யும் ஆயர்கள் துவராடையை அணிகின்றனர்.

பெண்கள் பல வண்ணங்களில் ஆடை அணிகின்றனர். இளம்பெண்கள் பெரும்பாலும் சுடிதார் அணிகின்றனர். மேலும் பாவாடை – சட்டை, தாவணி போன்றவற்றையும் அணிகின்றனர். அவை பல வண்ணங்களில் உள்ளன. பெரியவர்கள் நூல், வாயில், பட்டுப் புடவைகளை அணிகின்றனர். நல்ல நாட்களில் மட்டும்

சடங்கு, வழிபாட்டில் அணியப்பெறும் துவராடை உள்ளிட்ட ஆடைகள்

பட்டுப் புடவைகளை அணிக்கின்றனர். சங்க கால ஆய மகளிர் நீல நிற ஆடை உடுத்தியதையும், பட்டாடைகளை அணிந்ததையும் சங்கப்பாக்கள்[20] மூலம் அறியமுடிகிறது. ஆய மகளிர் மார்பில் கச்சைகளை அணிந்ததை 'வம்புடை முலையினாள்' (சீவக.478:1) என்னும் சீவகசிந்தாமணியின் தொடர் தெரிவிக்கிறது.

அணிகலன்

ஆய மகளிர் பல்வேறு அணிகலன்களை அணிகின்றனர். சங்க கால ஆய மகளிர், கைகளில் வளையல்களையும் காதுகளில் குழை, தாளருவி போன்றவையும், கழுத்தில் மங்கள அணியையும், காலில் சதங்கைகளையும் அணிந்திருந்தனர். தற்போதும் ஆய மகளிர் கைகளில் வளையல்களை அணிகின்றனர். அவை தங்கம், பித்தளை, கண்ணாடி ஆகியவற்றினால் செய்யப் பட்டவையாக உள்ளன. காதுகளில் பெரும்பாலும் தங்கத் தோடுகளே அணிகின்றனர். இளம்பெண்கள் நெழிகியால் செய்யப் பட்ட காதணிகளை அணிகின்றனர். திருமணமான பெண்கள், கழுத்தில் மங்கள அணியை அணிகின்றனர். திரு மணத்திற்குப் பழைய காதணி உள்ளிட்ட நகைகளுக்குப் பதிலாகப் புதிய அணிகலன்களை அணிகின்றனர். இதனைச் சீவக சிந்தா மணியிலும்[21] காணமுடிகிறது. ஆய மகளிர் அணியும் வளையல் குறித்தும் சிலப்பதிகாரம் குறிப்பிடுகிறது.[22]

தமிழ் ஆயர்கள் சிறுதாலி, பெருந்தாலி, பஞ்சாரங்கட்டி, பொட்டுத்தாலி, நாமத்தாலி உள்ளிட்ட பலவகையான மங்கள அணிகலன்களை அணிகின்றனர். கால்களில் வெள்ளி மற்றும் தங்கத்தாலான கொலுசுகளை அணிகின்றனர்.

ஆய ஆடவர்கள் மோதிரம், தங்கச் சங்கிலி தவிர்த்து வேறு அணிகலன்களை உடலில் அணிவதில்லை.

குடியிருப்பு

ஆட்டிடையரது குடியிருப்புக் காட்சியைச் சங்க இலக்கியம் காட்டுகிறது. அதே காட்சியைச் சில மாறுதல்களுடன் தற்போது காணமுடிகிறது.

வீடுகள் ஓட்டு வீடுகளாகவும், தளம் இட்ட வீடுகளாகவும் உள்ளன. தனித்தோ அல்லது தொகுதியாகவோ வீடுகள் கட்டப் பட்டுள்ளன. தனித்த வீடுகளாயின் தம் இடத்தைச் சுற்றி வேலி அமைத்துள்ளனர். உயிர் கால்களை நட்டும், முட்களாலும் வேலி அமைத்துள்ளனர். சில வீடுகளைச் சுற்றிலும் சுற்றுச்சுவர் எழுப்பப்பட்டுள்ளதைக் காணமுடிகிறது.

வீட்டிற்கு முன் தாழ்வாரம் அமைக்கப்பட்டுள்ளது. அதன் கால்களில் ஆட்டுக்குட்டிகள் கட்டப்படுகின்றன. வீட்டிற்கு அருகில் பெரிய குடாப்புகள்[23] கவிழ்த்து வைக்கப்பட்டுள்ளன. அக்குடாப்புகள் இளம் ஆடுகளை இரவு வேளைகளில் அடைத்து வைப்பதற்காகப் பயன்படுத்துகின்றனர்.

வீட்டிற்கு அருகில் தொழு அமைக்கப்பட்டுள்ளது. நீல நிற இழைகளால் ஆன வலையைக் குத்துக்கம்பிகளோடு சுற்றிலும் பிணைத்துத் தொழு அமைக்கப்பட்டுள்ளது. இதில் செம்மறி யாடுகளும் வெள்ளாடுகளும் அடைக்கப்படுகின்றன. தொழுவின் மையத்திலோ அல்லது, அருகில் உள்ள மரத்திலோ, அவ்வாட்டுக் குட்டிகளுக்குத் தேவையான தழைகுலைகளைக் கட்டி வைத்திருக் கின்றனர். இக்குலைகளை ஆட்டுக்குட்டிகள் உணவாக்கிக்கொள் கின்றன. தொழுவத்திற்கு அருகில் ஆட்டுக் கழிவுகள் மிகுதியாகக் கிடக்கின்றன.

இதே காட்சியைப் பெரும்பாணாற்றுப்படையிலும்[24] வையை ஆற்றங்கரையோரம் வாழ்ந்த ஆயர்களிடத்திலும் காணமுடிகிறது.

வீட்டில் கட்டிவைக்கப்பெற்ற உரிகளும், அதில் தயிர்த் தாழிகள், சர்க்கரை வாளிகளும் வைக்கப்பட்டிருந்தன. இக்காட்சி களைப் பெரியாழ்வாரது பாடல்களிலும்[25] காணலாம்.

ஆட்டிடையர் குடியிருப்பு, மணப்பட்டி, மதுரை

குடியிருப்பு, மதுரை

வேலிகளுடைய வீடுகள்

குடாப்புகளுக்குள் கட்டப்பெறும் தழைகள் இளம் ஆடுகளுக்கு, மதுரை

காடுகள் சூழ்ந்த பகுதிகளிலும், தனித்தும் ஆயர்கள் மட்டும் வாழ்ந்த ஆயர் சேரிகள் பற்றிப் பெரும்பாணாற்றுபடை, மலைப் படுகடாம், சிலப்பதிகாரம், சீவக சிந்தாமணி, பள்ளு முதலிய இலக்கியங்கள் குறிப்பிடுகின்றன. பொதுவாகவே, ஆயர்களது ஊர்களில் ஆயர்களைத் தவிர வேறு குழுவினரைக் காண முடிய வில்லை. சில இடங்களில் ஒருசில வேற்றுச் சாதியினர்களைக் கொண்ட ஆயர் குடியிருப்புகள் உள்ளன. எனினும் ஆயர்கள் மட்டுமே வாழும் ஆயர்சேரிகள் தற்போதும் இருக்கின்றன.

தொழில்

தற்போது ஆயர்கள் அனைத்துத் தொழில்முறைகளிலும் ஈடு படுகின்றனர். அரசியல், பாதுகாப்புத்துறை, கல்வித்துறை, வணிகம், சுயதொழில் என அனைத்துத் துறைகளிலும் பணி செய்கின்றனர். எனினும் ஆநிரை மேய்ப்பையும் மேற்கொள் கின்றனர்.

ஆநிரை மேய்ப்பது ஆயர்களின் முதன்மைத் தொழிலாகும். சங்க இலக்கியங்களில் ஆயர்கள் கால்நடை மேய்ப்பதை முதன்மைத் தொழிலாகக் கொண்டிருந்தனர். வேளாண்மைப் பணிகளையும் மேற்கொண்டிருந்தனர். தற்போதும் இத்தொடர்ச்சி யைக் காணலாம். நிலமில்லாத ஆயர்களுக்குத் தங்களுடைய கால்நடைகளே சொத்தாக உள்ளன. நிலமுடைய ஆயர் வீடுகளில், ஆண்கள் கால்நடைகளை மேய்க்கின்றனர். பெண்கள் வேளாண் பணிகளைச் செய்கின்றனர்.

ஆநிரை மேய்த்தல்

மேய்ச்சலுக்குச் செல்லும்முன், இளம் கன்றுகளைச் சிறிய கயிறுகளைக் கொண்டு தொழுவத்திலேயே கட்டிவிடுகின்றனர். நீண்ட தொலைவிற்கு ஆநிரைகளை மேய்ச்சலுக்காக ஓட்டிச் செல்கின்றனர். கைகளில் நீண்ட கோல் வைத்திருக்கின்றனர். இக்காட்சிகளைப் பெரும்பாணாற்றுப்படை,[26] அகநானூறு,[27] குறுந்தொகை[28] ஆகிய பாடல்களில் காணலாம்.

கோடைக்காலங்களில் நீர் இருக்கும் இடந்தேடி ஆநிரைகளை ஆயர்கள் செலுத்துகின்றனர். நீர் வற்றியிருக்கும்போது ஆநிரை களுக்கென உருவாக்கி வைத்திருக்கும் சிறுசிறு குளங்களுக்கு

ஆநிரைகளை வழிநடத்துகின்றனர். இவற்றைச் சங்க இலக்கியங்கள் 'ஆநீர் பத்தல்' என்று அழைக்கின்றன. கோடையின் தொடக்கக் காலங்களில் ஆற்றுப்பகுதிகளில் கைகளால் தோண்டும் பொழுது நீர் ஊறும் பகுதிகளில் தம் கைகளில் உள்ள கோலினால் குழி தோண்டி, ஊறிவரும் நீரை அருந்தச்செய்கின்றனர்; தானும் அருந்துகின்றனர். இக்காட்சியை ஐங்குறுநூற்றிலும்[29] காணலாம். பாறை பாங்கான பகுதிகளில் பாறைகளுக் கிடையில் கிடக்கும் நீருக்காகப் பாறையை உடைத்து, ஊறிவரும் நீரை அருந்தத் தேவையான வசதியுண்டாக்கிக் கால்நடைகளை அருந்தச் செய்கின்றனர். இக்காட்சியை அகநானூறிலும்[30] காணலாம்.

கால்நடைகளுக்கான ஆநீர்ப்பத்தல், சிவகங்கை

மரத்தின் தழைகளை வளைத்து கால்நடைகளுக்கு உண்ணக் கொடுப்பதும், நெடுந்தூரம் சென்றுவிடுவனவற்றை ஒலியெழுப்பி அழைப்பதும் மேய்ச்சலின் போது இயல்பாக நிகழக்கூடியன. இதனை அகநானூறும்,[31] புறநானூறும்[32] குறிப்பிட்டுள்ளன.

கார்காலங்களில் மழை பெய்துகொண்டிருக்கும்போதும் ஆயர்கள் கால்நடைகளை மேய்ப்பர். கால்நடைகளும், ஆயர்களும் மழையில் நனைந்தபடியே இருப்பர். மாலை நேரத்தில், ஆடையை மடித்துக்கட்டியவராய், கையில் நீண்ட கோல் வைத்திருக்கும் ஆயர்கள் கால்நடைகளை முன்னே செலுத்தி, நீர் சொட்டச் சொட்ட பின்னே நடந்துவருவர். இக்காட்சியை அகநானூறு[33] குறிப்பிட்டுள்ளது. ஆயர்கள் மாலையில் புல்லாங் குழல் இசைத்தபடி ஊர் திரும்புவர் என்று சங்க இலக்கியங்கள் கூறுகின்றன.

மழைக்கால மேய்ச்சல், சோழவந்தான்

மாட்டினங்களை ஊருக்குள் அழைத்துவரும் காட்சி, மணப்பட்டி

தற்போது வடுக ஆயர்களில் சிலர் கால்நடை மேய்க்கும்போது புல்லாங்குழல் இசைக்கின்றனர்.[34]

ஆயர்கள் பசுத்தொகுதிகளை மேய்த்துவிட்டு, மாலையில் வீடு திரும்பும் காட்சி, சிலப்பதிகாரம், பக்தி இலக்கியங்களில் குறிப்பிடும் காட்சிகளோடு – குழல் வாசிப்பதைத் தவிர - ஒத்துள்ளன. விருதுநகர், தேனி, திண்டுக்கல் உள்ளிட்ட மலைகள் நிறைந்த மாவட்டங்களில் வாழும் ஆயர்கள், ஆநிரைகளை மலைப்பகுதிக்கு ஓட்டிச்சென்று தங்கி, மேய்க்கின்றனர். சீவக சிந்தாமணி குறிப்பிடுவதைப் போன்று மலைப்பகுதிகளில் கால் நடைகளை மேய்க்கும் இவ்வழக்கம் இன்றும் வழக்கிலுள்ளது.

ஆயர்கள், மிகுதியான மழைக்காலங்களில் ஆட்டினங்களை மேட்டு நிலத்திற்கு[35] ஓட்டிச்செல்கின்றனர். இக்காட்சியை,

> ஆர்கலி முனைஇய கொடுங்கோல் கோவலர்
> ஏறுடை இனநிரை வேறுபுலம் பரப்பி (நெடுநல்.3-4)

என்று நெடுநல்வாடை குறிப்பிடுகிறது. இப்பகுதிகளை மேட்டுக் காடு என்று தற்போது குறிப்பிடுகின்றனர்.

ஆட்டிடையர்கள் வேளாண்மை நிலங்களில் கிடை வைப்பர். கிடை வைக்கும் காலங்களில் இரவுப்பொழுதில் தூங்காமல் ஆடுகளைக் காவல் காப்பர். கையில் உள்ள கோலைக் காலுடன் சார்த்தி, அதில் சாய்ந்துகொண்டு நிற்பர். தீ மூட்டிக் குளிர்காய்வர். ஆடுகளை ஒருங்கிணைக்க, இரவில் அவர்கள் எழுப்பும் வீளை ஒலியானது (சீட்டி), ஆடுகளை ஒருங்கிணைத்து, அவற்றைக் கவ்வ வரும் பிற விலங்குகளைத் தலைதெறிக்க ஓடச்செய்யும். இக்காட்சியை அகநானூறில்[36] காணலாம். ஆயர்கள் வயல்களில் கிடை வைப்பதை, பள்ளு இலக்கியங்களும் இயம்பியுள்ளன. இது இன்றும் வழக்கிலுள்ளது. ஆட்டுரமும் மாட்டுரமுமே நிலத் திற்கான அடியுரங்களாக இருந்துவருகின்றன.

இரவில் கிடை அமர்த்தலில் ஆயர்கள்

வேளாண்மை

சங்க காலத்தைப் போன்றே தற்போதும் ஆயர்கள் ஆநிரை மேய்த்தலோடு வேளாண்மையிலும் ஈடுபடுகின்றனர். சங்க காலத்தில் வரகு, தினை, நெல் போன்றவைப் பயிரிட்டுள்ளனர். தற்போது நெல், கரும்பு, பூக்கள், மல்லி (தனியா), காய்கறி வகைகள் போன்றவைப் பயிரிட்டு வருகின்றனர். ஆயர்களால் வரகு பயிரிடப்பட்டு அறுவடை செய்யப்பட்டதை,

பேர் உறை தலைஇய பெரும் புலர் வைகறை,
ஏர் இடம் படுத்த இரு மறுப் பூழிப்
புறம் மாறு பெற்ற பூவல் ஈரத்து,

ஊன் கிழித்து அன்ன செஞ் சுவல் நெடுஞ் சால்,
வித்திய மருங்கின் விதை பல நாறி,
இரலை நல் மான் இனம் பரந்தவை போலக்,
கோடு உடைத் தலைக் குடை சூடிய வினைஞர்,
கறங்கு பறை சீரின் இரங்க வாங்கி,
களை கால் கழீஇய பெரும் புன வரகின்
கவைக் கதிர் இரும் புறம் கதூஉ உண்ட,   (அகம்.194:1-10)
என்று அகநானூறு தெரிவிக்கிறது.

காட்டெரிப்பு வேளாண்மை

வன்புல வேளாண்மை, சிவகங்கை

வன்புல வேளாண்மை, சிவகங்கை

பெரிய தோளையும் நீண்ட செவிகளையும் கொண்ட வயதான பெண்கள், வரகு திரித்துப் புடைப்பதை அகநானூற்றுப் பாடல் காட்டுகிறது. மல்லிப் பயிரிடப் பட்டு, அறுவடை செய்து களத்துமேட்டுக்குக் கொண்டுவந்து, மாடுகளின் குளம்புகளால் துவைக்கப்பட்டு, வயதான பெண்களால் புடைக்கப்படும் இக் காட்சியை,

வரிஅணி பணைத்தோள் வார்செவித் தன்னையர்
பண்ணைவெண் பழத்து அரிசி ஏய்ப்ப
சுழல்மரம் சொலித்த சுளகுஅலை வெண்காழ்

(அகம்.393:8-10)

என்ற அகநாநூற்றுப் பாடலடிகள் குறிப்பிடுகின்றன. சிவ கங்கை மானங்காத்தான் பகுதியில் இக்காட்சியை நேரடியாகக் காணநேரிட்டது.

ஆய மகளிரின் தொழில்கள் குறித்துப் பல்வேறு செய்தி களைச் சங்க இலக்கியம் தருகிறது. அவற்றோடும், கூடுதலான பணிகளை ஆயமகளிர் செய்து வருகின்றனர்.

வீட்டிற்கு அருகில் கால்நடை கன்றுகளை ஆயமகளிர் மேய்க்கச் செலுத்துதல், மேய்புலத்தில் இருப்பவர்களுக்கு உணவு கொண்டு செல்வது, வேளாண்மைப் பணிகளைக் கவனித்துக் கொள்வது, பால்கறப்பது, தொழுவைச் சுத்தமாக்குவது, அதி காலையில் தயிர் கடைவது எனப் பல்வேறு பணிகளையும் ஆயமகளிர் செய்கின்றனர்.

காலையிலேயே தயிர் கடைந்து, வெண்ணெய் பிரித்தெடுத்து, கடைந்த மோரை விற்கக் கொண்டு செல்கின்றனர். ஆண், பெண் இருபாலருமே தயிர் விற்கச் செல்கின்றனர். பாலும் விற்பதற்கு எடுத்துச் செல்லப்படுகிறது. ஆயர்கள் மோர் விற்பதைப் பெரும் பாணாற்றுபடையும்[37] பால் விற்பதைக் குறுந்தொகையும்[38] (221) காட்டுகின்றன.

முதிய ஆய்ச்சி, மல்லி பிரித்தல், சிவகங்கை

ஆய்ச்சியரின் மேய்ச்சல் தொழில்

ஆய்ச்சியர் ஆட்டைப் பராமரித்தல்

கருவிகள்

ஆயர்கள் ஆநிரை மேய்க்கும்போது கையில் நீண்ட கோலை வைத்திருக்கின்றனர். கத்தி பொருத்தப்பட்ட நீண்ட கோலும், ஆட்டுக்குட்டிகளைக் கவிழ்க்கக் குடாப்பும், படுத்துறங்கு வதற்குக் கோரையால் செய்யப்பட்ட பறி என்னும் பாயும், தாம் நனையாமல் இருக்க தென்னங்கீற்றால் பின்னப்பட்ட கொங்காணியும், கைகளில் கத்தியும் வைத்திருக்கின்றனர். பால் கறப்பதற்குக் கலங்களும், உணவு சமைக்கும் கலங்கள், உணவு உண்ணும் கலங்கள் என வீட்டிற்குத் தேவையானவற்றையும், வேளாண்மையில் மண்வெட்டி, கடப்பாரை, நார்ப்பெட்டி, கொத்தி, கண்டங்கோடரி, கொக்கி, சுத்தி முதலான கருவி களையும் பயன்படுத்துகின்றனர். இக்கருவிகளைச் சங்க இலக் கியங்களிலும் பிற்கால இலக்கியங்களிலும் காணமுடிகின்றன.

வீட்டில் முறம், திரிகை (எந்திரம்), குதிர், உரல், உலக்கை, கூடை, முதலியவையும் குறிப்பிடும்படியான கருவிகளாகும். ஆவினங்கள் நீரருந்த நீர் சால்கள், தயிர் கடையும் தாழி, மத்து, கயிறு போன்றவையும், மாட்டினங்களின் கழுத்தில் கட்டுவதற்கு மணிகளும், கால்களுக்குச் செருப்பும், பொருட்களை வைக்க பைகளும் வைத்திருக்கின்றனர்.

இக்கருவிகள் யாவும் சங்க இலக்கியங்களில் இயம்பப் பட்டவைகளாகும். இவை அனைத்தும் தற்போதும் வழக்கில் உள்ளன.

ஆயர்கள் கைகளில் நீண்ட கோல் வைத்திருப்பதைச் சங்க இலக்கியந்தொட்டு தொடர்ச்சியாகக் குறிப்பிடப்பட்டிருப்பதைக் காணலாம்.

அறிதல்சார் பண்பாட்டுக்கூறுகள்

சங்க காலந்தொட்டு இலக்கியங்களில் பதிவாகியுள்ள ஆயர் களது சுற்றுச்சூழல், அவர்தம் நம்பிக்கைகள், விளையாட்டுகள், வழிபாடு மற்றும் வழிபாட்டு முறைகள் முதலிய அறிதல்சார் பண்பாட்டுக்கூறுகளின் தொடர்ச்சியைத் தற்போதும் ஆயர்களது வாழ்வியலில் காணமுடிகிறது.

பல்வேறு வேளாண் கருவிகள்   பறி

கொங்காணி

குடாப்பு

இயற்கை

சங்க காலத் தமிழகம் பெருமளவிலான காடுகளை உள்ளடக்கி யிருந்தது. சங்க இலக்கியங்களின் மூலம் 'வேங்கட மலைக்குத் தென்பால் புல்லி என்பவனுக்கு உரித்தான புல்லியக்காடு (நற்.14:11), அதற்குத் தென்பால் அழிசிக்கு உரித்தான ஆர்க்காடு (குறு.258, நற்.190:6), மேற்குப் பகுதியில் நன்னனுக்கு உரித் தாய் இருந்த பாழிச் சிலம்பு (அகம்.152:13), தெற்கில் ஆய் என்பவனுக்குச் சொந்தமான ஆய்கானம் (அகம்.69:18) மற்றும் ஆலங்கானம் (அகம்.36:14), முள்ளூர் கானம் (குறு.312:3), உம்பற்பெருங்காடு (அகம்.357:9), சாய்க்காடு (நற்.73:9), உறந்தைப் புறங்காடு (அகம்.122:22), வல்லத்துப்புறமிளை (அகம்.336:21), குடவாயில் மிளை (அகம்.44:17) ஆகிய காடுகளை இலக்கியங்கள் வாயிலாக அறியமுடிகின்றன.[39]

பண்டைய தமிழர்கள், 6-9மீட்டர் உயரமுள்ள மரங்களோடு முட்புதர்கள் மண்டிச் சமவெளிப் பகுதிகளில் காணப்படும் வெப்ப மண்டல முட்காடுகள், 80 பாகை வரை புழுக்கத் தன்மை கொண்ட கிழக்குக் கடற்கரை ஓரங்களில் என்றும் பசுமை மாறாமல் காணப்படும் வெப்ப மண்டல உலர் பசுமை மாறாக்காடுகள், கடல்நீர் பாய்ந்து, வற்றி உதிர்ந்த இலைகள் அழுகிக் காணப்படும் கடற்கழி மற்றும் சதுப்புநிலக் காடுகள் ஆகிய இம்மூன்று வகையான காடுகளை முல்லை நிலம் எனக் குறித்தனர்.[40] இத்தகைய நிலப் பகுதிகளில்தான் ஆயர்களது குடியிருப்புகள் அமைந்திருந்தன.

இப்பகுதிகளில் நிகழ்ந்த சுற்றுச்சூழல் மாறுதல்களை முல்லைப் பாடல்கள் சிறப்பாகப் பதிவுசெய்துள்ளன. கோடையின் இறுதியில் காணப்பட்ட பொலிவிழந்த நிலையும், அதையடுத்து வந்த மழையினால் ஏற்பட்ட வனப்பும், பனிக்காலத்தில் ஏற்பட்ட மாறுதல்களும் சங்க இலக்கியங்கள் காட்டியுள்ளவாறே தற் போதும் காணலாம். பெருமளவிலான காடுகள் அழிக்கப் பட்டு, விளைநிலங்களாகவும், குடியிருப்புகளாகவும் மாற்றப் பட்டுள்ளன. எனினும், முல்லைப் பாடல்கள் குறிப்பிடும் சூழ்நிலை மாற்றங்களைத் தற்போதும் நன்குணர முடிகிறது.

தமிழகப் பருவமழைகள்

தமிழகத்திற்குத் தென்மேற்கு மற்றும் வடகிழக்குப் பருவக் காற்றுகளால் மழைவளம் கிடைக்கிறது. தென்மேற்குப் பருவக் காற்றினால் ஜூன் மாதம் முதல் அக்டோபர் மாதம் வரை, கொங்குப் பகுதி, வைகைச் சமவெளி, திருமங்கலம் சமவெளி, திண்டுக்கல் சமவெளி, செட்டிநாட்டுச் சமவெளி, சங்கர நாராயணார் சமவெளி, காவிரிப் படுகை, காஞ்சிபுரம் – திருப்பத்தூர் இடைப்பட்ட பகுதி ஆகியவற்றிற்கு மழைவளம் கிடைக்கிறது. வடகிழக்குப் பருவக்காற்றால் அக்டோபர் முதல் டிசம்பர் மாதம் வரை தமிழகத்தின் கடலோர மாவட்டங்கள் மற்றும் கீழ்க் காவேரிச் சமவெளி, திருச்சிச் சமவெளி, முசிறிச் சமவெளி போன்ற நிலப்பரப்பிற்குக் மழை கிடைக்கிறது. தென் மேற்குப் பருவக்காற்றை விட, வடகிழக்குப் பருவக்காற்றால் அதிகளவிலான மழையைக் கடற்கரையை ஒட்டிய மாவட்டங்கள் பெறுகின்றன. தென்மேற்குப் பருவக்காற்றால் வைகை பள்ளத்தாக்குப் பகுதிகளும், கொங்குப் பகுதிகளும், சங்கரநாராயணார் சமவெளிப் பகுதியும் நல்ல மழையைப் பெறுகின்றன. பொதுவாகவே தமிழகத்தில் ஐப்பசி மாதம் நல்ல மழை கிடைக்கிறது. கீழ் வைகைச் சமவெளி, திருமங்கலம் சமவெளி, திண்டுக்கல் சமவெளி ஆகியப் பகுதிகளில் தென் மேற்குப் பருவக்காற்றாலும், வடகிழக்குப் பருவக் காற்றாலும் பல நேரங்களில் போதிய மழை கிடைப்பதில்லை. திருமங்கலம், திண்டுக்கல் சமவெளிப் பகுதிகள் செம்மண் பகுதிகளாகவும், கீழ் வைகை சமவெளி செம்பூர மற்றும் வண்டல் மண் பகுதிகளாவும் உள்ளன.[41]

செம்மண், நீரைக் குறைவாகவே தேக்கிவைக்கும் தன்மை யுடையது. நீர் படும்போது மண் இறுக்கம் ஏற்பட்டு, மண்ணின் பருவ அடத்தி அதிகமாகி, நீர் இறங்கும் திறனும், நீரைத் தக்க வைத்துக்கொள்ளும் திறனும் குறைவு. எனவே, மழை பொழிந்த சிறிது காலத்திலேயே நீர் வற்றி, வறட்சி ஏற்படும்.[42]

வேனிற்கால முடிவு

வேனிற்காலத்தில், முல்லை நிலப் பகுதிகளில் வாழும் ஆயரது ஊர்களும், ஆயர் வாழும் நிலவியல் சூழல்களும்

கடுமையான மாற்றத்திற்குள்ளாகின. காட்டு வழிகளெல்லாம் நீர் வற்றிக் கொடிய பாதைகளாயிருந்தன என்றும் (நற்.99), கதிரவன் தன் ஒளிக்கதிர்களைக் கைகளாகக் கொண்டு நிலப்பரப்பில் இருந்த பசுமை எல்லாவற்றையும் கொள்ளையிட்டுவிட்டான் என்றும், தண்ணீரே இல்லாததால் நிலம் பிளவுபட்டு வெடித்துப் போயிருந்ததென்றும் (அகம்.164), நிலம் நீரின்றி வெடித்துப் போயிருந்ததால் எருதுகள் உழாமல் சோம்பிக் கிடந்தன என்றும் (குறு.391) சங்கப் பனுவல்கள் பகர்கின்றன. இக்காட்சிகளைத் தற்போதும் காண முடிகிறது. மதுரையின் சுற்றுவட்டாரப் பகுதிகளும் (திருமங்கலம் சமவெளி, திண்டுக்கல் சமவெளி), சிவகங்கை, இராமநாதபுரம் (கீழ் வைகைச் சமவெளி) போன்ற மாவட்டங்களும் அங்கு வாழும் ஆயர் பகுதிகளும் கோடைக் காலத்தில் மேற்கண்ட காட்சிகளையொத்திருக்கின்றன.

கோடையில், ஊரில் உள்ள கண்மாய்களும், குளங்களும் முழுவதுமாக வறண்டு, அவற்றில் வாழ்ந்த நீர்வாழ் உயிரினங்கள் மடிகின்றன. அங்கு வாழும் மக்கள் குடிநீருக்காக நெடுந்தொலைவு செல்லுமளவிற்குக் குடிநீர் பற்றாக்குறை ஏற்படுகிறது.[43] பயிரிடப்பட்டிருந்த பயிர்கள் நீரின்றிக் கருகும் நிலையிலும் கிணறுகள் வறண்டும் காணப்பட்டன.[44]

பெருமளவிலான கால்நடைகளை வைத்திருக்கும் ஆயர்கள், தங்களது கால்நடைகளுக்கு மேய்ச்சல் கிடைக்காமல் கால் நடைகளோடு வேறு ஊர்களுக்கு இடம்பெயர்கின்றனர்.

கார் வருகை

கார் காலத்தின் தொடக்கத்தில் மழையின் வருகையைச் சங்க இலக்கியங்கள் சிறப்பாக எடுத்தோதுகின்றன. பெரும் இடியோசையுடன் பெருமழை பெய்து, நீர்நிலைகள் எல்லாம் நிரம்பின என்று சான்று பகர்கின்றன. முல்லை நிலப் பகுதிகளில், மழைபெய்யும்போது காணும் காட்சிகள் அப்படியே சங்க இலக்கியங்களில் வரும் மழை வருணனைகளை ஒத்திருக்கின்றன.

மேற்கண்ட சமவெளிப் பகுதிகளில் மழைபெய்யும்போது, ஊரின் நிறமே மாற்றத்திற்குள்ளாகின்றது. குளங்கள் உள்ளிட்ட நீர்நிலைகள் நிரம்புகின்றன. சிறிது நாட்களிலேயே பலவிதமான செடிகொடிகள் வளர்ந்து பசுமையைப் பரப்புகின்றன. வேற்றூர்

களுக்குச் சென்ற கால்நடைகள் சொந்த ஊருக்குத் திரும்புகின்றன. ஆயர் வீட்டு வேலிகளில் பலவிதமான கொடிகள் வளர்ந்து படர்கின்றன. மேய்ச்சல் புலத்தில் மழை பெய்யும்போது, கால் நடைகளோடு ஆயர்களும் நனைகின்றனர். கொங்காணி எனப் படும் ஓலையால் முடையப்பெற்ற தடுப்புகளைத் தலையில் பொருத்தி, ஆடுகளையும் மாடுகளையும் மேய்த்தனர். இத்தகைய கொங்காணிகளைப் பற்றி அகநானூறு[45] குறிப்பிடுகிறது. மழையில் நனையாமல் இருக்கக் குடைகளையும் பயன்படுத்துகின்றனர்.

கூதிர்காலம்

மழைக்காலத்திற்கு அடுத்து வந்த கூதிர்காலத்தின் குளிர்காற்று எல்லோரையும் வருத்தியது. அதிகாலையில் வீசும் குளிர் காற்று உடலை நடுங்கச் செய்கிறது. ஆயர்கள் அக்குளிரை எதிர்கொள்ள கம்பளிப் போர்வைகளை வைத்திருக்கின்றனர். குடாப்புகளைக் கவிழ்த்து, அதனுள் கம்பளியால் போர்த்திக்கொண்டும் நெருப்பு மூட்டி வெப்பத்தைச் சேகரித்துக்கொண்டும் இருந்தனர்.[46] இக் காட்சிகளைக் குறுந்தொகை,[47] நெடுநல்வாடை[48] உள்ளிட்ட சங்கப் பாடல்களில் காணமுடிகின்றன.

நம்பிக்கைகள்

ஆயர்கள் தம் வாழ்வியலில் பல்வேறு நம்பிக்கைகளைக் கொண்டுள்ளனர். நல்லநேரம் (நிமித்தம்) பார்ப்பது வழக்கமாக உள்ளது. ஒருசெயலைச் செய்யும் முன் நல்ல சொற்களைக் கேட்டுச் சென்றால் அது நல்ல விதமாக முடியும் என்ற 'நற்சொல்' கேட்பது குறித்து முல்லைப்பாட்டிலும், இடக்கண் துடிப்பது நன்மை நிகழப்போவதற்கு அறிகுறி என்பதைக் கலித்தொகையிலும் (101:44-45) காணமுடிகிறது.

சுவற்றில், பல்லி ஒலியெழுப்புவதற்குப் பல்வேறு பலன் களைச் சொல்கின்றனர். பல்லி ஒலி எழுப்பியதால் தலைவி நம்பிக்கை பெற்றாள் என்று நற்றிணை (169:2-3) குறிப்பிடுகிறது.

காக்கைகள் விருந்தினை அறிவிக்கும் என்ற நம்பிக்கை, ஏறக் குறைய அனைத்து மக்களிடமும் உள்ளது. இது நெடுநாளைய நம்பிக்கையாகும். இதனை நற்றிணை (161:8-9), குறுந்தொகை

(210:1-6) ஆகிய பாடல்களில் காணமுடிகிறது. இறந்த முன் னோர்களுக்குப் படையலிடும்போது முதலில் காகத்திற்கே உணவு வைக்கப்படுகிறது. அது உண்ட பிறகுதான் வீட்டில் உள்ளோர் உண்கின்றனர்.

நற்சொல் கேட்கும் வழக்கம் நடைமுறையில் உள்ளது. சாதா ரணமாகப் பேசும்போதுகூட நல்ல சொற்களைப் பேசுவதே அது நல்ல விதமாக நடந்து முடிவதற்குச் சமம் என்கின்றனர். அபசகுனமாகப் பேசுவதைத் தவிர்க்கின்றனர். பிள்ளைகளுக்கும் அறிவுறுத்துகின்றனர். நற்சொல் கேட்கும் இவ்வழக்கத்தையும் முல்லைப் பாடல்களில் காணமுடிகிறது (முல்லை.:12-17). வினைப்பயன் குறித்து 'அவரவர் வினைப் பயனை இப்பிறப்பு முடிவதற்குள் ஏற்பார்கள்' என்று திணைமாலை நூற்றைம்பது[49] குறிப்பிடுவது போலவே, ஆயர்கள் எண்ணுகின்றனர்.

மலைப்பகுதிகளுக்கு மாடுகளை ஓட்டிச் செல்லும்போது ஆயர்கள் சகுனம் பார்க்கிறார்கள். சகுனக்குருவி என்னும் பறவை, மாடுகளுக்கு முன்னேபறந்து, ஒலியெழுப்பிக்கொண்டே சென்றால் நல்ல சகுனம் என்றும் எதிர்த் திசையில் ஒலியெழுப்புக்கொண்டு சென்றால் அது தீயசகுனம் என்றும் கூறுகின்றனர். சீவகசிந்தாமணிக் குறிப்பிடும் காரிப்புள்[50] இதுவாக இருக்கலாம்.

தயிர் தோயாமல் இருப்பதையும், கன்றும் மாடும் கத்திக் கொண்டே இருப்பதையும், கால்நடைகளின் வழக்கமான நட வடிக்கைகள் இல்லாவிட்டாலும் அது துன்பத்திற்கான அறி குறி யாக எண்ணுகின்றனர். இவை சிலப்பதிகாரத்திலும் தீநிமித்தங் களாகவே இயம்பப்பெற்றுள்ளன. ஆயர்களிடையே இவை குறித்த அச்சம் உள்ளது.

விளையாட்டு

ஆயர் சிறுமிகளும் இளம் பெண்களும் நொண்டி, பல்லாங்குழி, கழங்காடல் (கல்லாங்காய்) போன்ற விளையாட்டுகளை விளை யாடுகின்றனர். குளங்களுக்கும் கண்மாய் முதலிய நீர்நிலை களுக்கும் செல்லும்போது, ஈரமண்ணில் வீடுகட்டி விளை யாடுவதும் நீந்தி விளையாடுவதையும் காணமுடிகிறது. இவற்றில் கழங்காடல் குறித்து அகநானூறு,[51] நற்றிணைப்[52] பாடல்களும் ஈர மண்ணில் வீடு கட்டி விளையாடும் சிற்றில் இழைத்தலைக் கலித்தொகையும் (111:8-9) குறிப்பிடுகின்றன.

கழங்காடும் ஆயச் சிறுவர்கள்

ஆயர் சிறுவர்களும், இளம் ஆண்களும் கோட்டிப்புல், கபடி, பச்சைக்குதிரை, கோலி போன்ற விளையாட்டுகளும், இரண்டு ஆண் ஆடுகளை மோதவிட்டும், காளைகளை மோதவிட்டும் விளையாடுகின்றனர்.

ஏறுதழுவல்

சங்க காலத்தில் ஏறுதழுவல் ஆய ஆடவர்களது வீர விளை யாட்டாகவும், மணவினைக்குரியதாகவும் இருந்தது. ஆயர் களுக்கே உரித்தாயிருந்த இவ்விளையாட்டு, இன்று அனைத்துச் சமூகத்தினரும் பங்கு கொள்ளும் பொது விளையாட்டாக மாற்றம் பெற்றுள்ளது. காளையைத் தழுவிய பெருமையோடு, தழுவியதால் கிடைக்கும் பரிசுப்பொருளும் பெருமைத் தரக் கூடியதாக எண்ணுகின்றனர். சல்லிக்கட்டுக் காளையை வைத் திருப்பதே பெருமைக் குரியதாகக் கருதுகின்றனர்.

காளையைத் தழுவும் இத்தகைய வீர விளையாட்டு, தமிழகத்தின் அடையாளங்களுள் ஒன்றாகும். இவ்விளையாட்டு சங்க காலத்திலிருந்தே வழக்கிலிருந்து வருகிறது. கலித்தொகை – முல்லைக்கலியின் முதல் ஏழு பாடல்கள் இத்தகைய விளை யாட்டைப் பற்றிச் சிறப்பாகப் பேசுகின்றன. சிலப்பதி காரத்திலும் ஏறுதழுவல் குறித்தத் தகவல்களைப் பெறமுடிகிறது. தற்போதும் ஆயர்கள் மட்டுமே பங்குகொள்ளும் ஏறுதழுவல் நிகழ்வுகளும் நடக்கின்றன.

மதுரை உள்ளிட்ட தமிழகத்தின் தென்மாவட்டங்களில் சல்லிக் கட்டு எனப்படும் ஏறுதழுவல் நிகழ்வு நடைபெறுகிறது. இவ் வழக்கம் இன்றும் உள்ளது.

மணப்பட்டி, மதுரை

வழிபாடு

சங்க இலக்கியங்களின் வாயிலாக, ஆயர்கள் சிறுதெய்வ வழி பாட்டையும் பெருந்தெய்வ வழிபாட்டையும் கொண்டொழுகு கின்றனர். நடைமுறைகளிலும் ஆயர்கள் இத்தகைய வழிபாட்டு முறைகளைத் தொடர்ந்து வருகின்றனர்.

சிறுதெய்வ வழிபாடு

ஊர்த்தெய்வம், குடும்பக் குலதெய்வம் என்ற இருவேறு நிலைகளில் சிறுதெய்வ வழிபாடு ஆயர்களிடையே உள்ளது. மதுரையில் மணப்பட்டி என்ற ஆயரூரில் மாட்டுப் பொங்க லன்று, ஊர்த்தெய்வத்திற்குப் படையலிடுகின்றனர்.

ஆயர்களின் ஒவ்வொரு குழுவினரும் ஒவ்வொரு சிறுதெய்வ மூலத்தைக் கொண்டிருக்கின்றன. வழிவழியாக அத்தெய்வத்தையே முதன்மை தெய்வமாக வணங்கி வருகின்றனர். சிவ ராத்திரி அன்று, எல்லோருமே அவர்களது குலதெய்வத்திற்குப் படைய லிடுகிறார்கள்.

சித்திரை மாதத்தில் தங்களுடைய குலதெய்வக் கோயிலுக்குச் சென்று, பொங்கல் வைத்தும், கிடா அல்லது சேவல் பலியிட்டும் படையலிட்டு வழிபடுகின்றனர்.

சங்க காலத்தில் முதுபெரும் சிறுதெய்வங்களை ஆயர்கள் வணங்கினர் என்பதற்குக் கலித்தொகை சான்று தருகிறது. சங்க கால ஆயர்கள் ஏறுதழுவும் முன், நீர்நிலைகளிலும், மரங் களிலும் உள்ள முதுபெரும் தெய்வங்களை வணங்கினர் என்ற கலித்தொகையின் சான்று மூலம் (கலி.101:13-14) சிறுதெய்வங் களை வணங்கி வரும் மரபு தொடர்ச்சியைக் காணமுடிகிறது. இயக்கி என்னும் பெண் தெய்வத்தைச் சிலப்பதிகார ஆயர்கள் வழிபட்டுள்ளனர்.

பெருந்தெய்வ வழிபாடு

பெருந்தெய்வ வழிபாட்டில் திருமால் வழிபாடும், சிவன் வழிபாடும் முருக வழிபாடும் முதன்மையாக உள்ளன. மதுரை மற்றும் அதைச் சுற்றியுள்ள மாவட்டங்களில் வாழும் ஆயர்கள், மதுரை கள்ளழகரை வணங்குகின்றனர். கள்ளழகர் கோவிலுக்குப் பாதயாத்திரையாகவே செல்கின்றனர். வீடுகளிலும், கண்ணன், சிவன், திருமால், முருகன், லட்சுமி, பிள்ளையார் போன்ற தெய்வங்களின் உருவப்படங்களை வைத்து வழிபடுகின்றனர். இத்தெய்வங்களுக்கு அசைவ உணவுகள் படைக்கப்படுவதில்லை. குலதெய்வத்திற்கு மட்டுமே அத்தகைய படையல்கள் படைக்கப் படுகின்றன.

கண்ணன் வழிபாடு

கீதாரிகள் சிலர் திருமால் பற்றிய பாடல்களையும் கண்ணனது பிறப்பு வளர்ப்பையும் இளம்வயதில் அவன் நிகழ்த்திய விளை யாட்டுகளையும் ஊர் திருவிழாவின்போது பாடலாகப் பாடு கின்றனர். கண்ணன் தங்களுடைய குடியில், தங்களிடம் வளர்ந் தவன் என்பதால் ஆயர்களது விருப்பத்திற்குரிய தெய்வமாக வணங்கப்பெறுகிறான்.

ஆயர்கள் தம் ஊர்களில் கண்ணனுக்குக் கோயில் எடுப்பதை முக்கியமானதாகக் கருதுகின்றனர். கிருஷ்ண ஜெயந்தி அன்று, அக்கோயில்களில் சிறப்பு பூசைகள் செய்யப்படுகின்றன. அவல், பொறி, சுண்டல், சர்க்கரைப் பொங்கல், வெண்ணெய் போன்ற வைப் படைக்கப்படுகின்றன. கண்ணன் குழலூதிய படி, பசுவிற்கு முன் நிற்கும் வகையில் சிலைகள் அமைக்கப் படுகின்றன. மயில்

தோகையைக் தலையில் தரித்த, நீலநிற மேனியுடன், இடுப்பை வளைத்து, ஒரு காலை மற்றொரு காலோடு சேர்த்துக் குழலைக் கிடைமட்டத்தில் வாயருகே வைத்து ஊதும் கண்ணனது சிலைகளைக் கோயில் கருவறைகளில் காணமுடிகிறது.[53] அச்சிலைகள், தனித்தோ இராதையுடனோ அமைக்கப்பட்டுள்ளன. சில இடங்களில் உருவப்படங்களும் இடம்பெற்றிருக்கின்றன.[54]

திருமால் வழிபாடு சங்க காலத்திலேயே இருந்து வந்துள்ளது. இதனை, சிலப்பதிகாரத்திலும் காணமுடிகிறது. இவ்வழிபாட்டுத் தொடர்ச்சியை இன்றும் காணமுடிகிறது.

நெறியியல்சார் பண்பாட்டுக்கூறுகள்

ஆயர்கள், நீண்ட தொடர்ச்சியுடைய நெறியியல்சார் பண்பாட்டுக் கூறுகள் சிலவற்றைப் பேணிவருகின்றனர். அவர்தம் விழுமியங்கள், குடிவழக்குகள், மரபுகள், பண்டமாற்று முறைகள், திருமணம் உள்ளிட்ட பல்வேறு பண்பாட்டுக் கூறுகள், இலக்கியங்கள்தரும் பண்பாட்டுக்கூறுகளோடு முற்றிலும் வேறுபடாமல் சில இயைந்திருக்கின்றன.

விழுமியங்கள்

சங்க காலத்தில் ஆயர்களிடையே நிலவிய பல்வேறு விழுமியங்கள் இன்றும் தொடர்கின்றன.

'இளமை மீளாது' என்னும் கருத்தாக்கத்தைக் குறுந்தொகையில்[55] (126) காணமுடிகிறது. இக்கருத்தாக்கம் இன்று 'அந்தந்தக் காலத்தில் செய்ய வேண்டியதை அந்தந்தக் காலத்திலேயே செய்துவிட வேண்டும்' என்னும் கருத்தாக உள்ளது. ஆயமகளிர் இருமணம் புரிவதில்லையெனக் கலித்தொகை இயம்புகிறது.[56] தற்போதும் இருமணமுறை ஆய மகளிரிடையே இல்லை. ஆனால் ஆயர் ஆடவர்களிடம் காணமுடிகிறது. மறுமைக்குப் புதல்வன் முக்கியமென ஆயர்கள் எண்ணுவர் என்று ஐங்குறுநூறும் அகநானூறும்[57] குறிப்பிடுகின்றன. தற்போதும் அக்கருத் தாக்கம் உள்ளது. கூடவே, பெண் பிள்ளைகளால் சுமை அதிகம் என்ற எண்ணவோட்டமும் உள்ளது. எனவே, பெண் குழந்தைகளைப் பெறுவதை விட, ஆண் குழந்தைகளைப் பெறுவதே சிறந்தது என்கின்றனர். ஆநிரை

களை மேய்ப்பதற்குப் பெண்களை விட, ஆடவர்களே தேவைப் படுவதால் இக்கருத்து நிலவுகிறது.

ஆயர்கள், சுயகௌரவத்தோடு வாழ்வதையும் மேய்ச்சலுக் காகச் சென்ற ஆடவர்கள் வீடு திரும்பும்வரை பெண்கள் ஆற்றியிருத்தலையும் கற்பாக எண்ணுகின்றனர்.

குடிவழக்குகள்

ஒருவரையொருவர் நலம் விசாரித்துக்கொள்வதையும், முன் பின் அறிமுக மில்லையாயினும் உறவுமுறை சொல்லி அழைத்துக் கொள்வதையும் வழக்கமாகக் கொண்டுள்ளனர். ஒருவரை யொருவர் சந்திக்கும்போது, 'மாடு எங்கே நிற்கிறது' என்றுதான் முதலில் கேட்கின்றனர். தென்மாவட்ட ஆயர்கள் எல்லா இஸ்லாமியரையும் மாமா-மாமி என்று அழைக்கின்றனர்.

ஊர் திருவிழாக்களை நடத்துவது, ஏதேனும் பிரச்சினையின் போது நடுநிலை வகித்து இருபக்கமும் விசாரித்து, நல்ல முடிவை வழங்குவது, ஒருங்கிணைப்பது போன்ற வழக்கங்களையும் பெரியோரை மதித்து நடத்துவது, அவர்களிடம் அறிவுரை பெறுவது, அவர்களின் சொல் கேட்பது போன்ற வழக்கங்களையும் பேணுகின்றனர்.

ஆயர்களைக் கோனார் என்று பட்டப்பெயரோடு அழைக்கும் வழக்கம் பக்தி இலக்கியக் காலத்திலேயே பதிவாகியுள்ளது. அதன்பிறகுப் பள்ளு இலக்கியங்களில் ஆயர்களது பெயர் களுக்குப் பின்னால் கோன், கோனார் போன்ற பட்டங்கள் வழங்கப்படுவதைக் காணமுடிகிறது. இன்றும் ஆயர்கள் கோனார் என்ற பட்டத்தைச் சேர்த்தே தம்பெயரை வழங்குகின்றனர்.

மரபுகள்

பல்வேறு மரபார்ந்த செயல்களை ஆயர்கள் தவறாது கடை பிடிக்கின்றனர். சடங்கு முறைகள், வழிபாட்டு முறைகள், திருமண முறைகள், விருந்தோம்பல் போன்றவை அவற்றுள் சில. இவற்றைச் சங்க இலக்கியங்களிலும் காணமுடிகிறது.

உயிர்களைப் பலியிட்டு வழிபடும் வழிபாட்டு முறைகளும், மலர்கள், பால், நெய், பழங்கள் போன்ற சைவ உணவுகளைப்

படையலிடும் வழிபாட்டு முறைகளும் சங்க காலந்தொட்டே வழக்கிலிருந்துவருகின்றன.

வீட்டிலேயே திருமணம் செய்யும் வழக்கம், சென்ற பத்தாண்டு களுக்கு முன்பு வரை இருந்துவந்துள்ளது. சங்க இலக்கியக் காலந்தொட்டு ஆயர்களது திருமணங்கள் அவர்களது வீட்டு முற்றத்திலேயே நடைபெற்றன (கலி.114, 115). தற்போது மண்ட பங்களிலும், கோயில்களிலும் நடைபெறுகின்றன.

ஆயர்கள் தனக்கு மட்டுமல்லாது, கூடுதலாகவே உணவு சமைக்கின்றனர். அறிமுகம் இல்லாதவர்களோடும் அன்பாகப் பேசுகின்றனர். விருந்தினர்களுக்கு உணவினை வாழையிலை யிலும், தட்டிலும் பரிமாறுகின்றனர்.

மேய்புலத்தில் பெரிய பானைகளில் உணவு சமைக்கின்றனர். எப்போதும் தயிரும் மோரும் அவர்களிடம் இருக்கின்றன. சோழவந்தானில் மாட்டுக் கிடை வைத்திருந்த ஆயர்கள், அங்கு வேலை செய்துகொண்டிருந்த மற்றவர்களுக்கும் தயிரும் மோரும் விலையில்லாது கொடுத்ததைக் காணமுடிந்தது. தயிரோடு கலக்கப் பெற்ற சோறும், அதற்குத் தொட்டுக்கொள்வதற்குக் குழம்பும் பசியோடு எதிர்படுபவர்களுக்கு விருந்தாக இருக் கின்றன. உணவைத் தேக்கிலையிலும் வாழையிலையிலும் தருகின்றனர். ஆயர்களின் விருந்தோம்பல் பண்பை நற்றிணை (142, 22), அகநானூறு (311,393), மலைப்படுகடாம் (416-417; 440-443) பெரும்பாணாற்றுபடை (192-196), சிலப்பதிகாரம் ஆகியன இயம்புகின்றன.

பண்டமாற்று

பெரும்பாலும் பண்டமாற்று முறை நடைமுறையில் இல்லை. கிடை மாட்டுப் பாலையும், தயிரையும் ஆயர்கள் விற்பதில்லை. கேட்பவர்களுக்கு விலையில்லாது தருகின்றனர். ஒருசில இடங் களில் மட்டும் வேலைக்குக் கூலியாக, அறுவடை செய்யப்படும் பொருட்ள்களைப் பெறுவதைக் காணமுடிந்தது. ஆயர் ஊரான, சிவகங்கை – மானங்காத்தானில் பயிரிடப்பட்டிருந்த கொத்து மல்லியை அறுவடை செய்தவர்களுக்கு ஊதியம் தராமல், ஒவ்வொருபடி மல்லி வழங்கப்பெற்றதை நேரில் கண்டேன்

(24-01-2014). சங்க கால ஆயர்களின் பண்டமாற்றினைக் குறுந் தொகை (221), கலித்தொகை (109), பெரும்பாணாற்றுப் படை (164-165) ஆகியன குறிப்பிடுகின்றன. கிடை வைக்கும் போது கூலியின் ஒரு பகுதியாக நெல்லைப்பெறும் வழக்கம் தற்போதும் உள்ளது.

திருமணம்

சங்க கால ஆயர்களின் திருமணம் எளிமையாக நடைபெற்றது. வீட்டு முற்றத்திலேயே எருமையின் கொம்புகளை நட்டு வழி பட்டு, அதன் எதிரே நடைபெற்றது. (கலி.114:12-17; 115:18-21). சீவகசிந்தாமணி காலத்தில், (485, 488) திருமணத்திற்கு முன் நடைபெறும் சடங்கினைக் காணமுடிகிறது. பழைய அணிகலன்களை நீக்கி, புதிய அணிகலன்களை அணிவித்து வீட்டு முற்றத்தில் அமைக்கப்பட்டிருந்த மணப்பந்தலில் திரு மணம் நடைபெற்றது. திருமணத்திற்கு மணப்பரிசம் கொடுக்கும் வழக்கமும் அக்காலத்திலேயே ஆயர்களிடம் இருந்துள்ளது. சில மாற்றங்களுடன் இன்று திருமணத்திற்கு முன் நடைபெறும் சடங்குகள் தொடர்ச்சியாக நடைபெற்று வருகின்றன. எளிமை யாக ஊர்ப் பெரியவர்களது தலைமையில் உள்ளூரிலும் கோயில் களிலும் நடைபெறும் திருமண நிகழ்வுகள் இன்றும் தொடர்ந்து வருகிறது. வசதி படைத்தவர்கள் மட்டுமே மண்டபங்களில் திருமணவிழாவை நிகழ்த்துகின்றனர். சீவகசிந்தாமணி காலத் தினைப் போலவே தற்போதும், கால்நடைகளும் தங்கமுமே மணப்பரிசமாகப் பெறப்படுகிறது.

★★★

இலக்கியங்களில் பயிலப்பட்டுள்ள பல்வேறு பண்பாட்டுக் கூறுகள் ஆயர்களிடையே இன்றும் வழக்கிலுள்ளதையும் இவற்றின் மூலம் தமிழக ஆயர்களின் பண்பாட்டுத் தொடர்ச்சி யையும் நன்கறிய முடிகிறது.

தற்போதைய ஆயர் வாழ்வியலில் பேணப்படும் பல்வேறு பண்பாட்டு மரபுகளைத் 'தற்கால ஆயர்தம் வாழ்வியலில் மரபுநிலை மாற்றங்களும் காரணிகளும்' என்ற அடுத்த இயலில் விரிவாக விளக்கப்படுகின்றன.

அடிக்குறிப்புகள்

1. சிறுதலைத் துருவின் பழுப்புஉறு விளைதயிர் (அகம்.394:2)
2. பாலும் மிதவையும் பண்ணாது பெறுகுவீர் (மலை.417)
3. கவைக்கதிர் வரகின் அவைப்புறு ஆக்கல்
   ..... வெண்தயிர்க் கொளீஇ (புறம்.215:1-3)
4. தர்வை நல்ஆன் பாலொடு பகுக்கும் (அகம். 393:17)
5. பசுந்தினை மூரல் பாலொடும் பெறுகுவிர் (பெரும்பா.:168)
   ஒன்று அமர் உடுக்கை கூழ்ஆர் இடையன் (பெரும்பா.:17)
6. வளைஆன் தீம்பால் மிளைசூழ் கோவலர் (மலை.:409)
7. ஈயல்பெய்து அட்ட இன்புளி வெஞ்சோறு (அகம்.394:5)
   செம்புற்று ஈயலின் இன்அளைப் புளித்து (புறம்.119:3)
8. ஆய்மகள் இட்ட அம்புளி மிதவை (புறம்.215:4)
9. இன்புளி வெஞ்சோறு (அகம்.394:5)
10. மலைப்படுகடாம்: 434-437
11. வெண்எறிந்து இயற்றிய மாக்கண் அமலை (மலை.:441)
12. ... மையிவடை வீழ்ப்பவும்
    அட்டுஆன்று ஆனாக் கொழுந்துவை ஊன்சோறும் (புறம்.113:1-2)
    றுமுயலின் நிணம்பெய்தந்த
    நறுநெய்ய சோறுஎன்கோ (புறம்.396:1-16)
13. புதுகலத்து அன்ன (அகம்.394:9)
    பெருந்தோள் தாலம் பூசல் மேவர (புறம்.120:15)
14. செவிஅடை தீரத் தேக்கிலைப் பகுக்கும் (அகம்:311:11)
15. பல்குடைக் கள்ளின் (நற்றி. 253:7)
16. கோளிப் பாகல் கொழுங்கனித் திரள்காய்
    வாள்வரிக் கொடுங்காய் மாதுளம் பசுங்காய்
    மாவின் கனியொடு வாழைத் தீங்கனி
    சாலி அரிசி தம்பால் பயனொடு (சிலம்பு:கொலை.கா.:22-26)

17. ஒன்று அமர் உடுக்கை (பெரும். 175)

18. கொடுமடி உடையர் கோல்கைக் கோவலர் (அகம்.54:10)

19. செந்துவராடை ஆயர் (சீவக. 485:1)

20. யாய்தந்த

பூக்கரை நீலம் புடைதாழ (கலி.111:2-3)

நிலம்தாழ்ந்த// பூங்கரை நீலம் தழீஇத் தளர்புஒல்கி (கலி.115:13-14)

21. நெய்வினைப் பசும்பொன் தோடும் நிழல்மணிக் குழையும் நீக்கி

மைவிரி குழலினாளை மங்கலக் கடிப்புச் சேர்த்தி

(சீவக. 488:1-2)

22. செறிவளை ஆய்ச்சியர் (சிலம்பு:16:7)

23. ‘தற்போதைய வாழ்வியல்’ என்னும் அடுத்த இயலில் விரிவாக விளக்கப் பட்டுள்ளது.

24. முரண்தலை கழிந்த பின்றை மறிய
குளகு அரையாத்த குறுங்கால் குரம்பைச்
செற்றை வாயில் செறிகழிக் கதவின்
கற்றை வேய்ந்த கழித்தலைச் சாம்பின்
அதளோன் துஞ்சும் காப்பின் உதள
நெடுந்தாம்பு கொடுத்த குறுந்தறி முன்றில்
கொடுமுகத் துருவையொடு வெள்ளை சேக்கும்
இடுமுள் வேலி எருப்படு வரைப்பின் (பெரும்.147-154)

25. உறியை முற்றத் துருட்டி... (திருப்.16:1)

26. நெடுந்தாம்பு தொடுத்த குறுந்தறி முன்றில் (பெரும்.;152)

27. பண்புஇல் கோவலர் தாய்பிரித்து யாத்த

நெஞ்சுஅமர் குழவிபோல (அகம்.293:11-12)

28. பல்ஆ நெடுநெறிக்கு அகன்று வந்தென (குறு.64:1)

29. கல்லாக் கோவலர் கோலில் தொட்ட

ஆன்நீர்ப் பத்தல் (ஐங்.304:1-2)

30. ... கோவலர்

விடுநிலம் உடைத்த கலுழ்மண் கூவல் (அகம்.321:7-8)

31. கணிச்சியின் குழித்த
உடைக்கண் நீடுஅமை ஊறல் உண்ட...
வாடுபுலம் புக்கென, கோடுதுவைத்து அகற்றி (அகம்.399:69)

32. பசித்த ஆயத்துப் பயனிரை தருமார்
பூவாள் கோவலர் பூவுடன் உதிரக்
கொய்துகட்டழித்த வேங்கையின் (புறம்.224:1416)

33. ... கவர்கோல் கோவலர்
எல்லுப்பெயல் உழந்த பல்ஆன் நிரையொடு
நீர்திகழ் (அகம்.264:46)

34. தமிழ் ஆயர்கள், தற்போது புல்லாங்குழல் வாசிப்பதில்லை. தங்களுடைய முன்னோர்களது புல்லாங்குழல்களைப் பாதுகாத்து வைத்திருக்கின்றனர். ஊர்த் திருவிழாக்களின்போது அவற்றை எடுத்து, வழிபடுகின்றனர். அவற்றுக்கென்று துணியால் உறை செய்யப்பெற்று அது பாதுகாக்கப்பெறுகின்றன. ஆய்வாளர் அதனை நேரில் கண்டார். ஆனால் புகைப்படம் எடுக்க அவர்கள் அனுமதிக்கவில்லை.

35. இதனை மேட்டுக்காடு என்று அழைக்கின்றனர், அடைமழைக் காலங் களான ஐப்பசி, கார்த்திகை, மார்கழி ஆகிய மாதங்களில் இத்தகைய பகுதிகளுக்குக் கால்நடைகளை ஓட்டிச்செல்கின்றனர். இப்பகுதி மணல் தரையாக இருப்பதால் நீர் தேங்குவதில்லை. மழைப்பெய்த ஈரநிலத்தில் கால்நடைகளை வைத்திருப்பின் தொற்றுநோய்கள் பரவும் என்பதால் மேட்டுநிலங்களுக்குச் செலுத்துகின்றனர்.

36. ஆடுதலைத் துருவின்தோடுஏ மார்ப்ப
கடைகோல் சிறுதீ அடைய மாட்டி
திண்கால் உறியன் பானையன் அதளன்
நுண்பல் துவலை ஒருதிறம் நனைப்ப
தண்டுகால் ஊன்றிய தனிநலை இடையன்
மடிவிடு வீளை கடிதுசென்று இசைப்ப
தெறிமறி பார்க்கும் குறுநரி வெரீஇ
முள்ளுடைக் குறுந்தூறு இரியப் போகும் - (அகம்.274:4-12)

37. புகர்வாய்க் குழிசி பூஞ்சுமட்டு இரீஇ
நாள்மோர் மாறும் நல்மா மேனி
சிறுகுழை துயல்வரும் காதின் பணைத்தோள்
குறுநெறிக் கொண்ட கூந்தல் ஆய்மகள்
அளைவிலை உணவின் கிளைஉடன் அருந்தி (பெரும்.159-163)

38. *பாலொடு வந்து கூழொடு பெயரும்*

ஆடுடை இடைமகன் (குறு.221:3-4)

39. தமிழ்நாட்டு வரலாறு, தமிழ்நாடு அரசு, 1975, ப.144

40. மேலது, ப.144

41. கே.கே.பிள்ளை, தமிழக வரலாறு மக்களும் பண்பாடும்,2011,ப.17-19

42. *http://ta.wikipedia.org/*செம்மண்

43. அரசு ஏற்படுத்தித் தந்திருந்த கூட்டுக்குடிநீர்த் திட்டங்களின் மூலம் குடிப்பதற்கு மட்டுமே நீர் கிடைக்கிறது. மானா மதுரைக்கருகில் உள்ள மானங்காத்தான் என்ற ஊரில் அந்நீரும் கிடைக்காததால், ஊரின் ஒரு குளத்திலிருந்து நீர் எடுத்து குடிக்க பயன்படுத்தினர். அந்நீரும் தெளிவில்லாமல் கலங்களாக இருந்ததோடு, குறைவாகவே இருந்தது. ஒருமாதம் மட்டுமே தாக்குபிடிக்க முடியும் என்ற நிலை இருந்து. மிதி வண்டியில் நீர்க்குடங்களைக் கட்டிக்கொண்டு குடிநீருக்காக அதிக தூரம் சென்று வரும் காட்சியையும் காணமுடிந்தது. விளைநிலங்க ளெல்லாம் வெறுமையாகக் காணப்பட்டன.

44. பயிர்கள் கருகும் நிலைக்குச் சென்றுவிட்டதால், தண்ணீர் வண்டியின் மூலம் தண்ணீர் பெற்று, பயிர்களுக்குப் பாய்ச்சுவதாக மதுரை மணப்பட்டி ஆயர்கள் தெரிவித்தனர்.

45. *மறித்துரூஉத் தொகுத்த பறிப்புற இடையன் (அகம்.94:4)*

46. சோழவந்தானில் வயல்பகுதிகளில் கிடை வைத்திருந்த ஆயர்கள் அதிகாலையில் குளிர்காய்ந்ததை நேரில் காணநேர்ந்தது.

47. *வாடை வந்தனன் தலையும் நோய்பொர (குறு.240:4);*

.... தண்ணென்று

இன்னாது எறிதரும் வாடையொடு (குறு.110:6-7)

48. *மாமேயல் மறப்ப மந்தி கூர*

பறவை படிவன வீழக் கறவை

கன்றுகோள் ஒழியக் கடிய வீசிக்

குன்றுகுளிர்ப் பன்ன கூதிர்ப் பானாள் (நெடுநல்.9-12)

49. *இன்மையாற் செய்ததை யிம்மையே யாம்போலு*

மும்மையே யாமென்பா ரோரார்கா (திணை.நூற்.123:1-2)

50. பிள்ளை யுள்புகுந்து அழித்தது... (சீவக.420:1)

51. வணங்குஇறை மகளிர் அயர்ந்தனர் ஆடும்

கழங்குஉறழ் ஆலி (அகம்.334:7-8)

கோடுகடை கழங்கின் (அகம்.135:9),

கழங்குஉறழ் முத்தமொடு (அகம்.126:12)

52. கூரை நன்மனைக் குறுந்தொடி மகளிர்

மணலாடு கழங்கின் அறைமிசைத் தாஅம் (நற்.79:2-3)

53. மதுரையில் உள்ள மணப்பட்டி என்னும் ஆயரூரில் இத்தகைய கோயிலைக் காணமுடிந்தது. பல ஆயரூர்களில் கண்ணனுக்குக் கோயில்கள் கட்டப்பட்டுள்ளன.

54. இதனை, சிவகங்கையில் உள்ள மிளகனூர் என்னும் சிற்றூரில் காணநேர்ந்தது.

55. குறு.126:1.

56. அருநெறி ஆயர் மகளிர்க்கு

இருமணம் கூடுதல் இல்லியல்பு அன்றே (கலி.114:20-21)

57. இனிதிருந் தனனே நெடுந்தகை

துனிதீர் கொள்கைத்தன் புதல்வனொடு பொலிந்தே (ஐங்.408:3-4)

இம்மை உலகத்து இசையொடும் விளங்கி
மறுமை உலகமும் மறுஇன்று எய்துப
செறுநரும் விழையும் செயிர்தீர் காட்சிச்
சிறுவர்ப் பயந்த செம்மலோர் (அகம்.66:1-4)

3. தற்கால ஆயர் வாழ்வியல்

தமிழகம் முழுவதும் பரவலாக ஆயர்கள் வாழ்ந்து வருகின்றனர். பன்னெடுங் காலமாகத் தமிழ்மண்ணில் வாழ்ந்து வரும் அவர்தம் வாழ்வியல் முறைகள் காலந்தோறும் தமிழிலக்கியங்களில் பதிவுபெற்றுள்ளன. தற்போது தமிழகத்தில் வாழும் ஆயர்களின் நிகழ்கால வாழ்வியலையும் அவர்தம் மரபுநிலை மாற்றங்கள் மற்றும் அவற்றிற்கான காரணிகளையும் இக்கட்டுரை முழுமையாகப் பதிவுசெய்கிறது.

பொருள்சார் பண்பாட்டுக்கூறுகள்

தற்போதைய ஆயர்களின் உணவு, உடை, அணிகலன்கள், அவர்களது வாழ்விடங்கள், தொழில், கருவிகள் உள்ளிட்டவற்றை ஆய்வதன்மூலம் ஆயர்தம் பொருள்சார் பண்பாட்டுக் கூறுகளை அறியலாம்.

உணவு

ஆயர்கள், இருபதாண்டுகளுக்கு முன்பு வரையிலும் தினைச் சோறு, கம்பஞ்சோறு, சாமை சோறு, சோளச்சோறு, கேழ்வரகு, சோளம் முதலியவற்றை முக்கிய உணவாகக் கொண்டிருந்தனர். தற்போது நெல்லரிசிச் சோறே முதன்மை உணவாக விளங்குகிறது. பொங்கல், இட்லி, தோசை, அரிசிப்பொரி, கொழுக் கட்டை, முறுக்கு, வடை, சீடை, ரவை மற்றும் புட்டு போன்ற உணவு வகைகள் அவர்தம் உணவுப் பட்டியலில் முக்கிய இடத்தைப் பிடிக்கின்றன. கோதுமையும் சப்பாத்தி, உப்புமா, தோசை என்ற வகைகளில் உண்கின்றனர்.

பலவகை காய்கறிகளுடன் ஆயர்கள் சமைக்கும் குழம்பு வகைகளில், புளிக்குழம்பு குறிப்பிடத்தக்க ஒன்றாகும். வெங்காய ரசம், பூண்டு ரசம், தக்காளி ரசம், பருப்பு ரசம் எனப் பல்வேறு ரச வகைகளும் சமைக்கப்படுகின்றன. சாம்பார், காரக்குழம்பு, வத்தல் குழம்பு போன்ற குழம்பு வகைகளும் பல்வேறு கீரை வகைகளும் உணவுப் பட்டியலில் இடம்பெறுகின்றன.

வெளியூர் செல்லும்போது புளிச்சோற்றை எடுத்துச்செல் கின்றனர். தயிர்சோறு, எலுமிச்சைச்சோறு முதலிய உணவு வகைகளையும் ‘பயண உணவுப் பட்டியலில்’ உள்ளன.

ஆயர்கள் மலைப்பகுதிகளில் மாடுமேய்க்கச் செல்லும் போது, மூன்றிலிருந்து நான்கு நாட்களுக்குத் தேவையான உணவு களை உடன் எடுத்துச்செல்கின்றனர். சமைப்பதற்குப் பாத்திரங்க ளோடு அரிசி, பருப்பு, மிளகாய்த்தூள், எண்ணெய், குறிப்பாக அவரை விதை, மூக்கடலை, சர்க்கரை, தேங்காய், தாளிதத்திற்குத் தேவையான பொருட்கள் முதலியவற்றைக் கொண்டு செல் கின்றனர். அங்குக் கிடை மாடுகளிலிருந்து கறக்கும் பாலைத் தாங்கள் சமைக்கும் சாம்பாரில் கலந்து உண்கின்றனர்.[1]

ஆயர்களது ஊர்களிலும் வீடுகளிலும் பாலும், தயிரும் நீக்க மற நிறைந்துள்ளன. பாலைத் தேநீராகவோ, குளம்பியாகவோ அருந்துகின்றனர். தயிரை நெல்லரிசிச்சோற்றோடு கலந்து உண் கின்றனர். வெண்ணெயும் நெய்யும் அவர்தம் வீடுகளில் எப் போதும் இருக்கின்றன.

ஞாயிற்றுக்கிழமைகளில் கோழியிறைச்சி, ஆட்டிறைச்சி, மீன், கருவாடு, முட்டை போன்ற அசைவ உணவு வகைகளைச் சமைத்து உண்கின்றனர்.

வீட்டின் ஒரு பகுதியாகவோ, வீட்டிற்கு வெளியிலோ சமை யற்கூடம் அமைந்துள்ளது. மேய்புலத்திலும், கிடையிலும் கற்களைக் கொண்டு அடுப்பு உருவாக்கி அதில் சமைக்கின்றனர்.

வெளியூர் செல்கையில் உணவு விடுதிகளில் உண்கின்றனர். பெரும்பாலும் அறுசுவை உணவு என்றாலும், பிரியாணி, காய் கறிச்சோறு, புரோட்டா, வறுத்த சோறு போன்ற உணவு வகை களையும் உண்கின்றனர்.

வீடுகளில் தட்டிலும், பயணத்தின்போது வாழை இலைகளிலும் உண்கின்றனர். மேய்புலங்களிலும் கிடைகளிலும், தேக்கிலை, வாழையிலை, தென்னை மடல் போன்றவற்றில் உண்கின்றனர். தற்போது வீட்டு விழாக்களில் வாழையிலையின் இடங்களைக் காகிதத் தட்டுகளும், காகித இலைகளும் பெற்றுள்ளன. ஆனால், இவற்றின் பயன்பாட்டைச் சிற்றூர்களில் அதிகம் காண முடிய வில்லை.

உடை

ஆய ஆடவர்களும் பெண்களும் தாம் செய்யும் பணிக்கு ஏற்ப பல்வேறு விதமான ஆடைகளை அணிகின்றனர்.

ஆயர் ஆடவர்களில் வயதானவர்கள் மட்டுமே வெண்ணிற வேட்டியும் சட்டையும் அணிகின்றனர். கோயில்களில் பூசை செய்யும் ஆயர்கள் துவராடையை அணிகின்றனர். சாதாரண வேளைகளில் சட்டையைத் தவிர்த்து வேட்டியை மட்டும் அணிகின்றனர்.

ஆய இளைஞர்கள், நீண்ட தொலைவு வெளியே செல்லும் போது முழுக்கால் சராயையும் சட்டையையும் அணிகின்றனர். நல்ல நாட்களிலும் திருவிழாக்களிலும் வேட்டி அணிகின்றனர். முழுக்கால் சராய் (Pant), சாதாரணமானதாகவும், ஜீன்ஸாகவும் இருப்பதைக் காணமுடிகிறது. பல வண்ணங்களில் சட்டைகளை அணிகின்றனர். இயல்பான வேளைகளில் மட்டும் கைலிகளை அணிகின்றனர்.

மேய்புலங்களில் எப்போதும் கைலி அணிகின்றனர். வயதான வர்கள் வேட்டி அணிகின்றனர். சிறுவர்கள் பல வண்ணங்களில் கால்சராய் மற்றும் சட்டைகளை அணிகின்றனர். முழுக்கால்சராய், கவைச்சட்டை (T Shirt) போன்ற பலவகை உடைகளையும் அணி கின்றனர்.

திருமணமான பெண்களும், வயதானவர்களும் பல வகை களிலும் பல நிறங்களிலும் புடவையையும் கச்சையையும் அணிகின்றனர்.

இளம் பெண்கள் பெரும்பாலும் சுடிதார் அணிகின்றனர். பாவாடை - தாவணி உடைகளையும் புடவையையும் விழா

நாட்களில் அணிகின்றனர். இரவாடையையும் (Nighty) அணி கின்றனர். சிறுமிகள் சுடிதார், பாவாடை சட்டை வகைகளை அணிகின்றனர்.

அணிகலன்

ஆய ஆடவர்களும் பெண்களும் அணிகலன்களை அணி கின்றனர். பல்வேறு அணிகலன்களைத் தம் பிள்ளைகளுக்கும் அணிவிக்கின்றனர்.

முதியவர்கள் மோதிரம் மட்டுமே அணிகின்றனர். இளை ஞர்கள் மோதிரம், சங்கிலி, அரைஞாண் முதலியவற்றை அணிகின்றனர். சிறுவர்களும் இவற்றையே அணிகின்றனர். சிலர் கைகளில் காப்பு அணிகின்றனர். பலர் மோதிரம்கூட அணிவதில்லை.

மணமான பெண்கள் மஞ்சள் கயிறுகளில் கோக்கப்பெற்ற மங்கலநாணைத் தங்கக்காசு, நாணக்குழல், குண்டு முதலிய வற்றுடன் சேர்த்து அணிவதோடு, கால் விரல்களில் மெட்டியும் அணிகின்றனர். வெண்கலம், தங்கம், கண்ணாடி, நெகிழி (Plastic), முதலியவற்றால் செய்யப்பெற்ற வளையல்களைப் பெண்கள் அணிகின்றனர். திருமணமாகாதப் பெண்கள் தங்கச் சங்கிலி அணிகின்றனர். பல்வேறு மணிமாலை வகைகளைக் கழுத்திலும்; குழை, தோடு முதலியவற்றைக் காதுகளிலும்; கொலுசினைக் கால்களிலும் அணிகின்றனர். ஆயர்கள் திருமணத்தின் போது நகைகளை மணப்பரிசமாகப் பெறுவதால் வசதியுள்ளவர்கள் பல்வேறு விதமான அணிகலன்களை அணிகின்றனர். திரு மணத்தின் போது தலையில் தாழம்பூ, கொண்டைத்திருகு, சூடாமணி, பிறை சந்திரன், சூரியப்பிரை, வலம்புரி போன்ற வகைகளையும், காதுகளில் தோடு, குழை, முருகு, தண்டட்டி, பாம்படம் போன்ற அணிகலன்களையும், கழுத்தில் தாலிக்கொடி, கண்டமாலை, பவளத்தாலி, மாங்காய் மாலை, காரைப்பூ அட்டிகை, கோவை முதலிய அணிகலன்களையும், புயங்களில் கொந்திக்காய் என்னும் அணிகலனையும் கைகளில் காப்பு, வளையல் போன்றவற்றையும் விரல்களில் மோதிரங்களையும், இடுப்பில் ஒட்டியானம், அரைஞாண் போன்றவற்றையும், கால் களில் கொலுசு வகைகளையும், கால் விரல்களில் மெட்டி

வகைகளையும் அணிகின்றனர். திருமணத்தின்போது நெற்றிப் பட்டம் கட்டப்படுகிறது.

இருப்பிடம்

நகரங்களில் ஆயர்கள் வசிக்கும் வீதிகள், 'யாதவர் தெரு' போன்ற பெயர்களோடு விளங்குகின்றன.[2] ஒதுக்குபுறமான பகுதிகளில் கோசாலைகள் அமைக்கப்பட்டு அங்குக் கால்நடைகள் பராமரிக்கப்படுகின்றன.

ஊர்ப்பகுதிகளில் ஆயர் குடியிருப்புகள் தனித்துக் காணப்படுகின்றன. அவ்வூர்களில் ஆயர்களே பெரும்பான்மையினராக வாழ்கின்றனர். ஒரு சில குடும்பங்களே வேற்றுச் சமூகத்தவர்களாக உள்ளனர். அனைத்து சமூகத்தவர்களும் வாழும் ஊர்களில் ஆயர்கள் வாழும் தெருக்கள் தனியாகக் காணப்படுகின்றன.

வீடுகள் தளமிட்டவைகளாகவோ, ஓட்டு வீடுகளாகவோ இருக்கின்றன. குடிசைகளை அதிகம் காணமுடிவதில்லை. வீட்டிற் கருகே கால்நடைகள் தங்குவதற்குச் சாரம் இடப்பட்டிருக்கிறது. வீட்டிற்கு முன்புறம் அல்லது பின்புறம் கால்நடைகளைக் காணமுடிகிறது. வீட்டு வாயிலருகே பெரிய குடைபோன்ற (கூடை) குடாப்புகளைக் காணமுடிகிறது. அதனை ஆட்டுக் குட்டிகளை அடைத்து வைப்பதற்குப் பயன்படுத்துகின்றனர்.

வீட்டைச் சுற்றி வேலி அமைக்கப்பட்டுள்ளது. அவ்வேலிகளில், மூங்கில் முட்களாலும், முட் செடிகளாலும் 'படல்' அமைத்து வளைத்துள்ளனர். சிலர் மதில் சுவர்களையும் எழுப்பியுள்ளனர். திண்ணை அமையப்பெற்றுள்ள வீடுகள் சிறியனவாகவும் அடக்கமானதாகவும் திகழ்கின்றன.

தொழு அமைவிடம்

வீட்டிற்கு அருகிலேயே 50 முதல் 400 வரையிலான எண்ணிக்கையுடைய ஆடுகளைக் கொண்ட தொழுக்களைக் காணமுடிகின்றது. அவை நீல நிற நைலான் இழைகளாலான வலை மற்றும் குத்துக் கம்பிகளாலான வேலியால் அமைக்கப்பட்டுள்ளன. தொழுவிற்குள் அமைக்கப்பட்டிருக்கும் மரத்தூண்களில் ஆட்டுக் குட்டிகளுக்குத் தேவையான தழைக் குலைகளைக் கட்டி வைக்கின்றனர். அதிகாலையிலேயே வனப்பகுதிக்கோ,

பொது மற்றும் தனியார் இடங்களுக்கோ சென்று அங்குள்ள மரத்திலிருந்து தழைகளை வெட்டி வந்து குலைகளைகளாகக் கட்டி தொழுவின் மரத்தூண்களில் கட்டி விடுகின்றனர். பெரிய ஆடுகள் மேய்ச்சலுக்குச் சென்ற பிறகு, குட்டி ஆடுகள் அவற்றை உண்கின்றனர்.

குளிர் காலத்தில் பனியிலிருந்து காத்துக்கொள்வதற்குத் தொழு வினுள் ஆடுகளுக்குக் கூடாரம் அமைக்கப்படுகிறது.

குடியிருப்புக்கு வெளியே அமைக்கப்படும் மாட்டுத் தொழு, மதுரை

மாட்டுத் தொழுவங்கள், வீட்டிலிருந்து சற்றுத் தொலைவில் அமைக்கப்படுகின்றன. தொழுவத்தைச் சுற்றி முட்செடிகளும், அடர்த்தியான மரங்களும் புதர்செடிகளும் இயற்கையாக அமையு மாறு பார்த்துக்கொள்கின்றனர். இதன் அருகிலேயே சிறிய கூடாரம் அமைக்கப்பட்டு இரவில் மாடுகளுக்குக் காவலிருக்கின்றனர்.

தொழுவுக்கு அருகில் அமைக்கப்படும் தங்கும் இடம்

மாட்டுத்தொழுவில் அமைக்கப்படும் கூடாரம், ஒரு ஆள் குனிந்து நிற்கக்கூடிய அளவில் சிறியதாக இருக்கும். அதற்குக் கூரையாகப் பயிர்களின் தாள்கள் அல்லது தார்ப்பாய்கள் போடப் படுகின்றன. அதனுள், தரை விரிப்பிற்குக் கோரைத் தடுக்கு, கம்பளிப் போர்வை மற்றும் சில பாத்திரங்களைக் காணநேர்ந்தது.

தொழில்

ஆயர்கள் அனைத்துவிதமான தொழில்களிலும் ஈடுபட்டு வருகின்றனர். அரசுத்துறை, தனியார்துறை, கல்வித்துறை, அரசியல், தொழிற்சாலை, இராணுவம்[3] சுயதொழில் எனப் பல துறைகளிலும் ஈடுபட்டுவருகின்றனர். சிலர், காலங்காலமாகச் செய்துவரும் ஆநிரை மேய்ப்பையும் விடாமல் தொடர்ந்து வருகின்றனர்.

ஆநிரை மேய்த்தல்

ஆயர்கள், தமிழகத்திற்குரிய பல்வேறு வகையான மாடு களையும் ஆடுகளையும் மந்தைகளாகப் பேணுகின்றனர். இதைத் தவிர, பெரும்பான்மையான ஆயர் வீடுகளில் சிறிய எண்ணிக் கையுடைய வேற்றினக் கறவை மாடுகளையும் காணமுடிகின்றது.

தமிழகத்தில் காங்கேயம், பர்கூர், புலிக்குளம், உம்பளச்சேரி, புங்கனூர் அல்லது நாட்டுக்குட்டை, ஆலாம்பாடி, மலைமாடு, எருமையினங்கள் ஆகிய நாட்டு மாட்டினங்கள் உள்ளன.

கொங்கு மண்டலத்தில் காங்கேயமும், ஈரோடு-அந்தியூர் பகுதி களில் **பர்கூர்** மாடுகளும், தஞ்சை, திருவாரூர், நாகைப் பகுதி களில் **உம்பளச்சேரி** மாட்டினமும், விருதுநகர், தேனிப் பகுதி களில் **மலைமாடுகளும்**, மதுரை, சிவகங்கைப் பகுதிகளில் **புலிக்குளம்** மாட்டினங்களும், தர்மபுரி, கிருஷ்ணகிரி, ஓசூர் பகுதிகளில் **ஆலாம்பாடி** மாட்டினங்களும், நீலகிரிப் பகுதி களிலும் திருநெல்வேலிப் பகுதிகளில் எருமைகளும், மரக் காணம், திண்டிவனம், நடுக்குப்பம், முதலியார்பேட்டை, புதுப் பாக்கம், கூட்டிக்குப்பம் ஆகிய பகுதிகளில் **புங்கனூர் அல்லது நாட்டுக்குட்டை** மாட்டினங்களும் உள்ளன. இவற்றை எல்லாச் சமூகத்தினரும் வளர்த்து வருகின்றனர். இவற்றில் ஆலாம்பாடி இனம் அழிந்துவிட்டது.[4] புலிக்குளம் மாடுகளை வைத்திருக்கும் மதுரை, சிவகங்கை ஆயர்கள், மேய்ச்சலுக்காக வெவ்வேறு ஊர் களுக்கு இடம்பெயர்கின்றனர்.

தென் தமிழகத்தில் குறிப்பாகப் புலிக்குளம், மலைமாடுகள், எருமை ஆகிய மாட்டினங்களைப் பேணும் ஆயர்களிடையே களஆய்வு நிகழ்த்தப்பெற்றுள்ளது.

புலிக்குளம் மாடுகள்

மலைமாடுகள்

புலிக்குளம் மாடுகள் உள்ள ஊர்களும் எண்ணிக்கைகளும்

புலிக்குளம் வகை மாடுகள், மதுரை, சிவகங்கை மாவட்டங் களில் மட்டுமே காணப்படுகின்றன. மதுரையில் 16000 எண் ணிக்கையிலான மாடுகளும், சிவகங்கையில் 5000த்திற்கும் மேற் பட்ட எண்ணிக்கையிலான மாடுகளும் உள்ளன.[5] 1995இல்,

இம்மாடுகளின் எண்ணிக்கை 90,000ஆகவும், 2006இல் 45000 ஆகவும், 2012ஆம் ஆண்டு கணக்கெடுப்பின்படி 21,225 மாடுகளும் உள்ளன.[6]

மலை மாடுகள் உள்ள ஊர்களும் எண்ணிக்கைகளும்

மலைமாடுகள் மதுரை, விருதுநகர், திருநெல்வேலி, தேனி, திண்டுக்கல், கரூர் மாவட்டங்களில் 242 பேரிடம் 15,147 மலைமாடுகள் உள்ளன.[7] 30 ஆண்டுகளுக்கு முன், 300000 ஆக இருந்த இம்மாட்டினங்கள், 2005இல் 30,000ஆக குறைந்து தற்போது 21,307 மாடுகளே உள்ளன.

எருமையினங்கள் நீலகிரியில் தோடர்களிடமும் திருநெல்வேலி வாசுதேவநல்லூர், கடையநல்லூர், இராயகிரி போன்ற பகுதிகளில் உள்ள ஆயர்களிடமும் உள்ளன.

மாட்டுத் தொகுதிகளைப் பேணும் முறைகள்

பெரும்பாலும் ஆயர்கள் சொந்தமாகவே பேரெண்ணிக்கையிலான மாடுகளைப் பேணுகின்றனர். மதுரை, சிவகங்கையில் 175 பேரிடம் 21,225 புலிக்குளம் மாடுகள் உள்ளன.

சில ஆயர்கள், குறைந்த எண்ணிக்கையில் மாடுகளைக் கொண்டிருப்பவர்களிடம் இருந்து மாடுகளைப் பெற்று, 300 மாடுகள் கொண்ட ஒரு கிடையாகப் பெருக்கிக் கூட்டாக அவற்றைப் பேணுகின்றனர். மேலும், மாட்டுக்குரியவர்களிடமிருந்து மாதத்திற்கு மாட்டிற்கான ஊதியமாக 100 ரூபாய் வரை பெறுகின்றனர்.

இராயகிரியில் எருமை மாடுகளையும் மலை மாடுகளையும் சேர்த்து ஒரு கிடையாக அமர்த்திய ஆயர், ஒருவரைக் காண முடிந்தது. எருமை கருவுற்றுக் கன்று ஈன்றதும், மாட்டுக்குரியவர்கள் தாயையும் கன்றையும் தம் வீட்டுக்கு ஓட்டி வந்துவிடுகின்றனர். பால் கொடுப்பது நின்றவுடன் மீண்டும் கிடைக்குக் கொண்டுவரப்படுகிறது. இம்மாட்டிற்கு மாதத்திற்கு ரூ.100 மாட்டிற்குரியவர்களால் மாட்டைப் பேணுபவர்களுக்குக் கொடுக்கப்படுகிறது.

கூலிக்கு மாடு மேய்ப்பவர்கள், தினக்கூலி, மாதக்கூலி என்ற இரு வகைகளில் கூலி பெறுகின்றனர்.

அறுவடைக்குப் பின்னரான மேய்ச்சல், சிவகங்கை.

மாட்டை மேய்ப்பதற்கும், இரவில் காவல் காப்பதற்கும் எனத் தனித்தனியே கூலி வழங்கப்படுகிறது. பொதுவாக 300-400 வரை எண்ணிக்கையுள்ள மாட்டை இரவில் மூன்று பேரும் பகலில் மூன்று அல்லது நான்கு பேரும் பேணுகின்றனர். இவர்களுக்கு வழங்கப்படும் கூலி இடத்திற்கிடம் வேறுபடுகிறது. மதுரை, விருதுநகரில் தலா ரூ.250 வழங்கப்படுகிறது. திருநெல்வேலி பகுதிகளில் ரூ.300 வழங்கப்படுகிறது. மலைப்பகுதிகளில் மலை மாடுகளை ஓட்டிச் செல்லும்போது பகல்கூலி மட்டும் வழங்கப் படுகிறது.

பகலில் மாடுகளை மேய்ப்பதும் மாலையில் தொழுவிற்கு ஓட்டிவந்து அடைப்பதும், இரவில் அவற்றைக் கண்காணிப்பதும் இவர்களது பணியாகும்.

பேரெண்ணிக்கையுடைய மாடுகளைப் பேணுவதற்கு மாதக் கூலியாக ஒருவர் அமர்த்தப்படுகிறார். அவருக்கு மாதம் 10,000 ரூபாய் வரை ஊதியம் வழங்கப்படுகிறது. மாதக்கூலியாக அமர்த்தப்படுபவர்கள் பிற்படுத்தப்பட்ட, மிகவும் பிற்படுத்தப் பட்ட, தலித் சமூகத்தைச் சார்ந்தவர்களாக இருப்பதைக் காண முடிகிறது.[8]

மாடு மேய்க்கும் ஆயர்கள், உள்ளூரில் மேய்த்தல், மலைப் பகுதிகளில் மேய்த்தல், ஊர் ஊராகச் சென்று மேய்த்தல் ஆகிய முறைகளில் மாடுகளை மேய்க்கின்றனர்.

மதுரை மற்றும் சிவகங்கையில் மழைக்காலத்திலிருந்து கோடைக் காலத் தொடக்கம் வரை புலிக்குளம் மாடுகள் உள்ளூரிலேயே மேய்க்கப்படுகின்றன. மாடுகளுக்குத் தேவை யான மேய்ச்சல் உள்ளூரிலும் அதன் சுற்றுவட்டாரத்திலும் கிடைப் பதால் காலையில் 9-10 மணி அளவில் புறப்பட்டு மாலையில் 6-7 மணி அளவில் வீடு திரும்புகின்றனர்.

மலை மாடுகளும், எருமை மாடுகளும் உள்ளூரிலேயே மேய்க்கப்படுகின்றன. இம்மாடுகள் மலைப்பாங்கான பகுதி களிலும், காடுகள் சூழ்ந்த பகுதிகளிலும் வாழ்வதால் அவற்றிற்குத் தேவையான மேய்ச்சல் அங்கேயே கிடைக்கிறது.

மலை மாடுகள், ஊரில் வேளாண்மைப்பணிகள் தொடங்கும் வரையிலும், அறுவடை முடிந்த பின்னரும் சமவெளிப் பகுதி களில் மேய்க்கப்படுகின்றன. மற்ற காலங்களில் மேற்குத் தொடர்ச்சி மலையடிவாரங்களிலும், குன்றுகளிலும் மேய்க்கப் படுகின்றன.

மாடுகள் உள்ளூரிலேயே மேயும்போது பெண்களும் மாடு மேய்க்கச் செல்கின்றனர். ஊர்விட்டு ஊர் செல்லும்போது ஆண்கள் மட்டுமே கால்நடைகளைச் செலுத்திச் செல்கின்றனர். நண்பகல் உணவைச் சிறிய தூக்குவாளியிலும், நீர் நிரப்பப்பட்டத் தண்ணீர் புட்டிலையும் எடுத்துக்கொண்டு மேய்ச்சலுக்குச் செல் கின்றனர்.

மலை மாடுகளை ஆயர்கள், ஆனியிலிருந்து புரட்டாசி வரை யிலும் சமவெளிப்பகுதிகளில் மேய்க்கின்றனர். புரட்டாசிக்குப் பிறகு ஐப்பசி, கார்த்திகை, மார்கழி வரை மலைப்பகுதிளில் செலுத்தி, மார்கழி இறுதியில் மீண்டும் சமவெளிப்பகுதிகளுக்கு வந்து, மாசி-பங்குனி மாத இறுதியில் மீண்டும் மலைப்பகுதிக்கு ஓட்டிச் செல்கின்றனர். தை, மாசி, பங்குனிகளில் அறுவடை ஆகையால் அவ்விரண்டு மாதங்கள் சமவெளிப்பகுதிகளில் மேய்க்கின்றனர். பிறகு மீண்டும் சித்திரை – வைகாசிக்கு மலைப்பகுதிகளுக்கு ஓட்டிச் செல்கின்றனர். இப்படி ஆறாறு மாதங்கள் மேலேயும் கீழேயும் ஆயர்கள், மலைமாடுகளை மேய்க்கின்றனர்.

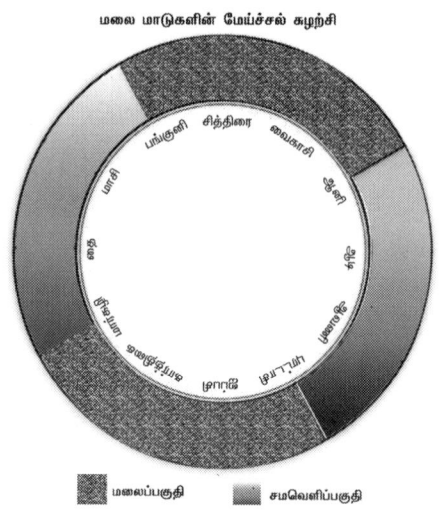

மலை மாடுகளின் மேய்ச்சல் சுழற்சி

ஒரு தொகுதி மாட்டிற்கு நான்குபேர் வரை மாட்டோடு மலையேறுகின்றனர். சமைப்பதற்குத் தேவையான பாத்திரங் களையும் உணவுப் பொருட்களையும் உடன் கொண்டு செல் கின்றனர். மலைப்பகுதிகளில் மாடுகள் மேய்ந்து, இரவில் நீர் நிலையொட்டிய பகுதிகளில் தொழு அமைக்கின்றனர். மாட்டுத்தொகுதி முழுவதும் தெரியும்படியாக மேடான இடத்தில் தங்களுக்கான தங்குமிடங்களை அமைத்துக்கொள்கின்றனர்.

இப்பகுதிகள் ‘பசுக்கிடை’ எனப்படுகின்றன. பசுக்கிடைகளில், கூடாரங்கள் இலைதழைகளையும் காட்டுக்கொடி, மரக்கிளை களையும் கொண்டு ஆயர்கள் அமைத்துக்கொள்கின்றனர். மழைப் பொழியும்போது மட்டுமே இப்படியான கூடாரங்கள் தற்காலிக மாக அமைக்கப்படுகின்றன. தற்போது தார்ப்பாய்களைக் கொண்டு கூரைகள் அமைத்துக் கொள்வதாகக் குறிப்பிடுகின்றனர். இதனைக் ‘குச்சியல்’ என்றும் அழைக்கின்றனர். மேலும் இயற்கையிலேயே அமைந்த ‘கதவுக்கல்’ என்று சொல்லப்படும் குடை போன்ற குகைகள் தென்பட்டால் அங்குச் சென்றும் தங்கிக் கொள்கின்றனர். ஓரிடத்தில் மேய்ச்சல் குறைந்தால் மலைப் பகுதிகளிலேயே வேறு இடங்களுக்குச் செலுத்துகின்றனர்.

நான்கு நாட்களில் கொண்டுசென்ற உணவுப்பொருட்கள் தீர்ந்து விடும் ஆகையால், நான்கு நாட்கள் கழித்து, மேலும் நான்கு ஆயர்கள் உணவுப் பொருட்களோடு மேலே வந்து, ஏற்கெனவே இருக்கும் நால்வரையும் கீழே அனுப்பிவிட்டு மாடுகளை மேய்க் கின்றனர். இவ்வாறு மாறி மாறி, இரண்டு முதல் மூன்று மாதங்கள் அல்லது மாடு கீழிறங்கும் வரை மலைப்பகுதிகளில் மாடுகளை மேய்க்கின்றனர். மலைப்பகுதிகளில் மாடுகளை மேய்க்கப் பெண்கள் செல்வதில்லை.

உள்ளூரிலும் சுற்றுவட்டாரத்திலும் மாடுகளுக்குத் தேவையான மேய்ச்சல் இல்லையெனில் மாடுகளோடு வேறு ஊர்களுக்குச் சென்று மேய்க்க வேண்டிய கட்டாயம் ஏற்படுகிறது. இப்படி வலசைபோவது, தமிழக ஆயர்களின் தனித்துவமான வாழ்க்கை முறையாக விளங்குகிறது.

புலிக்குளம் மாட்டினத்தை வைத்திருக்கும் ஆயர்களே இவ் வாறு இடம்பெயர்கின்றனர். ஆண்டிற்கு ஒருமுறை பொங்கல் விழாவிற்காக, மாட்டு மந்தைகளோடு ஊர் திரும்புகின்றனர். தம் மாடுகளுக்குப் பிற பகுதிகளில் கிடை வைப்பதற்கான தேவை இருப்பின் சில ஆயர்கள் ஊர்த்திரும்புவதையும் தவிர்த்து விடுகின்றனர்.

ஆவினத்தாயருக்குத் தலைவராக விளங்குபர் ‘கீதாரி’, ‘கோன்’ என்ற பட்டப்பெயரால் அழைக்கப்படுகிறார். வயதில் மூத்த இவர்கள், பல ஆயர்களை ஒன்றிணைத்து வழிநடத்துகிறார்கள். சொந்தவூரில் மேய்ச்சல் இல்லையெனில், வேறு இடங்களுக்குச் சென்று, மேய்ச்சலும் நீரும் உள்ள இடத்தை அறிந்து வரு கின்றனர். அவர்களது தலைமையில் பிற ஆயர்கள், ஒரு நல்ல நாளில் அனைத்து மாடுகளையும் ஓட்டிக்கொண்டு ஊரிலிருந்து புறப்படுகின்றனர். முன்பு கால்நடையாகவே சென்ற ஆயர்கள் தற்போது சுமையுந்து (Lorry) மூலம் சென்று சேர்கின்றனர். நடக்க முடியாத கன்றுகளையும், பயன்பாட்டிற்குத் தேவையான பாத்திரங்களையும் மழையிலிருந்து காத்துக்கொள்ள உதவும் கொங்காணியில் சேர்த்துக்கட்டி உடன்கொண்டு செல்கின்றனர்.

கொங்காணி என்பது, தாங்கள் மழைக்காலங்களில் நனையாமல் இருப்பதற்காக ஆயர்கள் தயாரித்துக்கொள்ளும் குடைபோன்ற தடுக்கு ஆகும். இதனைக் 'கொடலை' என்றும் சொல்வர். தென்னங்கீற்று அல்லது பனை ஓலைகளால் ஆளுயரத்திற்குப் பின்னப்பட்டு அதன்மீது, நெகிழிக் கோணிப்பைக் கொண்டு தைத்திருப்பர். அதன் மேல்பகுதி தலையில் மாட்டிக் கொள்ளும்படி முக்கோணக் கூம்பு வடிவில் இருக்கும். மழைக்காலங்களில் மேய்ச்சலின் போது தலையில் மாட்டிக்கொண்டு நனையாமல் மாடுகளை மேய்ப்பர். காண்க: கருவிகள் கொங்காணி. ப.139

வெளியூர்களில் அவர்கள் தங்குமிடங்கள், ஊருக்கு வெளியே பொது இடமாகவும், நீர்நிலையொட்டியும் அமைகின்றன.[9]

அங்குக் காலையில் நெல்லரிசிச் சோற்றோடு தயிர் கலந்து உணவை உண்டு, கையில் கோலோடு, மாடுகளை மேய்க்கச் செல்வர். நண்பகல் வேளைகளில் வாய்க்கால்களிலோ, ஆற்றிலோ, குளத்திலோ, கிணறுகளிலோ மாடுகளுக்கு நீர் புகட்டுகின்றனர்.

மாலையில் மாட்டினைத் தொழுவில் சேர்த்ததும், இரவு உணவுக்குப் பிறகு படுப்பதற்குத் தேவையான பறி என்னும் கோரைப்பாய் படுக்கை, கைவிளக்கு (Torch Light) ஆகியவற்றை எடுத்துக்கொண்டு மாட்டைச் சுற்றி மூன்று மணி நேரத்திற்கு ஒருவர் என விழித்திருந்து காவலிருக்கின்றனர்.

பொதுவாக, புலிக்குளம் மாடுகள் மாசி மாதம் மானா மதுரையைச் சுற்றியுள்ள பகுதிகளிலும், பங்குனி - சித்திரை - வைகாசியில் யானைமலை, ஒத்தக்கடை, கருப்பாயூரணிப் பகுதிகளிலும், ஆனி - ஆடி மாதங்களில் திருவில்லிப்புத்தூர், கூமாபட்டி ஆகிய பகுதிகளிலும், புரட்டாசி - ஐப்பசி - கார்த்திகை - மார்கழி - தை - மாசி ஆகிய மாதங்களில் விருதுநகர், சிவகாசி, திருச்சுழி, காரியாப்பட்டி போன்ற கரிசல்காட்டுப் பகுதிகளிலும் மேய்ச்சலுக்காகச் செலுத்தப்படுகின்றன. மழைக் காலங்களில் நாகமலை, வகுத்துமலை, தங்கமலை போன்ற இடங்களிலும், பிற காலங்களில் சோழவந்தான், மட்டபாறை, ஒத்தக்கடை,

புதுத்தாமரைப்பட்டி, குலமங்கலம், அப்பன்திருப்பதி, செல்லம்பட்டி, வரிச்சியூர், கருமாத்தூர், வாலாந்தூர் போன்ற ஊர்களிலும் மேய்க்கின்றனர்.[10]

நண்பகலில் நீர் அருந்தும் மாடுகள், சோழவந்தான்

மாட்டின் மூலம் பெறும் பொருளாதாரம்

ஆயர் தங்களது பொருளாதாரத் தேவைகளை,

- தொழு போடுதல்
- கிடை போடுதல்
- மாடு விற்பனை
- பால்படுபொருள் விற்பனை

இம்மூன்று நிலைகளில் ஆயர்கள் பெறுகின்றனர்.

புலிக்குளம் மாடுகளைத் தொழுவில் அடைக்கும்போது அவற்றின் சாணத்தின் மூலம் ஆயர்கள் குறிப்பிடத்தக்க வருமானம் பெறுகின்றனர். தொழுவில் கிடக்கும் சாணத்தினைக் குவித்து, நன்கு உலர்த்தித் துகள்களாக்குகின்றனர். 30 நாட்கள் குவிக்கப்படும் சாணத்துகளை, ஏற்றுமதி செய்யும்போது 12000ரூ முதல் 15000ரூ வரை வருமானம் கிடைக்கிறது. பெரும்பாலும் இவை கேரளாவிற்கு ஏற்றுமதியாகின்றன.

மாட்டுச்சாணத்தை உலர்த்துதல்

300 எருமைமாடுகளின் சாணம், நான்கு நாட்களுக்கொரு முறை ஆறு குவியலுக்கு வரும். ஒரு குவியல் 1000 ரூபாய் வரை, உள்ளூர் உழவர்களால் பெற்றுக்கொள்ளப்படுகிறது.

சாணத்திற்காக அமைக்கப்படும் பொதுத்தொழுக்களையும் காணமுடிகிறது. எடுத்துக்காட்டாக, திருபுவனத்திலும், வாசுதேவ நல்லூரிலும் இப்படியான தொழுக்கள் உள்ளன.

மிகப் பெரிய அளவில், மதில் சுவர் எழுப்பப்பட்டு, 1000 - 2000 வரையிலான மாடுகளை அடைக்கும் விதத்தில் பொதுத் தொழுக்கள் கட்டப்படுகின்றன. இங்கு யார் வேண்டுமானாலும் மாடுகளை அடைக்கலாம். தொழுவிற்குரியவர்கள் இரவில் மாடுகளுக்குக் காவலிருப்பர். இதற்காக எவ்விதக் கட்டணமும் மாட்டிற்குரியவர்கள் செலுத்த வேண்டியதில்லை. மாடுகள் இரவில் போடும் சாணத்தை அத்தொழுவிற்குரியவர்கள் எடுத்துக் கொள்வார்கள். இங்கிருந்து அதிகளவில் சாணம் ஏற்றுமதி செய்யப்படுகிறது. வசதியான ஒருவர் தம்முடைய நிலத்தில் இத்தகைய தொழுக்களை அமைத்திருப்பார். ஆயர்கள் சிலரும் இப்படியான தொழுக்களை அமைத்துள்ளதைக் காணமுடிகிறது. இரவில் மாடுகளைப் பாதுகாப்பாகப் பேணுவதற்கு இத்தகைய தொழுக்களை ஆயர்கள் பயன்படுத்திக் கொள்கின்றனர். இதற்குக் கட்டணம் பெறப்படுவதில்லை.

கிடை போடுதல்

மாட்டுச்சாணம் நல்ல உரமாகும். உழவர்கள் இரசாயன உரங்களைவிட, சாண உரத்தையே விரும்புகின்றனர். உழவுக்குப் போடப்படும் அடியுரம் மற்றும் மேலுரங்களில், அடியுரமாக மாட்டுச்சாணத்தையே இடுகின்றனர். இதற்காகக் கிடை மாடு வைத்திருக்கும் ஆயர்களை நாடி, தங்களுடைய வயல்களிலோ, தோட்டங்களிலோ கிடை வைக்க வரும்படி அழைக்கின்றனர். ஆயர்கள், அவர்களுடைய நிலங்களில் தம்முடைய மாடுகளை இரவில் கிடை வைக்கின்றனர். காலை வரை மாடுகள் இடும் சாணமும் சிறுநீருமே வயலுரமாகின்றன. ஒரு ஏக்கருக்கு 300 மாடுகள் ஓரிரவு நின்றால் போதுமானது. இதற்கு நாளொன்றுக்கு 2000-3000ரூபாய் ஊதியத்தை ஆயர்கள் பெறுகின்றனர்.

தென்னந்தோப்பில் மாட்டுக்கிடை, விருதுநகர்

வயலில் எருமை கிடை, திருநெல்வேலி

இரவில் கிடை, மதுரை

ஆயர்கள், காலங்காலமாகக் குறிப்பிட்ட இடங்களுக்குத் தொடர்ச்சியாகச் சென்றுவருவதால் அந்தந்த ஊர்களில் உள்ள நிலக்கிழார்கள் வாடிக்கையாளர்களாக இருக்கின்றனர்.

இரவில் ஆயர்கள் குறிப்பிட்ட மணிநேர இடைவெளியில் கண்விழித்து காவலிருக்கின்றனர். சிறிது கண்ணயர்ந்தாலும் மாடுகள், பக்கத்து வயலிலோ, தோட்டங்களிலோ சென்று மேய்ந்துவிடும் என்பதாலும் அதற்காகத் தண்டம் கொடுக்க நேரிடுவதாலும் இரவில் மாட்டுத் திருட்டைத் தடுப்பதற்கும் விழித்திருக்கின்றனர்.[11]

மாடு விற்பனை

மாடுகளை விற்பதன் மூலம் கணிசமான வருவாயை ஆயர்கள் பெறுகின்றனர். கிடை மாடுகளில் காளைக் கன்றுகள் மட்டுமே பெரும்பாலும் விற்கப்படுகின்றன. ஆறு மாத காளைக்கன்று இணை ஒன்று, ரூ.6000 வரை விலை போகின்றது. வளர்ந்த ஒரு இணை மாடுகள் ரூ.30,000 வரை விற்கப்படுகின்றன.

> வாடிபட்டி மாட்டுச் சந்தை, மணப்பாறை மாட்டுச் சந்தை உள்ளிட்ட மிகப்பெரிய மாட்டுச் சந்தைகளில் காய்முறி (35,000ரூ.), பனைமுறி (45,000ரூ.), சவுடுமுறி (25,000ரூ.), ஆழி (7,000ரூ.), பணையன் (40,000ரூ.), தட்ட (5,000ரூ.) என்ற குறியீட்டு அளவைகளின் அடிப்படையில் துண்டுக்குள் கை விரலைப் பிடித்து மாடுகள் விற்கப்படுகின்றன. (201415)

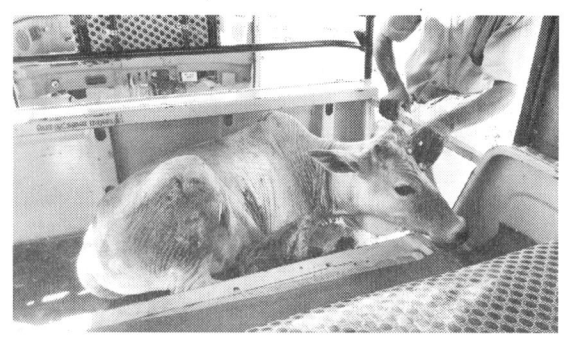

விற்கப்பெற்ற இளங்காளை

கேரள வணிகர்கள் மாடுகளை மொத்தமாகவும் சில்லறை யாகவும் பெற்றுச் செல்கின்றனர். அம்மாடுகள் கறிக்காக வெட்டப் படுகின்றன. மேலும், காளைகளைப் பழக்கி வண்டியிழுக்கவும், ஏருக்காகவும் உள்ளூர், வெளியூர்காரர்கள் வாங்கிச் செல்கின்றனர். மதுரை, சிவகங்கை மாவட்டத்தவர்கள், சல்லிக் கட்டுக்காகப் புலிக்குளம் மற்றும் மலைமாட்டுக் காளை இனங்களை வாங்கிச் செல்கின்றனர். மாடுகளைப் பழக்கப்படுத்தி, வாங்கிய விலையை விட, இலாபம் வைத்து விற்பதற்காகவும் வாங்கப்படுகின்றன. பொதுவாக சர்ச் மாடுகள், ஜெர்சி மற்றும் பிற வகை பால் கறக்கும் மாடுகள் இவ்வாறு வாங்கி, விற்கப்படுகின்றன.

எருமை மாடுகள் 20000ரூ. முதல் 50000ரூ. வரை விற்பனை செய்யப்படுகின்றன.

பால்படுபொருட்கள் விற்பனை

புலிக்குளம், மலை மாடுகளிடமிருந்து பால் கறப்பதில்லை. அவை பெரும்பாலும் இளங்கன்றுகளுக்கே விடப்படுகின்றன. எனினும், வீட்டுத் தேவைக்கு ஒருசில மாடுகளிடமிருந்து மட்டும் கறந்துகொள்கின்றனர். இவ்வகை மாடுகள் அதிகளவாக 500 மில்லி லிட்டர் வரை மட்டுமே பால் கறக்கின்றன. கறந்த பாலை, தன் தேவைக்குப் போக யார் கேட்பினும் விலையில்லாமல் கொடுக்கின்றனர். தயிரும் மோரும்கூட இவ்வாறு தரப்படுகின்றன.

ஆயர்தம் வீடுகளில், 2-4 லிட்டர் வரை பால் கறக்கும் மாடுகளைக் வைத்திருக்கின்றனர். இம்மாடுகளிலிருந்து கறக்கும் பாலைத் தேநீர்க் கடைகளிலும், பால் பண்ணைகளிலும் விற் கின்றனர். அனைத்து ஆயரூர்களிலும் பால் பண்ணைகள் செயல்

படுகின்றன. லிட்டர் ஒன்றுக்கு 22-25ரூபாய்க்குப் பசுமாட்டு பால் எடுத்துக்கொள்ளப்படுகிறது. எருமை பால், 25ரூபாய் வரை விலை போகிறது. பாலையும், தயிரையும்

கறந்த பால்

வீதி வீதியாக விற்பவர்களையும் காணமுடிகிறது. ஆயர் ஆண்களும் பெண்களும் இத்தகைய வேலையைச் செய்கின்றனர். பாலைவிடத் தயிரே அதிகளவில் இவ்வாறு விற்கப்படுகிறது.

பாலைக் காய்ச்சும்போது படியும்பாலாடைகளைச் சேகரித்து அதிகாலையிலேயே மத்தோடு கயிற்றைப் பிணைத்துக் கடைகின்றனர். கடைவதால் எழும் வெண்ணெயைச் சேகரித்து நெய்யாக உருக்கி, தயிர் விற்பதுபோலவே, வீதிவீதியாகச் சென்று நெய்யையும் விற்கின்றனர்.

பால், தயிர் விற்கப் புறப்படும் ஆயர், விருதுநகர்

மாட்டைப் பேணுவதில் ஆயர்கள் எதிர்கொள்ளும் சிக்கல்கள்

மேய்ச்சல் வெளிப்பற்றாக்குறை, ஆள் பற்றாக்குறை, மலைப் பகுதிகளில் மாடுகளை மேய்ப்பதற்கு அனுமதி மறுத்தல் போன்றவை ஆயர்களின் முதன்மைப் பிரச்சனைகளாக உள்ளன.

மேய்ச்சல்வெளிப் பற்றாக்குறை முக்கியச் சிக்கல்களாக உள்ளது.

வேலைக்கு ஆட்களை நியமிக்க முடியாதவர்களும் வயதான வர்களும் நெடுந்தொலைவுக்கு மாடுகளை மேய்த்துவர முடியாத தாகையால் மாடுகளைப் பேணுவதில் மிகுந்தத் துன்பத்திற் குள்ளாகின்றனர்.

மாடுமேய்ப்பதை விடத் தொழிற்சாலையில் அதிக ஊதியம் கிடைப்பதால் கூலிக்கு ஆட்கள் கிடைப்பதில்லை என்கின்றனர். பணிக்கு ஆட்கள் அமைந்தாலும் அவர்கள் அடிக்கடி தம் ஊருக்குச்

சென்றுவிடுவதும், பணிக்கு வராமல் காலங்கடத்துவதும், பேசிய ஊதியத்தை முன்கூட்டியே பெற்றுச்சென்று விடுவதும் எனப் பல சிக்கல்களைத் தாங்கள் எதிர்கொள்வதாகக் கூறுகின்றனர்.

எண்ணிக்கையில் குறைந்த மாடுகளை வைத்திருக்கும் ஆயர்கள் மற்றொருவரிடம் விடும்போது, காளைக் கன்றுகளை விற்பதால் கிடைக்கும் வருமானம் மட்டுமே கிடைக்கிறது. தொழு மற்றும் கிடை மூலம் பெறும் ஊதியம், மாடுகளைப் பராமரிப்பவர்களுக்கே சென்றுவிடுகிறது.

மாடுகள் நோயுறும்போது பெரிய இழப்பினை எதிர்கொள்ள நேரிடுகிறது.

நீர்ப்பற்றாக்குறை மதுரை, சிவகங்கை மாவட்டங்களில் பெரிய சிக்கலாக உள்ளது. ஏரி குளங்கள் தூர் வாரப்படாமல் இருப்பதாலும், மழைக்காலத்தில் மட்டுமே நீர் இருப்பு இருப்ப தாலும், நீர் வற்றும்போது கட்டாயமாக வேறு ஊர்களுக்குக் கால்நடைகளைச் செலுத்தும் நிலை ஏற்படுகிறது.[12]

நன்னாட்களிலும்கூட, மாட்டை மேய்ப்பதற்குக் குறைந்தது இரண்டு ஆட்களாவது செல்லவேண்டிய கட்டாயம்.

மாடுகள் மற்றவர்களது நிலங்களில் உள்ள பயிரை மேய்ந்து விட்டால் தண்டம் செலுத்த நேரிடும். சிலநேரங்களில் இது சண்டை, சச்சரவுகளில் சென்று முடியும். எவ்வளவு சேதம் ஏற்பட்டுள்ளதோ அந்தளவிற்கு இழப்பீடு நிலத்துக்கு உரியவரால் கோரப்பட்டு, அவை பணமாகவே வசூலிக்கப்படுகின்றன.

மலைமாடுகள் மலைப்பகுதியில் மிக உயரத்தில் மேயும் திறன்வாய்ந்தவை. மலைப்பகுதிகள்தாம் அவற்றிற்கான சிறந்த ஊட்டத்தைத் தருகின்றன. பத்தாண்டுகளுக்கு முன்புவரை, மாடுகளை மேய்ப்பதற்கு வனத்துறை அதிகாரிகள் அனுமதிச் சீட்டு வழங்கினர். ஆனால், தற்போது மாடுகள் மலைப்பகுதியில் சென்று மேய்வதற்குத் தடை விதிக்கப்பட்டுள்ளது. காலங்கால மாக மலைப்பகுதியில் மேய்ந்து பழகிய அம்மாடுகள், கீழே சரியான மேய்ச்சல் இல்லாமல் இளைத்து விடுகின்றன. மலை யடிவாரப் பகுதிகளில் மேய்ப்பதற்கு ஓட்டிச் செல்லும்போது, வனத்துறை அதிகாரிகளால் சிறைபிடிக்கப்பட்டு 10,000 முதல்

20,000 ரூபாய் வரை தண்டம் செலுத்த நேரிடுகிறது.[13] இத்தகைய நிலைகளினால், பெரும்பாலானோர் மலைமாடுகளை மிகக் குறைந்த விலைக்குக் கேரள வணிகர்களிடம் விற்று விடுகின்றனர்.

இதுபோன்ற காரணங்களால் நாட்டு மாடுகளின் எண்ணிக்கை மிகவும் குறைந்துவிட்டது.

ஆட்டு வகைகள்

தமிழகத்தில் மேச்சேரி, சென்னை சிவப்பு, இராமநாதபுரம் வெள்ளை, கீழக்கரிசல், வேம்பூர், நீலகிரி, திருச்சி கறுப்பு, கோயம்புத்தூர் முதலிய செம்மறி நாட்டு இனங்களும், கன்னி, கொடி முதலிய வெள்ளாட்டினங்களும் காணப்படுகின்றன.

மேச்சேரி இன ஆடுகள், சேலம், கரூர், ஈரோடு, நாமக்கல் மாவட்டங்களிலும், தருமபுரி மாவட்டத்தின் சில பகுதிகளிலும் காணப்படுகிறது. சென்னை சிவப்பு இன ஆடுகள், சென்னை, காஞ்சிபுரம், விழுப்புரம், திருவண்ணாமலை மாவட்டங்களில் காணப்படுகின்றன. இராமநாதபுரம், சிவகங்கை, விருதுநகர் மாவட்டங்களில் இராமநாதபுரம் வெள்ளை என்னும் ஆட்டினங்கள் காணப்படுகின்றன. கீழக்கரிசல் இன ஆடுகள், இராமநாதபுரம், சிவகங்கை, திருநெல்வேலி ஆகிய மாவட்டங்களில் காணப் படுகின்றன. வேம்பூர் இன ஆடுகள், தூத்துக்குடி மாவட்டத்தின் வேம்பூர், மேலக்கரந்தை, கீழக்கரந்தை, நாகலாபுரம் பகுதிகளிலும் விருதுநகர் மாவட்டங்களிலும் காணப்படுகிறது. நீலகிரி இன ஆடுகள், நீலகிரி மாவட்டத்தில் மட்டுமே காணப்படுகின்றது. திருச்சி கறுப்பு இன ஆடுகள், திருச்சி, பெரம்பலூர், தருமபுரி, சேலம் மாவட்டங்களில் காணப்படுகின்றன. கோயம்புத்தூர் இன ஆடுகள், கோயம்புத்தூர் மாட்டத்தில் மட்டுமே காணப் படுகின்றன.

வெள்ளாட்டினங்களான கன்னி ஆட்டினங்கள், திருநெல்வேலி மற்றும் இராமநாதபுரம் மாவட்டங்களில் காணப்படுகின்றன. சிவகங்கை, இராமநாதபுரம், தூத்துக்குடி மாவட்டங்களில் கொடி ஆட்டினங்கள் காணப்படுகின்றன.[14]

சிவகங்கை, விருதுநகர், மதுரை, திருநெல்வேலி ஆகிய மாவட்டங்களில் சென்னை சிவப்பு, இராமநாதபுரம் வெள்ளை,

வேம்பூர் போன்ற செம்மறி ஆட்டினங்களும் கன்னி மற்றும் கொடி வெள்ளாட்டினங்களும் காணப்படுகின்றன. இவற்றை ஆயர்கள் மேய்த்துவருகின்றனர்.

ஆட்டினங்கள்

ஆட்டுத் தொழுக்களைப் பேணும் முறைகள்

சொந்தமாகப் பேணுதல், கூட்டுத்தொகுதியாகப் பேணுதல் ஆகிய முறைமைகளில் ஆட்டுத் தொழுக்களை ஆயர்கள் பேணு கின்றனர்.

பெரும்பாலான ஆட்டிடையர்கள் 150 – 200 எண்ணிக்கை யுள்ள ஆடுகளைச் சொந்தமாகப் பேணுகின்றனர். ஒவ்வொரு

ஆட்டுத் தொழுவிலும் நான்கு-ஐந்து கிடாக்களையும் முழு செம்மறியாட்டுத் தொகுதியில் 10 வரையிலான வெள்ளாடு களையும் பேணுகின்றனர்.

குறைந்தளவிலான ஆடுகளைக் கொண்டவர்களிடமிருந்து, அதனைக் கேட்டுப்பெற்று, பெரிய அளவிலான ஆட்டுத் தொகுதியாக உருவாக்கி, அவற்றைப் பேணும் ஆயர்களையும் காணமுடிகிறது. இவர்கள் ஆட்டுக்கு உரியவர்களிடமிருந்து மாதக்கூலிப் பெற்றுக்கொள்வர். சொந்தமாக ஆடு இல்லாதவர்கள் இப்படியானத் தொழுக்களை அமைக்கின்றனர்.

சில இடங்களில் ஆண்டு முழுவதும் பிறருடைய ஆடுகளை வைத்துக் கொண்டு அதனைக் கிடையில் அமர்த்துவதால் வரும் ஊதியமும், புழுக்கையினால் வரும் ஊதியமும் எடுத்துக் கொண்டு ஆடு மேய்க்கும் ஆயர்களையும் காண முடிகிறது. ஆடு விற்பதால் கிடைக்கும் பணத்தினை ஆட்டிற்குரியோர் பெற்றுக் கொள்வர்.

சிலர், கூலியாளாக ஆட்டுக்குரியர்வர்களது வீட்டிலேயே தங்கி, ஓராண்டுக்கு ஆடு மேய்க்கிறார்கள். ஓராண்டு வரை மட்டும் என்று முன்பே பேசி, ஆண்டுக்கு இவ்வளவு கூலி எனப் பேசிக்கொள்கின்றனர். மதுரைக்கு அருகில் உள்ள மேலூரில் வண்ணபாறைபட்டி என்ற ஊரில் ஆயரொருவர், அதிகளவிலான ஆடுகளை வைத்திருக்கும் இன்னொரு ஆயரிடம் ஆண்டுக்கூலி பெற்று வேலை செய்துவருகிறார். அவருக்கு ஆண்டுக்கு 35,000ரூ ஊதியம் என்று பேசப்பட்டுள்ளது. வாரத்திற்கொரு முறை அல்லது மாதத்திற்கிருமுறை தன் வீட்டிற்கு அவர் சென்று வருகிறார். மற்றபடி, ஆடுகளுடன்தான் எந்நேரமும் இருக்கிறார். அவருக்கான உணவு மற்றும் தேவையானவற்றை ஆட்டுக்குரியோர் தந்துவிடுகிறார்கள். ஆடுகளை மேய்ப்பதும், கிடை அமர்த்துவதும் பராமரிப்பதும் அவரது வேலையாகும்.

காலையில் ஆடுகளை ஓட்டிச் சென்று மேய்த்துவிட்டு, மாலையில் தொழுவிற்குக் கொண்டுவந்து விட்டுவிடும் ஆயர் களையும் காணமுடிகிறது. இவர்களுக்கு மாத ஊதியமும், நண் பகல் உணவும் வழங்கப்படுகிறது.

ஆட்டுத்தொழுக்கள்

ஆடு மேய்ப்பு முறைகள்

கூலிக்கு ஆட்களை அமர்த்தியும் அல்லது தாங்களே ஆடுகளை மேய்க்கும் ஆயர்கள்,

- உள்ளூரில் மேய்த்தல்
- ஊர் ஊராகச் சென்று மேய்த்தல்

ஆகிய முறைகளில் ஆடுகளை மேய்க்கின்றனர்.

ஆடுகளைப் பெரும்பாலும் உள்ளூரிலேயே மேய்க்கின்றனர். காலையில் தொழுவிலுள்ள ஆடுகளைக் குட்டிகளிடமிருந்து பிரிக்கிறார்கள். பின்பு, இளம் குட்டிகளைக் குடாப்பு என்று சொல்லப்படும் மிகப்பெரிய கூடைகளில் அடைப்பர். சற்று பெரிய குட்டியாடுகளைத் தொழு வலைக்குள் அடைத்துவிட்டு, பெரிய ஆடுகளை மேய்ச்சலுக்குச் செலுத்துவர்.

இளம் குட்டிகளைக் குடாப்பில் அடைக்கும் இடையர்

ஆட்டிடையர்கள், தம் இருப்பிடத்தைச் சுற்றி 10-12கி.மீ. தூரம் வரை ஆடுகளை மேய்க்கிறார்கள். நண்பகல் வேளைகளில் நீர்நிலை நோக்கி, ஆடுகளைச் செலுத்தி, அவற்றிற்குத் தண்ணீர் புகட்டி, மீண்டும் மாலைவரை மேய்க்கிறார்கள். உள்ளூரில் ஆடு மேய்த்தால் நண்பகல் உணவை இடைச்சியர் கொண்டுவந்து தருகின்றனர். மாலையில் ஆடுகளைத் தொழுவிலடைத்து, குட்டி ஆடுகளைத் திறந்துவிடுவர். மேய்ச்சல் உள்ளவரை உள்ளூரிலேயே ஆடு மேய்க்கின்றனர். ஒரு மழை பெய்தாலும், சிறுபுற்கள் முளைத்துவிடும். அவை ஆடுகளுக்குப் போதுமானதாக இருக்கும். மழையில்லாத கோடைக் காலங்களில் ஆட்டுக் கீதாரி துணையோடு வேற்றூர்களுக்குச் செல்கின்றனர்.

வறட்சியான பகுதியில் மேய்ச்சல்

மலைப்பகுதியில் மேய்ச்சல்

காட்டில் மேய்ச்சல்

வெளியூர்களுக்குச் செல்லும்போது, வேண்டிய பாத்திரங்கள், தங்குவதற்குத் தேவையான பொருட்களை எடுத்துக்கொண்டு செல்கின்றனர். முன்பு நடந்தே சென்றவர்கள், தற்போது சுமையுந்துகளில் (Lorry), நடக்க முடியாத ஆட்டுக்குட்டிகளுடன், தேவையான பொருட்களையும் ஏற்றிக்கொண்டு, கூட்டாகச் சேர்ந்து வேற்றூர்களுக்குச் செல்கின்றனர்.

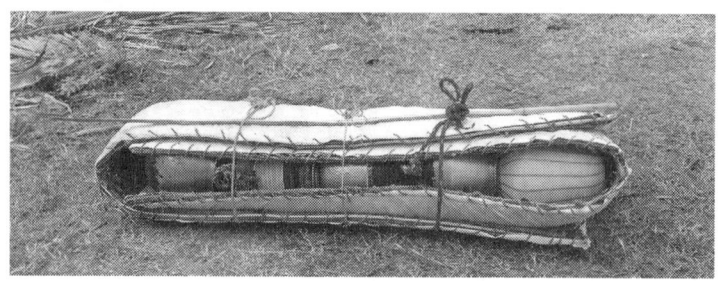

வலசைக்குக் கொண்டுசெல்லப்படும் புழங்கு பொருட்கள்

காலங்காலமாகச் செல்லும் ஊர்களுக்கே ஆட்டிடையர்கள் செல்கின்றனர். பெரிய பெரிய குடாப்புகளைத் தலையில் சுமந்தபடியே வேறொரு இடத்திற்குத் இடம்பெயர்கின்றனர். தற்போது அருகில் உள்ள ஊர்களுக்கு மட்டுமே இப்படிச் சுமந்துச் செல்கின்றனர். வெளியூருக்கு மேய்ச்சல் பொருட்டு செல்லும்போது, ஊருக்கு அருகில் நீராதாரம் உள்ள வசதியான இடத்தில், குடியிருப்புகளை அமைக்கின்றனர். பெரிய பெரிய குடாப்புகளைக் கொண்டு குடியிருப்புகள் அமைக்கப்படுகின்றன.

கூடையின் அளவுக்கேற்ப கால்களை நட்டு, ஒரு ஆள் உள்ளே நிற்கும்படி உயரம் வைத்துக்கொண்டு அக்கூடைகளைக் கவிழ்த்து மேலே பொருத்தி, அதனைச் சுற்றிலும் தகரத்தினைக் கொண்டு அடைக்கின்றனர். தரைப்பகுதியை மண்ணாலும் சாணத்தாலும் மெழுகிக்கொள்கின்றனர்.

மேலூரில் அமைக்கப்பெற்றிருந்த இடையர் வலசை

இரவில் பெண்கள் அதனுள் உறங்குவதையும், ஆண்கள், கயிற்றுக் கட்டிலில் தொழுவிற்கு அருகில் காவலிருந்தபடியே உறங்குவதையும் காணமுடிகிறது. அக்குடியிருப்பைச் சுற்றிலும் வேலி அமைத்திருப்பதையும் காணமுடிகிறது.

குடாப்புக்கு அருகிலேயே தொழுவை அமைத்துக்கொள் கின்றனர். தொழுவிற்குப் பக்கத்திலும் குடாப்புகளைக் கவிழ்த்துத் தங்குமிடங்களை ஏற்படுத்திக் கொள்கின்றனர். இரவு நேரங்களில் அதில் இருந்தபடியே ஆடுகளைக் காவல் காக்கின்றனர். தொழு மற்றும் குடியிருப்பைச் சுற்றிலும் முட்செடிகள் அல்லது மூங்கில்களைக் கொண்டு வேலி அமைக்கின்றனர். இத்தகைய குடியிருப்புகள் 'வலசை' என்றழைக்கப்படுகின்றன.

குறைந்தது 2-3 மாதங்கள் வரை ஒரூரில் இருப்பதைக் காணமுடிகிறது. காலையில் ஒன்பதிலிருந்து 10 மணிக்குள் ஆடுகளை ஓட்டிச்சென்று பொது இடங்களிலும் அறுவடை செய்த வயல்களிலும் மேய்த்து, ஆறுகளிலோ, குளங்களிலோ, கண்மாய்களிலோ ஆடுகளுக்கு நீர் புகட்டி, மாலையில் மீண்டும் தொழுவிற்கு ஓட்டி வந்து அடைக்கின்றனர்.

ஆட்டுக்குளம், மதுரை

வடபழஞ்சி, மதுரை

வலசையில் அமர்ந்திருக்கும் ஆய்ச்சி

வண்ணபாறைபட்டி, மதுரை

வலசைகளில் புழங்குபொருட்கள்

இராமநாதபுரம், கமுதி போன்ற ஊர்களிலிருந்து ஆடுகளை மேய்த்தவாறே மதுரை – சோழவந்தானில் இடம்பெயர்ந்து ஆண்டுக்கணக்கில் ஆடு மேய்க்கும் பல ஆட்டிடையர் குடும்பங்களைக் காணமுடிகிறது. இவர்கள் குடும்பத்தோடு இடம் பெயர்கின்றனர். ஊருக்கு ஒதுக்குப்புறத்தில் குடியேறி அங்கேயே தொழு அமைத்தும், வயல்களில் கிடை கட்டியும் வாழ்கிறார்கள். சொந்தஊரில் நடக்கும் நன்னிகழ்வுகளில் பங்குகொள்ளவும், குலதெய்வக் கோயிலுக்குச் செல்வதற்கும் சொந்த ஊர்களுக்குச் சென்று வருகிறார்கள்.

ஆடுகள் பொது நிலங்களிலும், காடுகளிலும் மேய்க்கப் படுகின்றன. இராமநாதபுரம், மதுரை – திருமங்கலம் சமவெளி, திண்டுக்கல் சமவெளி போன்ற பகுதிகளைக் காட்டிலும் விருதுநகர் மலையடிவாரங்களில் ஆடுகளுக்கு நன்கு மேய்ச்சல்வெளிகள் கிடைக்கின்றன. மதுரைக்கு வடக்கேயுள்ள மேலூர் போன்ற பகுதிகளிலும் ஆடுகளுக்குத் தேவையான மேய்ச்சல்வெளிகள் உள்ளன. காடுகளில் ஆடுகளை மேய்ப்பதற்கு வனத்துறையினர் தடை விதித்துள்ளனர்.[15]

பெரும்பாலும் இடைச்சியர், இரவு மட்டுமே குழம்போடு உணவு தயார் செய்கின்றனர். காலையிலும் நண்பகலிலும் இரவு சமைத்த உணவையே உண்கின்றனர். இதனைத் 'தெளுவு' என்று அழைக்கின்றனர். சில இடங்களில் காலையிலும் இரவிலும் சமைப்பதையும் ஆட்டுப்பாலைக் கறந்து தயிர், மோர் தயார் செய்து உணவாக உட்கொள்வதையும் காணமுடிகிறது.

வெளியூரிலிருந்து ஆடு மேய்த்துக்கொண்டு வரும் ஆட்டிடையர்கள் ஒரே இடத்தில் நிலையாகத் தங்கியிருப்பதையும் காணமுடிகிறது. ஆடுகளுக்குத் தேவையான மேய்ச்சலும், நீரும் கிடைக்கும் இடங்களில் ஆண்டுக்கணக்கில் தங்குகின்றனர். தொடக்கத்தில் குடாப்புகளைக் கவிழ்த்து அதில் குடியிருக்கும் அவர்கள், பக்கத்திலுள்ள கல்விநிலையங்களில் தம் பிள்ளைகளைப் படிக்க வைக்கின்றனர். அவ்வூரிலேயே தங்களுக்கென சொந்தமான நிலம் வாங்கி, அதில் தொழு வைத்தும், அங்கேயே நிலையாக வீடு கட்டியும் வாழ்கின்றனர். ஊரில் தொடர்ச்சியாக மழை இல்லாமல் அவ்வூரை விட்டுப் போகவேண்டிய நிலை ஏற்பட்டால், தெரிந்தவர்களிடம் சொல்லிவிட்டு, அவ்விடத்தை விட்டு வேறு ஊரில் சென்று ஆடு மேய்க்கிறார்கள். களஆய்வுக்குச் சென்ற மதுரைக்குப் பக்கத்திலுள்ள மேலூரில் வண்ணபாறை பட்டி என் சிற்றூரில் 2015ஆம் ஆண்டு குடாப்புகளில் வாழ்ந்த ஆட்டிடையர் குடும்பம் ஒன்று, 2016இல் நிலையாக வீடு கட்டி வாழ்ந்துவருகிறார்கள். அப்பகுதியில் மேய்ச்சலும், நீரும் கிடைப்பதால் ஆடுகள் நன்குப் பெருகுகின்றன.

ஆட்டின் மூலம் பெறும் பொருளாதாரம்

ஆடுகளைத் தொழுவில் அமர்த்துவதாலும், கிடை போடுவதாலும், குட்டிகளை விற்பதாலும் ஆட்டிடையர்களின் பொருளாதாரத் தேவைகள் நிறைவேற்றிக் கொள்ளப்படுகின்றன.

வயல்களில் கிடை அமர்த்தாத காலங்களில் அதாவது மழைக் காலங்களிலும், நிலங்களில் வேளாண்மைப்பணி தொடங்கி, அறுவடைக்காலம் முடியும் வரையிலும். ஆடுகளைத் தொழுவில் அடைக்கின்றனர். பகல் முழுவதும் ஆடுகள் மேய்ச்சலுக்குப் பொது இடங்களிலும் காட்டுப் பகுதிகளிலும் அழைத்துச் செல்லப்பட்டு மாலையில் தொழுவில் அடைக்கப்படுகின்றன. இரவு முழுவதும் ஆடுகள் இடும் புழுக்கைகளைக் காலையில் குவித்து சேகரிக்கின்றனர். நாள்தோறும் அதனை உலர வைத்து, 50கி.கி 30ரூபாய்க்கு விற்கின்றனர். இவை உள்ளூர்காரர்களாலும் வெளியூர்களாரர்களாலும் வாங்கிச் செல்லப்படுகின்றன. இதன் மூலம் 100 ஆடுகள் வீதம் ஆண்டொன்றுக்கு 32,000ரூ வரை வருமானம் கிடைக்கிறது.

கிடை போடுதல்

ஆட்டிடையர்கள் வயல்களிலும், தோட்டங்களிலும் கிடை வைக்கின்றனர். 100 ஆடுகள் ஒருநாள் இரவு கிடை அமர்தினால் 150 ரூபாய் வரை ஊதியம் கிடைக்கிறது. ஒரு ஏக்கர் நிலத்திற்குக் குறைந்தது 300 ஆடுகள் வரை நிற்க வைக்கப்படுகின்றன. இரவு முழுவதும் அவையிடும் புழுக்கைகளும் நீருமே வயலுக்கு உரமாகின்றன. வயலில் கிடை அமர்த்தும்போது குறைந்தது இரண்டு பேர் காவலிருக்கின்றனர். ஒருகட்டில், கம்பளி, கோல், உணவு பாத்திரங்கள், கைவிளக்கு (Torch Light) போன்றவற்றைக் கிடை வைக்கும் இடத்தில் வைத்திருக்கின்றனர். பொதுவாக வீட்டிலிருந்தோ, குடியிருப்பிலிருந்தோ உணவு கொண்டுவரப்படுகிறது. கிடை கட்டுதலில் ஆண்கள் மட்டுமே ஈடுபடுகின்றனர். பெண்கள் வலசை எனப்படும் குடியிருப்புகளில் உள்ள குடாப்புகளில் தங்கியிருக்கின்றனர். கிடை கட்டும் வயலிலும் பெரிய குடாப்புகளை வைத்திருக்கின்றனர். அதனுள் பகல் பொழுதில் குட்டி ஆடுகளை அடைத்து வைக்கின்றனர்.

இடையர்கள், கிடைக்குப் ஊதியமாகப் பணத்தையே பெறுகின்றனர். சில இடங்களில் விளைச்சலின் ஒரு பகுதியும் நிலத்திற்குரியவர்களால் தரப்படுகிறது. அது நெல் அல்லது பிற பயிர்களாக இருக்கின்றன. அதனை இடைச்சியர்கள் தமக்குப்போக மீதமுள்ளவற்றை விற்றுவிடுகின்றனர்.

ஆடு விற்பனை

ஆட்டுக்குட்டிகளை விற்பதால் அதிக லாபம் பெறுகின்றனர். 18 மாதக் குட்டிகளை 3000-3500ரூபாய்க்கு விற்கின்றனர். அதிகளவில் கிடாக் கன்றுகளையே விற்கின்றனர். 60 குட்டிகளை விற்பதன் மூலம் ஆண்டொன்றுக்கு 120000ரூ வருமானம் பெறுகின்றனர். தேவை ஏற்பட்டால் பெரிய ஆடுகளையும் விற்கின்றனர். தென் மாவட்டங்களில் பெரும்பாலும் இசுலாமியர்கள் இவர்களிடமிருந்து மொத்தமாக ஆடுகளை வாங்குகின்றார்கள். தொழுவில் ஆடுகள் இறக்கும்போது அதனை அறுத்து, சிறு சிறுதுண்டுகளாக்கி, நன்கு உலத்தி 'ஆட்டு வற்றல்' போட்டு வைத்துக்கொள்கின்றனர். நூலில் கோக்கப்பெற்று உலர்த்தப் பட்டிருக்கும் ஆட்டு வற்றல்களை ஆட்டிடையர்களது வீடுகளில் காணமுடிகிறது.

செம்மறியாடுகள் பங்குனி, சித்திரை, வைகாசியில் கிடாவால் விரட்டப்பட்டு, புரட்டாசி, ஐப்பசி, கார்த்திகையில் ஆண்டுக்கொரு குட்டி ஈனுகின்றன. இத்தகைய குட்டிகள் நல்ல ஆரோக்கியத்துடன் இருப்பதோடு, ஓராண்டிலேயே தாயாடு அளவுக்கு வளர்ந்துவிடுகின்றன. இந்தக் குட்டிகளும் 1218 மாதங்களில் பருவமடைந்து கிடாவால் விரட்டப்படும் அளவிற்கு வளர்ந்துவிடும். இக்குட்டிகளைப் பிருவக்குட்டிகள் என்பர். ஒருசில தாயாடுகள் புரட்டாசி, ஐப்பசியில் குட்டி ஈன்றபோதும் குட்டி ஊட்டிக்கொண்டிருக்கும்போதே கார்த்திகை மார் கழியில் மீண்டும் கிடாவிரட்டி, சினைப்பட்டுவிடும். இவை சித்திரை, வைகாசியில் குட்டி ஈனும். இக்குட்டிகள் நல்ல உடல்நலத்துடன் இருக்காது. இக்குட்டிகளைக் கன்னிப் பிருவக் குட்டிகள் என்பர். இவற்றை விரைவில் விற்றுவிடுவர்.

வயலில் ஆட்டுக்கிடை

தென்னந்தோப்பில் ஆட்டுக்கிடை

ஆடு மேய்ப்பதில் உள்ள சிக்கல்கள்

மேய்ச்சல் நிலப் பற்றாக்குறையும், வறண்ட காலங்களில் நீர்ப் பற்றாக்குறையும் தலையாய சிக்கல்களாக உள்ளன.

ஆடுகள் திருட்டு போகாமல் பாதுகாக்க இரவு முழவதும் விழித்திருப்பதும், இரவு காவல் காப்பதற்கு ஆட்களை நியமித்தால் அவர்களுக்குக் கூலியும் கொடுக்கவும் வேண்டியிருக்கிறது. எனினும், ஆட்டுத் திருடர்கள் ஒரு முறை வந்தால், குறைந்தது 5-10 ஆடுகளைத் திருடிவிடுகின்றனர். இதனால் இரவில் விழித்திருந்து காவல் காக்க வேண்டியதாக இருக்கிறது.

முன்பு பிற விலங்குகளால், குறிப்பாக நரிகளால் ஆடுகள் தாக்கப்படும் சிக்கல்கள் இருந்தன. மலையடிவாரங்களில் ஆடு மேய்க்கும்போது இப்போதும் நரிகளால் ஆடுகள் தாக்கு தலுக்குள்ளாகின்றன. சமவெளிப்பகுதிகளில் நாய்களால் ஆடுகள் சேதத்திற்கு உள்ளாகின்றன. ஆடு மேய்ப்பவர்கள் நாய் வளர்ப்ப துண்டு. அந்நாய்கள் மேய்ச்சலின்போது துணைக்கு வருவதைக் காணமுடிகிறது. இந்நாய்களால் பிரச்சனைகள் இருப்பதில்லை. வெளியேயிருந்து வரும் நாய்கள், குட்டி ஆடுகளின் காலைக் கடித்தும், இழுத்துச் சென்று குதறியும் விடுகின்றன.

ஆடுகள் நோய்வாய்ப்பட்டால், மொத்தமாக 20-30 ஆடுகள் ஒருசேர இறந்து விடுகின்றன. மொத்த ஆட்டுக்கிடையே பாதியாகக் குறைந்து பெரும் நட்டம் ஏற்படுகிறது. இப்படி மொத்தமாக ஆடுகள் இறக்கும்போது அதனை விற்க முடியாமல், பெரிய பள்ளம் தோண்டி மொத்தமாகப் புதைத்துவிடுகின்றனர்.

ஆடுகள், வேளாண்மை நிலங்களில் இறங்கிப் பயிர் களை மேய்ந்து விட்டால், தண்டம் கட்டிட நேரிடும். வெள்ளாமைக் குரியவர்களில் சிலர் பொறுமையாகப் பேசி தண்டத்தைப் பெற்றுக்கொள்வர். சிலர் அடிக்கவும் செய்வர். ஆடுகளையும் பிடித்து வைத்துக்கொள்வர். ஆட்டிடையர்கள் அமைதியாக இருந்து, அடித்தாலும் வாங்கிக்கொண்டு சேதத் திற்குத்தக்க இழப் பீட்டைப் பணமாகத் தந்துவிடுகின்றனர். இதற்காகவேனும், இரவிலும் பகலிலும் மிகவும் விழிப்புடன் இருக்கின்றனர்.

கருவிகள்

ஆயர்கள் பல்வேறு அத்தியாவசியப் பொருட்களையும் கருவிகளையும் பயன்படுத்துகின்றனர்.

வீட்டிற்குத் தேவையான எல்லாப் பொருட்களையும் ஆயர் களது வீடுகளில் காணமுடிகிறது. மண்வெட்டி, கடப்பாறை, கோடரி, கொத்து, கொக்கி, கோல்,[16] சால், வீட்டு பயன்படுப் பொருட்கள், பால் கறக்கும் கலன், பால் சேமிக்கும் கலன் எனப் பல்வேறு வகையான பொருட்களையும் ஆயர்கள் கொண்டுள்ளனர். பல நவீன கருவிகளையும் காண முடிகிறது. அரசு மின்விசிறி, அரவை இயந்திரம், தொலைக்காட்சியைக்

காணமுடிகிறது. குழந்தைகள் இருக்கும் வீடுகளில் தொட்டில் காணப்படுகிறது. வீட்டுக்குப் பக்கத்தில் கால்நடைகளைக் கட்டும் கம்புகளைக் காணமுடிகிறது. இதனை 'மொளக்குச்சி' என்கின்றனர்.

மாடு மேய்க்கும் ஆயர்கள், மேய்ச்சலுக்குச் செல்லும் போது, கையில் நீண்ட கோலும், தண்ணீர் புட்டிலும் கொண்டுச் செல் கின்றனர். சிலர் தூக்குவாளியில் உணவையும் கொண்டுச் செல் கின்றனர்.

வெளியூர்களுக்குச் செல்லும்போது, கோரைத்தடுக்குகள், புழங்குவதற்கான பாத்திரங்கள், அரிசி உள்ளிட்ட உணவுப் பொருட்கள், கோல், நீண்ட கோலின் முனையில் பொருத்தப் பட்ட கத்தியுடன் கூடிய வளைந்த அறுவாள் (இதனை வாங்கறு வாள் என்றும் அலக்கு என்றும் அழைப்பர்), கொங்காணி, ஆடு, மாடுகளுக்கான மணிகள், பால் கறக்கும் கலன்கள் உள்ளிட்ட பல பொருட்களைக் கொண்டுசெல்கின்றனர். தடுக்குகள் கோரைப் புற்களாலும், வரகுத் தாள்களாலும் செய்யப்படுகின்றன.

ஆடு மேய்ப்பவர்கள் கையில் நீண்ட கோலையும் வளைந்த அறுவாளையும் கொண்டு செல்கின்றனர். நண்பகல் வேளைகளில் இடைச்சியர் உணவினைத் தூக்கு வாளியில் கொண்டுவந்து தருகின்றனர். வீடுகளில் பெரியபெரிய குடாப்புகள் காணப் படுகின்றன. ஆடுகளை அடைப்பதற்கு வலைகளும், வலை களைப் வளைப்பதற்குக் குத்துக்கம்பிகளும், சுத்தியல்களும் உடன் வைத்திருக்கின்றனர். கைகளில் சிறுகத்தியினையும் கொண்டிருக்கின்றனர். இதனைத் தனக்குப்பின்புறம் இடுப்பு வேட்டியில் செருகி வைத்திருக்கின்றனர்.

குடியிருப்பில் அங்குள்ள கற்களைக் கொண்டே அடுப்பு அமைக்கின்றனர். குறைந்தது ஆறு குடும்பங்கள் வரை குடி யிருப்புகளில் குடியிருக்கின்றனர். இருப்பினும் உணவு தனித் தனியே சமைக்கப்படுகிறது. அங்கு அம்மிக்கல், ஆட்டுக்கல் போன்றவற்றையும் காணமுடிகிறது. இரவு நேரங்களில் வலசை களில் மின்சாரம் இருப்பதில்லை. மண்ணெண்ணெய் விளக்கையே வெளிச்சத்திற்குப் பயன்படுத்துகின்றனர். அருகிலுள்ள வீடுகளில் சென்று அலைபேசி, ஒளிவிளக்குப் போன்றவற்றிற்கு மின்னாற்றல்

பனை ஓலைப் பாய்

வலசையினுள் உள்ளவை

நிரப்பிக்கொள்கின்றனர். வானொலியையும் குடியிருப்புகளில் காணமுடிகிறது. ஆடம்பரமற்ற அலைபேசி எல்லோரிடமும் இருக்கிறது.

வலசையிலும் வீடுகளில் தயிர்த்தாழியும் மத்தையும் காண முடிகிறது. காலையிலேயே ஆயரோ அல்லது ஆய்ச்சியரோ தயிர் கடைகின்றனர். மேய்ச்சலுக்காக வெளியூர் வந்திருக்கும்போது தம் சொந்த பயன்பாட்டுக்காகவே பால், தயிர் போன்றவற்றை வைத்துக்கொள்கின்றனர். கேட்பவர்களுக்கும் கொடுக்கின்றனர். பெரும்பாலும் வீதிவீதியாகச் சென்று தயிரையோ, பாலையோ விற்பதில்லை.

மலைப்பகுதிகளில் மாடுமேய்க்கப் போகும்போது, கோரைப் பாய், உணவுப்பொருட்கள், சமைப்பதற்கான பொருட்கள், கம்பளி ஆகியனவற்றை மட்டும் கொண்டு செல்கின்றனர். மலையில் மாடு அடையும் இடத்தில், அங்குள்ள மரங்களிலிருந்து கிளைகளை உடைத்து, சிறு கூடாரம்போன்று அமைத்துக் கொள்கின்றனர். இதனைக் 'குச்சியல்'[17] என்று பெயர்.

குடாப்புகள்

சூராங்கழி, ரெட்டவாங்கழி, மூங்கில்கழி, காட்டுநொச்சிக் கழிகளை நிறைய கொண்டுவந்து, அதை வட்டமாக வளைத்து, பிணைத்துக் கட்டி, பின்பு, பனை யோலைகளால் வேய்கின் றனர். பனைநாறு உள்ளிட்ட கயிறுகளால் பின்னி, பெரிய வட்ட மான குடாப்புகளை உருவாக்குகின்றனர். எப்போதும் ஆட்டிடை யர்களது வீட்டு வாயில்களில் ஒன்றிரண்டு குடாப்புகளைக் காணமுடிகின்றன. வேற்றூர்களுக்குச் செல்லும்போது வலசை அமைக்கும் இடத்திலேயே குடாப்புகளை உருவாக்கிக் கொள்கின்றனர்.

குடாப்பு

கொங்காணி

கொங்காணி எனப்படும் தடுக்குகளை மழைக்காலங்களிலும், பொருட்களை வைத்து கட்டுவதற்கும் பயன்படுத்திக் கொள்கின்றனர். இதனை ஒரு முழு தென்னம் ஓலையைக்கொண்டு முடைந்து உருவாக்குகின்றனர். அதன்மேல் சாக்குப் பைகளைப் போட்டு, மேற்புறத்தில் மழைநீர் உள்ளே வராதபடி அடைக்கின்றனர். இதனை மாடு மேய்ப்பவர்களும் ஆடு மேய்ப்பவர்களும் பயன்படுத்துகின்றனர். மழைக்காலங்களில் கொங்காணிகளைப் பெரும்பாலும் வயதானவர்களே பயன்படுத்துகின்றனர். இளையவர்கள் குடைகளைப் பயன்படுத்துகின்றனர். மழை நன்கு பெய்யும்போது காற்று வீசும் நேரங்களில் கொங்காணிகளைத் தலையில் கவிழ்த்துக் கொண்டு நிற்கமுடியாது என்றும் காற்றின் வேகத்தால் நிலைத்தடுமாறிட நேரிடும் என்றும் கூறுகின்றனர்.

கிடை. மேய்ச்சலில் கொங்கானியின் பயன்பாடு

அறிதல்சார் பண்பாட்டுக் கூறுகள்

தாம் சார்ந்துள்ள இயற்கையையும் அதன் சுற்றுச்சூழலையும் ஆயர்கள் அறிந்துக்கொண்டிருக்கின்ற முறைமைகளும், ஆயர்களிடையே உள்ள பிரிவுகளும், அவர்களது நம்பிக்கைகள், விளையாட்டுகள், வழிபாடு மற்றும் வழிபாட்டு முறைகள் உள்ளிட்டவற்றை ஆய்வதன் மூலம் அவர்தம் அறிதல்சார் பண்பாட்டுக் கூறுகளை அறியமுடிகின்றன.

இயற்கை

ஆயர்களது சுற்றுச்சூழலை,
* வறண்ட நிலப்பகுதி
* வளமான நிலப்பகுதி
* மலைப்பகுதி

என்று பிரிக்க முடிகிறது

மழையில்லாத காலங்களில் ஆயரது குடியிருப்புகள் வறண்டு காணப்படுகின்றன. கண்மாய், ஏரி உள்ளிட்ட நீர்நிலைகள் வற்றிப் பாளம்பாளமாக வெடித்து விடுகின்றன. அந்நீர்நிலைவாழ் உயிரினங்கள் மடிந்து கூடுகளாகக் காணப்படுகின்றன. களஆய்வுக்குட்படுத்தப்பட்ட ஆயர் ஊர்களில் குடிநீருக்குக்கூடச் சிரமப்பட வேண்டியிருக்கிறது.[18]

சிவகங்கை மாவட்டத்திலுள்ள பெரும்பகுதிகள் ஏந்தல் நிலப் பரப்பாகும். மழைப் பெய்யும் காலங்களில் மட்டுமே வளமாக இருக்கின்றன. நீர் முற்றிலுமாக வற்றும் வரை, அங்கிருந்துவிட்டு, வேற்றூருக்குக் கால்நடைகளுடன் செல்லும் ஆயர்களைக் காணமுடிகிறது. இராமநாதபுரம், தூத்துக்குடி பகுதிகளிலும் திண்டுக்கல் சமவெளியிலும் இத்தகைய வறட்சி நிலையைக் காணமுடிகிறது. வாடிப்பட்டி அதற்குப் பக்கத்திலுள்ள ஊர் களிலெல்லாம் கால்நடைகளை வைத்திருப்போர் நீர் இல்லாத தால் வேற்றூர்கட்குக் கட்டாயமாகச் செல்லும் நிலையைக் காண முடிகிறது. இங்குள்ளோர் காலங்காலமாக மழையில்லாத காலங் களில் வேற்றூருக்குச் செல்கின்றனர்.

சிவகங்கை மாவட்டத்திலுள்ள புலிக்குளம் – மானங்கத்தான் என்ற சிற்றூரில் நிலவிய வறட்சியைக் காணநேர்ந்தது. வறட்சிக் காலங்களில் ஊர் மக்கள் அங்குள்ள ஒரு குளத் தினைப் பாதுகாத்து வருகின்றனர். அக்குளத்திலிருதே தமக்கான நீர்த் தேவையை நிறைவேற்றிக் கொள்கின்றனர். கால்நடை களுக்குக் கண்மாயில் இருந்த மிகக் குறைந்தளவிலான கலங்களான நீரையே புகட்டுகின்றனர். மனிதர்கள் குளிப்பதற்கும் துவைப்பதற்கும் அக்கண்மாய் நீரையே பயன்படுத்துகின்றனர். ஆயர்கள், நல்ல குடிநீருக்காக நெடுந்தொலைவுச் செல்கின்றனர்.

மழைக்காலங்களில் அந்நிலப்பரப்பின் காட்சி முற்றிலும் மாற்றம் நிகழ்கிறது. வறண்டு, காய்ந்துவிட்டிருந்த செடிகொடிகள் தழைக்கின்றன. இதனால், ஊரைவிட்டுச் சென்ற மாடுகளைத் தவிர, ஆடுகளை மீண்டும் ஊருக்கே ஓட்டிவந்து விடுகின்றனர்.

வளமான பகுதிகள்

மலையடிவாரங்களிலும், காடுகளிலும் நல்ல மேய்ச்சலும் நீரும் எப்போதும் கிடைக்கின்றன. வெளியூர்களில் வறட்சி நிலவும் காலங்களில் அங்கிருக்கும் ஆடு மாடுகள், இத்தகைய ஊர்களுக்கு இடம்பெயர்கின்றன. உள்ளூர் கால்நடைகளுடன் இணைந்து அவை மேய்கின்றன. காலங்காலமாக இத்தகைய இடங்களுக்கு வருவதால் அவர்களுக்கான வாடிக்கையாளர் களைக் கண்டு வழிவழியாகக் கிடை வைப்பதையும் காண முடிகிறது. அவ்வூர்களில் இருக்கும் கால்நடைகள் வெளி யூருக்கு மேய்ச்சலுக்காகச் செல்வதில்லை. வெளியூர் மாடு களைப் 'பளிங்கு மாட்டுக்காரர்கள்' என்றும் ஆடுகளை 'வரத் தாட்டுகாரர்கள்' என்றும் உள்ளூர் ஆட்கள் அழைக்கிறார்கள். உள்ளூர் கால்நடைகளுக்கு மலைப் பகுதியை ஒட்டிய காட்டுப் பகுதிகளிலும், பிற காடுகளிலும் நல்ல மேய்ச்சல் நிலங்கள் இருக்கின்றன. வயல்களில் வேளாண்மைப் பணிகள் நிறை வடையும் வரை அங்கு மேய்கின்றன. அறுவடை முடிந்ததும் வயல்களில் உள்ள தாள்களை மேய்ந்து, அங்கேயே கிடை வைக்கப்படுகின்றன.

மலைப்பகுதிகள்

மலைப்பகுதிகளில் மாடுகளை மேய்ப்பது காலங்காலமாகத் தொடர்ந்துவரும் வழக்கமாகும்.[19] மழைக்காலங்களிலும், நடவு தொடங்கும் காலங்களிலும் மாடுகள் மலைப்பகுதிக்கு மேய்ச் சலுக்காகச் செலுத்தப்படுகின்றன. இரண்டிலிருந்து மூன்று மாதங்கள் வரை இருந்துவிட்டு பிறகு மீண்டும் கீழிறக்கப் படுகின்றன. தற்போது திருநெல்வேலி, விருதுநகர் பகுதிகளில் உள்ள மலைப்பகுதிகளில் கால்நடைகளை மேய்ப்பதற்கு வனத் துறையினர் தடை விதித்துள்ளனர். அவை பாதுகாக்கப்பட்ட வனப்பகுதி எனவும் அணில் சரணாலயம் என்றும் கூறி, மாடுகளை மலைப் பகுதிகளில் மேய்ப்பதற்கு அனுமதிப்பதில்லை.

மழைக்காலங்கள்

மழைக்காலங்களில் தொழு, மேட்டுநிலங்களுக்கு மாற்றப் படுகிறது. சாணம், வருவாயை ஈட்டித்தரும் என்பதால் மேட்டு நிலங்களுக்குச் செலுத்தப்படுகின்றன. இதுதவிர, கால்நடை களுக்கு நோய்த்தொற்று ஏதும் ஏற்படாமல் இருப்பதற்கும் மேடான பகுதிகளுக்கு ஓட்டிச்சென்று தொழு வைக்கப்படுகிறது.

மேய்ச்சலின்போது மழைபெய்து, இடிஇடிக்கும் காட்சிகள் அழகானவை. இடியிடிக்கும்போது எருதுகள் எதிர்குரலெழுப்பி முழங்கும். மாடுகளோடு ஆயர்களும் மழையில் நனைவர். இக்காட்சிகள் சங்க இலக்கியக் காட்சிகளை நினைவுக்கூறுகின்றன.

கார்காலம் தொடங்கி மழை பெய்ததும் வறண்டு கிடந்த நிலம் துளிர்க்கத் துவங்குகிறது. பல்வகைப்பட்ட செடிகொடிகள் தழைக்கின்றன. பலவகையான மலர்களை அவை உண்டு பண்ணுகின்றன. நீர் நிலைகள் நிரம்பப் பெறுவதோடு, பல்வகைப் பூக்கள் மிதக்கும்படி காட்சியளிக்கின்றன.

தொடர்ச்சியான மழை பல தீங்குகளை விளைவிக்கிறது. திடீரெனப் பரவும் தொற்று நோயினால் ஒரே அலையாக ஊரிலுள்ள பல கால்நடைகள் இறந்துவிடுகின்றன. ஆயர்கள் அவற்றை மொத்தமாகப் புதைக்கின்றனர். இருக்கும் கால் நடைகளுக்கும் பலவிதமான நோய்கள், புண்கள் ஏற்படுகின்றன. இந்நோய்களுக்குக் கை மருத்துவமும், ஆங்கில மருவத்துவமும் உடனுக்குடன் பார்க்கின்றனர்.

மக்கள்

தமிழகம் முழுவதும் ஆயர்கள் வாழ்கிறார்கள். அவர்கள் சங்க காலம் முதலே ஆயர், ஆய்ச்சியர் என்ற பொதுப்பெயரோடு விளங்கிவருவதைக் காணமுடிகிறது. இப்பெயர்கள் இன்றும் வழக்கிலிருக்கின்றன. ஆயர்களது நாட்டுப்புறப் பாடல்களிலும் ஆயர், ஆயன் என்ற பெயர்களைக் காணமுடிகிறது. சங்க காலத்தில் மாடுகளை மேய்ப்பவர்கள் கோவலர் என்றும் ஆடு களை மேய்ப்பவர்கள் இடையர் என்றும் அழைக்கப்பட்டனர். பிற்காலத்தில் இந்தப் பாகுபாடுகள் மறைந்து மாட்டிடையர், ஆட்டிடையர் என்று அழைக்கப்படுகின்றனர். தற்போது

ஆட்டுக்காரர்கள், மாட்டுக்காரர்கள் என்று பிறரால் அழைக்கப் படுவதையும் காணமுடிகிறது. கிடை அமர்த்துபவர்களை ஆட்டுக் கிடைக்காரர்கள், மாட்டுக் கிடைகாரர்கள் என்றும், ஓர் ஊரி லிருந்து மற்றொரு ஊருக்கு மேய்ச்சல் பொருட்டு செல்லும் ஆட்டிடையர்களை 'வரத்தாட்டுக்காரர்கள்' என்றும் மாட்டிடை யர்களைப் 'பளிங்கு மாட்டுக்காரர்கள்' என்றும் பேச்சுவழக்கில் அழைப்பதைக் காணமுடிகிறது.

உட்பிரிவுகள்

தமிழக ஆயர்களிடையே பல்வேறு பிரிவுகள் காணப்படு கின்றன. 'கல்கட்டி, பாசி பிரிவினர், பெண்டுக்குமெக்கி, சிவியன் அல்லது சிவாளன், சங்கு கட்டி, சாம்பன், புதுநாட்டார் அல்லது புதுக்கநாட்டார், பெருந்தாலி, சிறுதாலி, பஞ்சரம் அல்லது பஞ்சாரங்கட்டி, மணியக்காரர், ஆனைக்கொம்பு, கள்ள, சோழியர், பெருமாள் மாட்டுக்காரர், பொதுநாட்டு இடையர், கருத்தக்காடு, போந்தன் அல்லது போகண்டன் போன்ற பிரிவு களை எட்கர் தட்சன் குறிப்பிடுகிறார்.[20, 21]

தமிழகம் முழுவதும் மேற்கண்ட பெயர்களையுடைய பிரிவினர் பரவலாக வாழ்ந்துவருகின்றனர். மதுரை மற்றும் அதை சுற்றியுள்ள பகுதிகளிலும் சிவகங்கை – மானங்காத்தான் பகுதிகளில் பஞ்சாரங்கட்டி இடையர்கள் அதிகளவில் வாழ் கின்றனர். விருதுநகரில் சிறுதாலி இடையர்களும், மதுரைக்கு வடக்கேயுள்ள பகுதி மற்றும் இராமநாதபுரம் பகுதிகளில் பெருந்தாலி, சிறுதாலி, பஞ்சாரங்கட்டி பிரிவினரும் அதிகளவில் உள்ளனர். திருவண்ணாமலை செஞ்சிப் பகுதிகளில் சாம்பன் அல்லது சாம்பார் இடையர்கள் அதிகளவில் உள்ளனர்.

தற்போது ஆயரிடையே உட்பிரிவுகள் பெரும்பாலும் மறைந்து விட்டன. தங்களை அப்பெயர்களைக்கொண்டு அழைத்துக் கொள்வதில்லை. வயதானவர்களே தங்களுக்குள் உள்ள பிரிவு களைக் கூறுகின்றனர். இந்தத் தலைமுறை ஆயர்கள் தங்களுக்குள் பிரிவுகளைப் பார்ப்பது குறைந்துவிட்டது. 'எல்லாம் ஒன்னாயி டுச்சி' என்றும் எல்லோரும் யாதவர்கள் என்றும் எல்லோருடனும் திருமண உறவு வைத்துக்கொள்வதுண்டு என்றும் கூறுகின்றனர்.

பட்டப்பெயர்கள்

ஆயர்கள் பல்வேறு பட்டப்பெயர்களால் அழைக்கப்படு கின்றனர். அப்பெயர்களைத் தங்களுடைய பெயருக்குப் பின்னால் சேர்த்துக்கொள்கின்றனர்.

'அம்பலக்காரர், கரையாளர், கீதாரி, கோன், கோனார், சேர்வை, தாஸ், நம்பி, நாயுடு, பிள்ளை, மணியக்காரர், மந்திரி அல்லது மந்தடி, மன்றாடியார், யாதவ், ரெட்டி[22] போன்ற பட்டப்பெயர்கள் ஆயர்களிடையே வழக்கிலுள்ளன. மேலும் வாத்தியார் என்ற பட்டப்பெயரையும் அறியமுடிகிறது.

தற்போது பெரும்பாலும் தங்களை 'யாதவ்', 'யாதவர்' என்றே அழைத்துக் கொள்கின்றனர். தமிழகத்து ஆயர்களுக்குச் சாதிச் சான்றிதழ் 'யாதவர்' என்ற பெயரிலேயே வழங்கப்பட்டு வருகிறது. எனினும் பட்டப்பெயர்களைத் தம் பெயருக்குப் பின்னால் சேர்த்துக் கொள்வதில் பேரளவிலான மாற்றங்கள் நிகழ்ந்துவிடவில்லை.

அம்பலக்காரர்

ஆராய்ந்து நீதி சொல்பவர்கள் அம்பலக்காரர் எனப்பட்டனர். அவரே ஊர் தலைவராகவும் விளங்குகிறார். ஆயர்களுள் ஊர் தலைவராக விளங்கக்கூடியவர்கள் இத்தகைய பட்டத்தைப் பெறு கிறார்கள். தமிழகத்தின் இராமநாதபுரம், சிவகங்கை, விருதுநகர் ஆகிய மாவட்டங்களின் ஊர்களில் இத்தகைய பெயர்களைப் பெறும் ஆயர்களைக் காணமுடிகிறது.

கரையாளர்

கரையாளர் என்ற சொல்லுக்கு நிலபுலன்களை மிகுதியாக உடையவர்கள் என்று பொருள். திருநெல்வேலி, செங்கோட்டைப் பகுதிகளில் நிறைய நிலங்களை உடைய ஆயர்கள் தங்களைக் கரையாளர்கள் என்று அழைத்துக்கொள்கின்றனர்.

கீதாரி

கீதாரி என்பவர் நான்கிலிருந்து ஆறு வரையிலான ஆடு மேய்க்கும் குடும்பத்திற்குத் தலைவர் ஆவார். ஆடுகளை மேய்க்க

வேண்டிய திசை, ஊர் முதலியவற்றை முடிவுசெய்வதும், இடையர்களை ஒருங்கிணைப்பதும், கிடைக்குரிய கூலியைப் பெற்றுத்தருவதும், இவரது பணியாகும். ஆடு மேய்ப்பதில் எழும் சிக்கல்களை இவரே எதிர்கொள்கிறார். இராமநாதபுரம், சிவகங்கை, விருதுநகர் ஆகிய மாவட்டங்களில் இத்தகைய பட்டத்தையுடைய ஆயர்கள் அதிகளவில் உள்ளனர். மாடு மேய்க்கும் ஆயர்களை ஒருங்கிணைப்பவர்களையும் கீதாரி என்று சொல்லப்படுவதுண்டு. அவர்களை 'மாட்டு கீதாரி' என்பர்.

கோன், கோனார்

மாடுகளை வைத்திருக்கும் ஆயர்கள் 'கோனார்' என்றும், 'கோன்' என்றும் அழைக்கப்படுகின்றனர். கோனார் என்னும் சொல்வழக்குப் பெரியாழ்வாரது காலத்திலிருந்தே வழங்கப்பட்டு வருகிறது. தமிழகம் முழுவதும் கால்நடை மேய்ப்பவர்கள் கோனார் என்றே அறியப்படுகின்றனர். பெரும்பாலான ஆயர்களது பெயர்களுக்குப் பின்னால் கோனார் என்ற பெயர் சேர்த்து அழைக்கப்படுவதைக் காணமுடிகிறது. கோன் என்றும் பட்டம், மாட்டிடையர்களுக்குத் தலைமை தாங்கும் பண்பினால் பெற்ற பெயராகும். தொழு அமைப்பது, கிடை வைப்பது, மேய்ச்சல் வெளியை உறுதிசெய்வது, பிணக்குகளைத் தீர்ப்பது போன்றவை இவரது கடமையாகும்.

சேர்வை அல்லது சேர்வைதுரை

சொக்கம்பட்டி ஜமீன்தாரால் சேர்வைத்துரை[23] என்று அழைக்கப்பட்ட ஆயர்களின் சந்ததியினர் சேர்வை என்றும் சேர்வைதுரை என்றும் அழைக்கப்படுகின்றனர். மிகக் குறைந் தளவிலுள்ள இவர்கள் திருநெல்வேலி சொக்கம்பட்டி பகுதி களிலும், இராமநாதபுரம், சிவகங்கை, விருதுநகர் மாவட்டங் களில் உள்ள சில ஊர்களிலும் வாழ்ந்துவருகின்றனர்.

தாஸ்

திருநெல்வேலி, கோயம்புத்தூர், பாளையங்கோட்டை போன்ற மாவட்டங்களில் தாஸ் என்றும் பட்டத்தையுடைய சில ஆயர்கள் உள்ளனர். திருமாலின் அடிமை என்னும் பொருளில் தங்களைத் 'தாசன்' என்னும் பொருள்பட அழைத்துக்கொள்கின்றனர்.

நம்பியார்

இப்பட்டத்தையுடைய ஆயர்கள் கன்னியாகுமரியிலுள்ள குரண்டி மற்றும் அதைச் சுற்றியுள்ள ஊர்களில் காணப்படுகின்றனர்.

நாயுடு

செங்கற்பட்டு மாவட்டம் அரக்கோணம் வட்டத்திலுள்ள சில ஊர்களிலும் வடஆர்க்காடு-ஆரணி, கொருக்கை, திமிரி, திருவத்திபுரம், சத்திய விசயநகரம், மாமண்டூர், மைநந்தல் முதலிய இடங்களில் நாயுடு என்னும் பட்டத்தையுடைய வடுகாயர்கள் உள்ளனர். இவர்கள் தெலுங்கு மொழி பேசுபவர்கள் ஆவர். தமிழாயர்களும் நாயுடு பட்டத்தைச் சேர்த்துக் கொள்வதாக அ.முத்துசாமி குறிப்பிடுகின்றார்.[24]

பிள்ளை

ஆயர்கள், பிள்ளை என்னும் பட்டத்தையும் கொண்டவர்களாக உள்ளனர். இவர்கள் நாகர்கோயில் உள்ளிட்ட தமிழகத்தின் பல மாவட்டங்களிலும் பரவலாக வாழ்கின்றனர். நாகர்கோயிலில் உள்ள இவ்வாயர்களில் ஒரு பிரிவினர் திருமணத்தின்போது தனது அக்காவின் மகளை மணப்பதில்லை. அத்தை – மாமன் மகளை மட்டுமே மணக்கின்றனர்.

மணியக்காரர்

ஊர், கோயில் முதலியவற்றில் மேல் விசாரணை செய்வோர் மணியக்காரர் எனப்படுகிறார். இத்தகைய பணியைச் செய்யும் ஆயர்கள் இப்பட்டத்தைப் பெயருடன் இணைத்துக்கொள்கின்றனர். மிகக் குறைந்த எண்ணிக்கையிலேயே காணப்படுகின்றனர்.

மந்தடி

மந்தைகளில் மேய்ப்பதால், திருத்தணி, திருவேலங்காடு, புல்லரம்பாக்கம் ஆகிய பகுதிகளில் வாழும் ஆயர்கள் மந்தடி என்று அழைக்கப்படுகின்றனர்.

மந்திரி

அமைச்சர், சேனைத் தலைவன், வருங்காரியஞ் சொல்வோன் ஆகியோர் மந்திரி என்று அழைக்கப்படுவர். ஆயர்களில்

இத்தகைய நிலைகளில் இருந்தோர் மந்திரி என்னும் பட்டப் பெயரால் அறியப்படுகின்றனர். இவர்கள் ஆம்பூர், குடியாத்தம், பெரணமல்லூர், பேராணாம்பட்டு, போளூர், வந்தவாசி, வாணியம் பாடி ஆகிய ஊர்களில் காணப்படுகின்றனர்.

மன்றாடியார்

மன்றத்திலமர்ந்து வழக்காடி நீதி வழங்குபவர்கள் மன்றாடி யார் எனப்பட்டனர். ஆயர்களில் இத்தகையோர் இப்பட்டத்திற் குரியவர்களாக விளங்குகின்றனர். இவர்கள் கோயம்புத்தூரில் காணப்படுகின்றனர்.

முக்குந்தர்

திருமாலின் சிறப்புப் பெயர்களுள் ஒன்றான முக்குந்தர் என்னும் சொல், செங்கற்பட்டு - கொத்தக்கண்டிகை, கொல்லக் குப்பம், பொதட்டூர்ப்பேட்டை, ராசமுத்திரம், வெங்கடாபுரம் முதலிய ஊர்களில் வாழும் ஆயர்களிடையே காணப்படுகிறது.

ரெட்டி

வேலூர் வட்டத்திலுள்ள சில ஊர்களில் ரெட்டி என்னும் பட்டப் பெயருடைய ஆயர்கள் வாழ்கிறார்கள்.

வாத்தியார்

தென்காசி, சொக்கம்பட்டி, பாளையங்கோட்டை ஆகிய பகுதிகளில் வாழும் ஆயர்களில் சிலர் வாத்தியார் என்னும் பட்டப்பெயரை உடையவர்களாக உள்ளனர். இவர்கள் நாமம் தரிப்பவர்களாகவும் பிராமணர்களைப் போன்று ஒழுக்கங்களைக் கடைப்பிடிப்பவர்களாகவும் உள்ளனர்.

யாதவ் / யாதவா / யாதவர்

ஆயர்கள், தற்போது யாதவ், யாதவா, யாதவர் என்ற பட்டத் தைத் தரித்துக் கொள்கின்றனர். சாதி சான்றிதழும் இப்பெயரி லேயே வழங்கப்படுகிறது. கோன், கோனார், கீதாரி, யாதவர் என்ற பட்டங்கள் ஆயர்களுக்கு மட்டுமே வழங்கப்படுகின்றன. மற்ற பட்டப்பெயர்கள் குறிப்பிட்ட வேறு சில சாதியினருக்கும் வழங்கப்படுகின்றன.

வட இந்தியாவில் இத்தகைய பெயர்களையுடைய ஆயர் குடியினர் பரவலாக வாழ்ந்துவருகின்றனர். தங்களைக் கண்ணனது குடியினர் என்று சொல்லிக் கொள்ளும் இவர்களைப் பற்றிய செய்திகள் புராணக்காலந்தொட்டு வடஇந்திய மொழி இலக்கியங்களில் பதியப்பெற்றுள்ளன. தமிழக ஆயர்கள் 'ஆயர், இடையர், கோவலர்' என்றே தமிழிலக்கியங்களில் பதிவாகி யுள்ளனர். 18-19ஆம் நூற்றாண்டில் தோன்றிய சில பள்ளு இலக்கியங்களில் தமிழக ஆயர்கள் முதன்முதலாக 'யாதவர்' என்ற பெயரில் பதிவாகியுள்ளனர். பக்தி இலக்கியங்களில் ஆயர்கள், 'யாதவர்' எனக் குறிக்கப்பெற்றிருப்பினும் அது வட இந்திய ஆயர்களையே குறிப்பதாகக் கொள்ள வேண்டும்.

நம்பிக்கைகள்

ஆயர்களிடையே பல்வேறு நம்பிக்கைகளைக் காணமுடிகிறது. அவற்றை

- வாழ்வியல் தொடர்பானவை
- தொழில் தொடர்பானவை

என இரண்டாகப் பகுக்க முடிகிறது.

அதிகாலையில் காக்கைகள் கரைவது விருந்தினர் வரவிற்கான குறிப்பாகக் கருதுகின்றனர். வீட்டிலிருந்துப் புறப்படும்போது சகுனம் பார்த்துச் செல்வதைக் காணமுடிகிறது. கைம்பெண்களைக் காண்பதும், தண்ணீர்க் குடத்தோடு யாரேனும் எதிர்ப்படுவதும் தீய சகுனமாக எண்ணுகின்றனர். அப்படி எதிர்ப்படின் வீட்டிற்குச் சென்று, தண்ணீர்க் குடித்துவிட்டு, சிறிது நேரம் கழித்தே மீண்டும் வெளியே செல்கின்றனர். குழந்தைகளுக்குக் கண்ணேறு கழிப்பதையும் காணமுடிகிறது.

உணவில் தலைமுடி கிடப்பது நல்லுறவிற்கு அடையாள மாகக் கருதப்படுகிறது. விருந்தினருக்கு உணவு படைக்கப்பட்ட இலையினை அவர்களே எடுக்கின்றனர். உண்டவர்கள் எடுப் பதை அனுமதிப்பதில்லை. உணவு பரிமாறப்பட்டதன் பலனே, உண்டவரது இலையை எடுப்பதில்தான் இருக்கிறது என்கின்றனர். ஆட்டுக்கறிவற்றல் இரவல் கேட்பது வறுமையைக் கொணரும் என்று கருதப்படுகிறது.

எந்த நற்காரியம் நடக்கும் முன்பும் கிழமையும் நேரமும் பார்க்கின்றனர். திருமணம், புதுவீடு குடிபோதல், மாடு/ஆடு வாங்குதல், மாடு/ஆடு விற்றல் போன்றவற்றிற்குக் கட்டாயமாக வளர்பிறை நாட்களில் வரும் முகூர்த்த நாட்களையே தேர்வு செய்கின்றனர்.

வீட்டில் தொடர்ச்சியாக இளம் ஆட்டுக் குட்டிகள் இறப்பதும், மாடுகளின் கண்களில் இருந்து நீர் வழிந்துகொண்டே இருப்பதும் தீய அறிகுறியாகவும், ஏதேனும் கெட்டது நிகழவிருப்பதற்கு முன்னோட்டமெனவும் கணிக்கின்றனர். எந்தக் காரணமும் இன்றி திடீரென மாடுகள் இறப்பதை வீட்டில் இறப்பு விழுவதற்கான அறிகுறியாகக் கருதுகின்றனர்

பேய்களைப் பற்றியும், கெட்ட ஆவிகளையும் பற்றியும் நம்புகின்றனர். கெட்ட ஆவிகளின் வருகையைத் தங்களுடைய கால்நடைகள் அறிந்து, கத்தத்தொடங்கிவிடும் என்றும், கைகளில் இரும்பு இருந்தால் நம்மை அது அண்டாது என்றும் கூறுகின்றனர். இவற்றிலெல்லாம் நம்பிக்கை இல்லை என்பாரும் உளர்.

தெய்வத்திற்கு ஏதேனும் வேண்டிக்கொண்டால் அதனை நிறை வேற்றிவிட வேண்டும் என்றும், தவறினால் நமக்குப் பெருந்தீங்கு விளைவித்துவிடும் என்றும் நம்புகின்றனர்.

கன்றுகள் கட்டியிருக்கும் கயிறுகளைத் தாண்டிச் செல்லக் கூடாது என்றும், சாணத்தை மிதித்துவிட்டு முகம் சுழிக்கக் கூடாது என்றும் கூறுகின்றனர்.

விரதநாட்களில் காக்கைகளுக்கு உணவு படைக்கின்றனர். தம் முன்னோர்கள் காக்கைகளின் மூலம் அவ்வுணவைப் பெறுவதாக நம்புகின்றனர்.

இடக்கண் துடிப்பது நல்லது நடக்கப் போதவதற்கறிகுறி என்றும், உள்ளங்கை அரித்தால் பணம் வரவு என்றும் நம்பு கின்றனர்

பல்லி வெவ்வேறு திசைகளில் ஒலியெழுப்புவதைக்கொண்டு குறிப்பிட்ட பலன்களைக் கணிக்கின்றனர்.

பெண்கள் வயதிற்கு வரும் நேரத்தைக் குறித்துக்கொண்டு சாதகம் பார்க்கின்றனர். பிறந்தபோது ஒருமுறையும், பருவ

மடையும் போது ஒருமுறையும் சாதகம் கணிக்கின்றனர். வயதிற்கு வந்த பெண்ணை, வயதிற்கு வராத மற்றொரு பெண், மஞ்சள் தண்ணீர் ஊற்றுவதற்கு முன் பார்த்துவிட்டால், அவளும் சீக்கிரம் பருவமடைந்துவிடுவாள் என்று நம்புகின்றனர். மஞ்சள் நீராட்டுவதற்கு முன் பருவமெய்திய பெண்ணை வீட்டிற்குள் அனுமதித்தால், 'கன்னித்தீட்டு வீட்டைத் துடைத்துவிடும்' என்கிறார்கள்.

ஆடுகளையும் மாடுகளையும் கிடை கட்டும்போது, அவற்றின் மூச்சுக்காற்றுப்பட்டாலே மண்ணின் தன்மை மாறிவிடும் என்று ஆயர்கள் நம்புகின்றனர்.

கிடை மாட்டுப் பாலையும் தயிரையும் ஆயர்கள் விற்ப தில்லை. காலங்காலமாக இதனைக் கடைப்படித்து வருவ தாகவும், விற்பது தவறு என்றும் கிடை மாட்டுப் பாலை விற்றால் தமக்கு நட்டம் வருமென்றும் நம்புகின்றனர். கேட்பவர்களுக்குப் பாலும் தயிரும் விலையில்லாது கொடுக்கின்றனர்.

மாடுகளுக்கு உடல்நலக் குறைவு ஏற்பட்டால் அதன் சாணத் தோடு, மண்ணையும் ஒரு பிடி எடுத்து அதன் தலையை மூன்று முறைச் சுற்றி, 'உன்னைத் தொட்டது விட்டது' என்று சொல்லித் தூக்கி எறிகின்றனர்.

ஆடுகளுக்கும் மாடுகளுக்கும் கண்ணேறு கழிக்கும்பொருட்டு, நெட்டி மாலைகளைப் போடுகின்றனர். நெட்டிக் குச்சிகளை வெட்டிவந்து, அவற்றைச் சிறுசிறு துண்களாக்கி, நூலில் மாலையாகக் கோத்து தம் கால்நடைகளின் கழுத்தில் அணி விப்பதைக் காணமுடிந்தது.

சிலர், நிலத்தில் கிடை வைத்த கூலியை நிலத்துக்குரியவர்கள் தராது ஏமாற்றும்போது பொறுக்க முடியாத பட்சத்தில், அவர்களது வயலின் ஒரு மூளையில் இரவுப்பொழுதில் செய்வினை வைக்கின்றனர். இப்படிச் செய்வதால் சிறுசெடிகூட முளைக்காது என்றும் பெரும் நட்டம் ஏற்படும் என்றும் நம்புகின்றனர்.

மலைப் பகுதிகளில் மாடு மேய்க்கச் செல்லும்போது, சகுனக் குருவி என்ற கிளிபோல் கத்தும் குருவியும் குடுகுடுப்பைக் காரரைப் போன்று ஒலியெழுப்பும் சடுகுடுக் குருவியும் மாட்டிற்கு முன்னே ஒலியெழுப்பிக்கொண்டு சென்றால் எந்தத்

தீயசெயல்களும் நடவாமல் அமைதியாக மேய்த்துவரமுடியும் என்றும் அதே குருவிகள், மாடுகளை முன்னே போகவிட்டு, பின்னால் ஒலியெழுப்பிக்கொண்டு சென்றால் பெரும் தீங்கு வரப்போகிறது என்றும் நம்புகின்றனர். இவ்வொலியைக் கேட்டதும் மாடுகளையெல்லாம் அப்படியே அமர்த்திவிட்டு, மறுநாள் புறப்படுகின்றனர். அலட்சியம் செய்துவிட்டு சென்றால் காட்டு விலங்குகளால் மாடுகளுக்கோ மனிதர்க்கோ பெரும் தீங்கு நிகழுமென நம்புகின்றனர்.

மேய்ச்சலுக்குச் செல்லும் வழியில் முயல்கள் சிதறி ஓடுவதை ஆடுகளுக்கும், மனிதர்களுக்கும் தீங்கு விளைவிக்கும் தீய சகுனமாக எண்ணுகின்றனர்.

மாடுகளைச் சுற்றி மொய்க்கும் ஈக்களைக் கொண்டும், மாடுகளின் கழுத்து மணியோசைகளைக் கொண்டும் ஆயர்கள் மழை வரவைக் கணிக்கின்றனர்.

மழை எப்போது பெய்யும் என்பதைத் தங்களுடைய மாடு களின் மூலம் முன்கூட்டியே அறியமுடியும் என்று கூறுகின்றனர். மாடுகளைச் சுற்றி எப்போதும் ஈ மொய்த்துக் கொண்டு இருக்கும். இவை சாதாரண ஈக்களைவிட அளவில் சிறியதாக இருக்கும். அளவுக்கதிகமாக மாட்டைச் சுற்றிச் சுற்றி வந்து, அதனை மேயவிடாமல் செய்யும். மாடுகள் தொழுவிலிருந்து கிளப்பினால் கிளம்பாமல் இருக்கும். வலுக்கட்டாயமாக விரட்டினால் மேயாமல் அப்படியே நிற்கும். மேலும், மாடுகள் மேய்ச்சலை மறந்து சோம்பியிருக்கும். இதனைக்கொண்டு அன்றோ, அன்று இரவோ மழை வரும் என்றும் மழை பெய்தால்தான் மாடுகள் மேயத்துவங்கும் என்றும் கூறுகின்றனர்.

தங்களுடைய பிள்ளைகளின் வளர்ச்சியை ஊக்குவிக்க கோரோசனை என்னும் மருந்தை ஆயர்கள் கொடுக்கின்றனர். இது மாட்டின் நுரையீரலிலிருந்து எடுக்கப்படுவதாகவும் இத்தகைய மாடுகளை அவற்றின் நடவடிக்கைகளின் மூலம் அறிய முடியும் என்றும் ஆயர்கள் கூறுகின்றனர்.

சில குழந்தைகள் பிறக்கும்போது பிரசவக் கழிவுகளைக் குடித்துவிடும். இக்கழிவுகள் குழந்தையின் நெஞ்சுப்பகுதியில் சேர்ந்துக்கொண்டு துயரத்திற்குள்ளாக்கும். இதற்கு மருந்தாகக்

கோரோசனைகள் கொடுக்கப்படுகின்றன. வசிய சடங்குகளிலும் இவை பயன்படுத்தப்படுகின்றன. மஞ்சள் நிறமுடைய இது மாட்டின் பித்தப்பையிலிருந்து எடுக்கப்படுகிறது. கோரோசனை உள்ள மாடுகள் மற்ற மாடுகளைப் போல் நடந்துகொள்ளாது. அனைத்து மாடுகளும் பம்புசெட்டில் தண்ணீர்த்தொட்டியிலோ வாய்க்காலிலோ நீர்க்குடித்தால் இத்தகைய மாடுகள் நேரடியாகப் போரிலிருந்து வெளிவரும் நீருக்குள் நாக்கைவிட்டு நீர் குடிக்கும். குளங்களில் நீர் காட்ட அழைத்துச் சென்றால் எல்லா மாட்டையும் விட, முன்னே சென்று நீரில் இறங்கிக் குடிக்கும். இத்தகைய நடவடிக்கைகளிலிருந்து இத்தகைய மாடுகளை அறிந்துகொள்ளலாம் என்று ஆயர்கள் கூறுகின்றனர். இத்தகைய மாடுகள் நல்ல விலைக்குப் போகின்றன.

சுழிகள்

கிடை மாடுகளுக்குச் சுழி பார்ப்பதில்லை. ஆனால் வீட்டில் வளர்க்கும் மாடுகளுக்கும் ஆடுகளுக்கும் சுழி பார்க்கிறார்கள். நல்ல சுழியுள்ள மாடுகளையே பலரும் வாங்குகின்றனர்.

மாட்டின் முதுகில் இரண்டு பக்கமும் இருக்கும் 'பாடை சுழிகள்', வால் ஆரம்பிக்கும் இடத்திற்கும் ஆசன வாய்க்கும் நடுவில் இருக்கும் 'பெண்டிழந்தான் சுழி', நெற்றியில் மேலும் கீழுமாக இருக்கும் 'குடைமேல்குடை சுழி, வாலைத் தூக்கிப் பார்த்தால் பாம்புத் தலையைத் தூக்கியதைப்போன்று இருக்கும் 'நாகபூஷணம் சுழி' என இத்தகைய சுழியுள்ள மாடுகளை வாங்குவது குடும்பத்திற்கு ஆகாது என்று நம்புகின்றனர். குறிப்பாக நாகபூஷணம் உள்ள மாடுகளை வீட்டில் வைத்திருப்பதில்லை.

மேலும், அக்கினி சுழி, முக்கண் சுழி, விலங்கு சுழி, தட்டு சுழி, துடைப்பை சுழி, புட்டாணி சுழி, படைக்கட்டு சுழி, இறங்கு பூரான் சுழி, பூரான் சௌவல் சுழி, வால் முடங்கி சுழி, இறங்கு நாக சுழி, கருநாகச் சுழி, மென்னிப்பிடி சுழி போன்றவையும் தீமைகளைக் கொடுக்கும் சுழிகள் என்று கருதுகின்றனர். மாட்டின் கொம்புக்கு மேல்பகுதி வெண்மையாக இருக்கும் 'கொள்ளிக்கொம்பு' மாடு களும் தீமையைக் கொண்டுவரும் என்று நம்புகின்றனர்.

மாடுகளின் நெற்றியின் மேல் காணப்படும் நெற்றிச்சுழி எனப்படும் 'ராஜசுழி', மாட்டுத் திமிலின் உச்சியில் இருக்கும்

'கொண்டைச்சுழி', இரண்டு கொம்புகளுக்கு நடுவில் நெற்றிக்கு மேல் இரண்டு சுழிகளாக இருக்கும் 'பாசிங்சுழி', முதுகின் நடுப்பகுதியில் தனியாக இருக்கும் 'முதுகுச்சுழி', தாடைக்கும் முன்னங்காலுக்கும் இடையில் தாடிப் பகுதியில் இருக்கும் 'தாமணிச் சுழி', தலை உச்சியில் பின்பக்கமாகக் கீழே இறங்குவதுபோல் இருக்கும் 'மந்திரிச்சுழி', என இச்சுழிகளை யுடைய மாடுகளையும் மேலும், கோபுரச் சுழி, லட்சுமி சுழி, விரிசுழி, இரட்டை கவர் சுழி, ஏறு பூரான் சுழி விபூதி சுழி, கொம்புதானா சுழி, ஏறுநாகச் சுழி, நீர்ச் சுழி போன்றவையும் நன்மை தரும் சுழிகள் என்றும் நம்புகின்றனர்.

'அஞ்சில சிறுத்து அஞ்சில பெருத்த மாடுகளை' நல்ல வளமான மாடுகள் என்று ஆயர்கள் குறிப்பிடுகிறார்கள். அதாவது, திமில், கால், கும்பம், உடம்பு, கழுத்து இவை பெருத்தும், கடகு, வால், ரோமம், கொம்பு, காது இவை சிறுத்தும் இருக்கும் மாடுகள் வீட்டிற்குகந்த மாடுகள் என்கின்றனர்.

ஆடு, பொன்னளந்தான் சுழியுள்ள குட்டியை ஈன்றால், கிடை பெருகும் என்றும், வறட்சி தீரும் என்றும் கருதுகின்றனர்.

மலை மாடுகள் மலையேறிச் சென்று மேய்ந்தால்தான் நாட்டில் மழைபெய்யும் என்றும் காலந்தவறி பெய்யும் மழையும் மழையின்மையும் மாடுகளைக் காடுகளுக்குள் அனுமதிக்காததாலேயே உண்டாகின்றன என்றும் உறுதியாக நம்புகின்றனர்.

விளையாட்டு

பருவத்திற்கேற்றாற்போல ஆயர்களது விளையாட்டுகளை வகைப்படுத்த முடிகிறது. சிறுவர் விளையாட்டுகள், பெரியவர் விளையாட்டுகள், இளைஞர் விளையாட்டுகள் எனப் பல்வேறு விளையாட்டுகளை ஆயர்கள் விளையாடு கின்றனர்.

சிறுவர் விளையாட்டுகள்

ஆயச் சிறுவர்கள், பம்பரம், கோலிகுண்டு, கோட்டிப்புல், கபடி, மட்டைப் பந்தாட்டம் போன்ற விளையாட்டுகளையும், கிடா ஆடுகளை மோதவிட்டும், நீர்நிலைகளில் நீச்சலடித்தும் விளையாடுகின்றனர்.

ஆயச் சிறுமிகள், பல்லாங்குழி, கல்லாங்காய், நொண்டி, கண்ணாமூச்சி, மூக்குக்கிள்ளி ஆடும் ஆட்டம், நீர்நிலைகளில் நீச்சலடித்தல் போன்ற விளையாட்டுகளை விளையாடுகின்றனர்.

பெரியவர் விளையாட்டுகள்

வயதானவர்கள் சதுரங்கம், ஆடுபுலி ஆட்டம் போன்றவற்றை விளையாடு கின்றனர். மலைப் பகுதிகளிலும், மேய்ச்சல் வெளிகளிலும் ஓரிடத்தில் அமர்ந்து விளையாடுவதற்கு வாய்ப்பு இருப்பதில்லை. அங்கு, இருவேறு கிடைமாட்டுத் தொகுதியில் இருக்கும் காளைகளை மோதவிட்டு விளையாடுகின்றனர். அல்லது அதுவாகவே சேர்க்கைக்காகச் சண்டையிடும்போதும், அவை ஒன்றோடொன்று மோதிக்கொள்ளும்போதும் இரு பக்கமும் கூச்சலிட்டுக் களிக்கின்றனர்.

இருகாளைகளில் ஒன்று, பின்வாங்கும் வரை சண்டைத் தொடரும். இதில் சிலநேரங்களில் மாடுகளின் கொம்புகள் உடைந்துபோகுமளவிற்குச் சண்டை நடக்கும். ஒன்றையொன்று சீறிக்கொண்டு தாக்கும்போது பலத்த காயங்களும் உண்டாகும். அப்போது ஆயர்கள் இடையில் புகுந்து சண்டையை விலக்கு கின்றனர்.

ஆட்டுக் கிடாய்களையும் இவ்வாறு மோத விடுவதைக் காணமுடிகிறது. இவை ஒன்றையொன்று பின்வாங்கி மிகவும் சீற்றத்துடன் தாக்கிக்கொள்கையில் சிறுவர்களும் இளைஞர்களும் சுற்றி நின்றுகொண்டு கூச்சலிடுகின்றனர்.

மாடுகளுக்குள் ஓட்டப்பந்தயம் விடுவதையும் காணமுடிகிறது. குறிப்பிட்ட எல்லையிலிருந்து மாட்டிற்குரியவர்கள் மாடுகளுடன் ஓடிவருகின்றனர். எனினும் மாட்டின் வேகத்திற்கு ஈடுகொடுக்க முடியாமல் சிறிது தூரத்திலேயே நின்றுவிடுவர். மாடுகள் தொடந்து ஓடும். நிர்ணயிக்கப்பட்ட எல்லையை யாருடைய மாடு முதலில் அடைகிறதோ அம்மாட்டிற்குரியோர்க்குப் பரிசு களைப் பெறுகிறார்கள்.[25]

இளைஞர் விளையாட்டுகள்

கொம்பினை இழுத்து விளையாடும் விளையாட்டையும் மேய்புலத்தில் காணமுடிகிறது. கால்நடை மேய்க்கும் கோலின்

இருமுனைகளையும் இருவர் பிடித்துக்கொண்டு, கால் பாதங்களை ஒன்றுசேருமாறு அமர்ந்து, கோலைத் தம் பக்கம் இழுப்பர். இருவரில் யார், மற்றவரைத் தம் பக்கம் இழுத்துவிடுகிறாரோ அவரே வெற்றி பெற்றவராவார்.

ஆயர்கள், திருமணம் முடிந்த ஐந்தாம் நாள் அல்லது ஏழாம்நாளில், மணப்பெண் வீட்டிற்கு விருந்துக்குச் செல்லும் போது, அங்கு மஞ்சள் நீர் ஊற்றி விளையாடுகின்றனர். குறிப்பாக, மாமன் முறையினர் மீது மஞ்சள் நீரை ஊற்றி விளையாடும் வழக்கத்தைக் காணமுடிகிறது.

காளைகளையும் ஆட்டுக் கிடாய்களையும் ஒன்றையொன்று மோதவிடுவது போன்ற விளையாட்டுகளையும் ஏறுதழுவுதல், மஞ்சுவிரட்டு போன்ற காளைகளுடன் விளையாடும் விளையாட்டுகளையும் சேவற்சண்டை, சிலம்பம் முதலிய விளையாட்டுகளையும் ஆயஇளைஞர்கள் விளையாடுகின்றனர்.

சங்க காலத்தில் ஏறுதழுவுதல் ஆயர்களது வீர விளையாட்டாகவும், திருமண வரைவுக்காக நிகழ்த்தப்படும் விளையாட்டாகவும் விளங்கியது. காலப்போக்கில், அனைத்துச் சமூகத்தினராலும் விளையாடும் விளையாட்டாக மாற்றமடைந்துள்ளது. இருப்பினும், கடந்த பத்தாண்டுகளுக்கு முன்புவரை, பெரும்பாலான ஆயர் சிற்றூர்களிலும் ஏறுதழுவுதல் விளையாட்டு நிகழ்த்தப்பட்டு வந்துள்ளதையும். தற்போதும் ஒருசில ஆயரூர்களில் மட்டும் இவ்விளையாட்டு நிகழ்த்தப் பெற்று வருவதையும் உணரமுடிகிறது.

காளையோடு விளையாடும் ஆய இளைஞர்

காளை விளையாட்டுகள்

தமிழகத்தின் தென் மாவட்டங்களில் பெரும்பான்மையும், வடதமிழகத்தின் ஒருசில இடங்களிலும், மஞ்சுவிரட்டு, வெற்று விரட்டு, எருதுகட்டு, வடம் மஞ்சு விரட்டு, சங்கிலி மஞ்சு விரட்டு, கிட்டி மஞ்சு விரட்டு, சல்லிக்கட்டு, அரங்கச் சல்லிக் கட்டு என்றெல்லாம் வழங்கப்படும் ஏறுதழுவல் விளையாட்டு நிகழ்த்தப்படுகிறது.[26] காங்கேயம், மலைமாடுகள், புலிக் குளம் வகை மாடுகள் அதிகளவில் இவ்விளையாட்டுகளில் ஈடுபடுத்தப்படுகின்றன. குறிப்பாகப் புலிக்குளம் மாடுகள் அதிகத் துள்ளலும் சுறுசுறுப்பும் கொண்டவை. இக்காளைகள் பலராலும் சல்லிக் கட்டுக்காக வாங்கிப் பழக்கப்படுகின்றன.

மணப்பட்டியில் நடைபெற்ற ஏறுதழுவுதல் (சல்லிக்கட்டு)

மதுரைக்கு அருகில் உள்ள மணப்பட்டி என்னும் ஆயரூரில் ஆண்டுதோறும் சல்லிக்கட்டு நடைபெற்றுவருகிறது. தை மாதம் மாட்டுப்பொங்கல் அன்று இவ்விளையாட்டு நிகழ்த்தப்படுகிறது. இவ்வூரின் தெய்வமான பட்டவன் சாமிக்குப் பொங்கல் வைத்து முடித்தவுடன் சல்லிக்கட்டு மாடுகளை வைத்திருக்கும் ஆயர்கள் கோயிலுக்கு மாடுகளை அழைத்துவருகிறார்கள். கோயிலுக்கு அருகில் அவை கட்டி வைக்கப்படுகின்றன. கோயிலில் பூசை முடிந்ததும், மஞ்சள் கலந்த நீரினை மாவிலை களால் மாடுகளின் மேல் பூசாரித் தெளிக்கிறார். ஊரின் நடு விலுள்ள வடக்குவீதியின் முனையில் மாடுகளின் கயிறுகள் அவிழ்க்கப்பட்டு, ‘இன்னாருடைய மாடு இது; பிடிப்பவர்கள் பிடிக்கலாம்’ என்று சொல்லி, விரட்டி விடப்படுகிறது. வீதியின் இருபுறமும் மாடுபிடிக்கும் ஆயரிளைஞர்கள் நிற்கின்றனர். மாடு துள்ளிக்கொண்டு அவ்வீதியில் ஓட்டமும் நடையுமாகச் செல்லும்.

அம்மாட்டுகளைச் சிறிது தூரத்திற்கு அணைக்கும் இளை ஞர்கள் வெற்றி பெற்றவர்களாக அறிவிக்கப்பட்டு துண்டினைப் பரிசாகப் பெறுகிறார்கள். பணமாகவும் பரிசுப் பெறுவதுண்டு. பிடிபட்ட மாடும், பிடிபடாத மாடும் அவ்வீதியைக் கடந்து ஓடிவிடும். பிறகு, மாட்டிற்குரியோர் அதனைத் தேடிச்சென்று அழைத்துவருகிறார்கள். ஒவ்வொரு ஆண்டும் ஆயர் ஊர்களில் இவ்வாறு சல்லிக்கட்டு விளையாட்டுப் போட்டிகள் மாட்டுப்பொங்கல்[27] அன்று நிகழ்த்தப் பெறுகின்றன.

தற்போது தனித்தனியாக ஆயரூர்களில் நடக்கும் இவ் விளையாட்டுகள் பெரும்பாலும் நின்றுவிட்டன. இவ்விளை யாட்டினை நிகழ்த்துவதற்கு அரசின் அனுமதி பெறவேண்டும் என்பதாலும் அரசு வகுத்துள்ள விதிகளுக்குட்பட்டு நடக்கிறது என்ற உத்திரவாதமும், வைப்புநிதியாக 20 இலட்ச ரூபாயும் மாவட்ட ஆட்சியரிடம் செலுத்தவேண்டியிருப்பதாலும் பெரும் பாலான ஊர்களில் சல்லிக்கட்டு விளையாட்டுப் போட்டிகள் நடைபெறுவதில்லை.

ஒவ்வொரு வீட்டிற்கும் 50 ரூபாய் முதல் 500 ரூபாய் வரை வரி விதிக்கப்பட்டு, அதனைக்கொண்டு சல்லிக்கட்டு விளை யாட்டு போட்டிகள் நிகழ்த்தப்படுகின்றன. இந்நிலையில் 20 இலட்ச ரூபாய் வைப்பு நிதி அதிகம் என்பதாலும், அப்போட்டி களை முன்னின்று நிகழ்த்துவதற்குத் தகுந்த தலைமை இன்மை யாலும் பெரும்பாலான ஊர்களில் சல்லிக்கட்டுப் போட்டிகள் நடைபெறுவது நின்றுவிட்டன.

மாடுபிடி வீரர்கள்

அனைத்துச் சமூகத்தினரும் மாடுபிடி வீரர்களாக உள்ளனர். முகமதியர்களும்கூடக் காளைகளைத் தழுவுகின்றனர். குறிப்பாக ஆயர்களும் கள்ளர்களும் காளையைத் தழுவுவதில் சிறந்து விளங்குவதைக் காணமுடிகிறது. சமூகத்தில் சிறந்த வீரர்களாக மதிக்கப்பெறும் இவர்கள், பெரும்பாலும் கிடை மாடுகளைப்

காளையை அவிழ்த்து விடும் முன் தெய்வத்தை வணங்குதல், மதுரை

பேணும் பணியினைச் செய்கின்றனர். கிடையிலிருந்து மாடு களைப் பிடிப்பதற்கு இவர்களையே கிடைக்குரியவர்கள் நாடு கின்றனர். இதற்கு ஆளொன்றுக்கு 700 ரூபாய் முதல் 1000 ரூபாய் வரை ஊதியம் பெறுகின்றனர். காளையைத் தழுவுவதையும் சல்லிக்கட்டுகளில் பங்கு பெறுவதையும், சல்லிக்கட்டு மாடுகளை வைத்திருப்பதையும் பெருமையாகக் கருதுகின்றனர்.

வழிபாடு

ஊர்தெய்வ வழிபாடு, குலதெய்வ வழிபாடு, பொது தெய்வ வழிபாடு என்ற மூன்று வகையான வழிபாட்டு முறைகளை ஆயர்களிடையே காணமுடிகிறது. இம்மூன்று வழிபாட்டு முறை களில் வெவ்வேறு வழிபடுநெறிகளையும் காணமுடிகிறது.

ஊர்தெய்வ வழிபாடு

ஆயரூர்களில் தனியாக, ஊர்த் தெய்வங்களுக்குக் கோயில்கள் உள்ளன. அவற்றிற்கு ஆடி, தை, சித்திரை மாதங்களில் ஆண்டிற் கொருமுறை திருவிழாக்கள் நடத்துகின்றனர். இக்கோயில்கள் ஊருக்கு நடுவிலும் முக்கிய வீதிகளிலும் காணப்படுகின்றன. முத்தாலம்மன், மாரியம்மன் போன்ற தெய்வங்கள் ஊர் தெய் வங்களாக உள்ளன.

மதுரையில் மணப்பட்டி என்னும் ஆயரூரில் உள்ள பட்டவன் கோனார்[28] சாமி அவ்வூருக்கு மட்டும் உரிய தெய்வமாகும். தை மாதம் மாட்டுப்பொங்கலன்று அத்தெய்வத்திற்கு விழா எடுக்கின்றனர். மணப்பட்டிக்கு வடக்கேயுள்ள வடபழஞ்சி ஐயனார் கோயிலிலிருந்து பூசைப்பொருட்கள் அடங்கிய பெட்டியைச் சுமந்து வருகிறார்கள். பெட்டி சுமந்து வருகையில் கோயில் பூசாரி, கையில் கோலுடன் ஆடிக்கொண்டும் கீழே விழுந்து கொண்டும், கோலால் தாங்கிக் கொண்டும் வருகிறார். கோயிலை அடைந்ததும், அங்குப் பலரும் சாமிவரப்பெற்று ஆடுகின்றனர். ஆண்கள் கைகளில் கோல்களை வைத்துக் கொண்டு ஆடுகின்றனர்.

நல்ல நேரம் பார்த்து, கோயிலின் வாசலில் பெரிய பானையில் பொங்கல் வைக்கின்றனர். பொங்கல் பானைப் பொங்கி வழியும்போது குலவையிடுகின்றனர். சர்க்கரைப் பொங்கல் தயாரானதும், வாழையிலையில், வாழை உள்ளிட்ட

பழவகைகளையும் கரும்புகளையும் வைத்து, வழிபடுகின்றனர். பூசாரி மேல் சாமி வந்து, ஆடிக்கொண்டே அனைவரது நெற்றியிலும் திருநீறு பூசுகின்றார். பட்டவன் சாமி கோயிலின் கருவறையில் தெய்வ உருவங்கள் ஏதும் இல்லை. பட்டவன் சாமிக்குச் சைவப் படையலே இடப்படுகிறது. இவ்வழிபாட்டிற்கு அவ்வூர் மக்கள், வெளியூர்களில் இருந்தாலும் வந்துவிடுகின்றனர்.

பூசைக்கான பெட்டியைக் கொண்டுவருதல், மதுரை

தெய்வத்தின் முன் ஆடுதல், மதுரை

தெய்வத்தின் முன் ஆடும் ஆயர்

குலதெய்வ வழிபாடு

ஒவ்வொரு குடும்பத்திற்கும் ஒரு குலதெய்வம் உள்ளது. பெண்கள் தமக்குத் திருமணமானதும் தனது கணவர் வீட்டு தெய்வத்தையே குலதெய்வமாகக் கொள்கின்றனர். சித்திரை, வைகாசி, மாசி முதலிய மாதங்களில் குலதெய்வங்களுக்கு விழா நடைபெறுகிறது. சிவராத்திரியன்று அவரவரது குலதெய்வக் கோயிலுக்குச் சென்று வழிபடுகின்றனர். ஆண்டுக்கொருமுறை தங்களுடைய குலதெய்வங்களுக்கு ஆடு, கோழிகளைப் பலி யிட்டும் பொங்கல் வைத்தும் வணங்குகின்றனர்.

கோட்டை மலை கருப்பசாமி

முனியனுக்கு இடப்பெற்ற பலி

விருதுநகரில் உள்ள சேத்தூருக்கு அருகில் மேற்குத்தொடர்ச்சி மலைத்தொடரில் கோட்டைமலை கருப்பசாமி கோயில் உள்ளது.[29] சிவராத்திரியன்று அக்கோயிலில் பல ஆயர்கள் ஒன்றுகூடி வழிபடுகின்றனர். நள்ளிரவு 12 மணியளவில், கோயில் பூசாரி, அத்தெய்வ உருவிற்கு அலங்காரங்கள் செய்கிறார். அங்கேயே தீக்குண்டம் உண்டாக்கிப் பொங்கல் வைத்து வழிபடுகின்றனர். காலையில் கோழி, ஆடு உள்ளிட்டவற்றைப் பலியிட்டு, நேர்த்திக் கடன் செலுத்தி, அதனைக் குழம்பாக்கிச் சோற்றோடு படையலிட்டு உண்கின்றனர்.

மதுரையில் உள்ள வடபழஞ்சி என்னும் சிற்றூரில் ஆயர்கள், முனியன் என்னும் தெய்வத்திற்கு ஆட்டினைப் பலியிட்டு நேர்த்திக்கடன் செலுத்துகின்றனர். மஞ்சள் கலந்த நீரை, கிடா ஆட்டின் மீது தெளித்து, கிழக்குத்திசைநோக்கி நிற்கவைத்து, அதன் தலையையும், வலது காலையும் வெட்டி, வெட்டப்பட்ட தலையின் வாயில் காலைச் செருகிப் படையலில் வைத்து வழிபடுகின்றனர்.

விருதுநகரில் உள்ள பெருமாள் தேவன் பட்டியிலுள்ள ஆயர்களுக்குத் தலமலைவீரன், தலமலை ராக்கு, வெறியன், எமதர்மராசா, கருப்பசாமி, வெங்கலப்பாறையான், அய்யனா பிள்ளை, காளி, விரும்பி ராக்கு, விரும்பாண்டி முதலிய தெய்வங்கள் குலதெய்வங்களாக உள்ளன. இங்குள்ள ஒவ்வொரு ஆயர் குழுவினரும் ஒவ்வொரு 'கூட்டத்தார்' என வழங்கப்படுகின்றனர். அவர்களுக்குத் தனித்தனியே குலதெய்வங்கள் உள்ளன. மூக்கன் கூட்டத்தாருக்குத் தலைமலை வீரனும், வெள்ளையன் கூட்டத்தாருக்கு வெண்கலப் பறையானும், கருப்பன் கூட்டத்தாருக்குக் கருப்பசாமியும், நாய்க்குட்டிக் கூட்டத்தாருக்கு நிறைபாண்டி ஐயனாரும் கீதாரிக் கூட்டத்தாருக்கு வில்லாரப்போத்திசாமியும், நாட்டாமை, சீனி, அம்மணி, காக்காபுள்ள, சொக்கலிங்கம் கூட்டத்தாருக்கு வெறியன் என்னும் தெய்வமும் குலதெய்வங்களாக உள்ளன. இவ்வெறியன் சாமி, பள்ளர் சமூகத்தைச் சேர்ந்ததாகச் சொல்லப்படுகிறது. பள்ளர் சமூகத்தைச் சார்ந்த ஒருவரை ஆயர்கள் வழிபடுவதை இங்குக் காணமுடிகிறது.

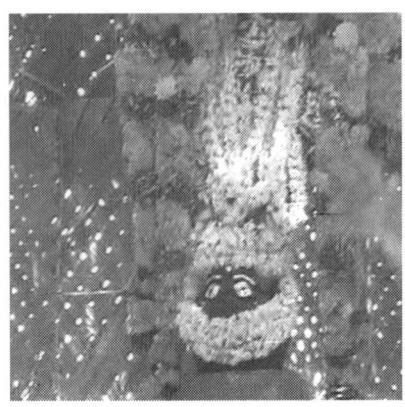

ஆயர் குலதெய்வங்கள், விருதுநகர்

மாசிமாதம் இத்தெய்வங்களுக்கு விழா எடுக்கப்படுகிறது. அந்தந்தத் தெய்வத்துக்குரியவர்களில் ஒருவர் அத்தெய்வமாக வேடமிட்டு கைகளில் வெட்டருவாள், வேல் கம்பு கொண்டு ஆடுகிறார். இவற்றில் வெறியன் சாமி, பள்ளர் குலத்தைச் சார்ந்ததால், அது மற்ற சாமிக்களிடம் சென்று பணிவாக வாயில் துணியை வைத்துக்கொண்டு வெற்றிலை பாக்கு, பழம் அல்லது தேங்காய் பெறும் நிகழ்வு சிறப்பாக நடைபெறுகிறது. அன்று கோழி, ஆடுகளைப் பலியிட்டு பலரும் தங்களது நேர்த்திக்கடனை நிறைவேற்றுகிறார்கள்.

வீடுகளில் குலதெய்வப் படங்களையோ, குலதெய்வக் குறி களையோ வைத்திருப்பதில்லை. அதனை வைத்திருப்பது குடும்பத்திற்கு நல்லதல்ல என்கின்றனர். தெய்வங்கள் 'துடியான தெய்வங்களாக' இருப்பதால் வீட்டில் வழிபடுவதைத் தவிர்க் கின்றனர். பொதுவாக ஆயர்களது குலதெய்வங்களுக்கு வேளாளர் சமூகத்தைச் சார்ந்தவர்களே பூசாரிகளாக உள்ளனர். குலதெய்வங்களும் பல்வேறு சமூகத்தைச் சேர்ந்தவையாக இருக்கின்றன.

களஆய்வுக்குட்ட பகுதிகளில் ஆயர்கள், அய்யனாம்பிள்ளை, எமதர்மராசா, ஐயனார், கருப்பசாமி, காளி, குறுந்தாறுடையோன், கூறிச்சாத் ஐயனார், கோட்டை மலை கருப்பசாமி, சத்தான் சாமி, சிவலிங்க ஐயனார், சேவுகப் பெருமாள், தலமலை ராக்கு, தலமலை வீரன், பச்சியம்மாள், பாசாங்கரைக் காளியம்மன்,

பூங்காவனத்தாள், பெரிய நாயகம், பேச்சியம்மன், மணியுடை ஐயனார், வடக்குர அம்மன், வாளகுருநாதன், விநாயகர் போத்தி, விரும்பாண்டி, விரும்பி ராக்கு, வெங்கலப்பறையான், வெறியன் முதலிய குலதெய்வங்களை வணங்கிவருவதைக் காணமுடிகிறது.

பொது தெய்வ வழிபாடு

ஊர் தெய்வங்கள், குலதெய்வங்கள் அல்லாமல் பிற தெய்வங்களையும் ஆயர்கள் வழிபடுகின்றனர். முருகன், பிள்ளையார், சிவன், திருமால், லட்சுமி, சரஸ்வதி, கண்ணன் முதலிய தெய்வ உருவங்களை வீட்டில் வைத்து, செவ்வாய், வெள்ளிக் கிழமைகளில் வழிபடுகின்றனர். நாள்தோறும் மாலையில் வீட்டின் பூசையறையில் நல்ல விளக்கேற்றுகின்றனர்.

திருவண்ணாமலைக் கோயிலுக்கும், மதுரை கள்ளழகர் கோயிலுக்கும், மருதூர், திருச்செந்தூர், திருப்பதி, காளகத்தி உள்ளிட்ட கோயில்களுக்கெல்லாம் சென்று நேர்த்திக்கடன் செலுத்துகின்றனர். இடைக்காடர் போன்ற சித்தர்களையும் வணங்குகின்றனர். சோழவந்தான் உத்தமநாயக்கனூர் வாடிப் பட்டியில் வாழும் ஆயர்கள், கள்ளழகர் கோயிலுக்குத் திரு விழாவின்போது உடம்புகளில் இரும்பாலான வளையங்களைச் சதைகளோடுப் பிணைத்து நேர்த்திக்கடன் செலுத்துகின்றனர்.

இறந்தோர் வழிபாடு

ஆயர்களிடையே இறந்த தன் னுடைய முன்னோர்களை வழி படும் மரபைக் காணமுடிகிறது. இறந்தவர்களின் நினைவிடங் களுக்கு[30] ஆண்டுக்கொருமுறை சென்று வழிபடுகின்றனர். அங்குப் பொங்கல் வைத்தும் கிடா வெட் டியும் பூசையிடப்படுகிறது. இப் பூசையினை வீட்டின் தலைவரே செய்கிறார்.

இறந்தோர் வழிபாடு

திருநெல்வேலியில் உள்ள, சிவகிரியில் கோனார் மடம் என்றொரு இடத்தில், தங்களுடைய மூதாதை ஒருவரது அடக்கம் செய்யப்பட்ட இடத்தின்மீது மேடை அமைத்து, அதில் இலிங்கத்தை நிறுவி, அவர் பயன்படுத்திய பொருட்களை வைத்து வழிபடுகின்றனர். ஆண்டுதோறும் அவர் இறந்த நாளின்போது சோற்றுக் கொடையும் பால், தயிர், மோர் உள்ளிட்டவையும் கொடையளிக்கப்பட்டு வருவதைக் காணமுடிகிறது.

சமய நெறிகள்

ஆயர்களில் இருவகையான சமயத்தினரைக் காணமுடிகிறது. இரு பிரிவினருமே மேற்கூறப்பட்ட தெய்வங்களை வணங்கக் கூடியவர்களாக உள்ளனர். எனினும், ஆயர்களில் ஒரு பிரிவினர் நெற்றியில் ஒற்றை நாமம் தரிப்பதோடு, தங்களை வைணவர்கள் என்றும் சொல்லிக்கொள்கின்றனர். கண்ணனது குடியில் வந்தவர்கள் என்றும், கண்ணன் இவர்களுக்கு முழுமுதற் கடவுள் என்றும் கூறிக்கொள்கின்றனர். உண்மையில் வைணவர்கள் பின்பற்றும் எந்தவித ஒழுக்கங்களையும் (ஆசாரங்கள்) இவர்கள் பின்பற்றுவதில்லை. நாமம் இடுவது மற்றும் கண்ணனை வணங்குவது என்ற இருகூறுகளை மட்டும் இவர்களிடையே காணமுடிகிறது. இவர்கள் குலதெய்வக் கோயில் விழாக்களில் திருநீறும் பூசிக்கொள்கின்றனர்.

மற்றொரு பிரிவினர் சைவர் என்று அறியப்படுகின்றனர். இவர்களுக்குக் கண்ணன் பல கடவுளர்களில் ஒரு கடவுளே ஆவான். இவர்களுக்குத் தம்முடைய குலதெய்வ வழிபாடே முதன்மையான வழிபாடாக விளங்குகிறது. நெற்றியில் திருநீறு பூசும் வழக்கமுடைய இவர்கள், ஆண்டுக்கொருமுறை சிவ ராத்திரியன்று தம்முடைய குலதெய்வக் கோயிலுக்குச் சென்று வழிபடுகின்றனர்.

இவ்விரண்டு வகையினருமே மேற்கண்ட ஊர்தெய்வ வழிபாடு, குலதெய்வ வழிபாடு, பொதுதெய்வ வழிபாடு, இறந்த வர்களை வணங்குவது உள்ளிட்ட வழிபாட்டு முறைகளைக் கடைபிடிக்கின்றனர். தற்போது எல்லா ஆயரூர்களிலுமே கிருஷ்ண ஜெயந்தி விழா சிறப்பாகக் கொண்டாடப்படுகிறது.

நெறியியல்சார் பண்பாட்டுக்கூறுகள்

ஆயர்களது வாழ்வியலில் அவர்கள் கொண்டிருக்கும் விழுமியங்கள், குடிவழக்குகள், மரபாண்மைகள், விருந்தோம்பல், சடங்குமுறைகள் போன்றவை, நெறியியல்சார் பண்பாட்டுக் கூறுகள் ஆகும்.

விழுமியங்கள்

ஆயர்களது பொது இயல்புகள், பெண்டிரியல்புகள், ஆடவரியல்புகள், கால்நடைகள் குறித்த விழுமியங்கள், ஊர் குறித்த விழுமியங்கள், தெய்வம் குறித்த விழுமியங்கள், கல்வி பற்றிய சிந்தனைகள் ஆகியவை ஆயர்களது விழுமியங்களுக்கு நல்லதொரு சான்றுகளாக விளங்குகின்றன.

ஆயரது பொதுஇயல்புகள்

ஆயர்கள் பொய் பேசுவதில்லை என்றும் அமைதியான குணமுடையவர்கள் என்றும் எந்தவித சண்டை சச்சரவிற்கும் செல்லாதவர்கள் என்றும் தவறுக்காகப் பிறர் அடித்தாலும் வாங்கிக்கொள்ளும் இயல்புடையவர்கள் என்றும் பிற சமூகத்தினர் ஆயர்கள் குறித்து இயம்புகின்றனர். கிடைக்குக் கூலி குறைவாக இருப்பினும் நிலத்துக்குரியவர்களது விருப்பப்படியே பெற்றுக்கொள்கின்றனர். பலவிதங்களிலும் சிந்திக்கும் கீதாரிகள், பிணக்குகளைத் தீர்த்து வைக்கக் கூடியவர்களாக உள்ளனர். பசுக்கிடை நாட்டாமை என்றழைக்கப்படும் கீதாரிகளிடம் சென்றால் சரியான தீர்ப்பைச் சொல்வார் என்று ஊரிலுள்ள பிறரும் கீதாரிகளிடம் நியாயம் கேட்பதைக் காணமுடிகிறது.

நற்காரியங்களுக்கு முன்னின்று தலைமை தாங்குபவர்களாக ஆயர்கள் திகழ்கின்றனர். சில ஊர்களில் உள்ள கோயில்களிலும், சல்லிக்கட்டு விளையாட்டு களிலும் முதல் மரியாதையை ஆயர்கள் பெறுகின்றனர்.

ஆடு, மாடுகளை மேய்ப்பதால் பெரும்புண்ணியம் கிடைக்கும் என்று நம்புகின்றனர். எனினும் அவர்களிடம் ‘தன்னோடு இத்தொழில் போகவேண்டும்’ என்ற எண்ணவோட்டத்தையும் காணமுடிகிறது.

காலத்தில் செய்யவேண்டியவற்றைச் செய்ய வேண்டும் எனவும், காலம் தாழ்த்துவதால் கிடைப்பது கிடைக்காமல் போகக் கூடும் என்றும் கருதுகின்றனர். 'பருவத்தே பயிர் செய்' என்பதற் கிணங்க, அந்தந்தப் பருவத்திற்குரிய நிகழ்வுகளை மேற்கொள் கின்றனர். இளமை, நிற்காது என்றும் தகுந்த பருவத்தில் மணம் செய்விக்க வேண்டும் என்றும், தம் பிள்ளைகளுக்கு மண முடிகின்றனர்.

பெண் குறித்த விழுமியங்கள்

ஆயர் பெண்கள், குடும்பப் பொறுப்பில் முதன்மையான இடத்தைப் பெறுகின்றனர். இலக்கியங்கள் குறிப்பிடும் 'ஆற்றி யிருத்தலை' வழுவில்லாது கடைபிடிக்கும் குணமுடையவர் களாகத் திகழ்கின்றனர். ஆண்களுக்கு நிகராகக் கால்நடை களுடன் மேய்ச்சலுக்குச் செல்வதும் வேளாண்மை பணிகளை மேற்கொள்வதையும் காணமுடிகிறது. வெளியூரில் மேய்ச் சலுக்குச் செல்லும்போது வலசையில் தனியாக இருப்பினும் துணிவாக இருக்கிறார்கள். வெளியாட்களை அனுமதிப்ப தில்லை. தம் வீட்டுப்பெண்கள் எதையும் தனியாக நின்று எதிர்கொள்வர் என்று ஆடவர்கள் நம்புகிறார்கள். ஆடவர்களை விடப், பெண்கள் துணிவுடையவர்களாக இருக்கின்றனர்.

பெண்கள், தம் துயரத்தை வெளிக்காட்டாமலும், தாங்கிக் கொண்டும் ஆடவர்க்கிணையாக உழைக்கிறார்கள்.

சிவகங்கையில் மானங்காத்தான் பகுதியில் ஆயரொருவர் ஆண்டுகணக்கில் மாடுகளை வெளியூர்களில் மேய்க்கும்போது, அவரது மனைவி தம்முடைய நிலத்தில் வேளாண்மைப் பணி களைக் கவனித்துக்கொள்கிறார். இதனை நேரடியாகக் காண நேரிட்டது. ஆய்ச்சியர்கள் பலரும் இப்படிப் பல பொறுப்புகளை ஏற்றுத் திறம்படப் பேணுகின்றனர்.

கைம்பெண் மறுமணம் ஏற்றுக்கொள்ளப்படுகிறது. விருது நகர் வத்திராயிருப்பு பகுதிகளில் வாழும் ஆயர்கள் தங்க ளுக்குள் மணமுறிவு ஏற்பட்டாலும், கைம்பெண்களும் தம் விருப்பத்திற்கேற்ப மறுமணம் செய்துகொள்வதில் தடை இருக்க வில்லை.

ஆண் குறித்த விழுமியங்கள்

ஆண், ஆயர் குடும்பத்தின் தலைவராவார். கால்நடை வைத்திருக்கும் குடும்பங்களில், ஆடவர்களே அக்கால்நடைகளைப் பேணுபவர்களாக இருக்கின்றனர்.

ஆயர் ஆண்கள் நம்பிக்கைக்குரியவர்களாகவும் நல்வாக்குச் சொல்பவர்களாகவும் திகழ்வதை உணரமுடிகிறது. மாடுகள் வேளாண்மை நிலத்தில் மேய்ந்துவிட்டால் நிலத்துக்குரியவர்களிடம் நேரடியாகச் சென்று தண்டம் கட்டுபவர்களாகவும் அல்லது நிலத்துக்குரியவர்கள் சினந்து அடித்தாலும் ஏற்றுக் கொள்பவர்களாகவும் உள்ளனர். எனினும், தன் மீது குற்றமில்லாதபோது எதிர்த்துப் பேசுபவர்களாகவும் இருப்பதைக் காணமுடிகிறது. உயர்ந்த சாதியார் என்று சொல்லப்படுபவர்களிடத்தும், அதிக நிலமுடையவர்களிடத்தும், ஊர் காவல்காரர்களிடத்தும் பணிந்து பேசக் கூடியவர்களாக உள்ளனர்.

பெண் பிள்ளைகளைப் பெறுவதைவிட, ஆண் பிள்ளைகளைப் பெறுவதே சிறப்பென்ற எண்ணவோட்டம் கொண்டவர்களாக ஆயர்கள் திகழ்கின்றனர்.

தம் கால்நடைகளின் தேவையறிவதில் ஆயர்கள் சிறப்பாகச் செயல்படுகிறார்கள். என்னென்ன இலைத் தழைகளைக் கொடுக்கலாம், எங்கெங்கு, எப்போது நீர் கொடுக்கலாம் என்பதிலெல்லாம் ஆயர்கள் தம் கால்நடைகளின் உள்ளம் அறிந்து செயல்படுகிறார்கள். வெயிலிலும், மழையிலும், பனியிலும் கால்நடைகளை மேய்க்கும் ஆடவர்கள் மிகுந்த பால்வேட்கைக் கொண்டவர்களாகவும் விளங்குவதை உணரமுடிகிறது.

கால்நடைகள் குறித்த விழுமியங்கள்

கால்நடைகள், ஆயர்களுக்குப் பொருளாதார முக்கியத்துவம் வாய்ந்த உறவுகளாகத் திகழ்கின்றன. சூட்டுக்கோலினால் முகத்தில் கோடுகளிட்டு மாடுகளை அழகுபடுத்துகிறார்கள். எல்லா மாடுகளுக்கும் இவ்வாறு செய்வதில்லை. குறிப்பிட்ட மாடு ஒன்றினால் தமக்கு எப்போதாவது நல்லது நடந்திருப்பின், அம்மாட்டிற்கு அலங்காரம் செய்வதாக இப்படி வரைகின்றனர்.

பலருடைய கால்நடைகள் ஒன்றுடன் ஒன்று கலந்தாலும், அதனை மேய்க்கும் ஆயரை அம்மாடுகள் அடையாளம் கண்டுகொள்ளும் என்றும் அவ்வாயர் அழைக்கும் குரல்கேட்டு, அவர் பக்கம் ஒதுங்கும் என்றும் கூறுகின்றனர். இதை நேரில் காணமுடிந்தது.

தமக்கு இராசியான மாடுகளை ஆயர்கள் விற்பதில்லை. எவ்வளவு விலை கொடுத்தாலும் கொடுப்பதில்லை.

மாட்டிற்குப் பால்கறக்கும்போது புலிக்குளம் வகை மாடு களுக்கு அதனை மேய்க்கும் ஆயர்கள் பாட்டுப் பாடுகிறார்கள். பாடல்கள் மூலம் அம்மாட்டினைப் புகழ்கிறார்கள். மாடுகளுக்குச் சூட்டப்பட்டுள்ள பெயரினைச் சொல்லி அழைக்கும் போது, அருகில் வந்து நிற்கிறது. பாட்டைப் பாடி பால்கறக்கும்போது, அசையாமல் நின்று ஒத்துழைக்கிறது.

சல்லிக்கட்டு மாடுகளைத் தமது வீடுகளில் வைத்திருப்ப தையும் குறிப்பாகச் சல்லிக்கட்டில் வெற்றிப்பெற்ற காளைகளை வைத்திருப்பதைப் பெருமையாக எண்ணுகின்றனர். அதற்கான சிறப்பு உணவுகளைத் தருவதோடு, பயிற்சியாளர் களையும் நியமிக்கிறார்கள்.

மாடுகளுக்கும் கிடா ஆடுகளுக்கும் கழுத்தில் மணி கட்டு கின்றனர். அவை அசையும்தோறும் இன்புறுகின்றனர். அவற்றின் இருப்பை அறிவதற்கும் அழகுணர்சிக்காகவும் ஆயர்களால் மாடுகளுக்கும் கிடாக்களுக்கும் மணிகள் கட்டப்படுகின்றன. மணியொலியால் அவற்றை எந்த ஒரு தீய சக்தியும் நெருங்காது என்று நம்புகின்றனர்.

ஆண்டுக்கொருமுறை கால்நடைகளை அலங்கரித்து அவற்றைக் கொண்டாடுகின்றனர். புதுவீடு குடிபுகும்போது மாட்டிற்குச் சிறப்புசெய்கிறார்கள். ‘கோமாதா புகுந்த வீடு விருத்தியாகும்’ என்று நம்புவதால், அந்நாளில் வீட்டிற்குள் அழைத்துச்சென்று வழிபடுகின்றனர்.

சரியாகப் புற்களை மேயாத ‘கொக்கிப்பல்’ மாடுகளுக்குத் தனி கவனம் செலுத்தவேண்டும் என்றும், எட்டு பல் இருக்க வேண்டிய இடத்தில் ஆறு பல் இருக்கும் மாடுகள் விலை போகாது என்றும் ‘ஏறுவால்’ மற்றும் ‘துண்டுஎலும்பு’ மாடுகள்

வேலைக்குப் பயன்படுத்தமுடியாதவை என்றும், 'தொடை பிரட்டு' கொண்ட மாடுகள் சேற்றில் நடக்காது என்றும், 'சிட்டிக்கால்' மாடு பாரம் ஏற்றினால் தாங்காமல் படுத்துக் கொள்ளும் என்றும், 'கரிவாய் மாடு' திடமாக இருந்தாலும் வேலைக்கு உதவாததாக இருக்கும் என்றும் 'வெட்டுக்கொம்பு' மாடு சரியாக நடக்காது என்றும் 'பின்னெடுப்பு' மாடும், 'குறுங்கழுத்து' மாடும் ஊனமுற்ற மாடுகள் என்றும் தமது அனுபவத்தின் மூலம் அறிந்துவைத்துள்ளனர்.

மொத்தமாக மாட்டினங்களை 'மேற்கத்தியான் மாடு, தெற்கத்தியான் மாடு, வடக்கத்தியான் மாடு' என்று மாடு பிடிப்போர் வகைபடுத்துவர். மேற்கத்தியான் மாடுகளுக்குக் கால், உடல், கொம்பு முதலியவை நீண்டு இருக்கும் என்றும் இவை சீக்கிரத்தில் களைத்துவிடுமென்றும், தெற்கத்தியான் மாடுகளின் உடல் அமைப்பு சிறப்பாக இருப்பதோடு நன்கு உழைக்கக் கூடியதாக இருக்கும் மென்றும், வடக்கத்தியான் மாடுகள் உடல்வாகோடு, தெற்கத்தியான் மாடுகளைப் போன்று உழைக்கக்கூடியதாக இருக்குமென்றும் கூறுகின்றனர்.

தெய்வம் குறித்த விழுமியங்கள்

ஆயர்கள், தங்களது தெய்வங்களை வீரியமான தெய்வங்கள் என்கின்றனர். பெரும்பாலும் அவை, ஊருக்கு வெளியே பரந்து விரிந்த பெரிய மரத்தடிகளிலோ, நீர்த்துறைகளிலோ, கண்மாய்களிலோ, ஊரின் எல்லையிலோ அமைந்துள்ளன. சில கோயில்கள் ஊருக்கு நடுவிலும் அமைந்துள்ளன.

குலதெய்வக் கோயில்கள் இருக்கும் ஊரே தம்முடைய பூர்வீக ஊர் என்றும், கால்நடைகளை மேய்த்துக்கொண்டே வேறொரு பகுதிக்கு இடம்பெயர்ந்தாலும் ஆண்டுக்கொருமுறை கட்டாயம் தம் சொந்தவூரிலுள்ள குலதெய்வக் கோயிலுக்குச் சென்று வழிபடுவதை வழக்கமாகவும் கொண்டுள்ளனர். புதிதாகக் குடிபெயரும் அல்லது வாழும் ஊரில், தம் சொந்த ஊரிலிருக்கும் குலதெய்வக்கோயிலிலிருந்து 'பிடிமண்' கொண்டுவந்து, கோயிலெழுப்பி வழிபடுகிறார்கள். அவ்வூரில் இருக்கும் ஊர் தெய்வத்தையும் வழிபடுகிறார்கள்.

ஒவ்வொரு தெய்வத்திற்கும் ஒரு கதையினை வழங்கி வருகிறார்கள். அக் கதைகள் பெரும்பாலும் ஆலரமரம், அரசமரம் உள்ளிட்ட பெருமரங்களின் வேர், விழுது போன்றவை, பால் கொண்டுச் செல்லும் ஆயர்களை இடறிவிட்டதாகவும், அதை கோடரியால் வெட்டும்போது இரத்தம் வந்ததாகவும் பின்பு அவ்விடம் தெய்வம் உறையும் இடமாக வணங்கப்பெறுவதாகவும் குறிப்பிடுகின்றன. மேலும், நீர்நிலைகளில் குளிக்கச் செல்லும் இளம்பெண்களின் மீது, சாமிவந்து, இந்த இடத்தில் தாம் இருப்பதாகவும், தம்மை மீட்டு, கோயில் எடுத்து வழிபடுமாறு கூறுவதாகவும் அமைகின்றன. விருதுநகர், மதுரை உள்ளிட்ட மாவட்டங்களில் வாழும் ஆயர்களிடையே இத்தகைய கதைகள் வழங்கப்பட்டு வருகின்றனர்.

ஊர் குறித்த விழுமியங்கள்

ஆயரூர்கள் பெரும்பாலான மாவட்டங்களில் தனி ஊர் களாகவும், பறையர் சேரிகளுக்கு அடுத்தும் அமைந்துள்ளன. ஊர்களின் பெயர்களேகூட ஆய்க்குடி, இடையன்பட்டி, ஆய்ப் பட்டி, ஆயன்குடி, பெரியகோனான்பட்டி, சின்னகோனான் பட்டி, எடையபட்டி, ஆயர்ப்பாடி, இடையிருப்பு, எடையூர், இடைக்காடு, பெருமாள்தேவன்பட்டி உள்ளிட்ட பெயர்களால் வழங்கப்பட்டுவருகின்றன. இடத்தின் தன்மைக்கு ஏற்பவும், அமைவிடத்திற்கேற்பவும் பல பெயர்களாலும் அமைக்கப்படுவ துண்டு. காட்டாக, ஆயன்புதுப்பட்டி, ஆயன்குருவித்துறை, ஆயன் தென்கரை, இடையர்நத்தம், ஆயன்கொல்லங்கொண்டான், ஆயன் கரிசல்குளம், ஆயன்செங்கல்படை, ஆவுடைய நல்லூர், ஆயன் திருவாலீசுவரம், இடையன்குளம், இடையர்பள்ளி, இடையன்புதூர், இடையன்சது, இடையன் குளத்தூர், இடை கால் எனப் பல்வேறு மாவட்டங்களில் ஆயர், இடையர் என்ற பெயர்களோடு அடையடுத்து பல ஊர்ப்பெயர்கள் வழங்கப் பெறுகின்றன.

சில இடங்களில் ஆயர்களே அவ்வவ்வூர் பெய்யர்களால், தனி வகைபாட் டினரைப்போலப் பிற இடங்களில் வாழும் ஆயர்களால் சுட்டப்படுகின்றனர். காட்டாக, விருதுநகரில் வாழும் ஆயர்கள், தென்பகுதிகளிலிருந்து வரும் ஆயர்களை அவர்களது

ஊர்ப்பெயர்களைக் கொண்டே கருத்தக்கோட்டை இடையர், கொட்டாப்புளி இடையர், சிவகோட்டை இடையர், போவண்ட இடையர், முள்ளிக்குளம் இடையர், சிவகிரி இடையர் என்று சுட்டுவதைக் காணமுடிகிறது.

கல்வி குறித்த விழுமியங்கள்

பெரும்பாலான ஆயர்கள் ஐந்தாம் வகுப்பு வரை படித்துள்ளனர். அவர்களது ஊர்களிலும் பக்கத்து ஊர்களிலும் உள்ள தொடக்கக் கல்வி வரையிலும் எவ்விதத் தடையுமில்லாமல் படிக்கின்றனர். அதற்குமேல் படிப்பதில்லை. ஆடு, மாடுகளைப் பார்த்துக்கொள்ளவும், பெற்றோருக்கு உதவியாகவும் வந்துவிடுகின்றனர். ஆகவே, இந்தத் தலைமுறையினரைத் தவிர, முந்தைய தலைமுறையினர் அதிகபட்சமாக ஏழாம் வகுப்புவரை மட்டுமே படித்துள்ளனர். எனினும் பலர் எழுத்தறிவில்லாமலும் இருக்கின்றனர்.

ஆயர்கள் தற்போது கல்விக்கு முக்கியத்துவம் கொடுத்து தம் பிள்ளைகளைப் படிக்க வைக்கின்றனர். பெற்றோர் ஊர் ஊராக மேய்ச்சல் பொருட்டுச் சென்றாலும் வீட்டில் உள்ள பெரியவர்களின் மேற்பார்வையில் சிறுவர்கள் படிக்கின்றனர். எனினும் பல சிறுவர்கள் கால்நடை மேய்ப்பதையும் காணமுடிகிறது.

சிறுவர்கள், கால்நடைகளால்தாம் தம்மால் படிக்க இயலாமல் போகிறதென்றும், ஊரில் ஐந்தாம் வகுப்பு வரை முடித்ததும், ‘போதும் தொழிலப் பாரு’ என்று பெற்றோர்கள் வற்புறுத்தவாகவும் கூறுகின்றனர். சிவகங்கையில் சென்ற ஆண்டு வரை, ஊரிலுள்ள பலரும் மாடுகளை வைத்திருந்தனர். தற்போது ஒருவரைத் தவிர மற்றவர்கள் விற்றுவிட்டனர். அவர்கள் கால்நடைகளை விற்றதால்தான் தம்மால் மேற்படிப்புப் படிக்க வழி கிடைத்திருக்கிறது என்று ஆயர் சிறுவர் ஒருவர் கூறினார்.

மேலூர் அருகே வண்ணபாறைபட்டியில் உள்ள ஆயர் குடும்பம் ஒன்று கமுதியிலிருந்து வந்து இடம்வாங்கி ஐந்தாண்டுகளாக உள்ளனர். இங்கு வந்து தம்முடைய மகனையும் மகளையும் மேற்படிப்பு படிக்க வைத்து, ஒருவர் மருத்துவராகவும், மற்றொருவர் பொறியாளராக உள்ளதாகத் தெரிவித்தனர். அவர்

களிடம் 200க்கும் அதிகமான ஆடுகள் இருக்கின்றன. தனது மகனைப் பொறியியல் படிக்க வைத்துக்கொண்டிருக்கும் மானா மதுரையைச் சேர்ந்த ஆயர் ஒருவர், 'என்னுடைய தலைமுறை யோடு இந்த மாடு மேய்ப்பதும் வைத்திருப்பதும் நின்றுவிடும்' என்கிறார்.[31]

ஆயர்கள் தம் பிள்ளைகளை உயர்கல்வி வரையிலும் படிக்க வைத்தாலும், படித்து முடித்த சிலர் தம்முடைய குடும்பத் தொழிலுக்கே திரும்பிவிடுவதையும் காணமுடிகிறது. திருநெல் வேலியில் உள்ள இராயகிரியில் ஒரு ஆயரிளைஞரைச் சந்திக்க நேர்ந்தது. அவர் எம்.சி.ஏ. முடித்துவிட்டு, படித்த படிப்புக் குகந்த வேலையைச் செய்ய மனமில்லாமல் 150க்கும் மேற்பட்ட மாடுகளை மேய்த்து வருகிறார். மதுரையை அடுத்த மணப்பட்டியில் ஐ.டி.ஐ முடித்த மற்றொரு இளைஞர், மாடுகளை வாங்கி, வளர்த்து விற்கும் வியாபாரம் செய்துவருகிறார்.

பள்ளி செல்லும் ஆயர் குழந்தைகள், சிவகங்கை

மாடு மேய்க்கும் ஆயர் சிறுவன், மதுரை

எனினும் பல ஆயரிளைஞர்கள் படித்து நல்ல வேலையில் பணிபுரிகின்றனர். அதனால், ஆமேய்க்கும் தொழிலை அடி யோடுவிட்டு விடுகின்றனர். பெற்றோர்கள் வேளாண்மைப் பணிகளை மேற்கொள்கின்றனர். தமிழக ஆயர்களில் மிகக் குறைந்தளவிலான குடும்பத்தினர்களே தங்களுடைய மரபுத் தொழிலைப் பேணிவருகின்றனர். குறிப்பாகத் தென் மாவட்டங் களில் - திண்டுக்கல், மதுரை, தேனி, விருதுநகர், திருச்சி, திருநெல்வேலி, இராநாதபுரம், சிவகங்கை, தூத்துக்குடி ஆகிய மாவட்டங்களில் பெரும் எண்ணிக்கையிலான கால்நடைகளைப் பேணும் ஆயர்களைக் காணமுடிகிறது.

குடிவழக்குகள்

ஆயர்களது குடிவழக்குகளில் தொன்மம், பழமொழிகள், கால்நடை மொழிகள், பண்டமாற்று, தொழில் வழக்குகள், பஞ்சாயத்து முறைகள் போன்றவைக்குறிப்பிடத்தக்கவைகளாகும்.

தொன்மம்

ஆயர்கள் மிகப் பெரிய வரலாற்றுப் பின்புலம் கொண்டவர் களாகவும். மிக நீண்ட மரபுத் தொடர்ச்சிக் கொண்டவர்களாகவும், பூர்வக் குடியினர்களாகவும் உள்ளனர்.

வரலாற்றுக்காலத்தில், குல அடிப்படையில், தாங்கள் மிகவும் தாழ்ந்திருந்ததாகவும், ஆடு-மாடுகளைக் காத்துவாழும் தங்களது குடியில், கண்ணன் உணவு உண்டதாலும், கண்ணனை வளர்க்கும் பேறு பெற்றதாலும் பிற குடியினரால் சிறப்பாக நடத்தப்பட்டதாகக் கூறுகின்றனர். மேலும் இவர்களிடமிருந்து பெறும் பால், தயிர், மோர், வெண்ணெய், நெய் உள்ளிட்ட பால்படுபொருட்கள் பிற சமுதாயத்தினருக்கும் தேவை என்பதால் சமூகத்தில் சம உரிமையைப் பெற்றதாகக் கூறுகின்றனர். தற்போது எல்லாச் சமூகத்தினரிடையேயும் பழகுபவர்களாக ஆயர்கள் திகழ்கின்றனர்.

ஆட்டிடையர்கள், மழையிலும் வெயிலிலும் ஆடுகளை மிகுந்த துன்பத்திற்கிடையில் பேணுகிறார்கள். ஆட்டிடையர் களின் துன்பத்திற்குக் காரணம் குறித்து அவர்களிடையே ஒரு கதைவழக்கு வழங்கப்பட்டுவருகிறது.

“இடையன் ஒருவன், தனியாகக் காட்டிற்குள் தங்கியிருந்த போது மாமழை பெய்யத் தொடங்கியதென்றும், அதனால் வெள்ளப்பெருக்கு ஏற்பட்டதென்றும், சிறிது மேடான பகுதியில் ஆடுகளை நிறுத்திவிட்டு, அங்கிருந்த வேலியில் படர்ந்திருந்த பிரண்டைக் கொடிகளைச் சேகரித்து மெத்தைபோன்று அமைத்துக் கொண்டு தென்னம் மட்டையில் செய்த கொடலை மட் டையை மேலே கவிழ்த்துக்கொண்டு, ‘ஆகா என்ன சொகமா இருக்கு! எனக்குக் கெடக்கிற சொகம், என்னப் படச்ச ஆண்டவனுக்குக்கூட கெடச்சிருக்காது’ என்று வாய்விட்டு சொல்லிவாறு படுத்திருந்தானென்றும், அவ்வழியாகப் பூமிக்குப் படியளக்க வந்த சிவனும், பார்வதியும் இதை கேட்டுவிட்டு, அவனைப் பார்க்காமலேயே அவனது பேச்சைக் கேட்டு மகிழ்ந்து, ‘இனி எப்போதும் இப்படியே மகிழ்ச்சியாக இரு’ என்று வரம் கொடுத்துவிட்டுச் சென்றதாகவும் இதனால்தான் இடையர்கள் மழையிலும் வெயிலிலும் துன்பப்படுதாகவும் கதை வழங்கப்பட்டுவருகிறது. இதே கதை, மதுரை உள்ளிட்ட தென் மாவட்டங்களில் பிரண்டை கொடிகளுக்குப் பதிலாக நெருஞ்சி முட்களைக் கொண்டு அமைந்த மேடையும், அதன் மேல் இலை தழைகளைக் கொண்டு அமைந்த மெத்தையுமெனச் சில மாற்றங்களைப் பெற்று வழங்கப்படுகிறது.”[32]

பழமொழிகள்

ஆயர்கள் உரையாடுகையில் ஒன்றை விளக்குவதற்கும், உவமை சொல்வதற்கும் பொருள் பொதிந்த பழமொழிகளைக் கையாளுகின்றனர். மிக இயல்பாக, உரையாடும்போது அவை சொல்லப்படுகின்றன.

அவற்றில், ஆட்டுக் கழிவுகளை வேளாண்மை நிலங்களில் உரமாக இடுகையில் அங்கு விளையும் பயர்கள் செழித்து வளரும் என்பதை ‘அரப்புடி ஆட்டாம் புளுக்கக்கி ஆறுமரக்கா நெல்லு’ என்ற பழமொழியும், ஆடு தங்கியிருக்கின்ற இடத்தில் அதன் கழிவுகள் மொத்தமும் சேர்வதால் அக்கழிவுகள் உரமாக மாறி, அங்கு விதைக்கப்படும் ஒவ்வொரு விதையும் வீரியமாக வளர்வதற்குக் காரணமாக அமையும் என்பதை ‘ஆடு கிடந்த எடத்துல நெல்ல வெத’ என்ற பழமொழியும் உணர்த்துகின்றன.

ஆடுகளைக் கிடை வைக்கும்போது இரவு நேரங்களில் உறங்காமல் காவல் காக்கவேண்டும் என்பதையும் உறக்கத்தைப் பெரிதென எண்ணும் இடையனால் ஆட்டைப் பேணமுடியாது என்பதையும் வேடிக்கையாக, 'ஆட்டுக்கார எடயனுக்குத் தூக்கம் வரக்கொடா, அவுசாரி போறவளுக்குத் தும்ம வரக்கொடா' என்ற பழமொழி குறிப்பிடுகிறது. கவனக்குறைவாக இருந்தால், கிடைக்குள்ளே புகும் நரி, ஒன்றுக்கு இரண்டாக நட்டத்தை விளைவித்துவிடும் என்பதை 'நரிக்கு எடங்கொடுத்தா கெடைக்கி ரெண்டாடு பிடிக்கும்' என்ற பழமொழி உணர்த்துகிறது.

கால்நடைகளைப் பேணுகின்ற இடையர்களது வாழ்க்கையில் வறுமை இருப்பதில்லை என்பதை 'இடையருக்குள்ள ஆண்டியும் இல்லை; குயவருக்குள்ள தாடனுமில்லை' என்ற பழமொழி உணர்த்துகிறது.

சில பழமொழிகள் இடையர்களது பெருமையைப் பேசுவதாக அமைகின்றன. கீதாரிகள் நீதிப்படி நடப்பதால் ஆற்றுநீரில் வைத்து அடுப்பெரித்தாலும் சமையல் செய்யமுடியும் என்பதை, 'ஆத்துதண்ணிமேல அடுப்ப பத்த வச்சாலும் கீதாரிவீட்டு பான பொங்கும்' என்ற பழமொழி உணர்த்துகிறது. இடையர்களிடமும் குறவர்களிடமும் வழக்கு வைத்துக்கொள்ளக் கூடாது என்பதைக் 'குறவழக்கும் எடவழக்கும் கொஞ்சத்துல தீராது' என்ற பழ மொழி அறிவுறுத்துகிறது.

காடுமேடுகளில் எல்லாம் கால்நடைகளோடு அலைந்து திரியும் இடையர்கள் நல்ல உணவை எதிர்பார்க்க மாட்டார்கள். அப்படி நா சுவைக்கு ஏங்குபவர்களும், நிலையாக ஒரு வீட்டில் வாழ வேண்டும் என்று எண்ணுபவர்களும் இடையர்களாக இருக்க மாட்டார்கள் என்பதை 'ருசி பாத்து திங்க நெனக்கிறவனும் கூர பாத்து குந்த நெனக்கிறவனும் எடையனா இருக்க மாட்டான்' என்ற பழமொழி உணர்த்துகிறது.

இடையர்கள் தம் கால்நடை உண்பதற்காக மரக்கிளையை வெட்டும்போது மொத்தமாக வெட்டி வீழ்த்த மாட்டார்கள். மரக்கிளை முறிந்து அதன் பாதி மரத்திலேயே ஒட்டிக்கொண் டிருக்கும்படிச் செய்வார்கள். இப்படிச் செய்வதால் அக்கிளை மீண்டும் துளிர்க்கும். இதனை உணர்த்தும் வகையில் 'இடையன்

வெட்டு அறா வெட்டு' என்ற பழமொழி வழங்கப்படுகிறது. இடையர்கள் தீங்கு செய்தற்கு அறியாதவர்கள். குறிப்பாக இடைச்சியர்கள் சொன்ன சொற்கள் பலிக்கும் என்பதை 'எடச்சி வாக்கு எட்டு நாள்ள பலிக்கும்; தொட்டிச்சி வாக்கு தொண்ணூறு நாள்ள பலிக்கும்' என்ற பழமொழி மூலம் உணர்த்தப்படுவதை அறியமுடிகிறது. இப்படிப் பல்வேறு பழமொழிகள் ஆயர்களிடையே வழங்கப்பெறுகின்றன.

கால்நடை மொழிகள்

ஆயர்கள் கால்நடைகளுடன் உரையாடும் மொழிகள் கால்நடை மொழிகளாகும். கால்நடைகளைச் சில குறிப்பிட்ட மொழிகளினூடாகப் பழக்கப் படுத்துகிறார்கள். தம் உதடுகளைக் குவித்தும், விரித்தும் தொண்டை அல்லது அடிவயிற்றிலிருந்து குரலெழுப்பியும் கால்நடைகளுக்குக் கட்டளை இடுகிறார்கள். அம்மொழிகளைத் தொடர்ச்சியாகக் கேட்கும் கால்நடைகள் அவற்றை உள்வாங்கிக்கொள்கின்றன. காட்டாக, மாடுகளை நீர் அருந்துவிக்க, உதடுகளைக் குவித்து 'குர்ர்ர்' என்ற நெட்டொலியை எழுப்புகிறார்கள். இவ்வொலி கேட்டதும், மாடுகள் நீரருந்துகின்றன. மாடுகளை அழைப்பதற்கும், ஓரிடத்தில் நிலை நிறுத்துவதற்கும், விரட்டுவதற்கும் எனப் பல்வேறு ஒலிப்பு முறைகளை ஆயர்கள் கையாளுகின்றன. அவ்வொலிகளுக்கு ஏற்ற கால்நடைகளும் நடந்துகொள்கின்றன.

பண்டமாற்று

சில காலம் முன்பு வரையிலும், ஆயர்களிடையே பண்டமாற்று முறை வழக்கிலிருந்துள்ளது. வேளாண்மை நிலங்களில் கிடை அமர்த்தும்போது கூலியாக நெல்லைப் பெறும் வழக்கம் இருந்துவந்துள்ளது. இக்காலக் கட்டத்திலும் கிடைக்குக் கூலியாக நெல் பெறும் வழக்கம் இருந்துவருகிறது. எனினும், கிடைக்குக் கூலியாகப் பெரும்பான்மை ஆயர்கள் தற்போது பணத்தையே விரும்புகின்றனர். அல்லது பாதியைப் பணமாகவும் மீதியை நெல்லாகவும் பெறுகின்றனர். கிடைக்குக் கூலியை உடனடியாகக் கொடுக்க முடியாத நிலக்கிழவர்கள், அறுவடையின்போது பணமும் அறுவடையில் ஒரு சிறு பகுதியையும் தருகிறார்கள். ஆயர்கள் எல்லோரிடமும் இப்படிப் பெறுவதில்லை. நன்கு

பழகியவர்களிடையே மட்டும் இத்தகைய சலுகைகளைத் தருகிறார்கள். வேளாண்மையிலும் விளைச்சலின் ஒரு பகுதியை ஆயர்கள் ஊதியமாகப் பெறுவதைக் காணமுடிகிறது. மானாமதுரைக்கு அடுத்த மானங்காத்தான் என்ற ஆயரூரில் விளைவிக்கப்பட்டிருந்த கொத்து மல்லியை அறுவடை செய்பவர்களுக்கு ஒருபடி மல்லியே கூலியாகத் தரப்பட்டதைக் காணமுடிந்தது (2014).

தொழில் வழக்குகள்

கீதாரிகள், வேறு ஊருக்கு மேய்ச்சலுக்காகச் செல்லவேண்டுமெனில் அவ்வூருக்குச் சென்று ஒருநாள் இரவு அங்கேயே தங்குகின்றனர். அவ்வூர் மண்ணின் தன்மை, ஆடு மாடுகள் தங்குவதற்கான வெப்பநிலை ஆகியவற்றை அறிந்து அவ்வூருக்குக் கால்நடைகளைச் செலுத்துகின்றனர். கால்நடைகள் தங்குவதற்குகந்த சூழல் இருப்பதை அவ்வூரில் தங்கி அறிந்த பிறகே கீதாரிகள் கால்நடைகளைச் செலுத்துகிறார்கள்.

பஞ்சாயத்து முறை

ஆயர்களது குடும்பங்களில் எழும் பிணக்குகள், தொழில் ரீதியாக எழும் சிக்கல்கள், கூலி தொடர்பான பிரச்சனைகள் ஆகியவைக் கீதாரி, கோன் போன்ற மூத்த ஆயர்கள் மூலம் தீர்க்கப்படுகின்றன. பிரச்சனையுள்ளவர்கள் அவர்களை அணுகி முறையிடுகின்றனர். ஊர்ப்பொது இடத்திலோ, பிரச்சனைக்கு உரியவர்களது வீட்டுத் திண்ணை அல்லது முற்றத்திலோ ஒன்றுகூடி, இரு தரப்பு நியாயங்களையும் கேட்டு, அவர்கள் இணக்கமாகக்கூடிய வகையில் ஒரு தீர்ப்பை வழங்குவார்கள். பெரும்பான்மையான சிக்கல்கள் இப்படிப் பேசுவதால் குறைந்து விடும் என்கிறார் மதுரை - உத்தமநாயக்கனூர் வாடிப்பட்டியைச் சேர்ந்த காயாம்பூ என்ற ஆயர் ஒருவர்.[33] இதிலும் உடன்பாடு எட்டவில்லை எனில் காவல் நிலையத்தையோ நீதிமன்றத்தையோ நாடுகின்றனர்.

ஒவ்வொரு ஆயரூர்களிலும் ஆயர்களில் மூத்த கீதாரி, கோன் போன்றவர்கள் தம்மவர்களிடையே எழும் சிக்கல்களைத் தீர்க்கக்கூடியவர்களாக இருக்கின்றனர். அவர்களுக்கு அவ்வூர்களிலும் நல்ல மதிப்பும் மரியாதையும் இருக்கின்றன. மணப்

பட்டியில் ஆடு வாங்குவதில் ஏற்பட்ட பிணக்கை அவ்வூரின் மூத்த கீதாரி ஒருவரால் தீர்த்துவைக்கப்பட்டதைக் காணமுடிந்தது.

திருவிழாக்கள்

ஆயர்களது திருவிழாக்களை வீட்டுத் திருவிழாக்கள், ஊர் திருவிழாக்கள் என இரண்டாகப் பகுக்க முடிகிறது.

பெயர்ச் சூட்டு விழா, முதல் பிறந்தநாள் விழா, புதுமனைப் புகுவிழா, திருமணவிழா போன்றவை வீட்டுத்திருவிழாக்களாகும். இவ்விழாக்கள் நல்ல நாள், நேரம் பார்த்துச் சுற்றத்தாரோடுக் கொண்டாடப்படுகிறது.

பெயர்ச்சூட்டு விழா

குழந்தை பிறந்ததிலிருந்து பதினாறாவது நாள், பெயர்ச் சூட்டு விழா நடக்கிறது. குழந்தை பிறந்த நேரத்தைக் குறித்துக்கொண்டு, அதற்குச் சாதகம் எழுதுகின்றனர். அதன்படி, குறிப்பிட்ட எழுத்தில் தொடங்கும் வகையில் பெயர்கள் தெரிவு செய்யப் பட்டு, ஒரு நன்னாளில் வீட்டிலுள்ள பெரியவர்கள் அக்குழந்தையின் காதில் மூன்று முறை அப்பேரைச் சொல் கின்றனர். விழா முடிவில் அனைவருக்கும் விருந்து அளிக்கப் படுகிறது.

முதல் பிறந்தநாள் விழா

முதல் பிறந்தநாள் விழாவிற்கு அழைப்பிதழ் அச்சடிப் பதையும், உறவினர்கள், நண்பர்களை அழைப்பதையும் காண முடிகிறது. பிறந்தநாளன்று குழந்தைக்குப் புத்தாடை உடுத்தி, வெட்டப்பத்தை (Cake) வெட்டிக் கொண்டாடுகின்றனர். விழா விற்கு வந்திருக்கும் உறவினர்களும் நண்பர்களும் பரிசுப் பொருட்களைத் தருவதையும் இறுதியில் அனைவருக்கும் சைவ மற்றும் அசைவ உணவுகள் பரிமாறப்படுவதையும் காண முடிகிறது.

வசதியானவர்களே இத்தகைய விழாக்களைக் கொண்டாடு கிறார்கள். பெரிய அளவில் கொண்டாட முடியாதவர்கள், கோயிலுக்குச் சென்று வழிபடுவது, அக்கம் பக்கத்தினருக்கு இனிப்பினை வழங்குவதோடு முடித்துக்கொள்கின்றனர்.

புதுமனைப் புகுவிழா

புதிய வீடுகட்டிக் குடிப்புகும் நாள், நேரம் குறிக்கப்பட்டு, அழைப்பிதழ் மூலம், உறவினர்களுக்கும் நண்பர்களுக்கும் தெரிவிக்கின்றனர். விழா நடைபெறும் நாளில் புரோகிதர் அழைத்துவரப்பட்டு, வீட்டின் நடுவில் தீ வளர்த்து, பூசைகள் நடைபெறுகிறது. பூசை முடிவில் மாட்டினைக் கன்றோடு வீட்டிற்குள் அழைத்து வந்து, வாழைப்பழம் உள்ளிட்டவைக் கொடுத்து, கற்பூர ஆரத்தி எடுக்கப்படுகிறது. இறுதியில் விழா விற்கு வந்துள்ள அனைவருக்கும் உணவு பரிமாறப்படுகிறது.

பொங்கல்விழா

பொங்கல் விழா, முதன்மையான விழாவாக ஆயர்களிடையே விளங்குகிறது. இவ்விழா தமிழகம் முழுவதும் கொண்டாடப்பெற்றாலும் ஆயர்களிடையே சிறப்பான கொண்டாட்டங்களைக் காணமுடிகிறது. பொங்கல் விழாவைத் தொடர்ந்து சல்லிக்கட்டு என்னும் காளை விளையாட்டுகள் நடைபெறுகின்றன. மதுரையில் உள்ள பஞ்சாரங்கட்டி இடையர்களிடையே மாட்டுப்பொங்கல் விழா சிறப்பாகக் கொண்டாடப்படுகிறது. திருமணமான ஆடவர்கள் 'முதல் பொங்கல் விழா'வை தம்முடைய மனைவி வீட்டில் கொண்டாடுகின்றனர். ஆயர்கள் மாட்டுப்பொங்கலை முக்கியமான விழாவாகக் கொண்டாடுகின்றனர்.

தொழுவில் இருக்கும் மாடுகளையோ கிடா ஆடுகளையோ தேர்ந்தெடுத்து, அதனைக் முழுக்காட்டி, அதன் கொம்புகளுக்கு வண்ணம் பூசி, மாலைகளிட்டு வீட்டு முன் நிறுத்துகின்றனர். தொழுவிற்கு அருகிலேயே புது அடுப்புவெட்டி, கற்களைச் சேர்த்து மஞ்சள்கொத்து கட்டப்பட்ட ஒரு பானையில் சர்க்கரைப் பொங்கலிடுகின்றனர். தஞ்சை உள்ளிட்ட மாவட்டங்களில் மாட்டுப்பொங்கல் அன்று தொழுவின் வாயிலில் தொட்டிக் கட்டுகின்றனர். சாணத்தால் சதுரமாகத் தொட்டிபோன்று கட்டி, அதன் குறுக்காக இரண்டு வரப்புகள் கட்டி, அதில் மஞ்சள், குங்குமம், சந்தனம் ஆகியவற்றால் சுவற்றில் பொட்டிட்டு, அதன் கரைசலை அதில் ஊற்றி, பரங்கிப்பூ, அறுகம்புல், திருகள்ளியை வைக்கின்றனர். பெரிய நெல்லிக் கொத்துக்கள் கள்ளியின்

அருகில் வைக்கப்படுகிறது. இது காவிரி பாயும் மாவட்டங் களில் செய்யப்படும் முறையாகும்.

மதுரை உள்ளிட்ட மாவட்டங்களில் மேற்சொன்னதுபோலவே சாணத்தால் தொட்டில் கட்டி, அதில் சிறிதும் பெரிதுமாகக் கற்களை வைக்கிறார்கள். அவை, ஆடு, மாடுகளைக் குறிக்கின்றன. மதுரை மணப்பட்டியில் உள்ள ஆட்டிடையர் ஒருவர் வீட்டில் மாட்டுப்பொங்கலன்று கிடா ஆடு ஒன்றைப் பலியிட்டு, படையலிடும் இடத்தில் 5, 7, 9 என்ற எண்ணிக்கையில் வாழை இலையை வைத்து, அதில் பொங்கலை வைத்தும், கரும்புகளைச் சுற்றி வைத்தும் வழிபடுகின்றனர். இறுதியாகப் பொங்கலையும் மஞ்சளையும் சேர்த்துக் கரைத்த தண்ணீரில் மாவிலைகளைப் போட்டு, மூன்று பேர் சேர்ந்துகொண்டு தொழு முழுவதும்,

பொங்கலோ பொங்க
மாட்டுப்பொங்க
பாப்பார பொங்க
பட்டிப் பெருக
பால்பானை பொங்க
நோவும் பிணியும்
தெருவோட போக

என்று சொல்லியவாறு தெளித்துவருகின்றனர். பிறகு, இலைகளில் வைக்கப்பட்ட சோறுகளைத் திரட்டி கால்நடை களுக்கு ஊட்டிவிட்டு, காகத்திற்கும் வைக்கின்றனர்.

மூன்றாம் நாள் பொங்கல் விழாவில், இளம்பெண்கள் தங்களை அலங்கரித்துக் கொண்டு ஊர் தெய்வத்தை எண்ணி கும்மியடித்து விளையாடுகின்றனர். இது சடங்காகவும் நிகழ்த்தப்பெறுகிறது. தற்போது திரைப்படம் பார்ப்பது உள்ளிட்ட கேளிக்கைகளில் ஈடுபடுவதால் கும்மியடிப்பது சில இடங்களில் மட்டுமே நடைபெறுகிறது.

திருவண்ணாமலை - செஞ்சிப் பகுதிகளில் வாழும் சாம் பார் இடையர்கள் பெரும்பொங்கல், குட்டிபொங்கல், ஆட்டுப் பொங்கல் என்று மூன்று நாட்களையும் கொண்டாடுகிறார்கள். தை முதல்நாள் அன்று, வீட்டு முற்றத்தில் அடுப்புவெட்டி, இரு புது மண்பானைகளில் பொங்கலிடுகின்றனர்.

பொங்கல் விழா, மதுரை

(உள்படம்: வழிபாட்டில் ஆட்டுத் தொழுவம் பாவனை)

மாட்டுப்பொங்கல் அன்று மாடுகளை அலங்கரித்து, தொழுவத்திற்கு முன் அடுப்புவெட்டி ஒரு பானையில் பொங்கலிடுகின்றனர். அன்று இரவு மாடுகளை மந்தைக்கரை என்று சொல்லப்பெறும் ஊருக்கு வெளியுள்ள பொது இடத்திற்கு ஓட்டிச்சென்று விரட்டிவிடுகின்றனர். மாடுகளை வைத்திருக்கும் சாம்பார் இடையர்களுக்கு இந்நாள் சிறப்பான நாளாக அமைகிறது. ஆடுகளை வைத்திருக்கும் சாம்பார் இடையர்களுக்குக் காணும் பொங்கல் எனப்படும் 'ஆட்டுப்பொங்கல்' சிறப்பான நாளாக அமைகிறது. அந்நாளில் ஊர் பொது இடத்தில் ஆட்டுக்காரர்கள் ஒன்றுகூடித் தனித்தனியாகப் பொங்கல் வைக்கின்றனர். பொங்கல் வைக்கும் இடத்தில் ஒரு கல்லை நட்டு, அதற்கு நாமம் இட்டு, அதன்முன் இரு பள்ளம் தோண்டி, அதனைக் குளமாகக் கருதி, பொங்கல், பச்சரிசித் தவிடு முதலியவற்றை நீரில் கரைத்து அப்பள்ளத்தில் நிரப்பி, இரு பள்ளத்திற்கும் வாய்க்கால் அமைத்து, கற்பூரம் ஏற்றிப் படையலிடுகின்றனர். பிறகு, கற்பூரத்தை ஒரு பள்ளத்தில் விட, அது மறு பள்ளத்தில் போய் விழுமாறு செய்கின்றனர். வழிபாட்டு முடிவில், படையலிடப்பட்ட சோற்றைக் குவித்து, உருண்டைகளாக்கி, அனைவருக்கும் உண்ணத்தருகின்றனர். வழிபாடு முடிந்ததும் ஆடுகள் விரட்டி விடப்படுகின்றன.

சிதம்பரம் அதைச் சுற்றியுள்ள ஆட்டுக்கார இடையர்கள், ஆடுகளுக்கு நெட்டிச்செடிகளை வெட்டிவந்து வட்டமாக வெட்டி, மாலைகளாக்கி அணிவிக்கின்றனர். வலசையில் இருக்கும் மூன்று

நான்குக் குடும்பங்கள் இணைந்து பொங்கல் வைக்கின்றனர். பெரிய குழி எடுத்து, அதன் கரைகளில் கற்களை அடுக்கி, அடுப்பு மூட்டி புது மண்பானையில் பொங்கலிடுகின்றனர். படையலிடும் இடத்திற்கு எதிரே சிறிய பள்ளம் தோண்டி, அதில் மஞ்சள் கலந்த நீரையும் ஆட்டுப்பாலையும் ஊற்றி நிரப்புகிறார்கள். அதற்கு நேரே கும்பம் சோடிக்கிறார்கள். அந்த இடத்தைச்சுற்றி கரும்புகளைப் பந்தல் போன்று கட்டி அழகுபடுத்தி அதில், இளம் ஆட்டுக்குட்டிகளைக் கட்டிவைக்கின்றனர். அக்குட்டிகளை மஞ்சள் நீரில் குளிப்பாட்டி, மாலையிட்டுப் பொட்டிடுகின்றனர். அங்கேயே பொங்கலிடப் படுகிறது. இறுதியில் கற்பூர ஒளிக் காட்டப்பெற்றுப் படையலிடப்பட்டச் சோற்றை ஆடுகளுக்கு ஊட்டுகின்றனர். பொங்கலிட்ட அடுப்பில் பனை ஓலைகளைப் போட்டு, அதில் உப்பு, மிளகாய் போன்றவற்றை இட்டு எரியச் செய்து கண்ணேறு கழிக்கின்றனர்.

இப்படிப் பல ஊர்களிலும் பல்வேறு விதங்களில் பொங்கல் விழா கொண்டாடப்பட்டுவருகிறது.

ஊர் திருவிழாக்கள்

ஆயர்களது ஊர்களில் கொண்டாப்படும் விழாக்கள் குறிப்பிடத்தகுந்தவை ஊர்த் தெய்வ வழிபாடும், கிருஷ்ண ஜெயந்தி விழாவுமே ஆகும்.

ஊர்த் தெய்வத் திருவிழா

ஊர்த் தெய்வ விழாக்களில் பல்வேறு சமூகத்தினரும் பங்கு கொள்கின்றனர். பூசைப் பொருட்கள் அடங்கிய பெட்டியைக் கொண்டுவருதல், சாமி ஊர்வலம், வேண்டுதல் நிறைவேற்றம், படையலிடுதல் உள்ளிட்ட பல்வேறு செயற்பாடு களைக் காண முடிகிறது. இதில் ஒவ்வொரு சமூகத்தினரும் பங்குகொண்டு குறிப்பிட்ட வேலைகளைச் செய்கின்றனர். சாமி ஊர்வலத்தின் போது முளைப்பாரி தூக்குதல், சப்பரம் தூக்குதல், விளக்குகளைத் தூக்கிச் செல்லுதல், சாமி அலங்காரம் உள்ளிட்டவைகளும், வேண்டுதல்களையும் வெவ்வேறு சமூகத்தினர் செய்துவரு கின்றனர். இத்திருவிழாக்ககள் மூன்று நாட்களிலிருந்து 5 – 7 நாட்கள் வரை நடைபெறுகின்றன. ஒவ்வொரு நாள் மாலையிலும் வெவ்வேறு வாகனங்களில் முத்தாலம்மன், மாரியம்மன் போன்ற தெய்வங்கள் ஊரினை வலம் வருகின்றன. வேப்பிலை ஆடை

அணிவது, அலகு குத்துவது, தீச்சட்டித் தூக்குவது, தீ மிதிப்பது உள்ளிட்ட பல்வேறு வேண்டுதல்களை அனைத்துச் சமூகத்தினரும் செய்கின்றனர்.

கிருஷ்ண ஜெயந்தி விழா

எல்லா ஆயரூர்களிலும் கண்ணனது பிறந்தநாளான கிருஷ்ண ஜெயந்தி விழாவானது உரியடித் திருவிழா மற்றும் வழுக்கு மரம் ஏறும் விளையாட்டுகளோடு கொண்டாடப்படுகிறது. விருதுநகர்-பெருமாள்தேவன் பட்டியில், கண்ணனது பிறந்தநாள் விழா சிறப்பாகக் கொண்டாடப்படுகிறது. விழாவன்றிரவு, சாமி ஊர்வலமும், அதை தொடர்ந்து வழுக்கு மரம் ஏறும் விழாவும், உரியடி விழாவும் இரவு முழுவதும் நடக்கின்றன.

மிக்க அலங்காரத்துடன் தேர் அலங்கரிக்கப்படுகிறது. எட்டு பேர் தூக்கிச் செல்லக் கூடியதாக அமைக்கப்படும் அத்தேரின் நடுவில் கண்ணனது உருவப்படம் அல்லது உருவச்சிலை வைக்கப்பட்டு பூக்கள்சூழ அலங்கரிக்கப்படுகிறது.

தேர் வீதி உலா வரும்போது ஓதுவார்கள், வாங்கியம், கொட்டு, நாரதர் கட்டை முதலியவற்றை இசைத்துக்கொண்டும், கண்ணனது வரலாற்றைப் பாடிக்கொண்டும் முன்னே செல் கிறார்கள். அவர் களையடுத்து, மேளம், நாதஸ்வரம் இசைத்துக் கொண்டு வாத்தியக் காரர்கள் செல்கின்றனர். அவர்களையடுத்து கண்ணனாக வேட மிட்டவர்கள் கைகளில் குழலோடு ஆடிக் கொண்டும் அவர்களை அடுத்து, இளம் பெண்கள் தலையில் செப்புக்குடம் ஒன்றைத் தூக்கிக்கொண்டும் செல்கின்றனர். அச்செப்புக்குடத்தின் வாயில், தென்னம்பூக்கள் சுற்றிலும்

செருகப்பட்டு நடுவில் விளக்கு ஏற்றப்பட்டுள்ளது. இதனை யடுத்துப் பனை ஓலைகளால் முடைந்த கூடைகளைச் சுமந்தபடி இருவர் வருகின்றனர். அவர் களை யடுத்து நான்கைந்துபேரும், அவர்களுக்கு முன் கற்பூர வழிபாடு செய்பவரும் அவரையடுத்துத் தேரும் வீதியுலா வருகின்றனர்.

ஒவ்வொரு வீட்டின் முன்பும் தேர் நிறுத்தப்பெற்று பெண்களால் கற்பூர வழிபாடுச் செய்யப்படுகிறது. எல்லாத் தெருக்களுக்கும் கொண்டுசெல்லப் படுகிறது.

வழுக்குமரம்

படையலுக்குப் பிறகு வழுக்குமரம் ஏறும் விளையாட்டு நடைபெறுகிறது. நீண்ட மரத்தின் உச்சியில் முக்கோண அமைப்பில் கழிகள் கட்டப்பட்டு, அதில் துணிகள், காசுகள், திண்பண்டங்கள் ஆகியவை வைக்கப்பட்டிருக்கின்றன. அதன் கீழ், எண்ணெயில் தோய்க்கப்பட்ட துணிகள் சுற்றப்பட்டு, தொடர்ச்சியாக மரத்தின் மீது எண்ணெய் வழிந்து கொண்டே இருக்குமாறு அமைக்கப்படுகிறது. மரம் முழுமையும் எண்ணெய், வெண்ணெய் முதலியவற்றால் முழுக்காட்டப் படுகிறது.

வழுக்கு மரம் ஏறும் ஆயர்கள், விருதுநகர்

முதலில், அம்மரத்திற்குக் கற்பூர வழிபாடு செய்யப்பெற்று, மரமேறும் விளையாட்டுத் துவங்குகிறது. பலர் அம்மரத்தில் ஏற, பெரும் முயற்சிகளைச் செய்கின்றனர். பெரும் முயற்சிக்குப் பிறகு, அதன் உச்சியை அடைபவர்கள் வெற்றிப்பெற்றவர்களாக அறிவிக்கப்படுகின்றனர்.

உரியடித்தல்

சிறுவர்கள் விழா நாளன்று காலையில் வீடு வீடாகச் சென்று 'தயிர், மோர், பால், நெய் எது இருந்தாலும் கொடுங்கள்' என்று வீட்டுக்குவீடு கேட்டு சேகரிக்கின்றனர். அதனைச் சிறுசிறு மண் கலயங்களில் நிரப்பி ஒன்றன்மீது ஒன்றாக மூன்று வரிசைகளில் ஏழு பானைகள் என்ற வகையில் கட்டுகின்றனர். அவை ஒரு கழியில் கட்டப்பட்டு, அக்கழி கயிற்றால் கட்டப்படுகிறது. இரண்டு பக்கமும் கொம்பு நடப்பட்டு, அதன் கிடக்கையாக ஒரு கழியினை நட்டு, அதில் கயிறு ஒன்றை மாட்டி வைக்கின்றனர். அக்கயிற்றின் ஒரு முனை இந்த உரிகளையும், மறுமுனை ஒருவரது கையில் சேர்ப்பிக்கப்பட்டிருக்கிறது. அவர் அவ்வுரிகளை ஏற்றியும் இறக்கியும், உரியைப் பிறர் அடிக்கவிடாமல் இழுக்கின்றனர்.

போட்டித் தொடக்கத்தில் உரி கீழே இறக்கப்பட்டு, கற்பூர ஆராதனைக் காட்டப்படுகிறது. பின்பு, கண்ணனாக வேட மிட்டவர்கள் மட்டும் உரியை அடிக்க முயல்கின்றனர். அவர்கள் உரியை அடிக்க விடாமல் அருகிலுள்ளோர் மஞ்சள் நீரை கரைத்து ஊற்றுகின்றனர். வேடிக்கையாக நடைபெறும் இந்நிகழ்வின் இறுதியில் உரியடிக்கப்படுகிறது.

இதற்கு முன், உரிக்குக் கீழே குத்துவிளக்கு ஒன்றை ஏற்றி வைத்து, வேடமிட்டவர்களுடன் ஆண்கள் சேர்ந்துகொண்டு கும்மியடிகின்றனர். அப்போது கண்ணனது வரலாறு தொடர்ச்சி யாகப் பாடப்பெறுகிறது. இதனையடுத்து, கண்ணனாக வேடமிட்ட சிறுவன் ஒருவன், அக்குத்துவிளக்கைக் கையில் எடுத்துக் கொண்டு ஆடுகிறான். இந்நிகழ்வு கண்ணன் விளையாட்டு எனப் படுகிறது. நாடார், ஈழவர், கிருஸ்ணவகைக்காரர்கள் ஆகிய சமுதாயத்தினர் இதனை நிகழ்த்துகின்றனர். பெருமாள் தேவன் பட்டியில் நடைபெறும் இந்நிகழ்வில் ஆயர்களும் கண்ணன் விளையாட்டினை நிகழ்த்துவதைக் காணமுடிகிறது.

இறுதியில் சர்க்கரைப் பொங்கல், சுண்டல் போன்றவைப் படையலிடப்பட்டு மேளதாளங்களுடன் தேர் தூக்கப்பட்டு, பொழுது விடிவதற்குள் கோயிலுக்குள் சேர்க்கப்படுகிறது. விழா நிறைவை உணர்த்தும் வகையில் இறுதியில் சங்கு ஊதப்படுகிறது.

மரபாண்மைகள்

ஆயர்களது மரபுத்தொடர்ச்சி மிக நீண்டதாகும். இதனை ஆயர்களின் குடும்ப அமைப்பு, உறவுமுறைகள், மனிதர்களுக்கும் கால்நடைகளுக்கும் பெயர் வைக்கும் முறைகள், கால்நடைகளுக்கு அடையாளமிடுதல், மருத்துவ அறிவு, விருந்தோம்பல் பண்பு போன்றவை மூலம் அறியமுடிகின்றன.

குடும்ப அமைப்பு

ஆயர்களது குடும்பம் தனிக்குடும்பம் ஆகும். ஒரு பெரிய குடும்பத்தின் உறுப்பினர்கள் அனைவரும் தனித்தனியாக, ஆனால் கூட்டாக வாழ்கின்றனர்.

பிள்ளைகள் வளர்ந்து திருமணமானதும் அவர்களுக்குரிய சொத்துக்களோடு தனியாகக் குடியமர்த்தப்படுகிறார்கள். அதிக ளவிலான கால்நடைத் தொகுதிகளைக் கூட்டாகப் பேணுவது இயலாத செயல் என்பதால், அவற்றைத் தம் பிள்ளைகளுக்குப் பிரித்துக்கொடுப்பதைக் காணமுடிகிறது. மேய்ச்சல் பற்றாக்குறை பொருட்டும் வெவ்வேறு திசைகளுக்குச் செல்ல நேர்வதாலும், ஆயர்களது குடும்பங்கள் தனித்குடும்பங்களாகவே திகழ்கின்றன.

ஆயர் குடும்பம், மதுரை

ஆட்டிடையர்கள் குடும்பத்தோடு இடம்பெயரக்கூடியவர் களாக உள்ளனர். ஓர் ஆண், ஒரு பெண், குழந்தைகள் என்ற வகையிலேயே ஆயர்களது வலசைகளைக் காணமுடிகிறது. பெற்றோர்கள் சொந்த ஊரில் குறைந்தளவிலான ஆடு, மாடு களோடு வாழ்கிறார்கள். பெருவாரியான ஆடுகளோடு இடம் பெயரும் இடையர்கள் கூட்டாகவே இடம்பெயர்கிறார்கள். குறைந்தது மூன்று அல்லது நான்கு குடும்பங்களையுடைய ஒரு வலசைகளையே அதிகமாகக் காணமுடிகிறது.

இரண்டிற்கும் மேற்பட்ட பிள்ளைகளையுடைய பெற்றோர்கள் ஆடு அல்லது மாடு மேய்க்கும் காலம் வரையிலும் தனித்து இருக்கிறார்கள். முடியாதபோது ஒவ்வொரு பிள்ளைகளின் வீட்டிலும் சிறிதுகாலம் இருக்கிறார்கள்.

ஒவ்வொரு குடும்பங்களும் தனித்த பெயர்களோடு அழைக்கப் படுவதைக் காணமுடிகிறது. இவை 'கூட்டங்கள்' எனப்படு கின்றன. ஒரு கூட்டத்தார் மற்றொரு கூட்டத்தாருக்கு உறவுடைய வர்களாக உள்ளனர்.

> விருதுநகரில் உள்ள பெருமாள்தேவன்பட்டி, மீனாட்சிப் பட்டி, சொங்கலிங்கம்பட்டி உள்ளிட்ட பகுதிகளில் வாழும் ஆயர்களின் குடும்பங்கள், நாட்டாமைக் கூட்டம், சீனி கூட்டம், அம்மணி கூட்டம், காக்காபுள்ள கூட்டம், சொக்கலிங்கம் கூட்டம், வெள்ளையன் கூட்டம், மூக்கன் கூட்டம், கருப்பன் கூட்டம், நாய்க்குட்டி கூட்டம், கீதாரி கூட்டம் என்று ஒரு குறிப்பிட்ட பெயரைக்கொண்ட கூட்டங்களாக அழைக்கப்படுகின்றன. ஒவ்வொரு கூட்டமும் குறிப்பிட்ட ஒரு தெய்வத்தை வணங்கக் கூடியவர்களாகவும் உள்ளனர். மூக்கன் கூட்டத்தார் வெள்ளையன் கூட்டத்தாருக்கு மாமன் உறவுடையோர் களாகவும், நாட்டாமை, சீனி, அம்மணி, காக்காபுள்ள, சொக்கலிங்கம் கூட்டத்தார், நாய்க்குட்டி கூட்டத்தாருக்கு மாமன் உறவுடை யோராகவும் விளங்குகின்றனர். வெள்ளையன் கூட்டத்தாருக்கு நாட்டாமை, சீனி, அம்மணி, காக்காபுள்ள, சொக்கலிங்கம் ஆகிய கூட்டத்தாருக்கு 'தாகூட்டு' எனப்படும் அண்ணன்தம்பி உற வுடையோர்களாகவும் விளங்குகின்றனர்.

உறவுமுறைகள்

உறவு முறைகளில் பெரியளவிலான மாற்றங்களைக் காண முடியவில்லை. தாய், தந்தையர் பிள்ளைகளுக்குப் பெற்றோர் முறையுடையோராகவும், பிள்ளைகளின் பிள்ளைகளுக்குத் தாத்தா, பாட்டி (ஆச்சி, ஆயா, அம்மாயி, அப்பத்தா, ஆத்தா) முறையுடையோர்களாகவும் இருக்கின்றனர்.

பிள்ளைகளுடன் உடன்பிறந்தவர்கள் அண்ணன், தம்பி, அக்கா, தங்கை முறையுடையோர்களாகவும், அண்ணனது பிள்ளை களுக்குத் தம்பி, சிற்றப்பா முறையும், தம்பியின் மனைவி சின்னம்மா (சித்தி) முறையும், தம்பியின் பிள்ளைகளுக்கு அண்ணன், பெரியப்பா, அண்ணனின் மனைவி பெரியம்மா என்றும் அழைக்கப்படுகின்றனர்.

அண்ணனது மனைவியைத் தம்பி, அண்ணி (மதனி) என்றும், தம்பியின் மனைவிக்கு அண்ணன், மச்சினன் முறை என்றும் அழைக்கின்றனர். பிள்ளைகளின் பிள்ளைகளுக்கு உடன்பிறந்த அக்கா, தங்கைகள் அத்தை முறையாகவும், அவர்களின் கணவர்கள் மாமன் முறையுடையோர்களாகவும் விளங்குகின்றனர்.

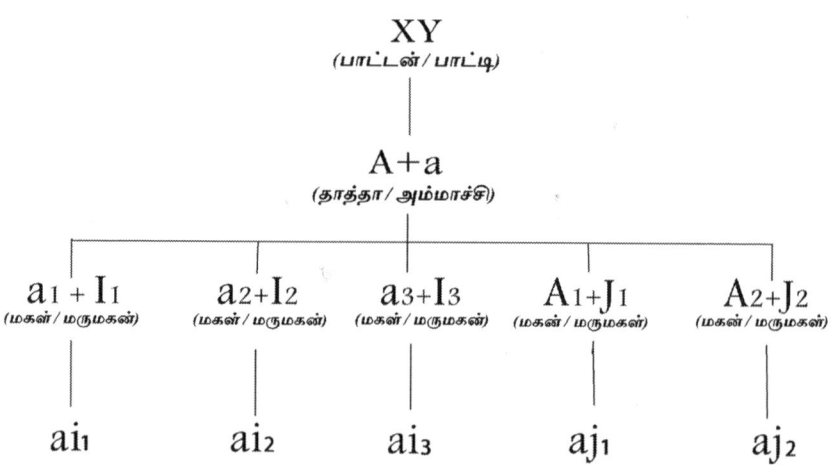

ai, aj - பிள்ளைகள்

ஆயர்தம் குடும்ப உறவுகளை இப்படத்தில் உள்ளவாறு விளக்கமுடிகிறது. இதில், *XY* என்பது பாட்டன், பாட்டியைக் குறிக்கிறது. *XY* க்கு *A+a* மகன், மருமகள் உறவுடையோர்களாவர். *a1, a2, a3, A1, A2* ஆகியோர் *A+a*வின் பிள்ளைகள் ஆவர். இவற்றில் *a* பெண்ணையும் *A* ஆணையும் குறிக்கிறது.

*a1*க்கு *a2, a3*வும் *A1, A2*வும் தங்கை, தம்பி உறவுடையோர்களாவர். *a2*க்கு *a1*ம், *A1, A2*ம் அக்காள் உறவாகும். *A2*க்கு *A1*, அண்ணன் முறையாகும். தம்பி முறையோர் அண்ணனின் மனைவியை, அண்ணி என்றும், அக்காவின் கணவரை மாமா என்றும் அழைப்பார்.

a1+I1 இணையர்களுக்குப் பிறந்த குழைந்தைகளை *ai1* என்று கொண்டால், *ai1*க்கு *a2, a3* ஆகியோர் சின்னம்மா அல்லது சித்தி முறையும் அவர்களது கணவர்கள் (*I2, I3*) சிற்றப்பா முறையும் ஆவர். *ai1*க்கு *A1, A2* ஆகியோர் தாய் மாமன் முறையுடையோராவர். *ai* இல் *a* பெண்ணையும் *i* ஆணையும் குறிப்பதாகக் கொண்டால், *a*க்கு *A1*வும் *A2*வும் திருமண முறையுடையோர்களாகவும், *i* க்கு, மைத்துனன் (மச்சான்) முறையுடையேராகவும் அமைகின்றனர்.

a1+I1, a2+I2, a3+I3 ஆகியோர்களுக்குப் பிறந்த குழந்தைகள் (*ai1, ai2, ai3*), அடுத்தடுத்த இணையர்களுக்குப் பிறந்த குழந்தைகளுக்கு அண்ணன், தங்கை முறையுடையேராவர். ஆனால், இக்குழந்தைகளுக்கு *A1+J1, A2+J2* ஆகியோர் மாமன், அத்தை முறையாவர். இவர்களது குழந்தைகளான *aj1, aj2*இல் *a* பெண்ணையும் *j* ஆணையும் குறிப்பதாகக் கொண்டால், *a*ஐ மணக்கும் முறையுடை யோர்களாக *i1, i2, i3* ஆகியோர் திகழ்கின்றனர். இவர்கள் யாவரும் *A+a* வை, தாத்தா - பாட்டி என்றும் தாத்தா - அம்மாயி என்றும் அப்புச்சி – அப்பத்தா என்றும் அழைப்பர்.

a1+I1, a2+I2, a3+I3 இணையர்களில் *a2* க்கு *I1*, மச்சினிச்சி அல்லது கொழுந்தியாள் முறையுடையோராகவும் *I1* க்கு *a2*, அத்தான் முறையுடையோராகவும் உள்ளனர். *A1+J1, A2+J2* இணையர்களில் *J2, A1*ஐ மச்சினர் என்றும் மாமா என்றும் அழைப்பர். *J1*ஐ *A2* அண்ணி என்று அழைப்பார்.

பெயர் வைப்பு முறைகள் (மனிதர்களுக்கும் மாடுகளுக்கும்)

பெரியவர்களது பெயர்கள் முல்லைநிலத்தினை உணர்த்தும் பெயர்களாகவும் குடிப்பெயர்களாகவும், குலதெய்வத்தின் பெயர்களாகவும் காணப்படுகின்றன. காட்டாக, காயாம்பூ, கார்மேகன், முனியாண்டி, மாடத்தி, கிழவன், மதுசூதனன் போன்ற பெயர்களைக் சுட்ட முடிகிறது. தற்காலத்திய பெற்றோர்கள் பெரும்பாலும் தம்முடைய பிள்ளைகளுக்குச் சமற்கிருத உச்சரிப்புடைய பெயர்களையே சூட்டுகின்றனர். காட்டாக, வர்ஷா, ரூபினி, காமினி, நித்தியதர்ஷன் போன்ற பெயர்களைக் குறிப்பிடலாம்.

கொம்பு, உருவம், நிறம் மற்றும் சிறப்பு இவற்றைக் கண்டு பல்வேறு பெயர்களைத் தம் மாடுகளுக்குச் சூட்டுகின்றனர். அவற்றுள் சில: மறையன், ஆளை வெறிச்சான், சொறியன், கட்டைக்காளை, காரி, கொம்பன், கட்டைவாலன், கூளையன், மயிலை, கட்டைக்கொம்பன், வெறியன், கருப்பன், காரிக்காளை, காராம்பசு, குண்டுக் கண்ணன், குட்டைநரம்பன், ஏரிச் சுழியன், ஏறுவாலன், நாரைக்கழுத்தன், நெட்டைக் கொம்பன், மஞ்சமயிலை, முறிகொம்பன், செவலை எருது, வெள்ளைக்காளை, மயிலைக் காளை, வெள்ளை, கருக்காமயிலை, பணங்காரி, சர்ச்சி, சிந்து, செம்பூத்துக் காரி, செவலமாடு.

கால்நடைகளுக்கும் பெயர் சூட்டப்படுகின்றன. குறிப்பாகப் புலிக்குளம் வகை மாடுகளுக்கும் மற்றவகை மாடுகளின் காளைகளுக்கும் கிடா ஆடுகளுக்கும் பெயர் வைக்கப்படுகின்றன. வெள்ளச்சி, மீனாட்சி, நாகு, மயிலி, சாத்தி, கோமாரி, வெள்ள, பிள்ள, ராமு, மீனா போன்ற பெயர்களை அறியமுடிகின்றன. முதலில் ஒரு மாட்டிற்கு நாகு என்று பெயர் வைப்பின், அதன் தலைமுறை அனைத்திற்கும் அந்தப் பெயரைக் கொண்டே அழைக்கின்றனர். நாள்தோறும் மாலையில் பால் கறப்பதற்கு முன், மாட்டிற்குரிய கன்றைப் பிடித்துக்கொண்டு, அம்மாட்டின் பெயரைச் சொல்லி அழைக்கின்றனர். அவர்களை நோக்கி தாய் மாடு வருகிறது. சிறிதுநேரம், கன்றினைப் பால் அருந்த வைத்துவிட்டு, கன்றின் கழுத்தில் தன் மேல்துண்டைப் போட்டு,

அதன் முன்னங்காலோடு பிணைத்து, தன் கால் இடுக்கில் துணியைக் கிடுக்கிக்கொண்டு, வயதான ஆயர்கள் பாடல் பாடிக் கொண்டே பால் கறக்கின்றனர். அப்பாடல்களைக் கேட்டுக் கொண்டே மாடுகள் அசையாமல் நிற்கின்றன. இப்பாடல்கள் அம் மாட்டின் பெயரைச் சொல்லி விளிப்பதாகவும், அம்மாட்டினைப் புகழ்ந்து பாடுவதாகவும் அமைகின்றன.

மாடுகளுக்குக் குறியிடுதல்

மாடுகளை எளிதில் அடையாளம் காண்பதற்காகக் குறியிடப் படுகின்றன. மாட்டின் முகத்திலும், தோற்பட்டைகளிலும், பின்னங்காற்பட்டைகளிலும் பல்வேறு குறிகளும் ஆங்கில எழுத்துகளும் தீக்கோலால் பொறிக்கப்படுகின்றன. மேலும், மாட்டின் காதுகளும் பல்வேறு கோணங்களில் அறுக்கப் படுகின்றன. திருநெல்வேலி வாசுதேவநல்லூரில் ஆயர் ஒருவர் தன்னுடைய மாடுகள் சிலவற்றிற்கு முகத்தில் பலகோடுகளால் சூடிட்டிருந்தார். அது அம்மாட்டிற்கு அழகுணர்ச்சியைக் கூட்டு வதாகவும் கண்ணேறு படாதென்றும் கூறுகின்றார். சிலர், மாடுகளுக்குக் காதுகளைப் பாதியளவுக்கு அறுக்கின்றனர். பாதி காதுகளையுடைய மாடுகள் பார்ப்பதற்கு அழகாக இருக்குமென்று கூறுகிறார் சிவகங்கை மிளகனூரைச் சேர்ந்த ஆயர் ஒருவர்.[34]

குறியிடப்பட்டிருக்கும் மாடு

இத்தகைய அடையாளங்களைக்கொண்டு மாடுகள் இனங் காணப்படுகின்றன. அடையாளமிடப்பட்டிருக்கும் மாடுகள் இன்னாருடைய மாடுகள் என எளிதில் தெரிந்துகொள்ள முடிவதால், அவற்றை யாரும் பிடிப்பதில்லை. மிகப்பெரிய தொழுவங்களில் பலருடைய மாடுகளும் ஒன்றுகலப்பதால் மேய்ச்சலுக்காக அவற்றைப் பிரிக்கும்போது, இத்தகைய அடையாளங்கள் தேவையாகின்றன.

விருந்தோம்பல்

ஆயர்களது விருந்தோம்பல் பண்பு, நீண்ட தொடர்ச்சியுடையது என்பது இலக்கியங்களின் மூலம் அறியமுடிகிறது. இத் தொடர்ச்சியைக் களஆய்வு மூலமும் உணரமுடிகிறது. கனி வாகவும் இன்முகத்தோடும் விருந்தினர்களை எதிர்கொள் கின்றனர். விருந்தினருக்கு ஆட்டிடையர்கள் ஆட்டுப்பாலில் தேநீர், குளம்பி தயாரித்துக் கொடுக்கின்றனர். ஆயர்களது இல்லங்களில் எப்போதும் பாலும் தயிரும் இருப்பதால் அவற்றைப் பலரும் பெறுகின்றனர். விருந்தினர்களுக்கு வாழையிலையில் உணவு பரிமாறுகின்றனர். விருந்தாக வருவோர்க்கு உணவு படைப்பதைக் கடமையாக எண்ணுகின்றனர். விருந்தினர் உண்ட இலையை அவர்களே எடுக்கின்றனர்.

மேய்புலத்தில் நண்பகல் வேளைகளில் பசியோடு எதிர்படு வோர்களுக்கு உணவு தருகின்றனர். வேளாண்மைப் பணி செய்பவர்களும் இவர்களிடம் மோரைப் பெற்று அருந்துகின்றனர். தன் தேவையைக்கூடச் சிந்திக்காமல் விருந்தினரைப் பேணு கின்றனர்.

கிடை மாடுகளிடமிருந்து கறக்கும் பாலைத் தேவைப்படு வோர்க்குத் தருகின்றனர். தேவையைவிட அதிகமாகவே உண வினைச் சமைத்து, வழிப்போக்கர்களுக்கு உண்ணத் தருகின்றனர்.

தமிழ்ச் சமூகம் சாதியால் பிணைக்கப்பட்டிருந்தாலும் ஆயர்கள் எல்லோரிடமும் இணக்கமாக இருக்கின்றனர். தாழ்த்தப்பட்ட சாதியினர் என்போரைத் தவிர, மற்றெல்லோரும் அவர்களது வீட்டினுள் உணவருந்துவதைக் காணமுடிகிறது. தாழ்த்தப்பட்ட மக்களை வீட்டிற்குள் அனுமதிப்பதில்லை. வீட்டிற்கு வெளியே அமரவைத்து உணவிடுகின்றனர்.[35]

ஆயர்களின் விருந்தோம்பல்

சங்க காலத்திலிருந்தே ஆயர்கள் விருந்தோம்பல் பண்பில் சிறந்து விளங்குவதை உணரமுடிகிறது.

கால்நடை மருத்துவம்

கால்நடைகளுக்கு ஏற்படும் பல்வேறு நோய்களுக்கு ஆயர்களே வீட்டு மருத்துவம் செய்கின்றனர். இளையவர்கள் பெரும்பாலும் ஆங்கில மருந்துகளை நாடினாலும், மூத்த ஆயர்கள் வீட்டு மருத்துவங்களையே செய்துவருகின்றனர். கிடை மாடுகள் பசுந்தழைகளையும் புற்களையும் மேய்வதால் பெரிய அளவிலான நோய்கள் வருவதில்லை. மாடு சோர்ந்திருக்கும்போதும் தேவையான மேய்ச்சலை எடுத்துக்கொள்ளாதிருக்கும்போதும் அதற்கு மந்திரித்துத் திருநீறு பூசும் வழக்கமும் நடைமுறையிலுள்ளது. எனினும், கானநோய், மாடு ஒன்றோடொன்று

ஏறுதல், வயிற்றோடு போதல், புல்லுமறி உள்ளிட்ட நோய்கள் அவ்வபோது ஏற்படுகின்றன. இதற்குப் பெரும்பாலும் வீட்டு மருத்துவத்தினையே செய்கின்றனர். மிகவும் நோய்த்தொற்று ஏற்பட்டு ஆபத்தான நிலைக்குச் செல்லும்போது ஆங்கில மருத்துவத்தை நாடுகின்றனர். ஆடுகளுக்குப் பெரும்பாலும் ஆங்கில மருந்துகளையே கொடுக்கின்றனர். மருந்துகளை ஆயர்களே ஊசி மூலம் செலுத்துகின்றனர்.[36]

சடங்குமுறைகள்

குழந்தைப் பிறப்பு

கருவுற்றிருக்கும்போது 5, 7, 9ஆம் மாதங்களில் வளையல் காப்புச் சடங்கு நிகழ்த்தப்படுகிறது. இச்சடங்கு செய்விக்கப் பட்டு, தாய் வீட்டிற்குப் பெண் அழைத்துவரப்படுகிறாள். 'தாய் வீட்டில் தலை பிரசவம்' என்பது வழக்கம். தற்போது எல்லாக் குழந்தைப்பேறுகளும் மருத்துவமனைகளிலேயே நடைபெறு கின்றன.

குழந்தைப் பிறந்ததிலிருந்து தாயும் சேயும் தீட்டுள்ளவர் களாகக் கருதப்படுகின்றனர். அவர்கள் மருத்துவமனையிலிருந்து வீட்டிற்கு அழைத்து வரும்போது, கண்ணேறு கழித்து வரவேற்கப் பட்டு, எண்ணெய் முழுக்கு இட்டு, தீட்டு கழிக்கப்படுகிறார். செஞ்சிக்கு அடுத்த புதுப்பட்டு என்ற ஊரில், சாம்பார் இடையர்கள், குழந்தைப் பிறந்ததும் 'இருசார்' என்னும் பெண் தெய்வத்தை வணங்குகின்றனர். கோயிலில் பந்தல் அமைத்து, அங்கு 21 பிள்ளையார் பிடித்து, 21 வாழை இலையில் வெற்றிலை, பாக்கு, பச்சரிசி, சோறு முதலியவற்றை வைத்து, பிறந்த குழந்தையை அத்தெய்வத்தின் முன் கிடத்தி, தேங்காய் உடைத்து, கற்பூரம் ஏற்றி வழிபடுகின்றனர். இச்சடங்கில் ஆண்கள் பங்கேற்பதில்லை. முழுவதும் பெண்களே நடத்துகின்றனர். இதில் பங்குகொள்ளும் பெண்களுக்கு, வெண்ணூல், வெற்றிலை பாக்கு, வாழைப்பழம், அரிசி, துள்ளுமாவு முதலியவைக் வழங்கப்படுகின்றன.

பருவம் எய்துதல்

ஆயர் குடும்பங்களில் ஒரு பெண் பருவமடைந்துவிட்டதைத் தாயைத் தவிர்த்து அத்தை, பாட்டி உறவுடையவர்கள் உறுதி

செய்கிறார்கள். உடனுக்குடன் தாய் மாமனுக்கும் உறவினர்களுக்கும் சொல்லியனுப்பப்படுகிறது. பருவமடைந்த பெண், வீட்டு வேலைகளிலிருந்து ஒதுக்கி வைக்கப்படுகிறாள்.

தாய் மாமன் ஊர்ப் பொது மந்தையில் இருக்கும் புளியங் கொம்புகளை வெட்டிவந்து, வீட்டின் ஒரு பகுதியிலேயே கம்பந்தட்டைகளோடு சேர்த்து குச்சியல் எனப்படும் சிறுகுடிலைக் கட்டுகிறார். அக்குச்சியலில் பருவமடைந்த பெண்ணை, அத்தை முறைக்காரர்கள் அழைத்துச் சென்று அமர வைக்கிறார்கள்.

புட்டு, உளுந்தங்களி, நல்லெண்ணெய், முட்டை போன்றவை உணவாகக் கொடுக்கப்படுகிறது. சித்தி, அத்தை முறைக்காரர்கள் ஒவ்வொரு நாளும் புதிய உணவுகளை வழங்குகிறார்கள்.

ஒற்றைப்படை எண்ணுள்ள நாட்களில் வீட்டிற்கு அழைக்கும் நிகழ்வு நடைபெறுகிறது. பெண்ணுடைய தாய், அத்தை முறையுடையோர் புளியங் கொம்பால் கட்டப்பட்ட சிறுகுடிலை வெளியே எடுத்துச்சென்று எரித்து விடுகின்றனர். பிறகு, வீட்டை நீரால் தூய்மைப்படுத்துகின்றனர். அன்றைய நாளே தாய்மாமன், சீருடன் வருவார். தாய் மாமன் கேட்கும் உணவு வகைகளைப் பெண் வீட்டார் செய்து தர வேண்டும் என்பது நடைமுறையாகும்.

குறிப்பிட்ட நன்னாளில், பருவமடைந்த பெண்ணுக்கு நன்னீராட்டும் சடங்கு நிகழ்வுறும். நாற்றனார் முறையுடைவர்கள் நீர் ஊற்றுகிறார்கள். ஊர் பெண்கள் ஒன்றுகூடி அறுகம்புல்லில் எண்ணெயை எடுத்து, அப்பெண்ணின் தலையில் இடுகின்றனர். சல்லடையை அவளது தலைக்குமேல் பிடித்துக்கொண்டு மஞ்சள் கலந்த நீரை ஊற்றுகிறார்கள். பிறகு, தாய்மாமன் கொணர்ந்த புதுத்துணிகளும் நகைகளும் அணிவிக்கப்பட்டு, மீண்டும் சில சடங்குகள் செய்யப்படுகின்றன. இறுதியில், வந்திருக்கும் அனைவருக்கும் உணவு பறிமாறப்படுகிறது. சிறுதாலி இடையர்களிடையே இத்தகைய சடங்குமுறைகளைக் காணமுடிகிறது.

ஆயர்கள் மற்ற பிரிவினரிடையே, பருவமடைந்த பெண், தென்னங்கீற்றால் வளைக்கப்பெற்ற குடிசையில் அமர்த்தப்பெற்று, 5, 7, 9 என்ற எண்ணிக்கையுள்ள நாட்களில் வீட்டிற்கு அழைத்துக்

கொள்ளப்படுகிறாள். சாம்பார் இடையர்களில், பருவமைந்த பெண், தங்கியிருந்த குடிசையை அப்பெண்ணே எரிப்பதைக் காணமுடிகிறது. அவர்களுடைய மாமன் சீரில், கூடை முக்கிய இடத்தைப் பெறுகிறது. சிறு கூடையை மாமன் சீராகத் தருகிறார். நல்ல நாள் பார்த்து, மஞ்சள் நீராட்டு விழா நடக்கிறது.

திருமணம்

ஆயர்கள் அகமணமுறையில் திருமணம் நிகழ்த்துகின்றனர். காட்டாக, சிறுதாலி இடையர்கள் சிறுதாலி இடையர்களுக்குள்ளாகவே பெண்ணெடுக்கிறார்கள். அவர்களுக்குள் பல்வேறு குழுக்கள் உள்ளன. குறிப்பிட்ட தெய்வத்தை வணங்கும் குழுக்கள் மற்றொரு தெய்வத்தை வணங்கும் குழுவிற்குப் பங்காளி உறவுடையவர்களாகவும், மாமன்-மைத்துனன் உறவு டையோர்களாகவும் உள்ளனர். பங்காளி உறவுடையவர்கள் 'தாக்கூட்டு' என்று அழைக்கப்படுகின்றனர்.

விருதுநகர்–பெருமாள்தேவன்பட்டி மற்றும் அதைச்சுற்றியுள்ள சிறுதாலி இடையர்களுக்குள் காணப்படும் கூட்டங்களில் மூக்கன் கூட்டத்தாரோடு நாட்டாமைக்கூட்டம், சீனி கூட்டம், அம்மணி கூட்டம், காக்காபுள்ள கூட்டம் முதலிய கூட்டங்கள் சம்பந்தம் செய்துகொள்வதில்லை. இவர்களோடு வெள்ளையன் கூட்டம், மூக்கன் கூட்டம், கருப்பன் கூட்டம், நாய்க்குட்டி கூட்டம் முதலானோர் மட்டும் சம்பந்தம் செய்துகொள்கின்றனர்.

ஆட்டிடையர்களில் பெண்டுக்குமெக்கி[37] என்னும் பிரிவில், திருமணத்திற்குப் பிறகு மணமகன், பெண் வீட்டாரோடு சேர்ந்துவிடுகிறார். சிவகங்கை மிளகனூருக்கு அருகிலுள்ள ஊர்களில் வாழும் வேறொரு ஆடு மேய்க்கும் குழுவினர், தம்முடைய அக்காள் மகளை மணப்பதில்லை. அண்ணன் மகளை மணக்கின்றனர். சில இடங்களில் ஆட்டிடையர்கள் அத்தை மகளை மட்டுமே மணக்கின்றனர்.

சிறுதாலி இடையரது தாலி 'பிள்ளையார் தாலி' என்றும் பெருந்தாலி இடையரது தாலி 'மண்டைத்தாலி' என்றும் அழைக்கப்படுகிறது. மேலும் சொக்கரி மீனாட்சி தாலி உள்ளிட்ட பிரிவுக்கொரு தாலி வகையினைக் காணமுடிகிறது.

முன்பு, திருமணம் வீட்டிலேயே நடந்ததாகவும், ஊர்ப் பெரிய வர்களது முன்னிலையில், அவர்கள் தாலியெடுத்துக்கொடுக்க, மணமகன், மணமகளுக்குத் தாலிக் கட்டுவார் என்றும் கூறப் படுகிறது. தற்போது சோழவந்தான், வாடிப்பட்டி பகுதிகளில் மட்டும் இப்படி எளிமையான திருமணத்தைப் பாரம்பரிய வழக்கப்படி செய்வதைக் காணமுடிந்தது. இவ்வாறான திரு மணங்களில் புரோகிதர் அழைக்கப்படுவதில்லை. ஊர்ப் பெரியவரே முன்னின்று நடத்துகிறார்.

திருமண முன்னேற்பாடுகள்

ஆயர்களது திருமணங்கள் காலைப்பொழுதில் திருமண மண்டபங்களிலும் கோயில்களிலும் நடைபெறுகின்றன. திரு மணத்திற்கு முன், மணமகன் பார்ப்பது, மணப்பெண் பார்ப்பது போன்ற நிகழ்வுகள் நடைபெறும். உறவினர்களோடு ஒருவரது வீடுகளுக்கு மற்றவர் சென்று விருந்து உண்டு வருவர். இதனை 'கைநனைத்தல்' என்கின்றனர். பெரியவர்கள் கூடிப்பேசி, நாளும் நேரமும் குறிக்கப்படும் நிகழ்வு, வீட்டிலேயே நடைபெறுகிறது. வசதியுள்ளவர்கள் மண்டபங்களிலும் புரோகிதர் முன்னிலையிலும் நடத்துகின்றனர். ஆடி மாதம் தவிர்த்த பிற மாதங்களில் திரு மணங்கள் நடைபெறுகின்றன.

நாள் குறிக்கப்பட்டதிலிருந்து திருமண வேலைகள் துவங்கும். வீடுகளுக்கு வெள்ளையடிப்பது. அலங்கரிப்பது, அழைப்பிதழ் அச்சடித்து, உறவினருக்கும் நண்பர்களுக்கும் வழங்குவது உள் ளிட்ட வேலைகள் நடைபெறும்.

திருமண நாள் நிகழ்வுகள்

மணநாளுக்கு முந்தைய நாள், பெண்ணும், மாப்பிள்ளையும் மண்டபத்திற்கு வருகின்றனர். வீட்டிலிருந்து புறப்படும்போது நல்ல நேரம் பார்த்து, வீட்டு தெய்வத்தை வணங்கிப் புறப் படுகின்றனர்.

மணநாள் காலையில் மணமக்கள் மணமேடைக்கு வரு கின்றனர். புரோகிதர் மணச் சடங்குகளைச் செய்யத் துவங்கு கிறார். மணமேடையில் உள்ள தூணில் அரச மரக்கிளையைக்

கட்டியும், மணமேடைக்கு அருகில் தேங்காய், வாழைப் பழத் தோடு வெற்றிலை பாக்கு வைத்து விளக்கேற்றியும் மண் பானை, அம்மி உள்ளிட்டவற்றையும் முறைப்படி வைத்து அலங்கரிக்கின்றனர். ஒரு வெண்கலக் கலசத்தினை வெண்ணூலால் சுற்றி, அதில் நீர் நிரப்பி, மாவிலைகளையும் மஞ்சள் பூசப்பெற்ற தேங்காயையும் வைத்து புரோகிதர் அலங்கரிக்கிறார்.

முதலில் மணவுடையை அரங்கத்தினர் காணுமாறு மாப்பிள்ளைக்குத் தருகிறார் மணமகளின் தந்தை. அடுத்ததாக, மணப்பெண்ணுக்கும் மணமகனது பெற்றோர் மணவுடையைத் தருகின்றனர்.

பிறகு, புரோகிதர் மணமகனின் பெற்றோரை மேடையில் அமரவைத்து, மாலை மாற்றிக்கொள்ளச்செய்து, அவர்களுக்கு முன்னுள்ள அலங்கரிக்கப்பட்ட கலசத்திற்குப் பூசைகளைச் செய்கிறார். இதேபோல மணப்பெண்ணின் பெற்றோரும் அமரவைக்கப்பட்டு பூசை நிகழ்த்தப்படுகிறது.

இதனையடுத்து, மணமகனும் மணப்பெண்ணும் மண மேடைக்கு வருகின்றனர். மணமகனை, மணமகளின் சகோதரனும், மணமகளை மணமகனின் சகோதரியும் மணமேடைக்கு அழைத்து வருகின்றனர். மணமகனின் வலதுபுறம் மணமகள் அமரும்படி மணமேடையில் அமர வைக்கப்படுகின்றனர். மணமக்கள் பட்டுடை உடுத்தியிருக்கின்றனர்.

அவர்களுக்கு முன் வைக்கப்பட்டுள்ள கும்பத்திற்கு முதலில் பூசை செய்யப் படுகிறது. கும்பப் பூசையின்போது அருகில் மணமக்களின் பெற்றோர்களை எதிரெதிரே அமரவைத்து, சில சடங்குகளைச் செய்கிறார் புரோகிதர்.

தட்டில் நிறைத்து வைக்கப்பட்டுள்ள மஞ்சள் கலந்த அரிசியை மணமகனின் தந்தை, இரண்டு கைகளாலும் மூன்று முறை அள்ளி, அதிலேயே இடுகிறார். மூன்றாவதாக அள்ளும் அரிசியில் தேங்காய், வாழைப்பழம், வெற்றிலை பாக்கு பூ, முதலியவற்றை வைத்து மஞ்சள் குங்குமத்தினைக் கொண்டு அத்தேங்காய்க்குப் பொட்டிடப்படுகிறது. பிறகு அத்தேங்காய் மணமகனின் கைகளில் கொடுக்கப் பட்டு, அவரது வலது கை மணிக்கட்டில் கங்கணம் கட்டப்படுகிறது. பிறகு மஞ்சள் அரிசியை மணமகளின்

தலையில் தூவி வாழ்த்துகிறார். பிறகு, மணமகளுக்கும் கங்கணம் கட்டப்படுகிறது. மஞ்சள் கிழங்குக் கட்டப்பட்ட மஞ்சள் கயிறு, கங்கணம் எனப்படுகிறது.

மணமகன், மணமகள், அவர்களது தந்தையர் ஆகியோரது வலது கையை ஒன்றன்மீது ஒன்று சேர்த்து, அதன்மீது தேங்காய் வைத்து, புரோகிதர் மந்திரங்களைச் சொல்கிறார். அத்தேங்காய்க்குப் பால், இளநீர், மஞ்சள் அரிசி கொண்டு முழுக்குச் செய்விக்கப்படுகிறது. இறுதியில் அத்தேங்காய் மணமகனின் தந்தையிடம் கொடுக்கப்படும்.

பிறகு, மணமக்களின் முன் தீ வளர்த்து புரோகிதர் மந்திரங் களைச் சொல்வார்.

இதற்கிடையில், ஒரு தட்டில் தேங்காய், வெற்றிலை பாக்கு, பழம் உள்ளிடவைகளோடு ஒரு சந்தனக் குமிழியை வைத்து அத்தேங்காய் மீது, மலரால் சுற்றப்பட்ட திருமாங்கல்யத்தை வைத்து அரங்கத்தினரது ஒப்புதலுக்காக அனுப்பப் படும். அதனோடு வேறொரு தட்டில் மஞ்சள் கலந்த அரிசியும் அனுப்பப்படும். அதனைப் பெண்ணின் அண்ணன் கொண்டு செல்கிறார். அரங்கத்தினர், தாலியைத் தொட்டு வணங்கிவிட்டு அதிலுள்ள சந்தனத்தையும் மஞ்சள் கலந்த அரிசியைச் சிறிதும் எடுத்துக்கொள்கின்றனர்.

அரங்கத்தினரின் ஒப்புதலுக்குப் பிறகு, தாலி மணமேடைக்கு எடுத்து வரப்பட்டு, அதில், பூச்சுற்றப்பட்டு, புரோகிதர் மண மகனிடம் எடுத்துத் தருகிறார். அதை பெற்றுக்கொண்ட மணமகன், கெட்டிமேளம் முழங்க, அரங்கத்தினர் மஞ்சள் அரிசியைத் தூவ, மணமகளது கழுத்தில் சார்த்தி ஒரு முடிச்சிடுகிறார். மற்ற இரு முடிச்சுகளையும் பெண்ணுக்கு நாத்தனார் முறையுடையவர் இடுகின்றார்.

பிறகு, மணமகன், மணமகளது கழுத்தில் அணிவித்தத் தாலிக்குக் குங்குமமிட்டு, தலையில் பூச்சூட்டுகிறார். பிறகு, வெண்ணிறப் பூக்களால் தொடுக்கப்பட்ட மாலையை இருவரும் மாற்றி மாற்றி அணிந்துகொள்கின்றனர். மணமகனுக்கு மட்டும் துளசி மாலை அணிவிக்கப்படுகிறது.

அடுத்து, மணமகளுக்கு நாற்றனார் முறையுடையோர் மெட்டி அணிவிக்கின்றனர். பிறகு, மணமக்களது வலது கைக் கோர்க்கச் செய்து, அதில் மஞ்சள் துணியைச் சுற்றப்பட்டு. மணமகனின் கையை மணமகளின் சகோதரனும், மணப்பெண்ணின் கையை மணமகனின் சகோதரியும் பற்றி முன்னே நடக்க, மணமக்கள், மணமேடையை வலம் வருகின்றனர்.

மூன்று முறை சுற்றியதும், அங்கு வைக்கப்பட்டிருக்கும் அம்மி மீது மணமகளது வலது காலை வைக்க, மணமகன் மீண்டும் மெட்டி அணிவிக்கிறார். பிறகு இடது கால் விரலிலும் மெட்டி அணிக்கப்படுகிறது. இருவரும் வலது காலை அம்மி மீது வைத்து, அருந்ததி பார்க்கிறார்கள்.

இதனையடுத்து, மணமகனின் சகோதரிகள், மணமக்களுக்குப் பாலும் பழமும் புகட்டுகின்றனர். பிறகு, பெரியவர்களின் கால்களில் விழுந்து மணமக்கள் வாழ்த்துப்பெறுகின்றனர்.

இதையடுத்து, அப்பளம் உடைத்தல், குடத்தினுள் இடப்பட்ட பாலாடைச் சங்கு, மோதிரம் ஆகியவற்றை மணமக்களை எடுக்க வைத்தல் போன்ற விளையாட்டுகள் நடைபெறும். இதில் மணமகன் பாலாடைச் சங்கையும், மணமகள் மோதிரத்தையும் எடுக்கவேண்டும். பாலாடைச் சங்கை எடுத்த மணமகன், அதை மணமகளிடம் கொடுக்க வேண்டும் என்பது வழக்கமாகும்.

திருமணம் முடிந்ததும், மணமக்கள் தங்களது குலதெய்வக் கோயிலுக்கோ, ஊர் தெய்வக் கோயிலுக்கோ சென்று வழி படுகின்றனர்.

கோயிலிலிருந்து, மணமகனது வீட்டிற்கு அழைத்துச்செல்லப் பட்டு. ஆரத்தி எடுத்து வரவேற்கப்படுகின்றனர். அங்குப் பூசை அறையில் மணமகள் விளக்கேற்று வாள். அங்கு மீண்டும், மணமக்கள், மணமகனின் சகோதரிகளால் (நாற்றனார்) பாலும் பழமும் புகட்டப்படுவர். அங்கிருந்து புறப்பட்டு மணமகளின் வீட்டிற்குச் சென்று. அங்கும் மணமகளது சகோதரிகளால் பாலும் பழமும் புகட்டப்படுகின்றனர்.

மாலையில் மணமகனது வீட்டில் மாமன் உறவுடையோரால் மணமாலையும் கங்கணமும் கழட்டப்படுகிறது. அன்றிரவே

மணமகனது வீட்டில் முதலிரவு நடைபெறுகிறது. இரவு, வீட்டின் மையத்தில் விளக்கேற்றி வைத்து, அதற்கு முன் மணமக்களைச் சிறிது நேரம் அமரச் செய்து, மணமக்களை அறைக்கு அனுப்பி வைக்கின்றனர்.

திருமணத்திற்குப் பிறகு

திருமணநாளிலிருந்து ஏழாம்நாள் மணமகன், தன்னுடைய குடும்பத்தாரோடு மணமகளது வீட்டிற்கு விருந்திற்குச் செல்கிறார். அங்குக் குடும்பத்தாரோடு மஞ்சள் நீர் ஊற்றி விளையாடுகின்றனர். குறிப்பாக மாமன் முறையுடையோர் மீது பெண்கள் மஞ்சள் நீரை ஊற்றி விளையாடுகின்றனர். இறுதியாக அனைவரும் நீர்நிலைக்குச் சென்று குளித்துவிட்டு, வீடு வந்ததும் கறிவிருந்து நடைபெறுகிறது.

திருமணத்திற்கு முன் சில ஊர்களில் நளங்கு வைக்கும் சடங்குகள் நடைபெறுகின்றன. திருமணத்திற்கு முன் மூன்று, ஐந்து, ஏழாம் நாட்களில் இச்சடங்குகள் செய்யப்படுகின்றன. விருதுநகரில் வாழும் சிறுதாலி இடையர்களிடையே தற்போது இவ்வழக்கம் இல்லை. பிற பிரிவுகளில் உள்ளன. ஒவ்வொரு நளங்கினையும் ஒவ்வொரு முறையுடையோர் வைப்பதைக் காணமுடிகிறது. காட்டாக, நாற்றனார் முறை, அத்தை முறை, அக்கா முறையுடையோர் மூன்று நளங்குச் சடங்குகளையும் நிகழ்த்துகின்றனர். துணியும், பழங்களும் தட்டில் சிறு குவளையில் வைக்கப்பட்டிருக்கும் நல்லெண்ணெயை அறுகம் புல்லினால் தோய்த்து, மணமகனது தலையில் இட்டும், தொடை, கை, கண்ணம், நெற்றி முதலிய இடங்களில் சந்தனம், குங்கும் இட்டும் இச்சடங்கு நிகழ்த்தப்படுகிறது. இதனை மங்கல மகளிர் நிகழ்த்துகின்றனர்.

கருவுற்றிருக்கும் பெண்ணுக்குச் செய்யும் வளையல் காப்புச் சடங்குகள் விருதுநகரில் வாழும் சிறுதாலி இடையர் தற்போது செய்வதில்லை.

மணப்பரிசம்

பெண் வீட்டாரே மணப்பரிசம் வழங்குகின்றனர். மணமகன் வீட்டார், இவ்வளவு தரவேண்டும் எனக் கேட்டுப் பெறுவதையும்

காணமுடிகிறது. நகையும் பணமும் முதன்மை மணப்பரிசமாக விளங்குகின்றன. மேலும், புது வாழ்க்கை யைத் துவங்குவதற்கு வேண்டிய புழங்கு பொருட்கள் – கட்டில், பீரோ, வாகனம் முதற்கொண்டு அனைத்தும் மணப்பெண்ணின் வீட்டாரால் வழங்கப்படுகின்றன. தங்களிடமுள்ள கால்நடையையும் மணப்பரிசமாகப் பிரித்துத் தருகின்றனர். ஆண், பெண் இரு வருக்கும் சமமாக அவை பகிர்ந்தளிக்கப்படுகின்றன.

இறப்பு

ஆயர்களது துக்க நிகழ்வுகள் 16 நாட்கள் வரை அனுசரிக்கப் படுகின்றன. ஊருக்கு ஊர் சிற்சில மாற்றங்களுடன் இறப்புச் சடங்குகள் கடைபிடிக்கப்படுகின்றன.

ஆயர்களது வீடுகளில் திருமணமான ஆண் இறந்துவிட்டால், அவரது பிள்ளைகள் அல்லது மனைவி, தன் அண்டை வீட்டாருக்கும் சுற்றத்தாருக்கும் முதலில் தெரிவிக் கிறார்கள். இறந்தவரது உடல் கிடத்தப்பட்டிருக்கும் இடத்தில், அதன் தலைப்பக்கமாகச் இறந்தவரது சம்பந்தக்காரர்கள், மரக்காலில் நெல்லை நிரப்பி, அதில் வெற்றிலை பாக்கு வைத்து, விளக்கேற்றுகிறார்கள். இது உடனடியாகச் செய்யப்படுகிறது.

இறப்புச் செய்தியை அறிந்ததும் உறவினர்களும் ஊர்க்காரர் களும் இறப்பு வீட்டில் குழுமி, பெண்கள் மார்பில் அடித்துக் கொண்டும், கூடி அணைத்துக் கொண்டும் ஒப்பாரி வைத்து அழுகிறார்கள். அதற்குள் அமங்கல இசைவாணர்கள் வந்து பறை, சங்கு முதலியவற்றை முழக்குகிறார்கள்.

இறந்தவரது உடல் சுடுகாட்டிற்குக் கொண்டுச் செல்வதற்கு முன், அவ்வுடல், வீட்டு வாயிலில் உள்ள பலகையில் கிடத்தப் படுகிறது, இறந்தவருடைய பிள்ளைகள், அண்ணன்-தம்பிகள், அவர்களின் பிள்ளைகள் எல்லோரும் 'நீர் மாலைக்குச்' செல்கின்றனர். நீர் மாலை என்பது நீர்த்துறையிலிருந்து இறந்த உடலை நீராட்டுவதற்காக நீர் எடுத்துவரும் நிகழ்வைக் குறிக்கும். நீர்நிலைக்குச் செல்லும் உறவினர்கள், அங்குக் குளித்துவிட்டு, ஆளுக்கொரு குடத்தில் நீர் நிரப்பிக்கொண்டுவந்து, வாயிலில் கிடத்தப்பட்டிருக்கும் உடலருகே வைப்பர்.

உடலுக்கு அருகில் அவரது மனைவி அமரவைக்கப்படுவார். மனைவியின் தலையிலும் இறந்த உடலின் தலையிலும் உறவினர்கள் எண்ணெய் சிகைக்காய் வைத்து கொண்டுவந்திருக்கும் நீரினால் நீராட்டுவார்கள். பிறகு, இறந்த உடலின் முகம் மட்டும் வெளியே தெரியும்படி, உடல் முழுவதும் வெள்ளைத் துணியால் சுற்றப்படுகிறது.

உடலை எடுத்துச்செல்லும் பாடை மூங்கில் கழிகளையும் தென்னங் கீற்று களையும் கொண்டு அமைக்கப்படுகிறது. தென்னங்கீற்றுகளில் உடலைக் கிடத்தினால் அது சொர்க்கத்தில் சேர்ப்பிக்கும் என்பது நம்பிக்கையாகும். பாடையைச் சுற்றிலும் கொம்புகளால் கட்டி, அதனைப் பூக்களால் அலங்கரிக்கின்றனர். அதனுள், இறந்தவரது உடலின் தலைப்பகுதி வீட்டை நோக்கியும், கால் பகுதிக் காட்டை நோக்கியும் அமையும்படிக் கிடத்தி, கயிற்றால் கால், வயிறு, நெஞ்சு, நெற்றிப்பகுதிகளில் கயிறுகள் அழுந்த, பாடையோடு கட்டுகின்றனர். கொள்ளியிடப்போகும் மகன், தீச்சட்டியைத் தூக்கி முன்னே செல்ல, பிற ஆண்கள் பாடையைத் தூக்கிக்கொண்டு, பெண்களின் பலத்த அழுகைச் சத்தத்திற்கிடையில் வீட்டிலிருந்து புறப்படுகின்றனர். இறுதி ஊர்வலத்திற்கு முன்னே இசைவாணர்கள் பறையடித்துக் கொண்டும் சங்கூதிக்கொண்டும் செல்கின்றனர். வீதிநெடுக்க பூக்களையும் கடுகுகளையும் இரைத்துக்கொண்டு செல்கின்றனர்.

இறந்தவர்களது உடலை எடுத்துச்செல்லும்போது வழி நெடுக்கிலும் கடுகினைத் தூவிச் செல்கின்றனர். இறந்த உடலைப் புதைத்த / எரித்தபின், அவரது ஆன்மா இரவு நேரங்களில் பாடையில் தூக்கிவரப்பட்ட வழித்தடத்தைப் பின்பற்றியே வீட்டிற்கு வந்துவிடும் என்றும், இதனைத் தடுப்பதற்குக் கடுகுத் தூவப்படுவதாகவும் சொல்லப்படுகிறது. இறந்தவரது ஆன்மா, இரவில், வழிநெடுக்கக் கிடக்கும் கடுகினைப் பொறுக்கிக்கொண்டே வருவதற்குள், பொழுது விடிந்துவிடுமாதலால் மீண்டும் இடுகாட்டிற்கே சென்றுவிடும் என்று நம்புகின்றனர்.

ஊர் எல்லையில் ஒரு சுற்று சுற்றிவிட்டு, காட்டை நோக்கி இறுதி ஊர்வலம் செல்கிறது. சுடுகாட்டிற்கு முன் அரிச்சந்திரன்

எல்லை எனப்படும் ஒரு குறிப்பிட்ட எல்லையில், பாடையோடு கொண்டுவந்திருக்கும் கோழிக்குஞ்சையும்[38] காசுகளையும் வெற்றிலை – பாக்கு, பழம், தேங்காய், துணி முதலியவற்றையும் அரிச்சந்திரன் தட்சணை என்று சொல்லி அங்குள்ள வெட்டியானிடம் (பகடை) கொடுத்துவிட்டுக் காட்டிற்குள் செல் கின்றனர்.

எரிக்கவேண்டிய இடத்தில் விறகுக் கட்டைகள் அடுக்கப் பட்டிருக்கும். இறந்தவுடனேயே செய்தி சொல்லியனுப்பப்பட்டு, எரிப்பதற்கு வேண்டிய காரியங்கள் நடந்திருக்கும். உடலைக் கொண்டுவந்ததும், அதனை அந்தச் சிதையின் மீது வைக்கின்றனர். இளம் வயதில் இறந்திருந்தால் அவ்வுடலின் உள்ளங்கையை அரிவாளால் கீறிச் சிதையில் வைக்கின்றனர்.

அங்கு நாவிதர் சில சடங்குகளைச் செய்கிறார். பிறகு வாய்கரிசியும் பால் தெளிக்கும் சடங்கும் நிகழ்த்தப்பெறுகிறது. உடலின் மீது வெட்டியான் விரிக்கும் துணியில் வாய்க்கரிசி யினைக் காசுகளோடு மூன்று முறை போட்டு பால்தெளிக்கின்றனர்.

கொள்ளி வைப்பவர் மொட்டையடித்துக்கொள்வார். அவ ரோடு இரண்டுபேர் என, மொத்தம் மூன்றுபேராக மொட்டை யடித்து முகம் மழித்துக் கொள்கின்றனர்.

எரிப்பதற்கான சடங்குகள் நிகழ்வதற்கு முன், இறந்தவரது உடலைச் சுற்றியிருக்கும் துணியில் ஒரு பகுதியைக் கிழித்து, வீட்டிற்குக் கொடுத்தனுப்புகிறார்கள். அந்தத் துணியை எடுத்துக் கொண்டு செல்லும்போது 'காட்டுக் கோடி வருது' என்று சொல்லிக்கொண்டே செல்கின்றனர். வழியில் எதிர்படுபவர்கள் விலகி வழிவிடுகிறார்கள். குறிப்பாகப் பெண்கள் விலகிக் கொள்கிறார்கள். அத்துணி, பாடையைத் தூக்கிச் சென்ற பிறகு, அங்குள்ள பந்தலில் அமர்த்தப்பட்டிருக்கும் இறந்தவரது மனைவி யிடம் சேர்த்து, போர்த்திக் கொள்ளச் செய்யப்படுகிறது.

இறுதியாகப் பார்ப்பவர்கள் பார்த்துக்கொள்ளுங்கள் என்று கூறி, சிறிது நேரத்திற்குள் உடல் முழுவதும் மண்ணைக் குழைத்து பூசிய பிறகு அதன் மீது கட்டைகளை அடுக்கியதும், கொள்ளி வைக்கும் மகன், இறுதியாக மண் பானையில் இருக்கும் நீரோடுச்

சிதையைச் சுற்றி வருவார். ஒவ்வொரு சுற்றிலும் சங்கினால் பானைத் துளையிடப்படுகிறது. இறுதிச் சுற்றில் பானை உடைக்கப்பட்டு, கொள்ளி வைக்கப்படுகிறது. பிறகு திரும்பிப் பார்க்காமால் சுடுகாட்டைவிட்டு வெளியேறுகின்றனர்.

இறப்புச் சடங்கு, திருநெல்வேலி

மறுநாள், தீயை அணைக்கும் சடங்கு நடைபெறும். சுடு காட்டிற்குச் சென்று, முழுவதுமாக எரிந்திருக்கும் சிதையில் நிறைய தண்ணீர் ஊற்றி குளிர்விக்கிறார்கள். பிறகு தலைப் பகுதி, உடல் பகுதி, கால் பகுதி போன்ற இடங்களிலிருந்து எலும்புகளைச் சேகரித்து, மனித உருவம் போன்று அமைக் கிறார்கள். இதைத் தொடர்ந்து வெட்டியான் (பகடை) சில சடங்குகளைச் செய்கிறார். இச்சடங்குகள் முடிந்ததும் அதனை ஒரு மண் கலயத்திலிட்டு வெள்ளை அல்லது மஞ்சள் துணியால் மூடி வீட்டிற்குக் கொண்டுவருகின்றனர்.

பதினாறாம் நாள்

கணவன் இறந்த ஐந்தாம் நாள், ஏழாம் நாள் அல்லது பதினாறாம் நாள் காரியம் செய்யப்படுகிறது. அன்று அழைப்பிதழ் அடித்து அனைவருக்கும் அறிவிக்கிறார்கள். காரிய நாள் அன்று மூன்று வேளைகளில் சடங்குகள் நிகழ்த்தப்படுகின்றன. சடங்கு முடிவில் வயதான கைம்பெண்கள், கணவனை இழந்த பெண்ணின் தாலியை அறுத்து, பால் உள்ள குவளையில் இடுகின்றனர்.

நீர்த்துறைகளில் சில சடங்குகள் நிகழ்த்தப்படுகின்றன. இச் சடங்குகளை நாவிதரும் புரோகிதரும் செய்கின்றனர். இறப்பு நிகழ்ந்த வீட்டில் தீட்டைக் கழிக்கும் சடங்குகளைச் செய்து விட்டு, பதினாறாம் நாள் காரியம் நடைபெறும் கருமாதித் துறைக்குப் புரோகிதர் வருகிறார். பின்பு சடங்குகள் நிகழ்த்தப் படுகின்றன. இதில் கொள்ளியிட்டவர் ஒவ்வொரு சடங்கிற்கு மென 21 முறை நீராடுவார். இறுதியில் இறப்புத் தீட்டை ஒரு கல்லாக எண்ணி மந்திரங்கள் ஓதப்பெற்று, அதனைத் தோளில் சுமந்து சென்று நீரில் பின்பக்கமாக எறிவார். பிறகு நீராடிவிட்டு ஊர் மந்தைக்கு வந்ததும், மச்சினர், மாமன் உறவுடையோர் புதுத் துணி, நகைகளை அவருக்கு அணிவிப்பர். அதனை அணிந்துகொண்டு அங்குள்ள கடவுளை வழிபட்டுவிட்டு, தூய நீர் நிரம்பிய கலசக் கும்பத்தோடு வீடு வருவார். வழியில் யாரும் எதிர்படுவதில்லை.

காரியம் நடக்க இருக்கும் பதினாறு நாட்களும் வீட்டு பூசையறையில் நவதானியங்கன் கலக்கப்பெற்ற சாணத்தைச் சுவற்றில் வட்டமாக அப்பியிருப்பர். அதற்கு நாள்தோறும் தண்ணீர் தெளித்து அதனை முளைக்க வைப்பர். வீட்டில் எப்போதும் விளக்கு எரிந்துகொண்டே இருக்கும். தாலியை எடுப்பதற்குமுன்பு வரையிலும் இறந்தவரது மனைவிக்குக் கை நிறைய வளையல்களும், தலையில் பூக்களும் நிறைய அணிவிப்பர். வீட்டில் அடுப்பு பற்றவைப்பதில்லை. உறவினர்கள் பலவகையான உணவுகளை உண்ணக்கொடுப்பர்.

தீட்டுக்கழிப்புச் சடங்குகள் அனைத்தும் முடிந்திருப்பினும், ஓராண்டுக்கு நன்னிகழ்ச்சிகளில் கலந்து கொள்ளமாட்டார்கள். குறிப்பாகக் கோயில்களுக்குச் செல்வதையோ பூ வைப்பதையோ, பொட்டிடுவதையோ செய்வதில்லை. முன்பு வெண் புடவையை மட்டுமே எப்போதும் உடுத்தியிருந்தனர். தற்போது அது கட்டாய மில்லை.

தற்போது, பாடைகள் தனியாகக் கட்டப்படுவதில்லை. தேர் போன்ற அமரர் ஊர்திகள் வாடகைக்குக் கிடைப்பதால் அவற்றை அலங்கரித்துச் சுடுகாட்டிற்குக் கொண்டு செல்கின்றனர். எனினும் இவ்வழக்கம் பொது வழக்கமாகக் காணமுடிவதில்லை. சிறிய வயதினர் இறந்துவிட்டால் பெரியளவிலான சடங்குகள்

செய்யப்படுவதில்லை. பிறந்த குழந்தைகள் இறந்துவிட்டால் வீட்டிலேயே புதைக்கும் வழக்கமும் உள்ளது.

இவ்வாறு, விருதுநகர் மாவட்டம் பெருமாள் தேவன் பட்டியில் வாழும் சிறுதாலி இடையர்கள் துக்க நிகழ்ச்சிகளை நடத்துகின்றனர்.

வழிபாட்டுச் சடங்குகள்

ஆயர்கள், வீட்டுகளிலும் கோயில்களிலும் தெய்வங்களை வணங்கும்போது சில சடங்குகளைக் கடைப்பிடிக்கின்றனர்.

வீட்டின் பூசையறையில் இருக்கும் தெய்வங்களுக்குச் செவ்வாய் அல்லது வெள்ளிக் கிழமைகளில் பூசைகளைச் செய்கிறார்கள். இப்பூசைகள் மாலைப் பொழுதுகளில் நடைபெறுகின்றன. புதிதாகச் சமைக்கப்பெற்ற உணவை, வாழை இலையில் அல்லது தட்டில் வைத்து, கற்பூரம் ஏற்றி வழிபடுகின்றனர். ஒவ்வொரு வழிபடு நாட்களிலும் விதவிதமான உணவு வகைகள் சமைக்கப்பட்டுப் படையலிடப்படுகின்றன.

ஆலயங்களுக்குச் சிறப்பு வேண்டுதல்களை நிறைவேற்றும் விதமாக, நெடுந்தொலைவுள்ள கோயில்களுக்கு நடந்தே செல் கின்றனர். விருதுநகரிலிருந்து மதுரைக்குக் கள்ளழகர் கோயில் திருவிழாவிற்குச் செல்வது இதற்குத் தக்கதொரு காட்டாகும். மேலும் உடல் முழுவதும் கம்பிகளால் குத்திக்கொண்டு, காவடி தூக்கிக் கொண்டும், அலகு குத்திக்கொண்டும் வேண்டுதல்களை நிறைவேற்றுகின்றனர். கோயில்களுக்குச் சென்று பொங்க லிடுவது, குலதெய்வக் கோயிலுக்குச் சென்று ஆடு, கோழி உள்ளிட்டவற்றைப் பலியிட்டு வழிபடுவது போன்றவைக் குறிப் பிடத்தக்கனவாகும்.

ஆயர் பண்பாட்டு மரபு மாற்றக் காரணிகள்

ஆயர்தம் வாழ்வியல் பண்பாட்டு மரபுகள் காலந்தோறும் மாற்றம் பெற்று வந்துள்ளன. ஆயர்களிடையே ஏற்பட்டுள்ள பண்பாட்டு மரபு மாற்றங்களைக் கீழ்க்காணும் காரணிகளின் அடிப்படையில் விளக்க முடிகின்றன.

ஆயர்தம் மரபினைத் தனிமரபு, கலப்பு மரபு, கூட்டுமரபு, பொதுமரபு என்ற நான்கு வகைகளில் வகைப்படுத்தமுடிகிறது.

தனி மரபு என்பது, பன்னெடுங்காலமாக ஆயர்கள் பேணி வரும், ஆயர்களுக்கேயுரிய மரபுகளாகும். பிற சமூகக் குழுக்கள், ஆயர் சமூகக் குழுக்களோடு கலந்து சில புதிய பரிணாமங்களைப் பெறுவது கலப்பு மரபாகும். கூட்டு மரபு என்பது, பிற சமூகக் குழுக்களோடு ஆயர்கள் கூட்டு சேர்ந்து பேணும் மரபுகளாகும். ஆயர்கள் உட்பட ஒட்டுமொத்த சமூகமும் பேணும் மரபுகள் பொதுமரபுகளாகும்.

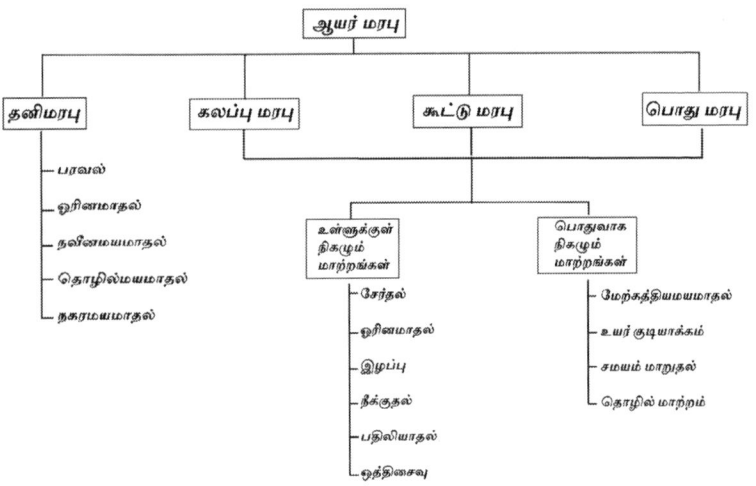

ஆயர் பண்பாட்டு மரபு மாற்றக் காரணிகள்

தனிமரபுகள்

ஆயர்கள் மட்டுமே பன்னெடுங்காலமாகப் பேணிவரும் பண்பாட்டு மரபுகள் ஆயர்களுடைய தனிமரபுகளாகும். இவை, ஆயர் சமூகத்தின் அடையாளமாகத் திகழக்கூடியவைகளாகும். ஆநிரை மேய்ப்பும் ஆநிரைகளை ஒன்றுசேர்ப்பதற்கு அவர்கள் எழுப்பும் வீளை ஒலியும், மேய்ச்சலின்போது ஆயர்கள் இசைக்கும் புல்லாங்குழலும் ஆயர்களது தனிமரபாகும். தொன்றுதொட்டு பேரளவிலான ஆநிரைகளைப் ஆயர்கள் பேணிவருகின்றனர்.

இன்று மிகச் சிறுபான்மை ஆயர்களே பேரளவிலான கால் நடைகளைப் பேணிவருகின்றனர். மற்ற ஆயர்கள் கால்நடை வளர்ப்பதையும் மேய்ப்பதையும் முற்றாக விடுத்து, வேறு தொழில் செய்வதை விரும்புகின்றனர். குறிப்பாகத் தம் பிள்ளைகள், எதிர்காலத்தில் கால்நடை மேய்ப்பதை விரும்புவதில்லை. ஆநிரை மேய்த்தல், ஆயர் உட்பிரிவுகள் போன்ற பல தனித்த மரபுகளை ஆயர்கள் தற்போது இழந்துவருகின்றனர். இதற்கு, பரவல், ஓரினமாதல், நவீனமயமாதல், தொழில்மயமாதல், நகர மயமாதல் போன்றவைக் காரணிகளாக அமைகின்றன.

ஆயர்கள் நாடோடி வாழ்க்கை மேற்கொண்டொழுகும் இனத்தினர் ஆவர். பல ஊர்களுக்கும் செல்லும்போது அங்கு நிலவும் நாகரிக வளர்ச்சி, பின்தங்கிய ஊர்களிலிருந்து பெறப் படும் எதிர்மறையான சிந்தனைகள் போன்றவை ஆயர்களிடையே மாற்றத்தை விளைவிக்கின்றன. தமக்குத் தேவை என்று கருதும் பல கூறுகளையும் ஏற்றுக்கொள்கின்றனர். குறிப்பாகப் பால்தரும் மேற்கத்திய மாட்டினங்களை அதிக விலைகொடுத்து வாங்குகின்றனர். இத்தகைய மாடுகளும் காலம் காலமாகப் பேணப்பட்டுவரும் நாட்டுமாடுகளும் தனித்தனியே பேணப் படுகின்றன. இது பரவலால் விளைந்த மாற்றமாகும்.

ஆயர்களுக்குள் உள்ள உட்பிரிவுகள் மறைந்துவருகின்றன. தற்போதைய இளம்தலைமுறையினர் பலரும் தம் சாதி உட்பிரிவுகளை அறியாதிருக்கின்றனர். வயதில் மூத்த ஆயர் களே தங்களுடைய உட்பிரிவைக் குறிப்பிடுகின்றனர். அதி களவிலான பிரிவுகள் தனித்தனியே அகமணமுறையைக் கைக் கொண்டிருந்தன. தற்போது, பிரிவுகள் மறந்து, ஆயர் குழுக் களுக்குள்ளேயே திருமண உறவுகள் நிகழ்கின்றன. இது ஓரின மாதல் ஆகும்.

இந்திய நிலப்பரப்பு முழுவதும் பல்வேறு ஆயர் சமூகங்கள் வாழ்ந்துவருகின்றன. செய்கின்ற தொழிலைத் தவிர, வேறு ஒருமித்த கூறுகள் இவர்களிடையே இல்லை. எனினும், தொழிலால் தாங்கள் ஒரு குழுவினர் என்பதையறிந்து, தங்களை யாதவர் என அழைத்துக்கொள்வதைக் காணமுடிகிறது. தமி ழகத்தில் இம்மாற்றம் பள்ளு இலக்கியக் காலம் முதல்

தொடங்குவதைக் காணமுடிகிறது. பள்ளு இலக்கியங்கள் குறிப்பிடும் சில ஆயர்கள் தங்களுடைய பெயருக்குப் பின்னால் யாதவர் எனப் பட்டமிட்டுக் கொள்வதைக் காணமுடிகிறது. ஆங்கிலேயே அரசின் கீழ், இவர்கள் ஒட்டுமொத்தமாக வட இந்திய ஆயர்குடியாகக் கருதப்படும் யாதவர் என்ற பெயரின்கீழ் இணைக்கப்பெற்று வழங்கப்பெறுவதைக் காணமுடிகிறது.

ஆயர்கள், வேகமான நிகழ்ந்துவரும் நவீன மாற்றங்கள் பல வற்றையும் உள்வாங்குவதைக் காணமுடிகிறது. ஆநிரைகளை மேய்க்கும்போது பனையோலையால் பின்னப்பெற்ற கொங்காணி எனப்படும் பாய்களைத் தற்போது முற்றிலுமாக இழந்து விட்டனர். இதன் இடத்தை நவீன குடைகள் பிடித்திருக்கின்றன. இவைபோன்ற பல மாற்றங்களை நவீனத்துவத்தின் வளர்ச்சியால் பெற்றிருக்கின்றனர். அனைவரிடமும் அலைபேசிகளையும் அதற் கான மின்கலங்களையும் காணமுடிகிறது. வானொலி, தொலைக் காட்சி, அரவை இயந்திரங்கள் போன்றவைப் புழக்கத்தில் இருப் பதைக் காணமுடிகிறது. பழைய எந்திரங்கள், அம்மி, உரல், ஆட்டுக்கல் போன்றவை வழக்கொழிந்து விட்டன. இவை நவீனத்துவத்தின் வளர்ச்சியால் நிகழ்ந்தவையாகும்.

ஆயர்கள், தம் மரபுத் தொழிலான ஆநிரைமேய்த்தலை விடுத்துப் பல்வேறு தொழில்களைச் செய்துவருகின்றனர். ஆயர்களுள் மிகச் சிறுபான்மையினரே இன்றும் பேரளவிலான ஆநிரைகளைப் பேணிவருகின்றனர். கல்வி தந்த மாற்றத்தின் காரணமாகப் பல்வேறு தொழில் வாய்ப்புகளைப் பெற்றுள்ளனர்.

வேகமாக நிகழ்ந்துவரும் நகரமயமாதல், ஆநிரைகளுக்கான மேய்ச்சல் வெளிகளையும், நீரையும் இழக்கச்செய்திருக்கின்றன. சாலைகளில் வாகனங்கள் மலிந்துவிட்டதால் ஆநிரைகளுக்குத் தடை விதித்திருப்பதையும், அதை மீறி சாலையோரங்களில் உலவும் ஆநிரைகள் பறிமுதல் செய்யப்பட்டு ஆயர்களிடம் தண்டம் வசூலிக்கும் நிலையினாலும் பிற தொழில் வாய்ப்பு களாலும் நகரத்தில் வாழும் ஆயர்கள் ஆநிரை மேய்ப்பதை முற்றாகக் கைவிட்டுவிட்டதைக் காணமுடிகிறது.

கலப்பு + கூட்டு + பொது மரபுகள்

ஆயர்கள், பிற சமூகக் குழுக்களோடு கொண்டுள்ள கலப்பி னாலும் கூட்டினாலும் ஒட்டுமொத்த சமூகமும் கொண்டுள்ள பொது மரபுகளாலும் பல்வேறு மாற்றத்திற்குள்ளாகியிருப்பதைக் காணமுடிகிறது. இதனை,

- உள்ளுக்குள் நிகழும் மாற்றங்கள்
- பொதுவாக நிகழும் மாற்றங்கள்

என்ற இருவகைகளில் அறியமுடியும்

உள்ளுக்குள் நிகழும் மாற்றங்கள்

இரண்டு அல்லது அதற்கு மேற்பட்ட சமூகக் குழுக்களின் பண்பாட்டுத் தாக்கத்தால், பண்பாட்டுக் கூறுகள் ஒன்றுசேர்தல், இணைந்து ஓரினமாதல், சில கூறுகளை இழத்தல், ஒன்றுக்கொன்று பதிலியாகுதல், இரண்டும் இணைந்து ஒத்திசைவாக அமைதல் போன்ற பல்வேறு காரணங்களால் மாற்றங்கள் நிகழ்கின்றன.

உணவு முறைகள், தொழில் முறைகள், குடும்ப அமைப்புகள், உறவுமுறைகள், தொடர்பு சாதங்கள் போன்ற பல்வேறு பண் பாட்டுக்கூறுகள் ஆயர்களிடையே மாற்றம் கண்டுள்ளன. மேலும் அவர்தம் நம்பிக்கைகள், வழக்காறுகள், விழுமியங்கள், வணிகம், வழிபாடுகள், திருவிழாக்கள், போன்றவையும் பேராள விலான மாற்றங்களைக் கொண்டுள்ளன.

துரித உணவுகள், அறிமுகப்படுத்தப்பட்ட காய்கறிகள், அறிமுகப்படுத்தப்பட்ட உணவு வகைகள், தாள் இலைகள், போக்குவரத்து சாதனங்கள், நவீன வேளாண் கருவிகள் போன்ற வற்றை ஆயர்கள் ஏற்றுக் கொண்டுள்ளனர். பல்வேறு பண்டைய மரபுகள் சிறியளவில் ஆயர்கள் பின்பற்றுகின்றனர். காட்டாக, சிற்றூர்களில் சில பண்டைய மரபுகள் பேணப்பட்டு வருகின்றன. கம்பு, கேழ்வரகு கூழ் உணவுகளும் ஈசலை உணவாகக் கொள்வதையும் குறிப்பிடமுடியும்.

ஆயர்களது குடும்ப அமைப்பு, சிறுகுடும்பமாகவே தொடர்ந்து வருகிறது. கூட்டுக் குடும்பங்களும் பல்வேறு தொழில் வாய்ப்பு களால் இது மேலும் சிதறுண்டு போகின்றன. உறவு நிலைகளில் மாற்றங்கள் இல்லை. ஆயினும், பிற சமூகத்தவர்களை உறவு

முறையின் பெயரிலேயே அழைக்கின்றனர். குறிப்பாக இசுலாமியர்களை மாமன் – மாமி என்று ஆயர்கள் அழைப்பதைக் காணமுடிகிறது. சிற்றூர்களில் வாழும் ஆயர்களும் கூடி சிறியரக ஈருருளை வண்டிகளை வைத்திருக்கின்றனர்.

பக்தி இலக்கியங்களிலும், வடுக ஆயர்களிடமும் காணப்படும் கிருஷ்ண ஜெயந்தி விழாவினைத் தமிழ் ஆயர்கள் அப்படியே ஏற்றுக்கொண்டுள்ளனர். இவ்விழாவின்போது நிகழ்த்தப்படும் உரியடி நிகழ்வும், வழுக்கு மரம் ஏறும் விளையாட்டும் தமிழ் மற்றும் வடுக ஆயர்களது ஊர்கள்தோறும் நிகழ்கின்றன. சங்க இலக்கியங்களில் விதந்துக்கூறப்படும் ஆயர்தம் குழலோசை தற்போது முற்றிலும் இல்லாதொழிந்து விட்டதையும், தம் முன்னோர்களது குழல்களைப் பூசைக்குரியதாக்கிவிட்டதையும் காணமுடிகிறது.

பண்டமாற்று மூலம் தொடங்கப்பெற்ற ஆயர்களின் பண்டைய வணிகம் இன்றும் நடைமுறையில் உள்ளதைக் காணமுடிகிறது. பாலையும் மோரையும் நெய்யையும் வேற்றுப்புலங்களுக்குக் கொண்டுசென்று விற்றுவரும் மரபும் தொடர்ந்துவருவதைக் காணமுடிகிறது. இவற்றோடு, பலசரக்கு மளிகைக்கடைகள், துணிக்கடைகள், வாகனப் பழுதுசீர் நிலையங்கள், மண்டிகள், உணவுக்கூடங்கள் உள்ளிட்ட பல தொழில் முறைகளையும் ஆயர்கள் மேற்கொண்டுள்ளனர்.

தமிழகத்தில் வாழும் வடுக ஆயர்கள் வாழ்வியல் முறைகள் முழுவதுமாகத் தமிழ் ஆயர்களைப் போன்றுள்ளன. ஆந்திரத்திலிருந்து தமிழகத்திற்குள் இடம்பெயர்ந்திருந்தாலும் அவர்தம் வாழ்வியல் முறைகள் ஆந்திரத் தெலுங்கு யாதவர்களோடு ஒத்திருக்கவில்லை. வாழுமிடம், சூழல், மக்கள் முதலிய வற்றுக்கேற்ப அவர்தம் வாழ்வியல் முறைகள் மாறியுள்ளன. பொருளாதார மூலங்கள் இரு இனத்தினருக்கும் பொதுவானதாக உள்ளன. வழிபாட்டு வகைகளில் மாற்றங்களைக் காண முடியவில்லை. எனினும் வழிபடுமுறைகள் வேறுபடுகின்றன. சடங்குமுறைகள் மட்டும் தமிழ் ஆயர்களுக்கும் வடுக ஆயர்களுக்கும் தனித்துவம் மிக்கதாக விளங்குகின்றன.

பொதுவாக நிகழும் மாற்றங்கள்

உலகமயமாதல், உயர்குடியாக்கம், சமயம் மாறுதல், தொழில் மாற்றம் போன்ற காரணிகள் பிற சமூகங்களோடு நிகழும் தொடர்புகளால் ஏற்படும் பொது மாற்றங்களாகும்.

நகரங்களில் வாழும் ஆயர்கள் மேற்கத்திய சிந்தனை யுடையர்களாகத் திகழ்வதைக் காணமுடிகிறது. மேற்கத்திய உணவு, பொருட்கள், இசை, கலை உள்ளிட்ட பல்வேறு கூறுகளை நகரமயமாதல் ஏற்படுத்தித்தந்திருக்கிறது. இதன் தாக்கத்தால் ஆயர்கள் தங்களுடைய பல மரபுகளை இழந்துள்ளனர். இம்மாற்றம் நகரங்களிலிருந்து சிற்றூர்களுக்குப் பரவுகின்றது. இதனால் தம்முடைய பண்பாட்டையும் தனித்துவமிக்க அடை யாளங்களையும் இழந்துவருகின்றனர். ஆயர்களது வாழ்மொழிப் பாடல்கள் குறிப்பாகக் கறவைப்பாடல்களை அடுத்த தலை முறையினர் அறிந்திருக்கவில்லை. ஆயர்களுடைய மருத்துவ மரபுகள் மறைந்து கொண்டிருக்கின்றன. ஆநிரைகளுக்கு வேண்டிய மருந்துகளை, மருந்து நிலையங்களில் பெறுகின்றனர். மிகச் சிறிய அளவிலேயே வீட்டு மருத்துவம் செய்வதைக் காணமுடிகிறது. தம்முடைய கால்நடைகளை முழுவதுமாக விற்று, அதன் மூலம் கிடைக்கும் பணத்தைக் கொண்டு சிறிய வணிக அங்காடிகளைத் திறப்பதை, அமைதியான தொழிலாகக் கருதுகின்றனர். ஆநிரைகளைத் தெய்வமாகப் போற்றினும், அதனைப் பேணுவதில் உள்ள சிக்கல்களால் அவற்றை மிகக் குறைந்த விலைக்கு விற்றுவிடுவதைக் காணமுடிகிறது.

முன்பு ஆயர்கள் மட்டுமே நடத்திவந்த ஏறுதழுவல் விளை யாட்டினை இன்று அனைத்துச் சமூகத்தினரும் ஏற்றுக்கொண்டு ஈடுபடுவதைக் காணமுடிகிறது. திருமணத்தை நோக்கமாகக் கொண்டு நடத்தப்பெற்ற இவ்விளையாட்டு தற்போது பரிசுக் காகவும் பெருமைக்காகவும் நிகழ்த்தப்படுகின்றன.

ஆயர்களுடைய அரசியல் சார்புகள் பெரும்பாலும் இந்திய நீரோட்டத்துடன் இணைவதைக் காணமுடிகிறது. யாதவர் என்ற பெயரின்கீழ் நிலையானவாக்குவங்கியாக இவர்கள் திகழ்கின்றனர். காடுகளிலும் மலைப்பகுதிகளிலும் இவர்களுக்கான உரிமையை,

வடக்கிலுள்ள ஆயர் குழுவினருடனும் இணைந்து நடுவண் அரசுக்கு நேரடியாக விண்ணப்பிப்பதைக் காணமுடிகிறது. யாதவர் சங்கங்கள், அமைப்புகள் மூலம் இவர்கள் இந்திய ஆயர் சமூகங்களோடு தொடர்பு கொள்கின்றனர். உலகமயமாக்கலால் இத்தகைய மாற்றங்களை அவர்கள் பெற்றிருக்கின்றனர்.

இந்தியச் சாதிப் படிநிலைகளில் தமக்குக் கீழ் உள்ள சாதிகளைவிட தாம் மேலானவர்கள் என்ற உயர்குடியாக்கச் சிந்தனைகளை முன்னேறிய சாதிகள் பெற்றிருப்பதைக் காண முடியும். மேல் சாதியினர், தமக்குக் கீழ்சாதியினரை ஒரு குறிப்பிட்ட எல்லையிலேயே அனுமதிக்கின்றனர். ஆயர்களிடம் இத்தகைய உயர்குடியாக்கச் சிந்தனையைக் காணமுடிகிறது. சாதிப் படிநிலைகளில் ஆயர்கள் மூன்றாவது வருணமான 'வைசியர்' என்ற பிரிவினராவர். இவர்களை விட முன்னேறிய பிற சாதியினர் தம்மினும் சற்று குறைவானவர்களாகவே இவர்களை எண்ணுவதையும் தலித்துக்களை ஆயர்கள், தாழ்ந்தவர்களாக எண்ணுவதையும் காணமுடிகிறது. இவர்கள் ஒருவரதொருவர் வீடுகளில் உணவு உண்பதில்லை. ஆயர்கள் தலித்துக்களை வீட்டிற்குள் அனுமதிப்பதில்லை. வடுக ஆயர்களது வீடுகளில் தமிழ் ஆயர்களும் தமிழ் ஆயர்களது வீடுகளில் வடுகர்களும் உணவு உண்பதில்லை. ஆயர்களது ஊருக்கு அடுத்தே தலித்துக் களின் ஊர்கள் அமைந்துள்ளன. இறந்த தம்முடைய ஆநிரை களை ஆயர்கள், தலித்துக்களிடம் தருவதையும் இவற்றின் தோலில் செய்த செருப்புகளைப் பதிலுக்குத் தலித்துக்கள் தருவதையும் காணமுடிகிறது. இத்தகைய உறவுகளைக் களஆய்வுக்குட்பட்ட மதுரை, திருநெல்வேலி, விருதுநகர், சிவகங்கை, இராமநாதபுரம் உள்ளிட்ட மாவட்டங்களில் காணமுடிகிறது.

ஆயர்களில் பெரும்பான்மையினர் இந்து சமயத்தைச் சார்ந்த வர்களாக இருக்கின்றனர். எனினும் கிறித்தவச் சமயத்தைத் தழுவிய பலரையும் காண முடிகிறது. ஆயர்களுடைய வழிபாட்டு முறைகளில் பெரியளவிலான மாற்றங் களைக் காணமுடிகிறது. வழிபடு முறைகள் சிக்கல் நிறைந்ததாகவும் அதிக சடங்கு முறைகளையும் கொண்டிருக்கின்றன. பிற சமூகங்களோடு ஏற்பட்ட பண்பாட்டு இணைவுகளால் இத்தகைய மாற்றம் ஏற் பட்டிருக்கிறது.

சங்க கால ஆயர்களிடம் காணப்பெற்ற வாழ்க்கை முறை தற்போது இல்லை. ஆயினும் சில பண்பாட்டுக்கூறுகள் தொடர்ந்து வருகின்றனர். குறிப்பாகத் தொழில் முறைகள், உணவு, இருப்பிடம், நம்பிக்கைகள், விழுமியங்கள், விளையாட்டுகள் போன்றவற்றின் தொடர்ச்சியைத் தற்போதும் காணமுடிகிறது. சங்க காலத்திலிருந்த காடுகள் தற்போது மிகவும் சுருங்கிவிட்டன. பெரும்பான்மை நிலங்கள் விளைநிலங்களாவும், வீட்டுமனைகளாகவும் மாற்றம்பெற்றுள்ளன. பெருகிவரும் மக்கள்தொகையும் அவர்களுக்கான வேலை வாய்ப்புகளுமே இத்தகைய மாற்றத்திற்குக் காரணமாக அமைகின்றன. காலங்காலமாக ஆயர்கள் ஆநிரைகளை மேய்த்துவந்த வனப்பகுதிகளும் மலைப்பகுதிகளும் தற்போது அவர்களுக்கு மறுக்கப்படுகின்றன. விருதுநகர், திருநெல்வேலி பகுதிகளில் உள்ள மேற்குத் தொடர்ச்சி மலைப் பகுதிகளில் பல்லாண்டுகளாக ஆநிரைகளை மேய்த்துவந்த ஆயர்கள் தற்போது மேய்ப்பிடங்கள் கிடைக்காமல் துன்பமுறும் சூழலைக் காணமுடிகிறது. இதன் காரணமாகவே பல ஆயர்கள் ஆநிரை மேய்க்கும் தொழிலை இழந்துவிட்டனர்.

★★★

தமிழகத்தில் பரவலாக வாழும் ஆயர்கள் பன்னெடுங்காலப் பண்பாட்டு மரபினைக் கொண்டுள்ளனர். இதனை, அவர்களுடைய உணவு, உடை, அணிகலன்கள், இருப்பிடம், ஆநிரை மேய்க்கும் தொழில், வேளாண்மை, கருவிகள் போன்ற பொருள்சார் பண்பாட்டுக்கூறுகளின் மூலமும்; சுற்றுச்சூழல்கள், ஆயர்க ளிடையே உள்ள பல்வேறு பிரிவுகள், நம்பிக்கைகள், விளையாட்டுகள், தெய்வ வழிபாடுகள் முதலிய அறிதல்சார் பண்பாட்டுக்கூறுகள் வழியேயும்; ஆயர்தம் விழுமியங்கள், குடிவழக்குகள், மரபாண்மைகள், சடங்குமுறைகள் முதலிய நெறியியல்சார் கூறுகளின் மூலமும் அறியமுடிகிறது.

பல்வேறு புறக்காரணிகளால் பேரளவிலான மாற்றங்கள் தமிழ்மக்களின் வாழ்வில் தாக்கத்தை ஏற்படுத்தியுள்ளபோதும் ஆயர்களுடைய பல பண்பாட்டுக் கூறுகள் பழமை மாறாமல் இன்றும் தொடர்வதையும் சில வழக்கங்கள், சிற்சில மாற்றங்களுடன் வழங்கப்பெற்று வருவதையும் பல்வேறு புதிய

பழக்கவழக்கங்களை ஆயர்கள் மேற்கொண்டு வருவதையும் களஆய்வின் வழி உணரமுடிகிறது.

குறிப்பாக ஆநிரை மேய்க்கும் தொழில், தென்மாவட்டங்களில் இன்றும் பெருந்தொழிலாக உள்ளதையும், பேரளவிலான கால்நடைகளைப் பேணும் ஆயர்க் குடும்பங்கள் குறிப்பிடத்தக்க அளவில் வாழ்ந்துவருவதையும் காணமுடிகிறது.

ஆயர்களிடையே உள்ள உட்பிரிவுகள் முழுவதுமாக மறைந்து விடவில்லை. எனினும் இந்திய மைய நீரோட்டத்தில் தமிழக ஆயர்களும் இணைந்தும் இணைக்கப்பெற்றும் யாதவர் என்று வழங்கப்பெற்று வருகின்றனர். இதனைத் தமிழக ஆயர்களும் ஏற்றுக்கொண்டுள்ளனர்.

தமிழக ஆயர்களுக்குள் உள்ள பிரிவுகளை இறை வழி பாட்டைக்கொண்டு பொதுவாக இரு பிரிவாகப் பிரிக்கமுடிகிறது. ஒன்று, கண்ணனை முழுமுதற் கடவுளாக ஏற்றுக்கொண்டவர்கள். மற்றொன்று, குலதெய்வ வழிபாட்டை முழுமுதலாகக் கடைப் பிடிப்பவர்கள். எனினும் இவ்விரு பிரிவினரிடையேயும் தொன்மையான பண்பாட்டுக்கூறுகள் வழக்கிருப்பதை நுட்பமாக அறியமுடிகிறது.

காலந்தோறும் இலக்கியங்களில் பதிவாகியுள்ள பல்வேறு பண்பாட்டு வாழ்வியல் முறைகள் ஆயர்களிடையே தற்போதும் வழக்கிலுள்ளன. அவை முற்றாக மறைந்துவிடவில்லை.

களஆய்வு மூலம் பெறப்பட்ட தகவல்களைக்கொண்டு ஆயர் களுடைய தொன்மையையும் தொன்மையான பட்டறிவையும் அறியமுடிகிறது.

தமிழகத்தில் வாழ்ந்துவரும் ஆயர்களுள் வடுக ஆயர் என்று வழங்கப்பெறும் தெலுங்கு யாதவர்கள் பற்றிய செய்திகளைத் 'தமிழகத்திலுள்ள வடுக ஆயர்களும் தமிழ் ஆயர்களும்: வாழ்வியல் ஒப்பிடு' என்னும் அடுத்த இயல் விவரிக்கிறது.

அடிக்குறிப்புகள்

1. திருநெல்வேலி மாட்டத்தில் உள்ள மேற்குத்தொடர்ச்சி மலைப் பகுதிகளில் மலைமாடுகளை மேய்க்கும் ஆயர்களிடம் இத்தகைய வழக்கம் உள்ளது.
2. திருவல்லிக்கேணி, சோழிங்கநல்லூர் முதலிய ஊர்களிலும் தமிழகத்தின் பலபகுதிகளிலும் இதுபோன்ற வீதிகளைக் காண முடிகிறது.
3. விருதுநகர் பெருமாள்தேவன் பட்டி என்ற ஆயரூரில் வீட்டிற்கு ஒருவர் இராணுவ வீரராக உள்ளார். இவ்வூர் 'குட்டி ஜப்பான்' என்று அழைக்கப்படுகிறது.
4. தி.இந்து, தமிழ்ப் பதிப்பு, ஜனவரி 9, 2016
5. காண்க: பின்னிணைப்பு – புலிக்குளம் மாட்டினம் எண்ணிக்கை அட்டவணை.
6. புலிக்குளம் கிடைமாடுகள், பி.விவேகானந்தன் மற்றும் வி.அழகு மலை, மதுரை, 2015 கணக்கெடுப்பு, ப.06.
7. காண்க: பின்னிணைப்பு – மலைமாட்டினம் எண்ணிக்கை அட்டவணை
8. சிவகங்கை மானங்காத்தான் என்ற ஊரில் ஒரு ஆயர் வீட்டில் பறையர் சமூகத்தைச் சார்ந்த ஒருவர் மாதக்கூலியாக அமர்த்தப் பட்டிருந்தார். இவருக்கு உணவு, உடை, பீடி, மது, தங்குவதற்கு இடம் எல்லாம் மாட்டிற்குரியவரால் தரப்பட்டிருந்தது. நாளொன்றுக்கு 200ரூ ஊதியமாகப் பேசப்பட்டு மாதத் தொடக் கத்தில் வழங்கப்பட்டது. 150 மாடுகளை இவர் ஒருவரால் மட்டுமே பேண முடியாது. ஆகவே, மாட்டிற்குரிய ஆயரும் சேர்ந்து மேய்க்கச் செல்வதைக் காணமுடிந்தது. மதுரை சிவ கங்கைப் பகுதிகளின் பல இடங்களில் இத்தகு நடை முறைகளே உள்ளன.

9. புதிய ஊருக்குள் நுழைந்ததும், ஊர் காவல்காரர் மாடுகளை தம் ஊரில் மேய்த்துக்கொள்வதற்காக ஆயர்களிடம் 2000 முதல் 5000 ரூபாய் வரை கட்டணம் வசூலிக்கிறார். பணத்தைச் செலுத்தி விட்டு, குறைந்தது மூன்று மாதம் வரை மேய்க்கிறார்கள். தங்குமிடத்திற்கு அருகிலேயே மாடுகள் குழுமும் வகையில் தொழு அல்லது கிடை அமைத்துக்கொள்கின்றர். தனியாரது பம்பு செட்டுகள், கிணறு, ஆறு உள்ளிட்ட நீர்நிலைகளில் தங்குமிடங்களைக் காணமுடிகிறது.

10. இந்தத் தகவலுக்காகத் திரு. பி.விவேகானந்தன், சேவா அவர்களுக்கு நன்றி. இதற்கான வழித்தடங்களைப் பின்னிணைப்பில் காண்க.

11. பொதுவாக, மலைமாடு, புலிக்குளம் போன்ற மாட்டினங்களைத் திருடுவது கடினமான செயலென்றும் அம்மாடுகளைப் பிடிப்பதற்கு 'மாடுபிடி' வீரர்கள் வேண்டும் என்பதால் மாட்டுத் திருட்டு எப்போதாவது மட்டுமே நிகழும் என்றும் கூறுகின்றனர்.

12. சென்ற ஆண்டு (2015) சிவகங்கை மானங்காத்தானில் 2000த்திற்கும் மேற்பட்ட மாடுகள் இருந்தன. இந்த ஆண்டு (2016), ஒருவரிடம் மட்டும் 150 மாடுகள் உள்ளன. மற்ற எல்லோரும் பல்வேறு காரணங்களுக்காக மாடுகளை விற்றுவிட்டனர்.

13. கையூட்டுப் பெற்றுக்கொண்டு, மாடுகள் மேய்வதற்கு வனத்துறை அதிகாரிகள் அனுமதிக்கின்றனர். மலையில் மேய்க்கும்போது, வேறொரு அதிகாரியால் பிடிக்கப்பட்டால், அவருக்கும் கையூட்டுச் செலுத்த வேண்டியதாக இருக்கிறது.

14. Agritech.tnau.ac.in/ta/expert_system/sheepgoat/breeds.html Dated:25.01.2016.

15. இருப்பினும், மலையடிவாரப் பகுதிகளில் ஆட்டிடையர்கள் வனத்துறையினருக்குத் தெரியாமல் ஆடுகளை மேய்ப்பதைக் காணமுடிகிறது. சமவெளிப் பகுதிகளில் மேய்வதைவிட இப்பகுதிகளில் ஆடுகள் நன்கு மேய்கின்றன. காடுகளில் 1215கி.மீ. தூரத்திற்கு உள்ளே சென்று மேய்க்கின்றனர். மரங்கள் அடர்த்தியாகவும் வெயிலே தெரியாத இடங்களாகவும் காட்டுப்பகுதிகள் உள்ளன. சோர்வின்றி இப்பகுதிகளில் ஆயர்கள் ஆடுகளை மேய்க்கின்றனர்.

16. ஆயர்கள் கைகளில் வைத்திருக்கும் பெரிய கோல்களைச் சந்தைகளில் வாங்கிக்கொள்கின்றனர். ஒரு கோல் 50100ரூ வரை

விற்கப்படுகிறது. அவை பெரும்பாலும் மூங்கில் கழிகளாக உள்ளன. சிலர் தமக்கு வேண்டியவாறு வேறு மரக்கிளைகளைக் கழிகளாகவும் வெட்டிக் கொள்வதுண்டு. இவை ஆடு, மாடுகளை மேய்ப்பதற்குப் பயன்படுகிறது.

17. காண்க: தொழில்: ஆ மேய்ப்பு முறைகள் – மலைப்பகுதிகளில் மேய்த்தல்.

18. களஆய்வுக்குட்பட்ட மதுரை, இராமநாதபுரம், சிவகங்கை முதலிய மாட்டங்களில் இத்தகைய நிலையைக் காணமுடிகிறது.

19. மலைப்பகுதிகளில் மாடுகளை மேய்ப்பதற்கு அந்தந்தப் பகுதி களுக்கான பண்டைய ஜமீன்தார்கள் அனுமதித்துப் பட்டையம் வழங்கியிருப்பதாகப் பல ஆயர்கள் தெரிவித்தனர். ஆனால் அவற்றை ஆய்வாளரால் நேரில் காணமுடியவில்லை. அப் பட்டையங்கள் தற்போதை இந்திய அரசுச் சட்டங்களால் செல்லாதவைகளாக்கப்பட்டுள்ளன.

20. எட்கர் தட்சன், தென்னிந்திய குலங்களும் குடிகளும், பக்.457462

21. காண்க: பின்னிணைப்பு உட்பிரிவு விளக்கம்.

22. அ.முத்துசாமி, சங்க இலக்கியத்தில் ஆயர், 1993, ப.16

23 சொக்கம்பட்டி ஜமீன் வேட்டை பிரியராவார். காட்டில் வேட்டை யாடிக்கொண்டு வரும்போது, ஒரு பன்றியைக் கண்டதாகவும், அதனைத் துரத்திவர, அது அகப்படாமல் ஓடியதாகவும், அங்கு ஆடு மேய்த்துக்கொண்டிருந்த இடையர் ஒருவரது கண்களில் அப்பன்றி பட்டதும், தம் கைகளில் வைத்திருந்த கோலினால் அதை வீழ்த்தினார் என்றும், தம்மால் முடியாததை அவ் இடையர் செய்ததால் மகிழ்ந்து போன ஜமீன்தார், உனக்கு என்ன வேண்டும் என்று கேட்டு நஞ்சை நிலங்களை அன்பளிப்பாகத் தர முன்வந்தபோது, அதனை மறுத்து, இங்குள்ள பிரம்புகளில் தம் ஆடுகளை மேய்க்க அனுமதி வழங்குமாறு கேட்டதும், அவர் அனுமதியளித்ததோடு அவ்இடையருக்கு ‘சேர்வை துரை’ என்ற பட்டத்தையும் அளித்ததாகக் கூறப்படுகிறது. அவருடைய சந்ததியர்கள் அனைவரும் இத்தகைய பட்டத்தைத் தம் பெய ருக்கும் பின்னால் சேர்த்துக்கொள்கின்றனர்.

24 அ.முத்துசாமி, சங்க இலக்கியத்தில் ஆயர், 1993, ப.18

25. திருநெல்வேலியில் உள்ள இராயகிரி என்னும் ஊரிலும் அதைச் சுற்றியுள்ள ஊர்களிலும் இத்தகைய விளையாட்டுகளைக் காண முடிகிறது.

26. காண்க: பின்னிணைப்பு தமிழகத்தில் நடைபெறும் பல்வேறு காளை விளையாட்டுகள்

27. சென்ற 2015 ஆண்டு களஆய்வுக்குச் சென்றபோது, சல்லிக் கட்டுக்கான தடையுத்தரவு அமலில் இருந்ததால், சல்லிக்கட்டு காளைகளை வரவழைத்து, மஞ்சள் நீர் தெளித்து, மாட்டுக் கார்களுக்குத் பரிசாகத் துண்டினை மட்டும் அளித்து அனுப்பினர். வழக்கத்திற்காக ஒரு மாட்டை மட்டும் அவிழ்த்துவிட்டனர். அதற்குள் காவலர்கள் வந்து விழாவைக் கட்டுக்குள் கொண்டு வந்தனர்.

28. முன்பு, பெரியளவிலான மாடுகளைக் கொண்டிருந்த, தொழு வத்திற்குப் பட்டவன் என்பவர், இரவில் காவலிருந்ததாகவும், திடீரென மாடுகள் மிரண்டு நாலாபுறமும் சிதறியோடும்போது இடையில் சிக்கிக்கொண்ட அவர், பலத்த காயங்களுடன், கையில் வைத்திருந்த கோலால் தாங்கித்தாங்கிக் கொஞ்சதூரம் நகர்ந்துவந்து, இறந்துபோனதாகவும் கூறப்படுகிறது. அவரையே அவ்வூர் மக்கள் தெய்வமாக வழிபடுகிறார்கள். அவர் இறந்த இடத்தில் சிறு கோயில் ஒன்றைக் கட்டியுள்ளனர்.

29. பாதைகள் கரடுமுரடானவைகளாவும், வனவிலங்குகளால் ஆபத்து நிறைந்ததாகவும் உள்ளது இக்கோயிலுக்குச் செல்லும் வழி. பெரிய மலையொன்றின் அடிவாரத்தில் சுற்றிலும் அகழிகள் உள்ள சிறிய சரிவில், கோட்டைமலை கருப்பசாமி கோயில் உள்ளது.

30. உடலைப் புதைத்த அல்லது எரித்த இடத்தில் ஓர் விளக்கும் மேடையை அமைத்துள்ளனர்.

31. மணி (46), ஆட்டுக்குளம், மதுரை.

32. ஜெயபாண்டி (59), உத்தமநாயக்கனூர் வாடிப்பட்டி, மதுரை.

33. காயாம்பூ (55), உத்தமநாயக்கனூர் வாடிப்பட்டி, மதுரை.

34. சோனை, 45, மிளகனூர், சிவகங்கை, 10202015

35. சிவகங்கை மானங்காத்தான் என்ற சிற்றூரில் ஆயர் ஒருவருக்குச் சொந்த மான மாடுகளைப் பேணுவதற்குப் பறையர் இனத்தைச் சேர்ந்த ஒருவர் கூலிக்கு அமர்த்தப்பட்டிருந்தார். அவரை அவ்வாயர், வீட்டிற்குள் அனுமதிக்கவில்லை. வீட்டு வாயிலில் அவரை உட்காரவைத்து அவருக்கான உணவையும் தேநீரையும் ஒரு தூக்குவாளியில் இடுவதைக் காணமுடிந்தது. அவ்வாளியினை அவ்வாயர் குடும்பம் தொடுவதில்லை.

36. பல்வேறு நோய்களும் அந்நோய்களுக்கு ஆயர்கள் அளிக்கும் சிகிச்சை களையும் பின்னிணைப்பில் காண்க.

37. பெண்டுக்குமெக்கி என்ற ஆயர்களில் ஒரு பிரிவினர் பற்றிய தகவல்களைக் களஆய்வில் பல தகவலாளிகளும் கூறினர். பலவாறு முயன்றும் அவர்களை என்னால் நேரில் காணமுடியவில்லை. அவர்களுக்குள் உள்ள திருமண உறவுகள் குறித்த தகவல்கள், பிற ஆயர்கள் கூறிய தகவல்களேயாகும்.

40. புதன், சனிக் கிழமைகளில் இறந்திருந்தால் 'சனி பொணம் தனியா போகாது' என்று கூறி, பாடையோடு கோழிக்குஞ்சு ஒன்றைக்கட்டி எடுத்துச்செல்கின்றனர்.

4. வடுக ஆயர்களும் தமிழ் ஆயர்களும்

தமிழகத்தில் தெலுங்கு மொழியைத் தாய்மொழியாகக் கொண்ட, ஆயர் குடியினர் பரவலாக வாழ்ந்து வருகின்றனர். ஆந்திர மாநிலத்தில் 'கொல்லாக்கள்' என்று வழங்கப்பெறும் இவர்கள், தமிழகத்தில் 'தெலுங்கு யாதவர்கள்' என்றும் 'கோனார்லு' (கோனார்), 'கோனாலு' என்றும் வழங்கப் பெறுகின்றனர். ஆறு நூற்றாண்டுகளாகத்[1] தமிழகத்தில் நிலையாக வாழ்ந்துவரும் இவர்தம் பண்பாட்டுக்கூறுகள் தமிழ் ஆயர்களது பண்பாட்டுக் கூறுகளோடு இயையுமாற்றையும் வேறுபடு மாற்றையும், வடுக ஆயர்களுக்கேயுரிய தனித்துவம் மிக்க பண்பாட்டுக்கூறுகள் பற்றியும் இப்பகுதியில் காண்போம்.

வடுக ஆயர்கள்

வடுகர் என்னும் சொல்வழக்குச் சங்க காலத்திலிருந்தே வழங்கப்பெற்று வருவதைக் காணமுடிகிறது.[2] வடுகு, வடுகர் என்ற சொற்களுக்குத் தெலுங்கு மொழி, வேங்கடத்தின் வடக்கே இருந்த ஒரு சாதியினர் என்று வரலாற்றுமுறைத் தமிழ் இலக்கியப் பேரகராதி குறிப்பிடுகிறது.[3]

வடுக ஆயர்கள் என்போர் வேங்கடத்திற்கு வடங்கே வாழ்ந்த ஆயர் குடியினர் ஆவர். கால்நடைகளை மேய்த்துக்கொண்டு தமிழகத்திற்கு இடம் பெயர்ந்து வாழும் இவர்களைத் தமிழ் மக்கள் இன்றுவரையிலும் வடுக ஆயர்கள் என்றே குறிப்பிடுகின்றனர். குறிப்பாக, மதுரை மக்கள், தெலுங்கு மொழி பேசுபவர்களை வடுகர்கள் என்றும், தெலுங்கு ஆயர்களை வடுக ஆயர்கள் என்றும் பேச்சுவழங்கில் வழங்குகின்றனர்.

தோற்றத் தொன்மம்

வடுக ஆயர்களது தோற்றத் தொன்மம் குறித்து எட்கர் தட்சன் பின்வருமாறு கூறுகிறார்:

'பூச கோல்லர்களின் முன்னோர் கால்வழித் தொடக்கம் மகாபாரதத்தில் கூறப்பட்டுள்ள யயாதி ராஜாவின் மரபில் வந்த சிம்ஹாத்ரிராசுவிலிருந்து தொடங்குவதாகக் கூறப்படுகிறது. யயாதிக்கு ஆறு பிள்ளைகள். அவர்கள் வழிவந்த பரம்பரை வருமாறு:

யயாதியின் ஆறாவது மகன் கரியாவான். அவனது மகன் பெனுபூதி, பெனுபூதிக்கு ஆவுல ஆமர்தம்மய்யா, கலுகொதி கங்கம்மா, ஒளிராசு, சிம்ஹாத்ரிராசு ஆகிய நான்கு பிள்ளைகள். இவர்களில் சிம்ஹாத்ரிக்குப் பெத்தராசு, எருனுக ராசு, தொரனொக ராசு, போனி ராசு என்ற நான்கு பிள்ளைகள். இவர்களின் வழிவந்தவர்கள் கோல்லர்கள்.'[4]

மேலும், 'காட்டமராஜூ கதலு'[5] என்ற கதைப்பாடல் வடுக ஆயர்களின் தோற்றத்தொன்மம் குறித்தும், அவர்கள் தென்னாட்டிற்கு இடம்பெயர்ந்ததைப் பற்றியும் குறிப்பிடுகிறது. இதனைத் தெலுங்கில், 'கொம்முல வாரு' என்ற இனத்தவர்களும் யாதவர்களில் சிலரும் பாடுகின்றனர். இவர்கள் தெலுங்கில் கத்துல கொல்லலு, தெரசீர பத்துலு என்ற பெயர்களால் வழங்கப் படுகின்றனர்.

மகாவிட்ணு, பிரம்மாவைப் படைத்தார் என்றும் பிரம்மா வுக்கு அத்திரி முனிவரும் அத்திரி முனிவருக்குச் சந்திரனும் சந்திரனுக்குப் புதனும் புதனுக்குப் புரூரவசும் மகன்களாவர் என்றும் புரூரவசுவின் மரபில் தோன்றிய யது தென் திசைக்கு அரசனாயிருந்தான்; இவன் மூலம் உருவான சந்ததியினரே யது மரபினர் என்றும் இந்த யது மரபைச் சேர்ந்த வசுதேவருக்கு மகனாகப் பிறந்த கண்ண பிரானின் மறைவுக்குப் பிறகு, தென்பகுதிக்கு வந்து அரசாண்ட அவனது மரபைச் சேர்ந்த பல மன்னர்களில் கவுலாவுல கங்கராஜாவும் ஒருவரென்றும், இவருடைய மகன் ஆவுலவலுராஜனும் இவரது மனைவி ஆவுல வல்லம்மா இருவருக்கும் சிம்மாத்திரிராஜன், பெத்திராஜன்,

நவநூகராஜன், எர்நூகராஜன், போலுராஜன் என்ற ஐந்து மகன்களும் கொமரம்மா என்ற மகளும் பிறந்தனர் என்றும்[6] இவர்களுடைய மரபினரே தற்போது வாழ்ந்துவரும் கொல்லாக்கள் அல்லது வடுக ஆயர்கள் என்பதையும் இக்கதைப்பாடல் குறிப்பிடுகிறது.

தற்போது தமிழகத்தில் வாழ்ந்துவரும் வடுக ஆயர்கள் தாங்கள் முதலில் துவாரகையில் வாழ்ந்ததாகவும், துவாரகையைக் கடல்கொண்டபிறகு அங்கிருந்து தென் பகுதிக்கு இடம்பெயர்ந்து பரவியதாகவும் காலப்போக்கில் வெவ்வேறு பகுதிகளில் வாழ்ந்ததால் அப்பகுதிகளில் வழங்கப்பெற்ற மொழியைப் பேசியதாகவும் இறுதியில் காட்டமராசனின் மூலம் தமிழகத்திற்குள் இடம் பெயர்ந்ததாகவும் செவிவழிச்செய்தியாக வழங்கி வருகின்றனர்.

காட்டமராஜன்

காட்டமராஜன் முன்னோர்கள், காகதீய நாட்டைச் சேர்ந்தவர்கள் என்றும் கலியாணபுரம் என்னும் ஊரில் பிறக்கும் காட்டமராஜன், ஒருகண்டி என்னும் ஊருக்கு அருகே எலமஞ்சி என்னும் நகரைத் தோற்றுவித்து முடிசூடினான் என்றும் இவன் விஷ்ணுவின் 74வது தலைமுறையில் வந்தவன் என்றும் ஸ்ரீகிருஷ்ணனுடைய 23வது தலைமுறையைச் சார்ந்தவனென்றும் கூறப்படுகிறது.

கடுமையான வறட்சி காரணமாகக் காட்டமராஜன் தம்முடைய பசுக்கூட்டங்களுடன் ஸ்ரீசைல மலைக்கு இடம்பெயர்ந்து, அங்கு 12 ஆண்டுகள் மாடுகளை மேய்த்தான் என்பதையும், அங்கும் வறட்சி ஏற்பட்டதால், தென்திசை நோக்கி தம் கால்நடைகளைச் செலுத்தி, கடப்பா வழியாகக் குண்டூர், நெல்லூர் வந்து தம் கால்நடைகளை மேய்த்தான் என்பதையும் அப்போது நெல்லூர், நல்லசித்தி என்னும் தெலுங்கு சோழனின்[7] ஆட்சியில் இருந்தது என்பதையும் வரிகட்டுவதற்கு நல்லசித்தியோடு செய்துகொண்ட ஒப்பந்தத்தைக் காட்டமராஜன் மீறியதாலும், காட்டமராஜனுடைய கால்நடைத் தொகுதிகள், நல்லசித்தியினுடைய ஆளுகைக்குட்பட்ட வயல்வெளிகளிலும் தோட்டங்களிலும் காடுகளிலும் மேய்ந்து அழிவுண்டாக்கியதாலும் உண்டான போர், ஏழு ஆண்டுகள் நீடித்ததாகவும் இறுதியில் காட்டமராஜன் இறந்ததும்,

அவனுடைய குழுவினர் அங்கிருந்து மேலும் தென்திசைநோக்கி இடம்பெயர்ந்து, திருப்பதியையும் காஞ்சிபுரத்தையும் வந்தடைதனர் என்பதையும் கதைப்பாடல் குறிப்பிடுகிறது. பிறகு அங்கிருந்து திருச்சிக்கும் திருச்சிக்குத் தெற்கு நோக்கி மதுரைக்கும் இடம்பெயர்ந்த போது அங்கு ஆட்சி செய்த சௌந்தரபாண்டியன் என்னும் பாண்டிய மன்னன், அவர்களை மேலும் தெற்கு நோக்கி அனுப்பினான் என்றும் செவிவழிச்செய்தி[8] வழங்கப்பெற்று வருகிறது.

பிற்காலப் பாண்டியர்களில் பன்னிரண்டாம் நூற்றாண்டின் இறுதியில் அதாவது கி.பி.1276இல் குலசேகரப் பாண்டியன், இவனது மகன் இரண்டாம் சடையவர்மன் சுந்தரபாண்டியன், மற்றொரு மகனான சடையவர்ம வீரபாண்டியன் ஆகிய மூவரும் பாண்டிய நாட்டைச் சமகாலத்தில் ஆண்டுவந்தனர். இவர்களில் வடுக ஆயர்கள் குறிப்பிடும் பாண்டியன், இரண்டாம் சடையவர்மன் சுந்தர பாண்டியன் ஆவான். வெனிஸ் நகரப் பயணியான மார்கோபோலோ இவனது பெயரைச் சௌந்தர பாண்டித் தேவர் (Soundar Bandi Devar) என்று தமது குறிப்புகளில் குறித்துள்ளார்.[9] இவனது ஆட்சிக் காலத்தில் கால்நடைகளோடு இடம்பெயர்ந்து கொண்டிருந்த வடுக ஆயர்கள், மதுரையிலிருந்து தென்திசைக்கு இடம்பெயர்ந்து, விருதுநகர் மாவட்டம் சாத்தூர் தாலுகாவிலுள்ள வேப்பிலைப் பட்டியில் தங்கி, அங்கிருந்து பிற இடங்களுக்குக் குடியேறியுள்ளனர் என்ற செய்தியைப் பெறமுடிகிறது.

பரவல்

தமிழ் ஆயர்கள் தமிழகம் முழுவதும் பரவலாக வாழ்ந்து வருகின்றனர் என்பதையும் வெவ்வேறு பகுதிகளில் அவர்கள் வெவ்வேறு பெயர்களைக் கொண்டுள்ளனர் என்பதையும் அறிய முடிகிறது.

வடுக ஆயர்களில் காட்டமராஜனின் குழுவினர் தென்னகம் நோக்கி இடம்பெயர்ந்து கடப்பா, சித்தூர் வழியாகத் தமிழகத்தின் உட்பகுதிக்கு இடம் பெயர்ந்ததையும் அங்கிருந்து திருவேங்கடம், காஞ்சிபுரம், திருச்சி, மதுரை, விருதுநகர் மற்றும் திருநெல்வேலி வரையிலும் அவர்கள் பரவியதையும் உணரமுடிகிறது. அவர்கள் இடம்பெயர்ந்த காலம் பன்னிரண்டாம் நூற்றாண்டின் இறுதி

அல்லது பதிமூன்றாம் நூற்றாண்டின் தொடக்கம் என்பது ஆய்வாளர்களது முடிவாகும்.

பிரிவுகள்

ஆந்திர நாட்டில் உள்ள தெலுங்கு ஆயர்கள் கொல்லாக்கள் என்றும் கொல்லவாரு என்றும் அழைக்கப்படுகின்றனர். கோபால என்பதன் சுருங்கிய வடிவமே கொல்ல என்ற வடமொழிப் பெயராகும்.[10] கொல்லாக்களில் ஊரு கொல்லா, காடு (அடவி) கொல்லா என்ற இரு பெரும் பிரிவுகளும் எர்ர அல்லது யெர்ர, ஆல அல்லது மேகன, பூசா அல்லது பூசை, கங்கெத்து, கௌட, கர்ண, பாகனாடி, ராச்சா, பெத்தெடி போன்ற உட்பிரிவுகள் குறிப்பிடத்தக்கனவாகும்.[11]

தமிழகத்தில் வாழும் கொல்லாக்கள் வடுக ஆயர்கள் பூசகொல்லவாரு என்றும் வழங்கப்படுகின்றனர். மேலும், இவர்கள் பொக்கிஷ வடுகர் என்றும், திருநெல்வேலியில் காவடி வடுகாயர் என்றும் வழங்கப் பெறுகின்றனர்.

தமிழகத்தில் குறிப்பாகத் தென்தமிழகத்தில் வாழும் வடுக ஆயர்கள்,

- தச்சநல்லூர் வகை,
- மாவடிக்கால் வகை,
- பாலூர் வகை,
- குருமூர்த்தி நாயக்கன் பட்டி வகை

என்று குறிப்பிடப்படுகின்றனர். இது தமிழகத்தில் உள்ள வடுக ஆயர்களின் பிரிவுகள் ஆகும்.

தங்களைக் காட்டமராஜன் மரபினர் என்று கூறிக்கொள்ளும் வடுக ஆயர்கள் தமிழகத்தின் தென்மாவட்டங்களில் குறிப்பாக மதுரை, விருதுநகர், திருநெல்வேலி, குமரி மாவட்டங்களில் உள்ள ஊர்களில் அதிகளவில் வாழ்ந்துவருகின்றனர்.

தச்சநல்லூர் வகை

தச்சநல்லூர் வகைக்காரர்கள் முதலில் கட்டாரங்குளம், கல்லூர், உப்பு வாணியம்புதூர், ஆழ்வார்க் குறிச்சி முதலிய

இடங்களில் குடியேறி, பின்பு தச்ச நல்லூர், மன்னார்க் கோயில், இடைகால், விக்கிரம சிங்கபுரம், முதலியார் பட்டி, காசிமேசுவரம், மத்தளம் பாரை, புல்லுக்காடு, வல்லம், தேன் பொத்தை, கோவித்தப்பேரி, மளவரை, பெருமளிஞ்சி, செட்டிமேடு, திருவனந்தபுரம், இரணியல், பத்மநாதபுரம், தக்கலை, நாகர்கோயில், நல்லூர், பூதப்பாண்டி, ஆத்தூர், குளித்துறை, பாரசாலை, குன்னப்பளை, கேசவபுரம் முதலிய ஊர்களில் வாழ்கிறார்கள்.

மாவடிக்கால் வகை

மாவடிக்கால் வகைக்காரர்கள் தொடக்கத்தில் வேப்பிலைப் பட்டியில் வாழ்ந்து, பிறகு திருநெல்வேலி, விருதுநகர் மாவட்டங் களின் பல ஊர்களில் குடிபெயர்ந்தனர். தற்போது மாவடிக்கால், புளியங்குடி, திருமலை நாயக்கன் புதுக்குடி, சிந்தாமணி, வாசுதேவநல்லூர், கோட்டையூர், ராயகிரி, துரைசாமிபுரம், செல்லப்பட்டி, குருஞ்செவல், ரங்கசமுத்திரம், வாழவந்தாபுரம், மதுராபுரி, சிதம்பரபுரம், வாகைக்குளம், லெட்சுமியாபுரம், மேலப்பட்டி, நக்கல முத்தம்பட்டி, சங்கரன்கோயில், பிரக் குடையான்பட்டி, கோயில்பட்டி, குறிச்சி, சொக்கநாதன் புதூர், வடுகப்பட்டி, கோடாங்கிப்பட்டி, சேத்தூர், சோலைகிரி, அம்மையப்பபுரம், ராஜபாளையம், முத்துலிங்கபுரம், வேப்பங் குளம், அய்யனாபுரம், சங்கம்பட்டி, கொக்கங்குளம், மாதாங் கோவில்பட்டி, ஆலங்குளம், புல்வாய்ப்பட்டி, காக்கிவாடம் பட்டி, நடுவப்பட்டி, கலைக்குளம், சுத்தமடம் ஆகிய ஊர்களில் வாழ்கிறார்கள்.

பாவூர் வகை

பாவூர் வகைக்காரர்கள் திருநெல்வேலி மாவட்டத்தின் பாவூர், தென்காசி, தச்சன் குடியிருப்பு, தளவாய்புரம், முத்துக் கிருஷ்ணபுரம், சிவராம பேட்டை, அனந்தபுரம், வேதம்புதூர், செங்கோட்டை, புளியரை, நெடுவயல், வால் மார்த்தாண்டபுரம், கிளாக்குளம், சேரன்மாதேவி, வெள்ளங்குளி, புதுக்குடி, திருமலையப்பப்புரம், அரசன் குளம், பற்பநேரி, சல்லூர் முதலிய ஊர்களில் வாழ்கிறார்கள்.

குருமூர்த்தி நாயக்கன் பட்டி வகை

குருமூர்த்தி நாயக்கன் பட்டி வகைக்காரர்கள் விருதுநகர், மதுரை மாவட்டங்களின் பல ஊர்களிலும் வாழ்கிறார்கள். குருமூர்த்தி நாயக்கன்பட்டி, சிவலிங்கபுரம், மல்ல நாயக்கன் பட்டி, அழகாபுரி, கோவில்பட்டி, வடமலைபுரம், ஆனைக் குட்டம், திருத்தங்கல், மாரனேரி, சன்யாசிப்பட்டி, ஆலமரத்துப் பட்டி, மீனம்பட்டி, சொக்கலிங்கபுரம், சின்னையாபுரம், அம்மா பட்டி, குமாரலிங்கபுரம், சின்னக்காமன் பட்டி, சிந்தபல்லி, மேட்டமலை, வெங்கடேசலபுரம், படந்தால், நடுவப்பட்டி, முத்துலிங்கபுரம், சொக்கலிங்கபுரம் (சாத்தூர் அஞ்சல்), போத்தி ரெட்டிப்பட்டி, அருப்புக்கோட்டை, பாளையம்பட்டி, கோப்பைய நாயக்கன் பட்டி, பாப்பைய நாய்க்கன்பட்டி, நாச்சியார்பட்டி, சென்னாக்குளம், ராமலிங்கபுரம், கோனார்பட்டி, பெரியகுளம், கூமாபட்டி, மதுரை, ராமநாதபுரம், தேனி, புதுக் கோட்டை, சென்னை முதலிய ஊர்களிலும் வாழ்ந்து வருகிறார்கள்.

இந்நான்கு பிரிவுகளும் அவர்கள் சென்று சேர்ந்த ஊர் களின் பெயர்களே தவிர, தமிழ் ஆயர்களிடையேயுள்ள உட் பிரிவுகளையொத்ததான பிரிவுகள் இல்லை. பொதுவாக அவர்கள் வடுக ஆயர் அல்லது தெலுங்கு யாதவர்கள் என்றே அழைக்கப்படுகின்றனர்.

சமய நம்பிக்கைகள்

வடுக ஆயர்கள் கங்கம்மா (கெங்கம்மா, கங்காபரமேஸ்வரி) என்னும் பெண் தெய்வத்தை முதன்மை தெய்வமாக வழிபடு கின்றனர். காட்டமராஜன் மற்றும் அவரது வழிதோன்றல்களையும் தெய்வமாக வழிபடுகின்றனர். இவர்களைத் தவிர, கண்ணன், சிவன், விநாயகர் முதலிய தெய்வங்களையும் பல்வேறு ஊர்த்தெய்வங் களையும் வணங்கி வருகின்றனர்.

ஆவுல பருபு

தெலுங்குப் பகுதிகளில் காட்டமராஜன் பற்றிய வழிபாட்டு விழாவை ஆவுல பருபு என்று அழைக்கின்றனர். இதனைப் பற்றி காட்டமராஜு கதலு விரிவாகக் குறிப்பிடுகிறது. சித்தவடக் கல்வெட்டொன்று[12] இவ்வழிபாட்டு முறைகளை விரிவாக எடுத்துரைக்கிறது.

எருமையினத் தொழு, கூமாப்பட்டி, விருதுநகர்

மலைமாடு மேய்க்கும் வடுகாயர், நெடுங்குளம், விருதுநகர்

தயிர்க் கடையும் வடுக ஆய்ச்சியர், கூமாப்பட்டி, விருதுநகர்

காட்டமராஜன் மற்றும் அவரது யாதவப் படைவீரர்கள் போர்க்களத்தில் வீரமரணம் எய்தியதைக் குறிக்கும் வகையில் அவர்களுடைய உருவங்களைச் சிற்பங்களாக வடித்து அவற்றை மஜுகூரு, சஜிலி பாயகட்டு, மௌஞ்சே கும்பகிரி ஆகிய கிராமங்களில் அமைத்துள்ளனர். போர்க்களத்தில் உயிர்நீத்த ஆநிரைகளைக் குறிக்கும் வகையில் பசுக்களின் தலை உருவங் களை இல்லங்களில் வைத்து மஞ்சள்பூசி வழிபடுகின்றனர். மேலும் ஆநிரை உருவங்களைச் சிற்பங்களாகச் செதுக்கியும் வழிபாடு செய்கின்றனர். வழிபடும் இடம், ஆவுலமாலே என்றழைக் கப்படுகிறது. ஆவுல என்பது ஆக்களையும், மாலே என்பது மலையையும் குறிக்கிறது.

'இங்கு ஆயர்கள் ஒவ்வொரு ஆண்டும் மத்தளங்கள், பம்பைகள் போன்ற இசைக் கருவிகளை இயக்கி, ஆரவாரத்துடன் விழா எடுக்கின்றனர். ஆண்டுக்கொரு முறை குறிப்பிட்ட நாளில் ஆவுல மாலேவிற்கு வந்து மஞ்சள் ஆடை அணிந்து வணங்குகின்றனர்.

ஆவுலமாலே வழிபாட்டு நிகழ்வில், ஆயர்கள் பல்வேறு குழுக்களாகப் பிரிந்துநின்று ஒவ்வொரு குழுவினையும் வெல்லத்து தானகம், பொன்னெழுத்துத் தானகம், போடித்துத் தானகம், கரெத்துத் தானகம், பையத்துத் தானகம் என வழங்குகின்றனர். பம்பை அடிப்பவர், வெல்லத்துத் தானகத்தவர்களின் சிறப்பையும், போர்க்களத்தில் அவர்களது வீரத்தையும், அவர்கள் ஆநிரை மேய்த்ததையும் பம்பையை முழக்கியபடிப் பாடிப் புகழ்கிறார். இதைக் கேட்டு, மஞ்சள் உடை அணிந்திருக்கும் வெல்லத்துத் தானகத்துக்குரியவர் சாமி வரப்பெற்று ஆடுகிறார். இப்படி ஒவ்வொரு தானகத்துச் சிறப்பும் பாடப்பெற்று 'சாமியேறுதல்' நிகழ்வு நடைபெறும். இறுதியில் காட்டமராஜனின் வீரத்தையும் சிறப்பையும் புகழ்ந்து பாடுவர். இவ்வழிபாட்டின்போது அவரவர் வீடுகளில் இருக்கும் மாட்டுத்தலை உருவங்களைக் கொண்டுவந்து வழிபடுகின்றனர். அவற்றிற்கு முளைகட்டிய பாசிப்பயிறு, கொண்டைக்கடலை முதலியவற்றை படைய லிடுகின்றனர். இறுதியில் அவற்றை உயிருள்ள மாட்டிற்கு உண்ணக் கொடுக்கின்றனர்.'

சிலை அமைக்கப்பட்டுள்ளது. கங்கையம்மனின் அண்ணனாகக் கருதப்படும் போத்துராஜனுக்குத் தனி கருவறை அமைக்கப் பட்டுள்ளது. காட்டமராஜனின் தங்கையான பாப்பாநூகேவுக்கும் இங்குச் சிலை அமைக்கப்பட்டு, நாள்தோறும் பூசைகள் செய்யப் படுகின்றன. திருவுருவச் சிலையை வழிபடுகையில் தங்களுடைய குலப் பெருமையையும், கங்கையம்மனின் புகழையும் பாடி வழிபடுகின்றனர்.

கங்கையம்மனின் உருவத்தின் முன்,

'கங்கை லேதுனண்டே கதிமொட்சம் லேது
மண்காத்ததேவி மனைகாத்ததேவி
பண்டுகாத்ததேவி பால்குடம் காத்தவளே
பால்பால்கங்கு பாவநூகதள்ளி
பாலலமண்டுத்துவே நா
பாலேட்டிகங்கா
நீலலமண்டுத்துவே
நீரேட்டிதள்ளி - நா
தொட்டிகாவாடு தொனகொண்ட கங்கா
பட்டி காவாடு பெனுகொண்ட கங்கா
குமாரக்கா பெற்றெடுத்தகுணவதியே,
வல்லவாரு வம்சத்தை வாழவைக்கும் தாயே
கரும்புப் பந்தலிட்டு காத்துத் தருவதாய்
வாக்குக்கொடுத்திட்ட கங்கையே
உன் செயலன்றி என் செயலேதுமில்லை
எல்லாத்தையும் நீயே நடத்திக் கொடுக்கனும்'

என்று கூறி வழிபடும் பாடல் மூலம் வடுக ஆயர்கள் பற்றிய வரலாற்றுக் குறிப்புகளைப் பெறமுடிகின்றன.

பலியிடுதல்

போத்துராசனுக்கு விழா நாட்களில் உயிர்பலி தரப்படுகிறது. இதற்கு ஒரு கதை வழங்கப்படுகிறது.

வாலிகேது என்பவன் காட்டமனுக்குப் பகைவன் என்றும், அவனது குருதி, பூமியில் சிந்தினால் அவன் மீண்டும்

உயிர்ப்பெற்றுவருவான் என்றும் இதனை அறிந்த கங்கை, போத்துராசனிடம் வாலிகேதுவின் ரத்தம் பூமியில் சிந்தாதவாறு குடித்துவிடும்படிக் கூறினாள்.[13] இதனை நினைவு கூரும் வகையிலேயே போத்திராசனுக்கு ஆடு பலியிடப்படுகிறது.

கங்கையம்மனுக்குக் கூமாபட்டியிலுள்ள வடுக ஆயர்கள் ஆடி மாதத்தின் இறுதியில் விழாக் கொண்டாடுகிறார்கள். இவர் களுக்குரிய கங்கையம்மன் கோயில் கிருஷ்ணன் கோயிலுக்கு அருகேயுள்ள வத்திராயிருப்பில் உள்ளது.

பொதுவாக ஆண்டுதோறும் மாசி மாதம் மகாசிவராத்திரி அன்று இரவு 12 மணிக்கு வேப்பிலைபட்டியில் திருவிழா கொண்டாடப்படுகிறது. அப்போது போத்திராசன் சிலைக்கு முன், ஆடு கொண்டுவரப்பெற்று வெள்ளைத்துணியால் திரையிட்டு மறைக்கப்படுகிறது. 40 நாட்கள் விரதமிருந்த ஒருவர்மீது போத்துராசா வந்து, ஆவேசம் உற்றவராக அவ்வாட்டின் மீது பாய்ந்து, அதன் கழுத்தைக் கடித்து, துளி இரத்தமும் கீழே சிந்தாதவாறு குடிக்கிறார்.

இவ்விழாவிற்கு வடுக ஆயர்கள், எல்லா ஊர்களிலிருந்தும் வேப்பிலைப்பட்டிக்கு வந்து வழிபடுகின்றனர்.

பிற தெய்வங்கள்

தமிழகத்தின் தென்மாவட்டங்களில் வாழும் வடுக ஆயர்கள், தூங்காத கிழவன், பிச்சாண்டி, வீராத்திலிங்கம், விநாயகர், மதுரை மீனாட்சி, நாகசூலி, தண்ணாசி லிங்கம், சப்தகன்னி, யானைகள் சாமி, கருப்பசாமி, சுந்தர மகாலிங்கம், ராமர் லட்சுமணர், கடம்பூர்ராசு, வீரபத்திரசாமி, வனப்பேச்சியம்மன், உருட்டி கருப்பசாமி, சீலமுத்து (சோளமுத்து) ஐயனார், மாடன், மாடத்தி, இராசாம்பாற முதலிய சிறுதெய்வங்களை வணங்குகின்றனர். இத்தெய்வங்களுக்கு ஆடி மாதம் தொடக்கத்தில் விழா எடுக்கின்றனர்.

இத்தெய்வங்களில் தூங்காத கிழவன், சுந்தரமகாலிங்கம் போன்ற தெய்வங்கள் வடநாட்டுத் தெய்வங்களாகக் கருதப் படுகின்றன. தூங்காத கிழவனுக்கு மட்டும் விழா நாட்களில் காலையிலிருந்து நண்பகல் வரை பிராமணர்கள் பூசை

வனப்பேச்சி என்னும் தெய்வம் நிறைமாத கர்ப்பிணி என்றும் பளியர் இனத்தைச் சேர்ந்த இந்தப் பேச்சி, கொடிக்கயிற்றைக் கட்டிக்கொண்டு மலைமீதேறித் தேனெடுக்கச் சென்றபோது ஒருவர் அக்கயிற்றை வெட்டிவிட, அங்கிருந்து கீழே விழுந்து இறந்து தெய்வமானாள் என்றும், மற்றொரு தெய்வமான மானாமதுரையைச் சேர்ந்த சீலமுத்தையா, ஆயிரம் பசுக்களோடு மாடு மேய்க்கக் கூமாபட்டிக்கு வந்தவர், அங்கேயே இறந்து தெய்வமானார் என்றும், உருட்டி கருப்பசாமி என்னும் தெய்வம் வேடர் இனத்தைச் சேர்ந்ததென்றும் கூறப்படுகின்றது. இத்தெய்வங்கள் குறித்த பாடல்களைத் 'தொட்டிப்பாடல்கள்' என்ற பெயரில் விழா நாட்களில் பாடுகின்றனர்.

வழிபாடுகள்

வடுக ஆயர்களிடையே மூதாதையர் வழிபாடு, குலதெய்வ வழிபாடு, பிற சமூகத்தினரை வணங்குவது உள்ளிட்ட வழிபாட்டு முறைகள் காணப்படுகின்றன.

மூதாதையர் வழிபாடு

இறந்தவர்களை வழிபடும் மரபும் வடுக ஆயர்களிடம் காணப்படுகிறது. தங்களுடைய மூதாதையர்களது படங்களை வைத்தும், சமாதிகளுக்குச் சென்றும் வழிபடுகின்றனர். ஆண்டுக்கொருமுறை குறிப்பிட்ட நாளில் பொங்கலிட்டும் ஆடு, கோழி உள்ளிட்டவற்றைப் பலியிட்டும் மூதாதையர் வழிபாடு நிகழ்த்தப்படுகிறது.

குலதெய்வ வழிபாடு

ஒவ்வொரு குடும்பத்திற்கும் தனித்தனியே குலதெய்வங்கள் காணப்படுகின்றன. ஆண்டுக்கொருமுறை ஆடி மாதம் அல்லது புரட்டாசி மாதம் குலதெய்வக் கோயிலுக்குச் சென்று வழி படுவதையும் வீட்டில் நிகழும் நற்காரியங்களுக்குக் குலதெய்வக் கோயிலுக்குச் சென்று வழிபடுவதையும் வழக்கமாகக் கொண் டுள்ளனர். கெங்கையம்மா, கன்னியம்மா, நூக்காளம்மா, தூங்காத கிழவன் உள்ளிட்ட பல்வேறு குலதெய்வ வழிபாடுகள் வடுக ஆயர்களிடம் காணமுடிகிறது.

பிற சமூகத்தினரை வழிபடுவது

வடுக ஆயர்கள், பிற சமூகத்தைச் சேர்ந்த ஆயர்களை வழிபடும் மரபையும் காணமுடிகிறது. சிவகங்கையைச் சேர்ந்த தமிழ் ஆயர் சீலமுத்து கோனார், பளியர் இனத்தைச் சேர்ந்த வனப்பேச்சி என்னும் பெண், பிராமண இனத்தைச் சேர்ந்த தூங்காத கிழவன் உள்ளிட்ட பிற சமூகத்தைச் சேர்ந்த – இறந்து தெய்வமானவர்களையும் வடுக ஆயர்கள் வணங்குகின்றனர்.

விழாக்கள்

தெய்வச் சார்புடைய விழாக்கள், வீட்டு விழாக்கள், மூதாதையர் வழிபாடு, பிற சமூகத்தினரை வழிபடுவது உள்ளிட்ட வழிபாட்டு முறைகளையும் விழாக்களையும் வடுக ஆயர்கள் கொண்டாடுகின்றனர்.

வடுக ஆயர்களிடையே பெண் தெய்வ வழிபாடு சிறப்புற்றிருப்பதைக் காணமுடிகிறது. மேலும் ஊர்த்தெய்வ வழிபாடுகள், கிருஷ்ண ஜெயந்தி விழாக்கள், பொங்கல் விழாக்கள் போன்றவையும் முதன்மை விழாக்களாகத் திகழ்கின்றன.

ஊர்த்தெய்வ விழாக்கள்

ஆடி மாதம் வடுக ஆயர்களுக்கு விழா மாதமாகும். ஆடி மாதம் தொடக்கத்தில் தூங்காத கிழவன் உள்ளிட்ட சிறுதெய்வங்களையும் ஆடி மாத இறுதியில் கங்கையம்மனையும் வழிபடுகின்றனர். இது தவிர, ஒவ்வொரு ஆண்டும் மாசிமாதம் மகா சிவராத்திரி சிறப்பாகக் கொண்டாடப்படுகிறது.

தெய்வ வழிபாட்டு விழாக்களில் எல்லா வடுக ஆயர்களும் பங்கு கொள்கின்றனர். இவ்விழாக்களைக் கோலாகலமாகக் கொண்டாடுகின்றனர். எல்லாத் தெய்வங்களுக்கும் இருபத்தோரு பூசைகள் இடப்படுகின்றன. எண்ணெய்க்காப்பு, மஞ்சள் காப்பு, பச்சரிசி மாவு காப்பு, சந்தனக்காப்பு, விபூதிக் காப்பு, பழக்காப்பு, பால், இளநீர், தயிர், நெய், தேன் உள்ளிட்ட பலவகையான காப்புகள் அணிவித்து வழிபடுகின்றனர்.

கிருஷ்ண ஜெயந்தி விழாக்கள்

கிருஷ்ண ஜெயந்தி விழாவன்று, வீடுகளிலும் ஊரில் அமைக்கப் பட்டிருக்கும் கிருஷ்ணன் கோயில்களிலும் வழிபாட்டு நிகழ்வுகள்

தெய்வ வழிபாடு

தூங்காத கிழவன், பிளவக்கல், விருதுநகர்

நாகேஸ்வரன், நாகலிங்கம், தன்னாசி, பிச்சாண்டி, சோளமுத்து, வனப்பேச்சி, விருதுநகர்

வேப்பிலைப்பட்டு செங்கம்மாள்.

பிளவக்கல் கெங்கம்மாள்

நடைபெறுகின்றன. பொரி, கடலை, சர்க்கரைப் பொங்கல், சுண்டல், வெண்ணெய் முதலியவை வைத்து படைக்கின்றனர். சிறுவர்கள் கிருஷ்ணனைப்போன்று வேடம் தரித்து வீடுதோறும் சென்று, வெண்ணெய் முதலியவற்றை வாங்கி உண்கின்றனர்.

விழா நாள் இரவில், தேர் உருவாக்கப்பட்டு அதில் கிருஷ்ணனது உருவச் சிலையையோ, படத்தையோ வைத்து வீதியுலா நிகழ்த்துகின்றனர். ஒவ்வொரு வீட்டின் வாயிலிலும் நிறுத்தி கற்பூர வழிபாடு நிகழ்த்தப்படுகிறது.

கிருஷ்ண ஜெயந்தி விழா நாளன்று மாலை அல்லது இரவில் உரியடி நிகழ்வும் வழுக்குமரம் ஏறும் விளையாட்டும் நடைபெறுகிறது. இவ்விழாக்களை மரபுவழிப்பட்ட விழாக்களாக அறியமுடிகிறது. கிருஷ்ணன் வேடமிட்ட சிறுவர்களும் ஆண்களும் உரியடிக்கின்றனர்.

வீட்டு விழாக்கள்

வடுக ஆயர்களது, வீடுகளில் கங்கையம்மனின் உருவப் படங்களும், கிருஷ்ணனது உருவப்படங்களும் காணப்படுகின்றன. இவை தவிர, பிள்ளையார், சிவன், விஷ்ணு உள்ளிட்ட தெய்வங் களின் உருவப்படங்களையும் காணமுடிகிறது. புரட்டாசி, ஆடி மாதங்கள் அவர்களுக்கு வழிபடு மாதங்களாகத் திகழ்கின்றனர்.

வீடுகளில் வைத்து வழிபடப்படும் தெய்வங்களுக்குச் சர்க்கரைப்பொங்கல், சுண்டல் முதலியவைப் படைத்து வழிபடுகின்றனர்.

பொங்கல் விழாக்கள்

பொங்கல் விழாக்களையும் வடுக ஆயர்கள் கொண்டாடு கின்றனர். குறிப்பாக மாட்டுப்பொங்கல் நாளன்று, தங்களுடைய கால்நடைகளை அலங்கரித்து, மாலைகளிட்டு, வீட்டு வாயிலிலோ முற்றத்திலோ ஒற்றைப்பானையில் பொங்க லிடுகின்றனர். பொங்கல் நாட்களையொட்டி, ஜல்லிக்கட்டு விளையாட்டும் இவர்களிடையே வழக்கிலுள்ளது. குறிப்பிட்ட சில ஊர்களில் மட்டுமே வடுக ஆயர்கள் ஜல்லிக்கட்டு நிகழ்த்து கின்றனர். பெரும்பாலான வடுக ஆயர்களது ஊர்களில் இவ் விளையாட்டு நின்று பல ஆண்டுகள் ஆகிறதென்று மூத்த ஆயர்கள் தெரிவிக்கின்றனர். தற்போது ஜல்லிக்கட்டுக்கு

மாற்றாக, மாடுகளை 'உலப்பிவிடும்' விழா கூமாபட்டியில் நடைபெறுகிறது. தொகுதியான மாடுகளை விரட்டிவிடும் நிகழ்வே இவ்விளையாட்டாகும்.

பொருளாதாரம்

தமிழ் ஆயர்களைப் போன்றே வடுக ஆயர்களது பொருளாதார மூலங்கள் காணப்படுகின்றன. வேளாண்மையும் கால்நடை மேய்ப்புமே இவர்களது முதன்மைத் தொழில்களாகும்.

நிலமுடையவர்கள் நெல் உள்ளிட்ட பயிர்களைப் பயிரிடு கின்றனர். நிலமற்றவர்கள் வேளாண்மைக்கூலிகளாக உள்ளனர். பெரும்பான்மை ஆண்களும் பெண்களும் வேளாண்மைக் கூலிகளாகப் பணிபுரிகின்றனர். தயிர், பால், நெய் உள்ளிட்ட வற்றையும் விற்கும் தொழிலையும் செய்துவருகின்றனர். தமிழகத்தில் வாழும் வடுக ஆயர்கள் பெரும்பாலும் எருமை மாடுகளைப் பேணுபவர்களாக உள்ளனர்.

வேளாண்மைக்கு அடுத்து, கால்நடைமேய்க்கும் தொழிலில் அதிகளவில் ஈடுபடுகின்றனர். சொந்தமாகக் கால்நடை உள்ள வர்களும், கால்நடை மேய்ப்பதற்குக் கூலியாகச் செல்பவர்களும் கணிசமான அளவில் உள்ளனர். கிடை மாடு மேய்க்கும் வேலை களில் பெண்கள் ஈடுபடுவதில்லை. ஆண்கள் மட்டுமே இத்தகைய வேலைகளைச் செய்கின்றனர். ஆண்கள் கிடைக்குச் செல்வதையும் பெண்கள் வேளாண்மைப் பணிக்குச் செல்வதையும் வடுக ஆயர்களது ஊர்களில் காணமுடிகிறது.

இவற்றைத் தவிர, பலசரக்குக்கடை, துணி உள்ளிட்ட விற்பனை நிலையங்கள், ஆசிரியர் உள்ளிட்ட அரசு வேலை முதலிய பல்வேறு தொழில் செய்பவர்களையும் காணமுடிகிறது.

வடுக ஆயர் பெற்றோர்கள் தங்களது பிள்ளைகளுக்குப் பன்னிரண்டாம் வகுப்பு வரையிலும் கட்டாயக் கல்வி அளிக்கின்றனர்.

சடங்கு முறைகள்

வடுக ஆயர்களது வாழ்க்கை வட்டச் சடங்குமுறைகள் கொல்லர்களுடைய சடங்குமுறைகளிலிருந்து முற்றிலும் வேறு பட்டதாக இருப்பதை உணரமுடிகிறது.

குழந்தைப் பிறப்பு

கொல்லர்களில் ஒரு பிரிவினரான காடு கொல்லர்கள், மகப் பேற்றின்போது தாயும் சேயும் யாருடைய உதவியுமின்றி ஊருக்குப் புறத்தே ஏழிலிருந்து 30 நாள் வரை தங்கியிருந்து திரும்பிய பின்னரே வீட்டிற்குள் அனுமதிக்கப்படுகின்றனர். பேறுகாலத்தில் உடல்நலம் பாதிக்கப்படும்போது பேடர் சாதியைச் சேர்ந்த பெண்களை உதவிக்காக அமர்த்துகின்றனர். அடவிக்கோல்லர் பிரிவில், பேறுகால வலி ஏற்பட்ட பெண் உடனே, வீட்டிலிருந்து 200 கெச தூரத்தில் அமைக்கப்பட்டிருக்கும் தடுக்கு வேய்ந்த குடிலுக்கு அனுப்பப்படுகிறாள். அங்கேயே அவள் குழந்தைப் பெறுகிறாள். ஒரு மருத்துவச்சி உதவிக்கு அமர்த்தப்படுவார். 90 நாட்கள் இப்படித் தனியே இருந்த பிறகு வீட்டிற்கு அழைத்து வரப்படுவர் என்று எட்கர் தட்சன்[14] குறிப்பிடுகிறார். தமிழ் ஆயர்களிடையே இவ்வழக்கம் இல்லை. தமிழகத்தில் வாழும் வடுக ஆயர்களிடமும் இத்தகைய வழக்கத்தைக் காண முடிவதில்லை. கருவுற்ற பெண்கள் வீட்டிலே தங்க வைக்கப் படுகின்றனர். தமிழ் ஆயர்களிடையே காணப்படுவது போன்று, தலைப்பிரசவம் தாய் வீட்டில் நடைபெறுகிறது. முதல் பேறுகாலச் செலவுகளைத் தாய்வீட்டினரே ஏற்கின்றனர். இவ்வழக்கத்தை வடுக ஆயர்களிடம் காணமுடிகிறது

பருவமடைதல்

பெண் பருவமடைந்ததும், முதலில் தாய் மாமனுக்கும் பிறகு அக்கம் பக்கத்தினருக்கும் உறவினர்களுக்குத் தெரிவிக்கின்றனர். அன்று மாலைக்குள் பருவமடைந்த பெண்ணை அமர வைத்து நீராட்டுகின்றனர்.

அப்பெண்ணின் தாய் மாமன் அல்லது மணக்கும் முறை யுடையவர் தென்னம் ஓலைகளால் வேயப்பட்ட குடிசையை வீட்டினை ஒட்டிக் கட்டுவார். அதில் ஒரு விளக்கு ஏற்றி வைக்கப்படுகிறது. அக்குடிசையில் பருவமடைந்த பெண்ணை அமர வைக்கின்றனர்.

ஏழு, ஒன்பது, பதினொன்று என ஒற்றைப்படை நாள்கள் வரை அக்குடிசையில் அமர்த்தப்படுகிறாள். அந்நாள்களில்

அப்பெண்ணிற்கு உறவுடைய வர்கள் நாள்தோறும் பலவிதமான உணவு வகைகளைச் சமைத்துத்தருவர். உளுந்து களி, புட்டு, இட்லி முதலான உணவு வகைகள் குறிப்பிடத்தக்கன.

மஞ்சள் நீராட்டு நிகழ்த்தப்பெறும் நாளில், தாய் மாமன் முழு சீர் வரிசைகளோடு வருகிறார். அன்று காலை விடிவதற்குள் பெண்ணை வீட்டிற்குள் அழைக்கும் நிகழ்வு நடைபெறுகிறது. பருவமடைந்த பெண் தங்கியிருந்த தென்னங்குடிசையை வீட்டுப் பெரியவர் ஒருவர், பிறர் யாரும் அறியாதவண்ணம் எடுத்துச்சென்று எரித்துவிடுகிறார்.

பெண்ணை அமரவைத்து, அவளது தலைக்குமேல் சல்லடையைப் பிடித்துக்கொண்டு சிறிது வேப்பிலை இட்ட மஞ்சள் நீரினைச் சுமங்கலிப் பெண்கள் ஐந்துபேர் ஒருவர் பின் ஒருவராய் ஊற்றுகின்றனர். இதனை மஞ்சள் நீராட்டு என்பர். இம்மஞ்சள் நீராட்டு முடிந்தவுடன் நலங்கு செய்விக்கின்றனர். புதுப்புடவை உடுத்தச்செய்து, மாலை அணிவித்து ஒரு மனையில் அமர்த்தி, அவளுக்கு முன் பழம், பூ, அலங்காரப்பொருட்கள் உள்ளிட்ட சீர்களை வைக்கின்றனர். ஒரு தட்டில் அரிசி அல்லது கேள்வரகுப் புட்டினை நிரப்பி, அதன் மேல் வெல்லம் வைத்து அதனை அப்பெண்ணின் முகத்திற்கு முன் மூன்று முறை சுற்றுவர். பிறகு தட்டில் வைக்கப்பட்ட உணவினையும் சுற்றுகின்றனர். இறுதியில் அப்பெண் உடுத்தியிருந்த துணி மற்றும் புட்டினை அம்பட்டர் மற்றும் வண்ணார் இனத்தைச் சேர்ந்தவர்கள் பெற்றுக்கொள்கின்றனர். இறுதியாகக் கண்ணேறு கழிக்கப்பெற்று அப்பெண், வீட்டிற்குள் அழைத்துக்கொள்ளப்படுகிறாள். அன்றே புரோகிதர் வரவழைக்கப் பட்டு புண்ணியதானம் கொடுக்கப்படுகிறது. சிறு செம்பில் பாலை வைத்துக்கொண்டு மந்திரங்களை உச்சரித்தபடியே வீடு முழுவதும் ஐயர் தெளிக்கிறார். இவ்வாறு செய்வதன் மூலம் தீட்டுக் கழிவதாக நம்பப்படுகிறது.

திருமணம்

வடுக ஆயர்கள் அகமண முறையையே பின்பற்றுகின்றனர். திருமணம் பெரும்பாலும் பெற்றோர்களால், செய்விக்கப் படுகிறது. எனினும் காதல் திருமணங்களும் ஏற்றுக்கொள்ளப் படுகின்றன. தென் மாவட்டங்களில் குறிப்பாக, விருதுநகர்

மாவட்டங்களில் வாழும் வடுக ஆயர்கள் இரண்டாண்டுகளுக்கு ஒருமுறை மட்டுமே திருமண விழாக்களை நடத்துகின்றனர். திருமணங்கள் ஆடி-ஆவணி மாதங்களில் நடத்தப்படுகின்றன. கங்கையம்மன் சந்நதியில் வைத்தே தாலி கட்டப்படுகிறது. பிராமணர்கள் இதில் பங்குகொள்வதில்லை. கோயில் பூசாரியே தாலி எடுத்துக்கொடுக்க, நள்ளிரவில் திருமணம் நடைபெறுகிறது. வடுக ஆயர்கள் ஜாதகம் பார்த்துத் திருமணம் செய்வதில்லை. ஒருவரையொருவருக்குப் பிடித்திருந்தால் பெற்றோர்களால் பேசி உறுதிசெய்யப்படுகிறது. இரவில் தாலி கட்டும்போது ஒரு பிழையும் இருக்காது என்பதால் இரவில் திருமணம் நடைபெறுகிறது என்கின்றனர். தாலி கறுப்பு மணியில் கோத்த பொட்டுத் தாலியாகவும், மஞ்சள் கயிற்றில் கோத்த பொட்டுத்தாலியாகவும் நாமம் வடிவிலுள்ள தாலியாகவும் காணப்படுகிறது. கூமாபட்டி, வத்திராயிருப்பு, நெடுங்குளம் உள்ளிட்ட வடுக ஆயர்கள் வாழும் ஊர்களில் இத்தகைய திருமண முறைகளைக் காணமுடிகிறது. கங்கையம்மன் கோயிலில் திருமணம் நடைபெறுவதே சிறப்பானது என்கின்றனர். வசதி படைத்தோரும்கூட இப்படியான திருமண முறைகளையே பின்பற்றுகின்றனர். திருமண வரவேற்பு நிகழ்ச்சிகளை அவரவர் வசதிக்கேற்பப் பொழுது விடிந்ததும் வைத்துக் கொள்கின்றனர்.

இரவில் மட்டுமல்லாது பிற இடங்களில் காலைப் பொழுதுகளிலும் திருமணம் செய்யப்படுகிறது. தற்போது திருமணங்களைப் பிராமணப் புரோகிதர்களும் நிகழ்த்துகின்றனர்.

திருமணத்திற்கு முதல் நாள் மாலையில் இருவீட்டாரும் இணைந்து ஊர்ப் பொதுவிலுள்ள கோயிலுக்குச் சென்று வழி படுகின்றனர். கோயிலில் உள்ள அரச மரத்திற்கு நூல் கட்டி, அங்கு வெண்பொங்கல் பொங்கி, அம்மரத்தின் கீழ் வைத்து, பல்வேறு வரிசைப் பொருட்களையும் சேர்த்து, 'இன்று நீ ஒரு பொழுது – யாரும் பார்க்காத பொழுது' என்று சொல்லி வழிபட்டுத் திரும்புகின்றனர். திருமணத்திற்கு முன் நடைபெறும் வரவேற்பு நிகழ்ச்சி முடிந்ததும், இரவில் அக்கோயிலுக்குச் சென்று, சமைத்த உணவுகளை அம்மரத்தின்மீது அப்பி விட்டு, சுற்றிக் கட்டியிருக்கும் நூல்களை அறுத்துவிட்டுத் திரும்பிப்பார்க்காமல்

வந்துவிடுகின்றனர். இதனை வயதில் மூத்தவர்களே நோன்பிருந்து செய்கின்றனர். இதையடுத்து மறுநாள் திருமணம் நடைபெறுகிறது.

தற்போது பெரும்பாலும் திருமணங்கள் மண்டபங்களிலும் கோயில்களிலும் நடைபெறுகின்றன. திருமணத்திற்கு முந்தைய நாளே இருவீட்டாரும் உறவினர் களும் மண்டபத்திற்கு வந்துவிடுகின்றனர்.

அதிகாலையிலோ, திருமணத்திற்கு முந்தைய நாளிலோ மணமக்களுக்குச் சில சடங்குகள் செய்விக்கப்படுகின்றன. தனித்தனியே மணமக்கள் அமர வைக்கப்பட்டு அவர்களுக்குச் சந்தனம், குங்குமத்தைக் கால், கை, கன்னங்களின் மீது பூசி, நல்லெண்ணெயை அறுகம்புல்லில் தோய்த்துத் தலையில் தடவுகின்றனர். பெண்கள் மட்டுமே இத்தகைய சடங்குகளைச் செய்கின்றனர். இறுதியில் ஆலாத்திக் கரைக்கப்பட்டுக் கண்ணேறு கழிக்கப்படுகிறது.

திருமண நாளன்று, மணமேடை பூக்களால் அலங்கரிக்கப் படுகிறது. குத்துவிளக்குகளும், வண்ணம் பூசப்பெற்ற பானை களும் கலயங்களும் மேடையில் வைக்கப்படுகின்றன. பானை களில் நீர் நிரப்பப்படுகிறது. அதன் மூடியில் விளக்கு ஏற்றப் படுகிறது. கலங்களில் முளைக்கட்டிய நவதானியங்கள் வைக்கப் படுகின்றன.

மணமக்கள் அமரும் மணமேடையில் வெள்ளைத்துணி விரிக்கப்படுகிறது. அதன் எதிரே நூல் சுற்றப்பெற்ற பித்தளைச் செம்பில் மாவிலைகள், மஞ்சள் பூசப்பெற்ற தேங்காய் வைக்கப்பெற்று அதற்குக் குங்குமம் பூ முதலியவை இடப்பட்டுக் கும்பம் அமைக்கப்படுகிறது.

அடுத்து, பந்தல்கால் நடும் நிகழ்வு நடைபெறுகிறது. இருவீட்டு மூத்த சுமங்கலிப் பெண்களும் மூங்கில் மற்றும் அரசமரக் கிளையினை இலைத் தழையோடுக் கொணர்ந்து, வட்டமான தட்டில் நிற்க வைத்து, அதனைப் பால், தயிர், நீர் போன்றவற்றால் நீராட்டு நடத்தி, சந்தனம், குங்குமம், பூ வைத்து, கற்பூர தீபம் காட்டி மஞ்சள் கலந்த அரிசியைத் தூவி வழிபட்டு, மணப்பந்தலில் கட்டுகின்றனர்.

மணமக்கள் மேடையில் அமர வைக்கப்பட்டு, புரோகிதரால் சில சடங்குகள் செய்யப்படுகின்றன. அங்கு மணமக்களுக்கு அவர்களது பெற்றோர்கள் புத்தாடைகளை வழங்குகின்றனர்.

மணமகன் வெள்ளை வேட்டியும் சட்டையும், தலையில் முண்டாசும் நெற்றியில் பலவண்ணங்களால் ஆன பட்டமும் நீண்ட நாமமும் கொண்டிருப்பார். மணப்பெண் பட்டுடையுடுத்தி, நெற்றியில் பலவண்ணங்களாலான பட்டம் உடையவராகக் காணப்படுவார்.

முதலில் மணமேடையை மணமக்கள் வணங்குகின்றனர். மணமேடையின் நடுவில் வைக்கப்பட்டுள்ள கும்பத்திற்கு ஐந்து வாழை இலையில் வெண்பொங்கல் படையலிட்டுக் கும்பத் திற்குக் கற்பூர வழிபாடு நிகழ்த்தப்படுகிறது.

மணமக்கள் இருவரது கைகளிலும் தேங்காய்க் கொடுக்கிறார் புரோகிதர். அவர்களிடமிருந்து அவற்றை அவர்களது பெற் றோர்கள் பெற்றுக் கொண்டு வாழ்த்துகின்றனர்.

வெள்ளைத்துணி விரிக்கப்பெற்ற மணமேடையில் மணமக்கள் அமர்கின்றனர். மணமக்கள் அவரவர்களது பெற்றோர்களது பாதங்களை அகலமான தட்டில் வைத்துப் பாதபூசை செய் கின்றனர். இருவரது பாதங்களையும் பால், தயிர், நீர் போன்றவற்றால் முழுக்காட்டி, மஞ்சள், சந்தனம், குங்குமம் இட்டு, கற்பூர தீபம் காட்டுகின்றனர். பெற்றோர்கள் மஞ்சள் அரிசியைத் தூவி மணமகனை வாழ்த்து கின்றனர். தொடர்ந்து, மணமக்களது பெற்றோர்கள் தங்களுக்குள் வெற்றிலை பாக்கு மாற்றிக்கொள்கின்றனர்.

இதையடுத்து, புரோகிதர், மணமகனுக்கு வெண்ணூலாலான பூணூலைத் தந்து, மந்திரங்களை உச்சரித்து, அதனை அணியச் சொல்கிறார். கும்பத்திற்குப் பூசை செய்யப்பட்டுக் கற்பூர தீபம் காட்டப்பட்டு வணங்கப்படுகிறது.

மணமகனின் கைகளில் புரோகிதர் தேங்காய் ஒன்றைத்தந்து, அதில் மஞ்சள் அரிசியைத் தூவி மந்திரங்களைச் சொல்லி அவரது இடது கையில் கங்கணம் கட்டுகிறார். இதே போன்று மணமகளுக்கும் கங்கணம் கட்டப்படுகிறது.

கங்கணம் கட்டப்பட்ட பிறகு, அவர்களுக்கு முன் தீ வளர்க்கப்படுகிறது. புரோகிதர் மந்திரங்களைச் சொல்லச் சொல்ல மணமகன் அத்தீயில் நெய், பொறி முதலியவற்றை இடுகிறார். இறுதியில் அத்தீய்க்குக் கற்பூர தீபம் காட்டப்படுகிறது. அதன்முன், மணமக்கள் கைகளைப் பற்றுகின்றனர்.

அகலமான தட்டு ஒன்றில் மஞ்சளரிசி பரப்பப்பட்டு அதில் மஞ்சள் பூசப்பெற்ற தேங்காயில் தாலி சுற்றப்பட்டு, அதனோடு வாழைப்பழங்களும் பூக்களும் வைக்கப்படுகின்றன. புரோகிதர் அத்தட்டினை எடுத்துக்கொண்டு மணமேடைக்கு முன் அமர்ந் திருக்கும் அரங்கத்தினரிடம் வாழ்த்துக்காக எடுத்துச் செல் கிறார். அரங்கத்தினர் தாலியைத் தொட்டு வாழ்த்துகின்றனர். கூடவே மஞ்சள்கலந்த அரிசியையும் சிறிது அள்ளிக்கொள்கின்றனர்.

அதற்குள், மணமக்களது பெற்றோர்கள் தங்களுக்குள் வெற்றிலை, பாக்கு, வாழைப்பழத்தினை மூன்று முறை ஒருவரிட மிருந்து ஒருவர் மாற்றிக் கொள்கின்றனர். மணமேடையில் மணப்பெண்ணுக்கு நாற்றனார் முறையுடைய பெண், கையில் விளக்கினை ஏந்தியபடி நிற்கிறார்.

நல்ல நேரத்தில், புரோகிதர் தாலியை எடுத்து மணமகனிடம் கொடுத்ததும் கெட்டி மேளம் முழங்க, அரங்கத்தினர் அரிசியைத் தூவ, மணமகளின் கழுத்தில் தாலியைச் சார்த்தி ஒரு முடிச்சிடுகிறார். பின்புறம் நிற்கும் நாற்றனார் உறவுடைய பெண், மற்ற இரண்டு முடிச்சுகளையும் இடுகிறார்.

இதனையடுத்து, மணமகன், தன்னுடைய இடது கையை மணமகளின் இடது புறமாக வளைத்து, அவரது நெற்றியில் குங்குமம் இடுகிறார். பிறகு, முல்லைப் பூவினைப் பந்துபோல சுற்றி, ஒருவருக்கொருவர் மாற்றி மாற்றி வழங்கிக் கொள்கின்றனர். அடுத்து, இருவரும் தங்களது மாலைகளை மூன்று முறை ஒருவருக்கொருவர் மாற்றிக்கொள்கின்றனர்.

இதனையடுத்து, உறவினர்களால் நெற்றிப்பட்டங்களும் காசுகளும் மணமக்களது நெற்றியில் கட்டப்படுகின்றன. மண மகனுக்கு மாமியார் பட்டமும், நாற்றனார் காசும்; மணமகளுக்கு மாமன் பட்டமும் கொழுந்தனார் காசும் கட்டும் முறையுடைவர்கள் ஆவர்.

மச்சினன் முறையுடைய ஒருவர், மணமகனின் பாதங்களைப் பால், தயிர், நீர் போன்றவற்றால் கழுவி, மஞ்சள் குங்குமத்தால் பொட்டிட்டுக்கற்பூரதீபம் காட்டுகிறார். மணமகனுக்கு மெட்டியும் அணிவிக்கிறார். இதனைடுத்து அவர், முல்லைப்பூவை அள்ளி மணமகனின் கைகளில் கொட்டுகிறார். மணமகன், மணமகளின் கைகளில் இட, மணமகள், அதனை இரு கைகளாலும் ஏந்தி, பிறகு கீழே இடுகிறார். இதையடுத்து, அவருக்கு மணமக்கள், புதுத்துணிகளும் தேங்காய் பழங்களும் கொடுக்கின்றனர்.

மணமகனுக்கு நாற்றனார் முறையுடையோர் மீண்டும் பூணூல் அணிவிக்கிறார். இதை தொடர்ந்து அவர், விளக்கினை ஏந்தி மணமேடையைச் சுற்றி, முன்னே செல்ல, அவரைத்தொடர்ந்து மணமக்கள் இருவரும் மணமேடையை மூன்றுமுறை சுற்றி வருகின்றனர்.

இதை தொடர்ந்து, மணமகளுக்கு, மணமகன் மெட்டி அணிவிக்கும் நிகழ்வு நடைபெறுகிறது. அம்மி மீது, ம ணமகள் தன்னுடைய வலது காலை வைத்ததும், மணமகன் அவரது பெருவிரலுக்கு அடுத்துள்ள விரலில் மெட்டி அணிவிக்கிறார். இதனையடுத்து, மணமக்கள் மணமேடையில் அமரவைக்கப்பட்டு, அவர்கள் முன் வெண்ணிறத்துணி விரிக்கப் படுகிறது. வயதில் மூத்த ஆண்கள், இரு கைகளாலும் அரிசியை அள்ளி, அத்துணியில் இடுகின்றனர். இறுதியில் அது மூட்டையாகக் கட்டப்பட்டு, நாற்றனார் முறையுடையோரிடம் தரப்படுகிறது. அவர் அதனை மடியேந்திப் பெற்றுக்கொள்கிறார்.

இதனையடுத்து அருந்ததி பார்க்கும் நிகழ்வும், பால்பழம் புகட்டும் நிகழ்வும், இறுதியில் உணவுக்குப் பிறகு, கோயிலுக்குச் சென்று வழிபடும் நிகழ்வும் நடைபெறுகிறது.

தமிழ் ஆயர்தம் திருமண முறைகளில் இருந்து வடுக ஆயர்தம் திருமண முறைகளில் சிற்சில இடங்களில் வேறுபட்டதாக உள்ளன. திருமணத்திற்கு முன் வைக்கும் நளங்கு, திருமணத்தில் பெற்றோர்களுக்கு நடக்கும் பாதபூசை, கும்பத்திற்குப் பூசை, கங்கணம் கட்டுதல், நீ வளர்ப்பது, திருமாங்கல்ய வாழ்த்து, தாலி கட்டுதல், மெட்டி அணிவித்தல், நெற்றிப்பட்டம் கட்டுதல், அம்மி மிதித்து அருந்ததி பார்த்தல், பால்பழம் புகட்டுதல் போன்ற

கூறுகள் இரு இனத்தவருக்கும் ஒன்றாகவே உள்ளன. வடுக ஆயர்கள் திருமணத்திற்கு முன் நடத்தப்படும் 'ஒருபொழுது' நிகழ்வும், மணமேடையை வணங்குவதும் முல்லைப் பூப் பந்தை மாற்றிக்கொள்ளுதலும், தீக்கு முன் மணமக்கள் கைகளைப் பற்றுதலும், மைத்துனன் நடத்தும் பாதபூசையும், அரிசியைப் பெரியவர்கள் தருவதும் உள்ளிட்ட பல கூறுகள் தமிழ் ஆயர்களிடையே இல்லை.

இறப்பு

தமிழ் ஆயர்களது இறப்புச் சடங்கிலிருந்து வடுக ஆயர்களது இறப்புச் சடங்குகள் வேறுபட்டதாக உள்ளன. பச்சிளம் குழந்தையை இடுகாட்டில் புதைப்பதில்லை. வீட்டிலேயே புதைக்கின்றனர். வெளியூர்களில் இறந்தால் அவரது சொந்த ஊருக்கு உடல் எடுத்துச்செல்லப்பட்டு ஈமக்காரியங்கள் செய்யப் படுகின்றன.

திருமணமான ஆண் இறந்ததும் சுற்றத்தாரும் ஊரினரும் இறப்பு வீட்டில் கூடுகின்றனர். இறுதிநாள் காலையில் உறவினர்களும் பங்காளி முறையுடையோர்களும் நீர்த்துறைக்குச் சென்று நீராடி, வெள்ளை வேட்டியினைப் பந்தல்போலப் பிடித்துக்கொண்டு அதன்கீழ் நீர் எடுத்துவருகின்றனர்.

வீட்டு வாயிலருகே கிடத்தப்பட்டிருக்கும் உடலருகே அவரது மனைவி அமரவைக்கப்படுகிறார். நீர்த்துறையிலிருந்து கொணர்ந்த நீரினால் இருவருக்கும் எண்ணெய் முழுக்கிடப் படுகிறது. நீராட்டுக்குப் பிறகு கணவனை இழந்த பெண்ணின் தாய் வீட்டிலிருந்து கொண்டுவரப்பட்டிருக்கும் சீர் வரிசைகளை ஏற்றுக்கொண்டு புத்தாடை உடுத்திக்கொள்கிறார். இறந்தவரது உடல் இடுகாட்டிற்குப் பாடை மூலம் எடுத்துச்செல்லப்படுகிறது. அங்கு இறுதிச்சடங்குகளை அம்பட்டரும் வெட்டியானும் செய்கிறார்கள். இறந்த உடல் பெரும்பாலும் எரிக்கப்படுகிறது; சிலவேளைகளில் புதைக்கப்படுகிறது.

அன்றிலிருந்து மூன்றாம்நாள் நடுவீட்டில் சில பூசைகளைச் செய்கின்றனர். தலைவாழையிலையில் பொங்கல் வைத்து, இறந்தவரை வழிபடுகின்றனர். நடுவீட்டில் நவதானியங்கள்

விதைக்கப்பட்டு, பதினாறாம் நாள் காரியம் வரை அதற்கு நீர் வார்த்து வளர்ப்பதோடு, தினந்தோறும் விரதமிருந்து காக்கைக்கு உணவு படைக்கின்றனர்.

ஒன்பதாம் நாள், கணவனை இழந்த அப்பெண்ணை, அவரது தாய் வீட்டிற்குச் சீர்வரிசை கொடுத்து, அழைத்துச் செல்கின்றனர். அங்கு எண்ணெய் முழுக்கிட்டு, புத்தாடை அணிவித்து தயிர் சோற்றை உண்ணக் கொடுப்பதையும் அன்றிரவு அங்கேயே தங்கி யிருப்பதையும் மறுநாள் காலையில் புதுப்புடவை, குங்குமம், மஞ்சள் முதலிய மங்கலப் பொருட்களை ஒரு பானையிலிட்டு அவரிடம் கொடுத்து அவருடைய புகுந்த வீட்டிற்கு அனுப்பு வதையும் காணமுடிகிறது.

பதினாறாம் நாள் வீட்டில் துக்கம் கடைப்படிக்கப்படுகிறது. நடுவீட்டில் பதினொறு இலைகள் போடப்பட்டு அதில் பல்வேறு பலகாரங்களை வைத்து, தொடர்ச்சியாகப் பெண்கள் ஒன்று சேர்ந்து மாரடித்து இறந்தவரைக் குறித்து ஒப்பாரிப் பாடி வழிபடுகின்றனர்.

விடிவதற்கு முன், வீட்டில் விதைக்கப்பட்டிருந்த நவதானியங் களை மண் வெட்டியால் அரிந்தெடுத்து ஒரு மண்சட்டியில் இட்டும், மற்றொரு பானையில் சடங்குகளுக்குத் தேவையான பொருட்களை எடுத்துக்கொண்டும் நீர்த்துறைக்கு மேளதாளங் களுடன் செல்கின்றனர்.

இறந்தவருக்குக் கொள்ளியிட்ட மூத்த மகன், நீர்த்துறையில் மீசை, தாடி முதலியவற்றை மழித்து நீர்துறையில் நீராடுகிறார். பிறகு சில தொடக்கச் சடங்குகளை அம்பட்டர் செய்கிறார். தொடர்ந்து புரோகிதர் சடங்குகளைச் செய்கிறார்.

நீர்த்துறைக்குக் கணவனை இழந்த பெண்ணை அழைத்து வருகின்றனர். புரோகிதர் நிகழ்த்தும் சடங்கின் இறுதியில் கொள்ளியிட்ட மகன் தன் தாயாரின் தாலியை அறுக்கிறார். அறுத்த தாலியைத் தன் கைகளில் சுற்றிக்கொண்டு நீர்த்துறைக்குச் சென்று முழுகி எழுகின்றார். இதையடுத்து கைம்பெண்கள் பலர் கூடி, எண்ணெய், சிகைக்காய் வைத்து நீராட்டி அப்பெண்ணிற்கு அவரது தாய் வீட்டுசீரினைத் தந்து தயிர் சோற்றினை உண்ணச்

செய்கின்றனர். அங்கிருந்து கோவிலுக்கும் பிறகு வீட்டிற்கும் அழைத்துவரப்பெறுகிறார்.

அதன்பிறகுக் கொள்ளியிட்ட மூத்த மகன், நீர்த்துறையில் பொங்கல் பொங்கி, அதனை உருண்டைகளாக்கி நீரில் கரைக்கிறார். அங்கேயே காக்கைக்கும் உணவு வைக்கப்படுகிறது. இறுதியாக நீராடி விட்டு, அங்கிருந்து நீர் எடுத்துக்கொண்டு கோயிலுக்கு வந்து, உறவினர்கள் தரும் புத்தாடைகளை அணிந்துகொண்டு வீட்டிற்கு வருகிறார். அதற்கு முன்பாகவே இறந்தவரது வீட்டில் புண்ணியதானம் கொடுத்துவிட்டு புரோகிதர் செல்கிறார். மறுநாள் அசைவ உணவுகள் செய்யப்பட்டு இறந்தவருக்குப் படைக்கப்பட்டுக் காக்கைக்கு உணவு வைக்கப்படுகிறது. இதை தொடர்ந்து ஆண்டுக்கொருமுறை திதி கொடுக்கப்படுகிறது.

கணவன் இருக்க மனைவி இறந்தால் மேற்கூறப்பட்ட நிகழ்வுகளோடு 'புரோகிதர் மனைவி'க்குச் செய்யப்படும் நலங்கும் குறிப்பிடத்தக்கதாகும்.

பதினாறாம் நாளன்று நீர்த்துறைக்கு புரோகிதர் மனைவி வரவழைக்கப் படுகிறார். அவரை எண்ணெய் சிகைக்காய் வைத்து நீராட்டுகின்றனர். ஒரு பெண்ணிற்குத் தேவையான அனைத்துப் பொருட்களும் அவருக்குச் சீர்வரிசையாக வழங்கப்படுகிறது. இதனைத் தொடர்ந்து அவருக்கு நலங்கு வைக்கப்படுகிறது. கைகால்களில் மஞ்சள் குங்குமம் வைத்து, புத்தாடை அணிவித்து அனுப்புகின்றனர். அவர் செல்லும்போது இறந்த பெண்ணின் பெயரை புரோகிதரது மனைவிக்கு வைத்து, மூன்று முறை அழைக்கின்றனர். அவர் திரும்பிப்பார்க்காமல் செல்ல வேண்டும். இவ்வாறு செய்வதன் மூலம் இறந்த பெண்ணின் ஆன்மா திருப்தியாகச் செல்வதாக நம்பப்படுகிறது.

இவ்வாறு இறப்புச் சடங்குகள் நிகழ்த்தப்படுகின்றன.

தமிழ் ஆயர்களது இறப்புச் சடங்குகளை ஒத்ததாக வடுக ஆயர்களது இறப்புச் சடங்குகள் இருப்பினும், சில இடங்களில் பேரளவிலான வேறுபாடுகளைக் காணமுடிகின்றன. ஒன்பதாம் நாள் இறந்தவரது மனைவி தன்னுடைய பெற்றோர் வீட்டிற்குச் செல்வதும், தாலி அகற்றும் முறையை மகனே செய்வதும், இறந்தவரது மனைவியைக் கருமாதித்துறைக்கு அழைத்துச்

செல்வதும், கணவனிருக்க மனைவி இறப்பின் தீட்டுக் கழிக்க வரும் புரோகிதரின் மனைவிக்குச் சில சடங்குகளை இறந்தவரது வீட்டினர் செய்வதும் உள்ளிட்ட நிகழ்வுகள் தமிழ் ஆயர்களிடையே இல்லை.

தமிழும் தெலுங்கும்: வேறுபாடுகள்

தமிழகத்தில், கால்நடை மேய்க்கும் தொழிலை முதன்மைத் தொழிலாகக் கொண்டொழுகும் தமிழ் மற்றும் தெலுங்கு ஆயர்களது தொன்மங்கள், மக்கட் பிரிவுகள், சமய நம்பிக்கைகள், விழாக்கள், பொருளாதாரம், சடங்குமுறைகள் உள்ளிட்ட பல் வேறு வாழ்வியல் முறைகள் ஒன்றுக்கொன்று வேறுபட்டுள்ளதைக் காணமுடிகின்றன.

தொன்மங்கள்

தமிழக ஆயர்களது தோற்றத் தொன்மம் குறித்துக் கலித் தொகைப் பாடல்கள் குறிப்பிடுகின்றன. தமிழக வேந்தர்களில் மிகவும் பழமையான குடி பாண்டியர் குடியென்றும், அக் குடியோடு தோன்றியது ஆயர் குடியென்றும் முல்லைக்கலி குறிப்பிடுகிறது.[15] இதன் மூலம் தமிழக ஆயர்களின் நீண்ட மரபுத் தொடர்ச்சியை உணரமுடிகிறது.

வடுக ஆயர்களது தோற்றத் தொன்மம் குறித்துக் காட்டமராஜூ கதலு என்ற தெலுங்குக் கதைப்பாடல் குறிப்பிடுகிறது. இதன்படி வடுக ஆயர்கள், யது, யயாதி என்ற வடஇந்தியக் குடியில் தோன்றிய கிருஷ்ணனது மரபில் வந்தவர்கள் என்பதையும் கிருஷ்ணன் ஆட்சி செய்த துவாரகையிலிருந்துத் தென்னிந்தியப் பகுதிக்குக் குடிபெயர்ந்தவர்கள் என்பதையும் அறியமுடிகிறது. தற்போது வடுக ஆயர்கள் வழங்கிவரும் செவிவழிச் செய்திகளும் இவற்றை உறுதிப்படுத்துகின்றன.

பிரிவுகள்

தமிழக ஆயர்களிடையே, ‘கல்கட்டி, பாசி பிரிவினர், பெண்டுக்குமெக்கி, சிவியன் அல்லது சிவாளன், சங்கு கட்டி, சாம்பன், புதுநாட்டார் அல்லது புதுக்கநாட்டார், பெருந்தாலி, சிறுதாலி, பஞ்சரம் அல்லது பஞ்சாரங்கட்டி, மணியக்காரர்,

ஆனைக்கொம்பு, கள்ள, சோழியர், பெருமாள் மாட்டுக்காரர், பொதுநாட்டு இடையன், கருத்தக்காடு, போந்தன் அல்லது போகண்டன்' போன்ற பிரிவுகளைக் காணமுடிகின்றன.

தமிழகத்தில் வாழும் வடுக ஆயர்களிடையே இப்படியான பிரிவுகளைக் காணமுடிவதில்லை. ஆந்திரத்தில் வாழும் வடுக ஆயர்களான, கொல்லாக்களிடையே ஊரு கொல்லா, காடு (அடவி) கொல்லா என்ற இரு பெரும் பிரிவுகளும் எர்ர அல்லது யெர்ர, ஆல அல்லது மேகன, பூசா அல்லது பூசை, கங்கெத்து, கௌட, கர்ண, பாகனாடி, ராச்சா, பெத்தெடி முதலிய பிரிவுகளும், அக்னி, ஆவுல (பசு), கொல்ரெல (செம்மறியாடு), நக்கல (குள்ளநரி), கட்டாரி (குறுவாள்), வங்காயல (கத்திரிக்காய்), அலசந்தலு (காராமணி), பண்டி (வண்டி), கொம்முல (கொம்பு), மேகல (வெள்ளாடு), சிம்ஹா (சிங்கம்) முதலிய 101 கோத்திரங்களும் காணப்படுகின்றன. தமிழகத்திற்குள் இடம்பெயர்ந்து வாழும் இவர்களிடம் அத்தகைய உட்பிரிவுகள் வழக்கிலில்லை. தமிழக நிலப்பரப்பில் அவர்கள் இடம்பெயர்ந்த ஊர்களினடிப்படையில் தச்சநல்லூர் வகை, மாவடிக்கால் வகை, பாவூர் வகை, குருமூர்த்தி நாயக்கன்பட்டி வகை என்ற நான்கு வகைப் பிரிவுகளை மட்டும் காணமுடிகின்றன. மேலும், நாமத்தாலி மற்றும் பொட்டுத் தாலியினைக்கொண்டும் சில பிரிவுகள் வழங்கப்படுகின்றன. இத்தகைய முறை, தமிழக ஆயர்களிடமிருந்து பெற்றிருக்க வேண்டும்.

சமய நம்பிக்கைகள்

தமிழக ஆயர்களிடையே, ஊர்த் தெய்வ வழிபாடு, குலதெய்வ வழிபாடு, நிறுவன தெய்வ வழிபாடு, மூதாதையர் வழிபாடு உள்ளிட்ட பல வழிபாட்டு முறைகளைக் காணமுடிகின்றன. இவ்வழிபாடுகளில் இறந்தோர் வழிபாடு, சிறுதெய்வ மற்றும் நிறுவனமாக்கப்பெற்ற பெருந்தெய்வ வழிபாட்டு முறைகளில் நீண்ட மரபுத் தொடர்ச்சி நிலவுவதைக் காணமுடிகின்றது.

வடுக ஆயர்களிடையேயும் அத்தகைய வழிபாட்டு முறைகள் காணப்படுகின்றன. எனினும் வழிபடுமுறைகள் வேறுபடுகின்றன.

இரு குழுவினரும் கண்ணன் வழிபாட்டினைப் பேணுகின்றனர் எனினும், வடுக ஆயர்களே கண்ணன் முழுமுதற் தெய்வமாக வணங்குகின்றனர். தமிழ் ஆயர்கள் கண்ணனைத் தங்களுடைய குடியில் பிறந்தவன், தங்களிடம் வளர்ந்தவன் என்ற கண்ணோட்டத்தில் வழிபடுவதையும், வடுக ஆயர்களோ, தாங்கள் கண்ணனது மரபில் வந்தவர்கள் என்றும், அவனது மறைவுக்குப் பிறகுத் தென்னாட்டிற்கு இடம்பெயர்ந்தவர்கள் என்றும் கூறி வழிபட்டு வருவதையும் காணமுடிகின்றன. கண்ணனுக்கு அடுத்த நிலையில் கெங்கையம்மன் என்னும் பெண்தெய்வத்தை வடுக ஆயர்கள் முதன்மையான தெய்வமாக வணங்கி வருகின்றனர். தாங்கள் வாழும் எல்லா ஊர்களிலும் கெங்கையம்மனுக்குக் கோயில் எழுப்பி, ஆடி மாதங்களில் திருவிழா எடுக்கின்றனர்.

பெரும்பான்மைத் தமிழ் ஆயர்கள் தங்களுடைய மூதாதையர் வழிபாட்டையும், குலதெய்வ வழிபாட்டையும் முதன்மையான வழிபாடுகளாகப் பேணிவருகின்றன. ஊர் தெய்வ விழாக்களை ஆடி மாதங்களிலும், குலதெய்வ வழிபாடுகளைச் சிவராத்திரி அன்றும் வழிபடுகின்றனர்.

தமிழக ஆயர்கள், தமிழகத்தின் பிற சமூகத்தைச் சேர்ந்த வர்களைக் குலதெய்வமாக வழிபட்டு வரும் மரபினைக் காணமுடிகிறது. அதேவேளையில், வடுக ஆயர்கள், தமிழகத்து பிற ஜாதியினரை வணங்கிவருவதையும் காண முடிகின்றன. எனினும், தமிழக ஆயர்கள், வடுக ஆயர்களின் சிறுதெய்வங்களை வணங்குவதில்லை.

பொருளாதாரம்

தமிழக ஆயர்களுக்கும் வடுக ஆயர்களுக்கும் முதன்மை தொழிலாக விளங்குவது கால்நடைமேய்ப்பும், வேளாண்மையும் ஆகும். வடுக ஆயர்களது ஊர்களில் தமிழ் ஆயர்களும், தமிழ் ஆயர்களது ஊர்களில் வடுக ஆயர்களும் தங்களுடைய கால்நடைகளை மேய்ப்பதைக் காணமுடிகின்றன. தொழில் தொடர்பான உறவினை இரு சமூகத்தினரும் சிறப்பாகப் பேணுகின்றனர். இடம், கால்நடைகளின் அளவு, அவற்றிற்கான மேய்ச்சல் மற்றும் நீர், கிடை மற்றும் தொழு உள்ளிட்டவைக்கு ஏற்றாற்போல ஊதியம் பெறுகின்றனர்.

கால்நடைகளோடு நிலம் வைத்திருக்கும் தமிழ் மற்றும் வடுக ஆயர்கள், வேளாண்மைப் பணிகளில் ஈடுபடுகின்றனர். நிலமற்றோர், கால்நடை மேய்ப்பதையும், வேளாண்மைக் கூலியாகவும் பணிபுரிவதைக் காணமுடிகின்றன.

இவ்விரண்டு தொழில் வாய்ப்புகளைத் தவிர, பல்வேறு மாற்றுத் தொழில்களிலும் இரு சமூகத்தினரும் ஈடுபட்டு வருகின்றனர்.

சடங்குமுறைகள்

நடைமுறை வாழ்வில் தமிழ் மற்றும் வடுக ஆயர்களை இனம்பிரித்துக் காட்டுவது அவர்தம் சடங்குமுறைகளாகும். குழந்தைப் பிறப்பு, பெயர்சூட்டல், பருவமெய்துதல், திருமணம், கருவுற்றிருக்கும்போது நிகழ்த்தப்படும் மாதச் சடங்குகள், இறப்புச் சடங்குகள் உள்ளிட்ட பல்வேறு வாழ்க்கை வட்டச் சடங்குமுறைகளை இவ்விரு சமூகத்தினரும் நிகழ்த்துகின்றனர். எனினும், அவை நிகழ்த்தப்பெறும் முறைகளில் வேறுபடுகின்றன.

தெலுங்கு மொழி வழங்கும் பகுதியில் வாழும் வடுக ஆயர்களான கொல்லாக்கள் பின்பற்றும் சடங்கு முறைகளைத் தமிழகத்தில் வாழும் வடுக ஆயர்கள் பின்பற்றுவதில்லை. தமிழ் ஆயர்களது சடங்குமுறைகளையொட்டியே அவர்தம் சடங்குமுறைகள் உள்ளன.

சாம்பார் இடையர்கள், குழந்தைப் பிறந்து, மருத்துவ மனையிலிருந்து வீடு திரும்புகையில், 'இருசார்' என்னும் தெய்வத்தின் முன் அக்குழந்தையைக் கிடத்திப் பெண்கள் மட்டும் கலந்துகொண்டு சில சடங்குகளைச் செய்கின்றனர். இத்தகைய முறை வடுக ஆயர்களிடம் இல்லை.

பெண் பருவமடைந்ததும், முதலில் அப்பெண்ணின் தாய் மாமனுக்குத் தெரிவிக்கின்றனர். இரு சமூகத்தினரிடையேயும் தாய் மாமன் உறவு முக்கியத்துவம் பெற்றதாக இருப்பதைக் காணமுடிகின்றது. தாய் மாமன் உருவாக்கித்தரும் குடிசையில், பருவமடைந்த பெண் அமரவைக்கப்படுகிறாள். சடங்கு நிகழ்த்தப்படும் நாள் அதிகாலையில், பருமடைந்த பெண்ணே அக்குடிசையை எரிப்பதைத் தமிழ் ஆயர்களிடையேயும், வயதில்

சடங்குகள்

திருமணம், சென்னை

நிச்சயதார்த்தம், சென்னை

வடுக ஆயர் குடியிருப்பு, கூமாப்பட்டி, விருதுநகர்

மூத்த வேறொரு பெண் எரிப்பதை வடுக ஆயர்களிடமும் காணமுடிகிறது. இரு சமூகத்தவர்களும் தீட்டுக்கழிப்பதற்குப் புரோகிதர்களை அழைக்கின்றனர்.

திருமணச் சடங்குகளில் தமிழ் மற்றும் வடுக ஆயர்களது ஒப்பனை முற்றிலும் வேறுபடுகின்றன. தமிழ் ஆயர்களில் மணமகளுக்கு நாற்றனார் முறையுடையோர் மற்றும் மணமகன் மெட்டி அணிவிக்கின்றனர். வடுக ஆயர்களிடையே மண மக்கள் மேடையை வழிபடுதல், மூத்தோர்கள் தரும் அரிசி முடிப்பையைப் பெறல், மணமகன் மணமகளுக்கு மெட்டி அணிவித்தல், மணமகனுக்கு மச்சினன் முறையோர் மெட்டி அணிவித்தல் போன்ற நிகழ்வுகள் நிகழ்த்தப்பெறுகின்றன. இத்தகைய வழக்கங்கள் தமிழ் ஆயர்களிடம் இல்லை. இவை தவிர, பெற்றோர்களுக்குச் செய்யப்படும் கும்ப வழிபாடு, பாதபூசைகள், கங்கணம் கட்டப்படுதல், தீ வளர்த்தல், தாலி கட்டுதல், மாலை மாற்றிக் கொள்ளுதல், அம்மி மிதித்தல், அருந்ததி பார்த்தல், கோயிலுக்குச் சென்று வழிபடுதல், மணப் பரிசம் போன்றவைப் பொது நிகழ்வுகளாக இருக்கின்றன. திருமணத்திற்குத் தற்போது தமிழ் ஆயர்களும் பிராமணப் புரோகிதர்களை அழைக்கின்றனர். முன்பு, ஊர்ப் பெரியவர்கள் முன்னிலையிலேயே திருமணங்கள் நடைபெற்றன. விருதுநகரில் வாழும் வடுக ஆயர்கள் இரண்டு ஆண்டுகளுக்கு ஒருமுறை மட்டுமே திருமண நிகழ்ச்சிகள் நடத்துவதைக் காணமுடிகிறது. தமிழ் ஆயர்களிடையே அவ்வாறான வழக்கம் இல்லை. இரு சமூகத்தினரும் அகமண முறையைப் பின்பற்றுகின்றனர். தற்போது யாதவர்கள் என்ற பெயரில் இரு சமூகத்திற்குள்ளும் மணஉறவு வைத்துக்கொள்வதைக் காணமுடிகிறது.

இறப்புச் சடங்குகளை இரு சமூகத்தவர்களுக்கும் வெட்டியார், நாவிதர், புரோகிதர் முதலியோர் செய்கின்றனர். இறந்தவரை நீராட்ட நீர் எடுத்துவரும் 'நீர் மாலை', பாடையைத் தேர்போன்று அமைத்தல், இடுகாட்டில் வாய்க்கரிசி, பால் தெளித்தல், எரித்தல் அல்லது புதைத்தல் போன்றவை ஒன்றாக இருக்கின்றன. கைம்பெண் சடங்குமுறைகள் முற்றிலும் மாறுபடுகின்றன. 16ஆம் நாள் காரியத்தன்று, நீர்த்துறைக்கு

இறந்தவரது மனைவி வரவழைக்கப்படுதலும், அங்குச் சடங்குகள் செய்யப்பெற்று, அவரது கழுத்தில் உள்ள தாலியை அவரது மகனே அறுப்பது, அதனைக் கைகளில் சுற்றிக்கொண்டு நீராடுவது, தீட்டுக்கழிக்கும் சடங்கினை நிகழ்த்தும் புரோகிதரின் மனைவி வரவழைக்கப்பெற்று, அவருக்குச் சில சடங்குகள் செய்யப்பெற்று சீர்வரிசைகள் தருவது உள்ளிட்ட நிகழ்வுகள் தமிழ் ஆயர்களிடையே இல்லை.

இரு சமூகத்தவர்களுக்கும் பொதுவாக உள்ள நிகழ்வுகளும் செய்கின்ற முறைகளில் இடத்திற்கிடம் வேறுபடுகின்றன.

★ ★ ★

வடுக ஆயர்களது வாழும் முறைகளும் பொருளாதாரக் கூறுகளும் தமிழ் ஆயர்களைப்போன்று அமைகின்றன. ஆனால் அவர்தம் வழிபாட்டு மற்றும் சடங்கு முறைகள் வேறுபட்டுள்ளன. அவை தமிழ் ஆயர்களது பண்பாட்டுக் கூறுகளோடு வேறுபட்டதாகவும் இயைபுடையதாகவும் திகழ்வதைக் காண முடிகிறது. எட்கர் தட்சன் குறிப்பிடும் கொல்லாக்கள் பற்றிய பண்பாட்டுச் செய்திகள் எவையும் தமிழகத்தில் வாழும் தற்போதைய வடுக ஆயர்களிடம் காண முடியவில்லை.

அடிக்குறிப்புகள்

1. விருதுநகர் கூமாபட்டியில் வாழும் வடுக ஆயர்கள், தாங்கள் அப் பகுதியில் குடியேறி 600 ஆண்டுகள் ஆகிறதென்றும் அங்குக் குடி யேறியபோது வழிபாட்டிற்காகக் கட்டப்பெற்ற கோயிலின் மூலம் ஆண்டு கணக்கிடப்படுவதாகவும் இயம்புகின்றனர். வடுக ஆயர்களது தமிழக வரவைக் குறிப்பிடும் 'காட்டமராஜூ கதலு' என்ற தெலுங்குக் கதைப்பாடல், வடுகு ஆயர்கள், தமிழக எல்லைக்குள் பதிமூன்றாம் நூற்றாண்டின் தொடக்கத்தில் இடம்பெயர்ந்திருக்க வேண்டும் என மொழிகிறது.
2. புறம்.378:2, அகம்.107:11, 213:8, 281:8, 295:15, 375:14, 381:7, குறு.11:5, நற்றி.212:5
3. வரலாற்றுமுறைத் தமிழ் இலக்கியப் பேரகராதி 5, சாந்தி சாதனா, 2002
4. எட்கர் தட்சன், க. இரத்தினம் (மொ.ஆ), தென்னிந்தியக் குலங்களும் குடிகளும், ப.377
5. அரசினர் கீழ்த்திசைச் சுவடி நிறுவனத்தின் சார்பில் இக்கதைப் பாடலிலிருந்து மூன்று கதைகள் தனித் தனியே வெளியிடப்பட்டுள்ளன. 1976ஆம் ஆண்டு ஆந்திரபிரதேச சாஹித்ய அகாடமி வாயிலாக டாக்டர் தங்கிரால வெங்கடசுப்பாராவ் இக்கதைப்பாடலை முதன்முதலில் முழுமையாகப் பதிப்பித்தார். மதுரைக் காமராசர் பல்கலைக்கழகத் தெலுங்கு மொழித்துறைப் பேராசிரியர் டி.எஸ்.கிரி பிரகாஷ் மற்றும் பொன்வேலப்பன் ஆகியோர் தமிழில் 'காட்டமராஜன் கதை' என்ற தலைப்பில் மொழிபெயர்த்துள்ளனர். தெலுங்கில் புகழ்ப்பெற்று விளங்கும் இக்கதைப்பாடல், காட்டமராஜனின் பாட்டனான ஆவுலவலு ராஜன் முதல் காட்டமராஜன் வரை உள்ள மூன்று தலைமுறைகளுக்குரிய 32 வீரக்கதைகளைக் கொண்டுள்ளது.
6. ஜி.இராமகிருஷ்ண யாதவ், யாதவகுல வரலாறு 'காட்டமராஜன் கதை' வெளியீட்டுக் கமிட்டி, காட்டமராஜன் கதை, 1998, ப.xii

7. பன்னிரண்டாம் நூற்றாண்டில், தமிழகத்தின் வடஎல்லையில் அமைந்துள்ள சித்தூர், கடப்பா, நெல்லூர் முதலிய பகுதிகளைத் தெலுங்குச் சோடர்கள் (சோழர்கள்) என்னும் சிற்றரசர்கள் ஆண்டு வந்தனர். அவர்கள் முதலில் சோழர்களுக்கும் பின்பு காகதீயர்களுக்கும் திரை செலுத்தி வந்தனர். இவர்களுள், மனுமசித்தி, தாயபீமா அல்லது நல்ல சித்தி, எர்ரசித்தா, இரண்டாம் மனுமசித்தி, தம்ம சித்தா, மொதட்டி திக்கா, மூன்றாம் மனுமசித்தி அல்லது நல்ல சித்தி, இரண்டாம் திக்கா, மனும கண்ட கோபாலா முதலிய தெலுங்கு சோழர்கள் குறிப்பிடத்தக்க அரசர்கள் ஆவர். குலோத்துங்கன் காலத்தில் இவர்கள் காஞ்சிபுரம் வரையிலும் தங்களுடைய ஆட்சிபரப்பைக் கொண்டிருந்ததை அறியமுடிகிறது. (பிற்காலச் சோழர் வரலாறு, ப.405)

8. காண்க: பின்னிணைப்பு: வடுக ஆயர்கள் இடம்பெயர்ந்ததைக் குறிக்கும் வரைபடம். காண்க: பின்னிணைப்பு: செவிவழிச் செய்தி

9. ம.இராசசேகர தங்கமணி, பாண்டியர் வரலாறு, தமிழ்நாட்டுப் பாடநூல் நிறுவனம், 1978, ப.508

10. எட்கர் தட்சன், க. இரத்தினம் (மொ.ஆ), தென்னிந்தியக் குலங்களும் குடிகளும், ப.367

11. மேலது, ப.374

12. டி.எஸ். கிரிபிரகாஷ், பொன்வேலப்பன், காட்டமராஜன் கதை II, 1998, ப.iii

13. பெருமாள், 63, கூமாபட்டி, விருதுநகர்.

14. எட்கர் தட்சன், க. இரத்தினம் (மொ.ஆ), தென்னிந்தியக் குலங்களும் குடிகளும், ப.368

15. ... தென்னவன்

தொல்லிசை நட்ட குடியொடு தோன்றிய

நல்லினத்து ஆயர்... (கலி.104:46)

பின்னிணைப்புகள்

புலிக்குளம் மாட்டினத்தின் எண்ணிக்கை அட்டவணை.

வ. எண்	ஊர்ப் பெயர்கள்	மாவட்டம்	கிடை	மாடுகள்
1	உ.வாடிப்பட்டி	மதுரை	46	4890
2	டி.வாடிப்பட்டி	மதுரை	19	1000
3	தென்பழஞ்சி	மதுரை	15	560
4	மணப்பட்டி	மதுரை	17	4250
5	செட்டிகுளம்	மதுரை	6	1500
6	வெள்ளபாறைபட்டி	மதுரை	4	800
7	மேலக்கால்	மதுரை	2	550
8	பெருமால்பட்டி	மதுரை	7	1150
9	இடையப்பட்டி	மதுரை	9	755
10	செட்டியப்பட்டி	மதுரை	3	550
11	குரந்தைக்குளம்	சிவகங்கை	3	900
12	கிளாதிரி	சிவகங்கை	10	1500
13	மானங்காத்தன்	சிவகங்கை	19	1390
14	மீனாட்சிபுரம்	சிவகங்கை	11	920
15	வல்லரேந்தல்	சிவகங்கை	4	510
மொத்தம்			175	21225

புலிக்குளம் கிடைமாடுகள், பி.விவேகானந்தன் மற்றும் வி.அழகுமலை (தொ.ஆ), சேவா, விராட்டிபத்து, மதுரை, 2015 கணக்கெடுப்பு, ப.05.

புலிக்குளம் மாடுகளின் தற்போதைய நிலவரம்

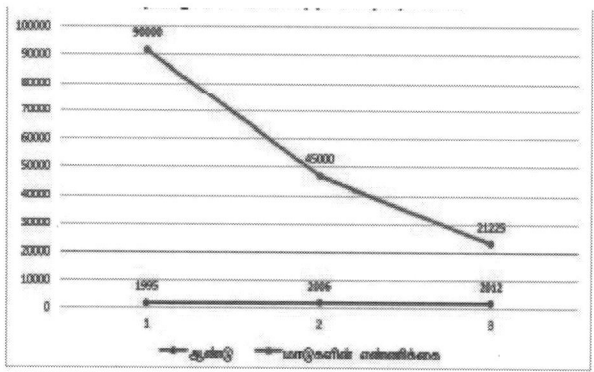

மலைமாடுகளின் எண்ணிக்கை அட்டவணை

வ. எண்	ஊர்கள்	மாவட்டம்	கிடை	மாடுகள்
1.	கூமாபட்டி	விருதுநகர்	39	2356
2.	சேதுநாராயணபுரம்	விருதுநகர்	4	280
3.	கான்சாபுரம்	விருதுநகர்	15	1500
4.	சேத்தூர்	விருதுநகர்	4	450
5.	சுந்தரநாச்சிபுரம்	விருதுநகர்	2	350
6.	அம்மையாபுரம்	விருதுநகர்	1	200
7.	தேவதனம், தளவாய்புரம்	விருதுநகர்	2	200
8.	முகவூர், நெடுங்குளம்	விருதுநகர்	4	250
9.	சிவகிரி	திருநெல்வேலி	3	183
10.	தேவிப்பட்டிணம்	திருநெல்வேலி	3	385
11.	அருளாட்சி	திருநெல்வேலி	1	43
12.	வாசுதேவநல்லூர்	திருநெல்வேலி	4	1150
13.	இராயப்பன்பட்டி	தேனி	8	20
14.	காமயகவுண்டன்பட்டி	தேனி	11	580
15.	சுருளிப்பட்டி	தேனி	4	205
16.	கூடலூர், கம்பம்	தேனி	24	1545
17.	கே.புதுப்பட்டி	தேனி	7	505
18.	சின்னஓவலாபுரம்	தேனி	11	460
19.	எரசக்கநாயக்கனூர்	தேனி	13	575
20.	புத்தம்பட்டி, ஓடைப்பட்டி	தேனி	31	6115
21.	வேப்பம்பட்டி, உ.பாளையம்	தேனி	2	90
22.	கோகிலாபுரம்	தேனி	1	50

23.	கடமலைக்குண்டு	தேனி	6	315
24.	குமணன்தொழு	தேனி	4	210
25.	வேலாயுதம்பட்டி	தேனி	8	395
26.	மஞ்சநாயக்கன்பட்டி	தேனி	10	420
27.	இராயவேலூர்	தேனி	2	50
28.	தேப்பம்பட்டி, சித்தார்பட்டி	தேனி	9	325
29.	மல்லையாபுரம்	தேனி	4	90
30.	தம்மிநாயக்கன்பட்டி	தேனி	5	300
31.	வலையப்பட்டி, அய்யம்பாளையம், சுக்காம்பட்டி, கோட்டக்கரை	கரூர்	42	3500
32.	மந்தகுளத்துப்பட்டி, வங்கமனூத்து, அயனாம்பட்டி, மலைப்பட்டி, ஆலம்பட்டி, குப்பிளிபட்டி	திண்டுக்கல்	42	860
33.	தாளவாடி	ஈரோடு	20	1800
	மொத்தம்		346	21307

P.Vivekanandan, V. Alagumalai, Community Condervation of Local Livestock Breeds, SEVA, p.12-13

புலிக்குளம் மாடுகளின் இடப்பெயர்ச்சியை விளக்கும் வரைபடங்கள்

வரைபடம் 1: மாசி மாதம் மானாமதுரையைச் சுற்றியுள்ள பகுதி மற்றும் பங்குனி - சித்திரை - வைகாசியில் யானைமலை, ஒத்தக்கடை, கருப்பாயூரணிப் பகுதிகளில் மேய்க்கப்படுகின்றன.

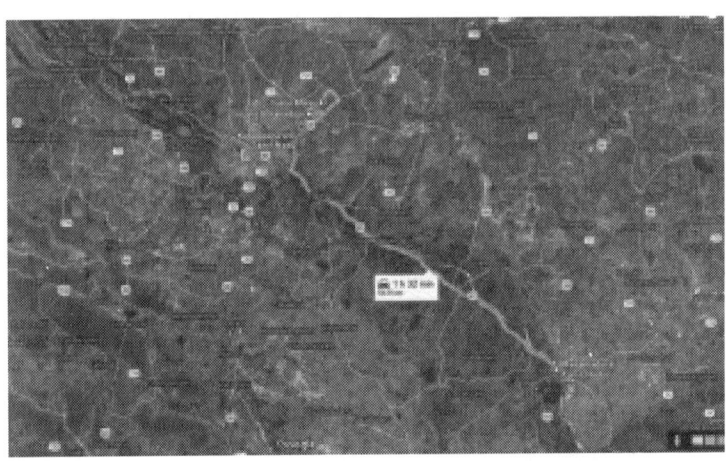

வரைபடம் 2: ஆனி - ஆடி மாதங்களில் திருவில்லிப்புத்தூர், கூமாபட்டி ஆகிய பகுதிகளிலும், புரட்டாசி - ஐப்பசி - கார்த்திகை மார்கழி - தை - மாசி ஆகிய மாதங்களில் விருதுநகர், சிவகாசி, திருச்சுழி, காரியாப்பட்டி போன்ற கரிசல்காட்டுப் பகுதிகளிலும் மேய்க்கப்படுகின்றன.

வரைபடம் 3: மழைக்காலங்களில் நாகமலை, வகுத்துமலை, தங்கமலை போன்ற இடங்களில்.

வரைபடம் 4: பிற காலங்களில் சோழவந்தான், மட்டபாறை, ஒத்தக்கடை, புதுத்தாமரைப்பட்டி, குலமங்கலம், அப்பன்திருப்பதி, செல்லம்பட்டி, வரிச்சியூர், கருமாத்தூர், வாலாந்தூர் போன்ற ஊர்களிலும் மேய்க்கின்றனர்.

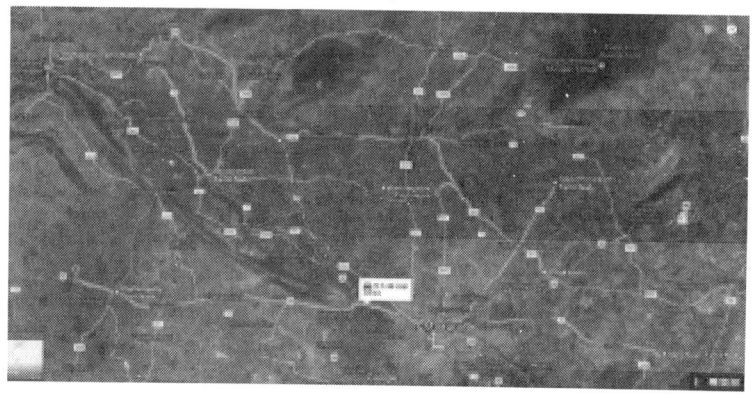

ஆயர் உட்பிரிவுகள்

கல்கட்டி, பாசிப் பிரிவினர்: இப்பிரிவைச் சேர்ந்த பெண்கள் தமிழர் வழக்கத்திற்கு மாறாகத் தங்கள் தாலியோடு கறுப்பு மணிகளையும் கோத்து அணிவர். இப்பழக்கத்திற்குக் காரணம் தெலுங்குப் பிராமணப் புரோகிதர்களுடைய செல்வாக்காக இருக்கக்கூடும். தெலுங்கு சாதியார் பலரும் தங்கள் தாலியோடு கண்ணாடி பாசிமணிகளைக் கோத்து அணியும் பழக்கம் உடையவர்கள். கறுப்புப் பாசிமணியாளான கழுத்துச் சங்கிலி களை அணிகின்றனர். ஒரு கதை வரலாற்று வழக்குப்படி இப்பாசிமணிகள் ஆறுகளில் கிடைக்கும் கூழாங்கற்களிலிருந்து செய்யப்படுவதாகவும், ஆற்றங்கரையில் இடைச்சேரி சிறுவர் களோடு விளையாடிக் கொண்டிருந்த கண்ணன் தன்னைக் கொல்ல வந்த ஓர் அரக்கனை இந்தக் கூழாங்கற்களைக் கொண்டு தாக்கிக் கொன்றதாகவும் கூறப்படுகிறது.

பால்: இப்பிரிவு கன்னட குரபர்களான இடைச்சாதியின் ஹாலு பிரிவினரோடு ஒத்ததாகும்.

பெண்டுக்குமேக்கி: மனைவிக்கு அடங்கி நடப்பவன் என்ற பொருள்தருவது இது. இப்பிரிவினருள் ஒருவன் திருமணம் முடிந்தவுடன் தன் மனைவியின் குடும்பத்தைச் சேர்ந்தவனாகி விடுகிறான். தன் தந்தையின் சொத்துக்களுக்குப் பதிலாக இவன் தன் மாமனாரின் சொத்துக்கு உரிமையுடையவன் ஆகிறான்.

சிவியன் அல்லது சிவாளன்: பல்லக்குச் சுமப்பவர்களுக்குரிய தொழில்தொடர்பானப் பெயர்.

சங்கு கட்டி: சங்கினைக் கட்டிக் கொண்டிருப்பவர்கள் எனப் பொருள்தருவது. கண்ணன் ருக்மணியை மணந்து கொள்ள விரும்பினான். ஆனால் ருக்மணியின் குடும்பத்தினர் அவளைச் சிசுபாலனுக்கு மணம் செய்து தருவதில் பிடிவாதம் காட்டினர்.

அத்திருமணம் நடைபெற இருக்கும் சமயத்தில் கண்ணன் ருக்மணியைத் தூக்கிச் சென்று அவள் கரத்தில் சங்கிளாலான வளையல் ஒன்றினை அணிவித்தான்.

சாம்பன்: இது சிவனுக்குரிய பெயர். இப்பிரிவைச் சேர்ந்தவர்களுள் பெரும்பாலோர் நெற்றியில் விபூதியினைச் சமயச் சின்னமாக இடுவர். யாதவர்கள் தேவேந்திரனுக்குப் படையல் இடுவதே வழக்கம். கண்ணன் அவர்களைத் தனக்குப் படையலிடும்படி கூறினான். சில யாதவர்களையும் ஆடுமாடு மேய்க்கும் பணியில் அமர்த்தப்பட்டிருந்த பறையர்களையும் தவிர மற்றவர்கள் அதனை ஏற்றுக் கொள்ளவில்லை. முன்பு இடைச்சாதி பறையர் சாதிக்கும் சற்றே மேம்பட்டதாகக் கருதப்பட்டு வந்தது. இடைச்சேரி பறையர்கள் வாழ்விடமான பறைச்சேரியை அடுத்தே ஒவ்வொரு ஊர்ப்புறத்திலும் இடம் பெற்றிருக்கும்.

புதுநாட்டார் அல்லது புதுக்கநாட்டார்: புதிதாகக் குடியமர்த்தப்பட்டவர்கள் என்பது பொருள். கண்ணன் கிட்கிந்தையில் சென்று தங்கியபோது அங்கே அவன் தங்கள் சாதியினரைக் குடியமர்த்தினான் என இடையர்கள் கூறுகின்றனர்.

பெருந்தாலி, சிறுதாலி: மணமான பெண்கள் அணியும் தாலியின் அமைப்பைக் கொண்டு ஏற்பட்ட பிரிவுகள்.

பஞ்சரம் அல்லது பஞ்சாரங்கட்டி: இப்பெயர் பஞ்ஜாரம் என அழைக்கப்படும் பொன்னணி ஒன்றின் பெயரிலோ பஞ்சாரம் எனப்படும் பல கதிர்களையும் நடுவில் மூன்று பொட்டுகளையும் உடைய கதிரவன் வடிவிலான கைம்பெண்கள் அணியும் அணியின் பெயரிலோ அமைந்தப் பிரிவாகும். 'இப்பிரிவினருள் கைம்பெண்களின் மறுமணம் தாராளமாக அனுமதிக்கப்படுகிறது. கண்ணன் தன் உள்ளம் கவர்ந்த இடையர் குலக் கைம்பெண்களின் கழுத்தில் அவர்களை மணமான பெண்களாக மாற்றப் பஞ்சரம் என்ற இந்த அணியினை அணிவிப்பான். அவர்களுக்கு இன்ப நுகர்ச்சி விலக்கன்று. இந்தக் காதல் உறவின் விளைவால் அமைந்தத இப்பிரிவு' எனக் கூறப்பட்டள்ளது.

மணியக்காரர்: கால்நடைகளான ஆடுமாடுகளின் கழுத்தில் அணிவிக்கப்படும் மணியின் அடிப்படையில் வந்த பெயர்.

கள்ள: கள்ளர் சாதியார் வாழும் பகுதிகளில் இப்பிரிவினர் மிகுதியாக உள்ளனர். இப்பிரிவினர் கள்ளர் சாதியிலிருந்து பிரிந்து ஆடுமாடு மேய்க்கும் தொழிலை மேற்கொண்டவர்களாக இருத்தல் கூடும். கள்ளர்களைப் போலவே இப்பிரிவிலும் தேவன் வேந்தன் போன்ற புறமணக்கட்டுபாடுடைய கிளைகள் (குலங்கள்) உள்ளன.

சோழியர்: சோழ தேசத்தில் வாழ்பவர்கள் எனப் பொருள்படும் வாழ்விடத்தின் அடிப்படையிலானப் பிரிவின் பெயர்.

ஆனைக்கொம்பு: சகடாசுரனைக் கொல்ல கண்ணனும் யாதவர்களும் பயன்படுத்திய போர்க் கருவியின் அடிப்படையிலானப் பிரிவின் பெயர்.

கருத்தகாடு: திருநெல்வேலி, மதுரைப் பகுதியிலேயே இப்பிரிவினர் மிகுதியும் காணப்படுகின்றனர். அப்பகுதிகளில் கரிசல்மண் காடுகள் பெரும்பரப்பினவாக உள்ளன.

பெருமாள் மாட்டுக்காரர்: இவர்கள் சாமி மாட்டினை ஓட்டியபடி ஊர் ஊராகச் செல்வர். இவர்கள் பூ இடையன் என்ற இடைச்சாதியின் பிரிவைச் சேர்ந்தவர்கள் எனக் கூறப்படுவதுண்டு. இவ்வாறு பெயர் பெறுவதற்குரியக் காரணம் இப்பிரிவினர் கோயில்களில் பூக்கட்டும் பணியைப் பெரும்பாலும் மேற்கொண்டிருந்ததேயாகும். சில இடங்களில் இன்னமும் இப்பணியைச் செய்து வருகின்றனர்.

பொதுநாட்டு இடையன் (புதுநாட்டு): மதுரை மாவட்ட விவரக்கு றிப்பில் பொது நாட்டு (புதுநாட்டு) இடையன் என்ற பிரிவினரைப் பற்றிக் கூறப்பட்டுள்ள செய்திகள் வருமாறு : 'பொது நாட்டு (புதுநாட்டு?) இடையர்கள் தாங்கள் திருநெல்வேலியைச் சேர்ந்தவர்களாக இருந்ததாகவும், ஓர் வட்டாரத் தலைவனின் கொடுமைத்தாங்க முடியாது ஓர் இரவில் யாரும் அறியாதபடி திருமலை நாயக்கன் ஆட்சிக் காலத்தில் மதுரைக்கு வந்து சேர்ந்ததாகவும் கூறுகின்றனர். திருமலை இவர்களை வரவேற்றுப் பின்னைத் தேவன் என்ற கள்ளர் தலைவன் பாதுகாவலில் இவர்களை

இருக்கச் செய்தான். அவனும் அவன் வழிவருபவர்களும் தங்கள் கடமையை செவ்வனே ஆற்றவேண்டும் எனும் நோக்கத்தோடு திருமலை மறவர் சாதித் தலைவனை அமர்த்தும் உரிமை ஓர் இடையனையே சாரும் எனவும் ஆணையிட்டான். அந்த ஆணை இன்றுவரை பின்பற்றப்பட்டுவருகிறது.

போந்தன் அல்லது போகண்டன்: இவர்கள் இடையர் சாதியின் உட்பிரிவாக பதியப்பட்டுள்ளனர். (எட்கர் தட்சன், தென்னிந்திய குடிகளும் குலங்களும், ப.459-460).

காளை விளையாட்டுகள்

தமிழகத்தில் மஞ்சுவிரட்டு, வெற்றுவிரட்டு எருதுகட்டு, வடம் மஞ்சுவிரட்டு, சங்கிலி மஞ்சுவிரட்டு சல்லிக்கட்டு, அரங்க சல்லிக்கட்டு போன்ற காளை விளையாட்டுகள் நடைபெறும் முறைகளும் இடங்களும்:

மஞ்சுவிரட்டு

மதுரை மாவட்டத்தில் மேலூர் பகுதியிலுள்ள உறங்கான்பட்டி, மேலூர், கீழையூர், மேலவளவு, சேக்கிப்பட்டி, மட்டங்கிப்பட்டி போன்ற இடங்களிலும் சிவகங்கை மாவட்டத்தில் சிராவயல், அரளிப்பாறை, கல்லல், தேவப்பட்டு, பாகனேரி, நெடுமறம், கண்டிப்பட்டி, இடையமேலூர், கண்டரமாணிக்கம், பட்ட மங்கலம், காரைக்குடி, குளத்துப்பட்டி, பலங்குடி போன்ற இடங்களிலும், திருச்சியில் தென்னலூர் என்னும் ஊரிலும் தஞ்சையில் மானசிபட்டி என்ற ஊரிலும் மஞ்சுவிரட்டு நடை பெறுகிறது.

தை மாதம் முதல் ஆவணி மாதம் வரை மஞ்சுவிரட்டு நடைபெறுகிறது. இது, அவ்வவ்வூரின் தெய்வ வழிபாட்டோடு பிணைந்துள்ளது. அவ்விளையாட்டை நடத்துவதற்குக் காரண மானவர்களைக் காரணக்காரர்கள் என்று அழைப்பர். அவர்களே வழிவழியாக மஞ்சுவிரட்டு நடத்துவதற்கு வேண்டிய ஏற்பாடு களைச் செய்வார்கள். இவர்கள் தை பிறந்ததும் வேண்டியவர் களிடம் கூடிப்பேசி மஞ்சுவிரட்டு நடத்துவது குறித்து முடி வெடுப்பார்கள். உறங்கான்பட்டியில் நடைபெறும் மஞ்சு விரட்டில், நாள் முடிவான பிறகு, சேவுகப்பெருமாள் கோயில் காளைகளுக்குப் பாக்கு வைத்து, கோயில் காளைகளை மஞ்சு விரட்டில் பங்குகொள்ளவேண்டும் எனக் காணிக்கை செலுத்திக் கேட்பார்கள். பிறகு, காளைகளை வைத்திருப்பவர்களுக்கும் பாக்கு வைக்கிறார்கள். ஓர் ஊர்க் கோயில் காளைகளுக்குப் பாக்கு

வைத்தால், அவ்வூருக்கு வைத்தாகக் கொள்கின்றனர். அரசு அதிகாரிகளுக்கும் அழைப்பு விடுக்கப்படுகிறது

மஞ்சுவிரட்டு நடைபெறும் இடம், நாள் போன்றவற்றை விளம்பரப்படுத்துகிறார்கள். துண்டுபிரசுரங்கள், சுவரொட்டிகள் மூலம் தெரியப்படுத்துவார்கள்.

கோயிலின் எதிரே 126மீட்டர் நீளமும் 24 மீட்டர் அகலமும் கொண்ட தொழுவை உருவாக்குவர் அதனுள் இருபக்கமும் முறையே ஐந்து ஆறு அறைகளையும் நடுப்பகுதியில் 12 மீட்டர் அகலமும் 126மீட்டர் நீளமும் உடைய பாதையையும் அமைப்பர். அறைகளுக்கு இரும்புக் கம்பியால் கதவு செய்திருப்பார்கள். உரிமையுடைய ஊர்க்காரர்களின் மாடுகள் அதனுள் நிற்கும்.

தொழுவிற்கு வரும் காளைகளுள் கோயில் காளைகளுக்கு முன்னுரிமை கொடுப்பர். பிறகு மஞ்சுவிரட்டில் பங்குகொள்ளும் காளைகளைக் கொண்டுவருவர். ஒவ்வொரு அறையிலும் 100 காளைகள் வீதம் ஆயிரம் காளைகள் நிறுத்தப்படும். அதனோடு காளைகளோடு வந்தவர்களும் நிற்பார்கள். தொழுவிற்குள் இடம்போதாமல் நீண்ட வரிசையிலும் தொழுவிற்கு வெளியே காளைகளை நிறுத்துவர். அழைக்கப்படாத காளைகளை வெளி மாடுகள் அல்லது கட்டுமாடுகள் என்று அழைப்பர். மஞ்சுவிரட்டு நாளில், காளைகளின் வரிசை அதிகமாக இருக்கும் என்பதாலும் நேரமாகிவிடும் என்பதாலும் முறைப்படித் தொடங்குவதற்கு முன்னால், தொழுவிற்கு வெளியே காளைகளில் பிடி கயிற்றையும் மூக்கணாங்கயிறையும் காளைக்குரியவர்கள் அவிழ்த்து விட்டுவிடுவர். காளைகளின் கழுத்தில் பரிசுப்பொருட்கள் இருக்கும். எனவே, மாடுபிடி வீரர்கள் முதலில் இத்தகைய கட்டுமாடுகளை முதலில் அடக்கி, பரிசுகளைப் பெறுவர். பிறகு வேட்டுகள் முழங்க, முறைப்படி மஞ்சுவிரட்டுத் தொடங்கும்.

தொழுவின் மையத்தில் மாடுகளை நிறுத்தி, பிடிகயிற்றையும், மூக்கணாங் கயிற்றையும் அவிழ்த்துவிட்டு, குறுகலான தொழுவின் முன்வாயிலிலிருந்து காளைகளை விடுவர். தொழுவின் வாயிலிலிருந்து வெளிப்பட்டதும் மாடுபிடி வீரர்கள் தயாராக

இருப்பர். முதலில் கோயில் காளைகளே வெளிவரும். பார்வை யாளர்களும், வீரர்களும் அக்காளையை அச்சமின்றி அதன் வாலை உருவிக் கும்பிடுவர். பிறகு அதிர்வேட்டுச் சத்தம் கேட்டு, பார்வையாளர்கள் தங்களுக்குப் பாதுகாப்பான இடங்களுக்குச் சென்று மைதானத்தைப் பார்த்தபடி இருப்பர். பார்வையாளர்களுக்கும் விருந்தினர்களுக்கும் மேடைகள் அமைக்கப்பட்டிருக்கும்.

காளைகளை மாடுபிடி வீரர்கள் தழுவ முற்படுவர். அதன் வீரமணியைக் கழற்றிவிட்டால், அம்மணியைக் காளைக்குரியோரிடம் கொடுத்துவிட்டு, அதற்குரிய தொகையைப் பெற்றுக் கொள்வர். கோயில் காளைகளை யாரும் நெருங்குவதில்லை. எப்படிப்பட்ட மாடுகளாக இருந்தாலும் மாடுபிடி வீரர்களிடம் ஒருமுறை இல்லையென்றாலும் மறுமுறை அகப் பட்டுவிடும்.

காளையைத் தழுவுபவர்களுக்கு விருதுகளாகத் துணிகளும் கட்டில், பீரோ, அண்டா, வாகனம், பணமுடிப்பை போன்றவற்றை வழங்குகிறார்கள்.

இறுதியில் தொழுவில் மாடுகள் இல்லை என்பதைத் தெரிவிக்க அதிர்வேட்டுகளை முழக்குவர்.

மஞ்சுவிரட்டிலிருந்து வெளியேறும் காளைகள் சிதறி ஓடிவிடும். அதனைப் பத்து நாட்களானாலும் தேடியலைந்து கண்டுபிடித்து, காளைக்குரியோர் தத்தமது ஊர்களுக்குத் திரும்பிச் செல்வர்.

வெற்றுவிரட்டு

மாடுகளைத் தழுவினால் பரிசுப்பொருட்கள் ஏதும் இல்லை என்தால் இது வெற்றுவிரட்டு என்கிறார்கள். மாட்டுப்பொங்கலன்று பலருடைய மாடுகளையும் கன்றுகளையும் ஊர்ப் பொது இடத்தில் நிறுத்தி, சிறப்புகள் செய்து, விரட்டிவிடுவர். தாரை தப்பட்டைகள் இசைக்கப்படும். இளைஞர்களும் சிறுவர்களும் மாட்டை அணைத்தபடியே செலுத்துவர். மேலூர், வெள்ளலூர்ப் பகுதிகளிலும் இத்தகைய விளையாட்டுகளைக் காணமுடிகிறது.

எருதுக்கட்டு

மதுரைக்கு அருகில் உள்ள கொந்தகை என்னும் ஊரில் நடைபெறும் எருதுக்கட்டு புகழ்வாய்ந்ததாகும். 'கொந்தகை எருதுகட்டு கோமணத்தை இறுக்கிக்கட்டு' என்பது பழமொழி. இது ஐயனாருக்காக நடத்தப்படும் விளையாட்டாகும்.

ஐயனார் கோயிலில் உள்ள காளை நாச்சியார் காளை என்று அழைக்கப்படுகிறது. பூசை முடிவில் அக்காளைக்கு முன்பு, வெள்ளாட்டுக் குட்டியை வெட்டி, அதன் இரத்தத்தை கொடி களால் செய்யப்பட்ட வடத்தின் நுனியில் தடவி, ஆலிலையில் வைத்துப் படையலிடப்பட்ட குருதிபடிந்த சோற்றையும் மலரையும் இரண்டாகக் கிள்ளி இருபுறமும் வீசிவிட்டு, நாச்சியார் காளையில் கழுத்தோடு பிணைக்கப்பட்டிருக்கும் கொடியை அரிவாள் கம்போடு சாமியாடும் பூசாரி, வெட்டி விடுவார். அக்காளை கோயிலின் முன்பாக ஓடும். அதன் கழுத்தில் இருக்கும் வடம், தரையில் புரளும். அதனை எல்லோரும் தொட்டு வணங்குவார்கள்.

கொந்தகை நாச்சியார் காளை அவிழ்க்கப்பட்டதைக் கேள்விப் பட்டதும் வெளியூர் மற்றும் உள்ளூர் காளைக்குரியோர், தம் முடைய காளைகளுக்கும் பயிற்சி பெறும்காளைகளுக்கும் கழுத்தில் துணியைச் சுற்றி விரட்டிவிடுவர். இளைஞர்கள் அதனைத் தழுவி அந்தத் துணிகளை எடுத்துக்கொள்வார்கள்.

வடம் மஞ்சுவிரட்டு

காளையின் கழுத்தில் நீண்ட கயிறுகளைக் கட்டி, இரு முனைகளையும் பத்துபேர் பிடித்துக்கொண்டு நிற்பர். பத்து வீரர்கள் அக்காளையை நெருங்கி, அதன் கழுத்தில் உள்ள விருதுகளை எடுக்க முயல்வர். அப்பத்து வீரர்களும் காளையை அப்படியே அடக்கி, அசையாமல் செய்து, அதன் கழுத்தில் இருக்கும் பரிசுப் பொருளை எடுத்துவிட்டால் வெற்றி பெற்ற வர்களாக அறிவிக்கப்படுவர். இத்தகைய விளையாட்டு முதுகுளத் தூரில் சிறப்பாக நடைபெறுகிறது. வடதமிழ கத்தில் ஒருசில இடங்களிலும் இத்தகைய விளையாட்டைக் காணமுடிகிறது.

சங்கிலி மஞ்சுவிரட்டு

தொழு அமைக்கமுடியாத ஊரினர், கோயிலில் தேர் இழுக்க உதவும் சங்கிலிகளைக் கொண்டுவந்து, அதில் மாடுகளைக் கட்டி வைப்பர். வழக்கமான வழிபாடுகள் முடிந்ததும் மாடுகளை அவிழ்த்துவிடுவர். இது சங்கிலி மஞ்சுவிரட்டு எனப்படுகிறது.

சல்லிக்கட்டு

அலங்காநல்லூர், அச்சம்பட்டி, பாலமேடு, மேட்டுப்பட்டி, குலமங்கலம், ஊமைச்சிகுளம், திருமங்கலம், மதுரை கோசாகுளம் புதூர், காடுபட்டி, குருவித்துறை, உசிலம்பட்டி, வத்தலகுண்டு, கொசவபட்டி, கம்பம் அருகேயுள்ள பள்ளப்பட்டி போன்ற இடங்களில் சல்லிக்கட்டு நடைபெறுகிறது.

பறை முழக்கத்தோடு உள்வாடி நடைப்பகுதியில் இருந்து விரட்டப்படும் காளைகள் சீற்றத்தோடும் செறுக்கோடும் வாடிவாசலைக் கடந்து செல்லும்போது அதிலிருந்து 50 அடி தூரத்திற்குள் தழுவுவதோ, அது துள்ளும் மூன்று துள்ளலுக்குத் தாக்குப்பிடிப்பதோ சல்லிக்கட்டு ஆகும்.

பொதுவாக, சல்லிக்கட்டு தைத்திங்கள் மூன்றாம் நாள், மாசித் திங்கள் ஆகிய நாட்களில் நடைபெறும். எனினும் வசதிக்கேற்பப் பிறநாட்களில் நடைபெறுவதும் உண்டு.

அலங்காநல்லூர் சல்லிக்கட்டு ஐவர் நிர்வாகக் குழுவினரால் நடத்தப் படுகிறது. இவர்களால் சல்லிக்கட்டுக்கான முன்னேற் பாடுகள், அழைப்பு அனுப்புதல், வாடியைச் சீரமைத்தல், விருதுகளை வழங்குதல், நடுவர்களை நியமித்தல் எனப் பல்வேறு நடவடிக்கைகள் மேற்கொள்ளப்படுகின்றன.

காளைகளை நிறுத்தும் இடம் கொட்டம் எனப்படும். அதையொட்டி வாடி அமைக்கப்படும். வாடிகள் கற்சுவர்களாலும் மண்சுவர்களாலும் அமைக்கப் படுகின்றன. வாடியின் வாசலில் 10அடி உயரத்திற்குப் பனை மரங்கள் நிற்க வைப்படும். வாசலின் முன் 50 அடி தூரத்திற்கு மணல் பரப்பப்படும்.

கொட்டம் இடுப்பளவு சுற்றுச்சுவருடன் இருக்கும். இது தொழு என்றும் கோட்டை என்றும் அழைக்கப்படும். இங்குக்

காளைகளுடன் காளைக்குரியோர் நிற்பர். கொட்டத்தையடுத்து உள்வாடி இருக்கும். இங்குக்காளையும்காளையின்பயிற்சியாளரும் இருப்பார்கள். கொட்டத்திற்கும் உள்வாடிக்கும் இடையில் கதவு இருக்கும். உள்வாடியில் ஒவ்வொருவராக அனுப்பப்படுவார்கள். இங்குப் பிடிகயிறும், மூக்கணாங்கயிறும் உருவப்படும். காளையில் கழுத்தில் விருதுத்துணிகள் சுற்றப்பட்டிருக்கும். காளைகள் வெளியேறும் பகுதி திட்டிவாசல் எனப்படும். இதன்வழியாகக் காளைகள் வெளியேறும். இதனருகே இரண்டு பனை மரங்கள் நாட்டப்பட்டிருக்கும். இதற்கு இடைவெளி மாடு புகும் அளவிற்கு இருக்கும். இம்மரங்களின் மேற்பகுதி பலகையால் இணைக்கப்பட்டு அதில் நடுவர்கள் அமர்ந்திருப்பர்.

இதனையடுத்து வாடிவாசல் அமைந்திருக்கும். இது காளை களும் வீரர்களும் சந்திக்கும் இடமாகும். இதன் இருபுறமும் தடுப்பு ஏற்படுத்தப்பட்டு அங்குப் பார்வையாளர்கள் நின்றிருப்பார்கள்.

சல்லிக்கட்டு நிகழ்த்துவதற்கு நல்லநேரம் பார்க்கிறார்கள். காரணக்காரர்கள் விருது மூட்டைகளுடன் ஊர்தேவதைகள் கோயிலுக்குச் செல்கிறார்கள். அங்குக் கோயில் காளை அலங்கரிக்கப்பட்டு நிற்கும். அதனை வழிபாடு செய்து தாரை தப்பட்டையுடன் வாடிவாசலுக்கு அழைத்துவருவார்கள்.

அதற்கு முன்பு பயிற்சியாளர்களால் வாடிவாசல் வழியாக வெளிவருவதற்குக் காளைகளுக்குப் பயிற்சிகொடுப்பார்கள். சல்லிக்கட்டை தொடங்குவதற்கு நடுவர்குழு காரணக்கார்களிடம் அனுமதி கேட்பார்கள். அவர்கள் அனுமதியளித்தும் வேட்டுகள் முழங்கும். நடுவர்கள், காளைகளின் தகுதிக்கேற்ப வேட்டி, துண்டு, பீரோ, கட்டில், வண்டி, பணம், தங்கக் காசு உள்ளிட்ட பரிசுப்பொருட்களை அறிவிப்பார்கள். காளை வெளிபட்டவுடன் அதனைத் தழுவுவரின் திறனையும் பார்த்து பரிகளை அளிப் பார்கள். யாரும் காளையைத் தழுவவில்லையெனில், அப் பரிசுகள் காளைக்குரியோர்க்கு அளிக்கப்படும்.

சல்லிக்கட்டு தொடங்குவதற்கான வேட்டு சத்தம் கேட்டதும், கோயில் காளை முதலில் வரும். அதை யாரும் தொட மாட்டார்கள். வாடிவாசலில் உள்ள அணைமரத்தினடியை மாடுபிடி வீரர்கள் தொட்டுக்கும்பிட்டுக்கொள்வார்கள். மண்ணை

நெற்றியில் இட்டுக்கொள்வார்கள். மாடுகள் ஒவ்வொன்றாக வெளிவரும். வீரர்கள் அதனை அணைவார்கள். காயம்பட்ட வீரர்களை மருத்துவமனைக்குத் தூக்கிச் செல்வார்கள். குறிப்பிட்ட தொலைவுக்கு மேல் காளைகள் தொந்தரவு இன்றி வெளியேறி, எங்கேயாவது ஓடிவிடும். இறுதியில் காளைக்குரியவர்கள் அதனைத் தேடிப்பிடித்து வீடு திரும்புவர்.

அரங்க சல்லிக்கட்டு

இது ஒழுங்குபடுத்தப்பட்ட சல்லிக்கட்டாகும். இதில் இரண்டு வாடிகள் அமைக்கப்படும். இவைற்றிற்கு இடைவெளி 200அடி நீளமும் 50 அடி அகலமும் இருக்கும். இரண்டு வாடி வாயில்களிலும் ஒரு காளை செல்லும் அளவிற்கு அகலமிருக்கும். அது கதவுடன் அமைக்கப்பட்டிருக்கும். ஒவ்வொரு வாடி வாசலிலும் 50 அடி தூரத்திற்கு மணல் பரப்பப்பட்டிருக்கும். வாடியின் வாயிலிலிருந்து 20 அடி தூரத்திற்குள் நடுவர்களுக்கான மேடை அமைக்கப் பட்டிருக்கும். வாடியில் காளையும் அதைப் பிடித்துவருவோரும் மட்டுமே நிற்கக்கூடிய இடைவெளி இருக்கும். காளையைக் கொண்டுவர கதவுடன் கூடிய பாதை இருக்கும். மூங்கிள் தடுப்புகளால் 100 அடி தூரத்திற்கு அப்பாதை இருக்கும். இதில் ஒரு காளை மட்டுமே அனுமதிக்கப்படும். வாடியை ஒட்டி தென்னை மரத்தாலான இரண்டு அணை மரங்கள் 10 அடி உரத்திற்கு அமைக்கப்படும். அதன் மேல்பகுதி பலகையால் இணைக்கப்பட்டு, காளையை அரங்கில் அனு மதிக்கக் கூடியவர்கள் அமர்ந்திருப்பார்கள்.

பங்குபெறும் காளைகளும் வீரர்களும் முன்கூட்டியே பட்டிய லெடுக்கப் பட்டிருப்பர். வீரர்களுக்கு எண்கள் பொறிக்கப்பட்ட பனியன்களும் காக்கிக் கால் சட்டைகளும் வழங்கப்படும். வீரர்களிடம் உயிர்சேதம் குறித்த உறுதிமொழியை வாங்கிக் கொள்வார்கள். இரண்டு வாடிக்கும் வீரர்கள் பிரிக்கப்பட்டு அனுப்பப் படுவர். காளைகளுக்கும் எண்கள் இடப்படும். குறிப்பிட்ட எண்ணிட்ட காளைகளை குறிப்பிட்ட எண்ணுடைய வீரர்களே அடக்கவேண்டும் என்பது பொது விதியாகும். விளையாட்டுத் தொடங்கியதும், நிகழ்ச்சி ஏற்பாட்டாளர்கள் ஒலிபெருக்கியில் இன்னின்ன எண்ணுடைய காளைகள்

இன்னாருடையது என்பது பற்றியும், இதனை இன்ன எண்ணுள்ள வீரரே அடக்க வேண்டும் என்றும் அறிவிப்பார். காளையை வெளியேற்றிவிட்டு, அதனை அடக்குபவரையும் அறிவித்துவிட்டு பச்சைக்கொடி காளைகளை வாடிவாசலிலிருந்து வெளியேறியதும் 50அடிக்கு காளையை அணைத்துக்கொண்டே சென்றால் அவர்களுக்கு 4 புள்ளி மதிப்பெண்கள் வழங்கப்படும். காளையை அணைக்கவில்லையெனில் காளைகளுக்கு அப் புள்ளிகள் தரப்படும்.

இறுதியில் மதிப்பெண் போடுபவர்கள் மதிப்பெண்களைக் கூட்டி வரிசைப்படுத்தி எழுதிக்கொண்டு பரிசு வழங்குவோரிடம் பட்டியலைத் தருகின்றனர். பரிசு வழங்கும் குழுவினர் அதற்கேற்பப் பரிசுகளையும் கோப்பை களையும் வெற்றிபெற்ற காளைகளுக்கும் வீரர்களுக்கும் தருகின்றனர்.

கால்நடைகளுக்கு ஏற்படும் நோய்களும் அவற்றுக்கான சிகிச்சைகளும்

கானநோய்

கானநோய் என்பது, மாடுகளின் குளம்புகளில் தோன்றும் நோயாகும். இந்நோயால் பாதிக்கப்பட்ட மாடுகள் நடக்க முடியாமலும், உணவு உண்ணாமலும் இருக்கும். இம்மாடுகளைக் கண்மாய் சேற்றில் இறக்கிவிடுகின்றனர். அதன் குளம்புகளில் சகதி இறங்கும்போது, அந்நோய் குணமாகும் என்றும் சொல் கின்றனர். சில இடங்களில், சேங்கொட்டை என்றும் வித்தின் பொடி, வேப்பெண்ணெய் கலந்து அதன் குளம்புகளில் இடு கின்றனர். இந்நோயின் தொடக்கத்திலேயே கருவாட்டினை நன்கு ஊறவைத்து, அதனை ஒரு வேப்பங்குச்சியில் செறுகி தொழுவத்தின் ஒரு மூலையில் வைத்துவிடுவர். கருவாட்டின் மணத்திற்கு அந்நோய் பாதிக்காது என்றும் சொல்கின்றனர்.

மாடு பாய்தல்

கிடைகளில் மாடுகள் முட்டிக்கொள்வதால் தோன்றும் புண்களில் புழு வைத்துவிடும். அது மெல்ல துளைத்துக்கொண்டு மாட்டிற்குப் பெருத்த துன்பத்தைக் கொடுக்கும். இதற்கு மூட்டப்பொடியையும் வேப்பெண்ணெயைக் கலந்து காயம் பட்டத் துளையில் திணித்து விடுவர். அதனுள் இருக்கும் புழுக்கள் செத்துவிடும். பிறகு அதன் மேல் தொடர்ச்சியாக வேப்பெண்ணெயைத் தடவிவரக் குணமாகும்.

சில இடங்களில் தென்னமரக்குடி எண்ணெய், அயோடைக்ஸ் போன்றவற்றைத் தடவுகின்றனர். ஆங்கில மருந்துகளையும் கொடுக்கின்றனர்.

வயிற்றோடு போதல்

மாடுகளுக்குச் செரிமானக் கோளாறு காரணமாக வயிற்றோடு போகும். இதற்குத் துளசி மற்றும் குப்பைமேனி இலை மருந்தாகும். வாழைப்பூவோடு மிளகு, சிறிய வெங்காயம் ஆகிய வற்றை இடித்து மோரோடு கலந்தும் அருந்தச் செய்வர். மேலும் பழுக்கும் நிலையிலுள்ள பப்பாளிப் பழத்தைத் துண்டுகளாக்கி, அதனோடு பூண்டு, இஞ்சி, பெருங்காயம், மிளகு, வெற்றிலை முதலியவற்றை அரைத்து சிறு உருண்டையாக்கி, கொடுக்கின்றனர். இஞ்சி சாற்றோடு சோடா உப்பைக் கலந்தும் கொடுக்கின்றனர். இவை தவிர, சுக்கு, ஓமம், மிளகு, ஏலக்காய், சீரகம், பூண்டு இவற்றை அரைத்தும் நீரோடு கலந்து அருந்தச் செய்கின்றனர்.

புல்லுமறி

இந்நோயினால் பாதிக்கப்பட்ட மாடுகளுக்கு வாயிலிருந்து நுரையாகத் தள்ளும். இதற்கு நல்லெண்ணெயுடன் மஞ்சளைக் கலந்து உள்ளுக்குக் கொடுப்பர்.

குந்து நோய்

இந்நோயால் பாதிக்கப்பட்ட மாடுகளுக்கு மூக்கிலும் வாயிலும் நீர் வடியும். மாடு குன்னி நிற்கும். இதற்கு கருஞ்சீரகம், வால்மிளகு, வெள்ளை மிளகு, சுக்கு, பரங்கிப்பட்டை, கடல் நுரை முதலியவற்றை அரைத்து நாளொன்றுக்கு ஒருமுறை, குணமாகும் வரையில் கொடுக்கின்றனர். வாய்க்காணை என்னும் நோய் வந்த மாடுகளுக்கு இதமான சூட்டோடு கம்மங்கஞ்சியை நாளொன்றுக்கு ஒருமுறை வீதம், மூன்று நாட்கள் கொடுக்கின்றனர்.

சோர்வு

மாடுகள் தெளிவில்லாமல் சோர்ந்து இருப்பின், தேங்காய், பனைக்கிழங்கு, பஞ்சாந்தழை, ஆனாந்தழை, வேப்பந்தழை ஆகியவற்றை அரைத்துக் கொடுக்கின்றனர்.

மடிநோய்

மாட்டின் மடி வீங்கியிருந்தாலோ புண்ணாக இருந்தாலோ, கரு ஊமத்தை காயை எடுத்து, துளையிட்டு அதில் உள்ள விதைகளை

நீக்கிவிட்டு, நல்லெண்ணெணையை ஊற்றித் துளையை அடைத்துவிட்டு இக்காயைப் பாலிலிட்டு நன்குக் கொதிக்க வைத்து, பின்பு அதை அரைத்து பசைபோலாக்கி, அதனுடன் எலுமிச்சைச் சாற்றைக் கரைத்து, மாட்டின் மடியைக் குளிர்ந்த நீரால் கழுவி, பாலை வெளியேற்றிவிட்டு அக்கரைசலை மடியிலும் காம்புகளிலும் தடவி விடுகின்றனர். மேலும், தேங்காய் நாரைத் தீயில் கருக வைத்து, அச்சாம்பலோடு விளக்கெண்ணெயைக் குழைத்து மடியில் தடவுகின்றனர்.

விஷக்கடி

நாயுருவி இலை, சிறுகீரை வேர், குப்பைமேனி இலை, பூலைப்பூ, வாகை இலை, வேப்பிலை இவற்றை அரைத்து, புளித்த தயிரோடு கலந்துகொடுக்கின்றனர்.

வடுக ஆயர்கள் இடம்பெயர்ந்ததைக் குறிக்கும் வரைபடம்

காட்டராஜு என்ற கதைப்பாடல் மற்றும் வடுக ஆயர்தம் வாய் மொழி வழக்காறுகளின் அடிப்படையிலான படம் (தோராயமானது)

வடுக ஆயர்களின் பரவல் பற்றிய வாய்மொழிப் பதிவுகள்

பாலய்யா வீராச்சாமி (52) (கோனாம்பட்டி, மதுரை):

வடக்கே ஏழு மலைகளை ஆண்டு அரசாட்சி செஞ்சி வந்தவங்க, கண்ணனின் வழித்தோன்றல்களான வல்லவ ராஜூக்கள். தொனகொண்டப்பட்டினத்தை ஆட்சி செஞ்சவரு கங்குலவல்லராஜூ. அவரோட குமாரர் ஆவலவல்லராஜூ. ஆவலவல்ல ராஜூ வின் புதல்வருங்க சிம்மாத்திரி வல்லராஜூ, பெத்துராஜூ, இரநூக ராஜூ, நலநூகராஜூ, போல்ராஜூனு ஐவர் பேரு. இந்த ஐஞ்சுபேர்ல பெத்துராஜூ, பெத்தம்மாள் வயித்துல பொறந்த சிங்கம்தான் காட்டம ராஜூ. ஆந்திரா நெல்லூரை ஆண்ட நல்லசித்திராஜாவோட உண்டான ஒரு பகையால் காட்டமராஜூ அவங்கூட சண்டைபோட்டான். கனிகிரி பகுதியில எர்ரகட்டபாடு என்ற எடத்துல, பாலாற்றங் கரையில நடந்த சண்டையில அவனக் கொன்னான். அதே யுத்தத்துல காட்டமனும் செத்துட்டான். பாலாற்றங்கரையில் இறந்தவர்களை தங்களோட தலைநகரான தொனகொண்டப்பட்டணம் கொண்டுபோயி, அவங்கள வைகுந்தம் அனுப்பினான் போல்ராஜன் மவன் பத்தினியண்ணா.

காட்டமன் அந்தச் சண்டையில செத்ததும் கீதாரி இல்லாத கிடை ஆனது நம்ம சமூகம். நாதியத்து நாலாபுறமும் சிதறினாங்க, அங்கருந்து தென் திசைக்கி வந்த நம்ம ஆளுங்க அங்கங்க தங்கிட்டாங்க. அதில் ஒரு பிரிவுதான் நம்ம முன்னோருங்க. ஆடுகளைப் பத்திக்கிட்டு நம்ம பெரியவர்கள் பாண்டிநாட்டோட தென்பகுதிக்கு வந்துட்டாங்க. அப்படி வரும்போது வேப்பிலைப் பட்டியில் வந்து தங்கினாங்க. மறுநாள் காலையில இன்னும்

தெக்க நோக்கிப் போகனும்னு நெனச்சி, கூட கொண்டுவந்த கங்கை அம்மன் பூசைப்பெட்டியத் தூக்கினாங்க. அம்மன் இங்கேயே இருக்க எண்ணம் கொண்டு அசையல. பெட்டிய தூக்க முடியாமல் அப்படியே நிலை கொண்டுடுச்சி. அன்னையில இருந்து வேப்பிலைபட்டியே கங்கையோட இருப்பிடமாய்டுச்சி. நம்ம ஆட்கள் சிலர் இங்கேயே தங்கிட்டாங்க. நம் முன்னோர் சாமினாதபுரத்திற்கு வந்து தங்கினாங்க. இதுதான் நம் பழைய வரலாறு. இதை நம் சந்ததிகளுக்கு மறக்காமல் எடுத்துச் சொல்லுணும். ஏன்னா நமக்குனு தனி வரலாறு உண்டு”

கிழவக்கோனார் (70), (கூமாபட்டி, விருதுநகர்):

“கெங்கம்மாவும் போத்திராசுவும் வடநாட்டுல இருந்து காஞ்சிபுரத்துக்கு வந்தவங்க. எங்க தெய்வபொறப்பு எல்லாமே வடநாட்டுல இருந்து வந்தவங்கதான். போத்திராசுவும் கங்கம்மாவும் அண்ணன் தங்கச்சி. கெங்கம்மா தாமரையில பொறந்தவ. அவள, ஒரு பொட்டில வச்சி தலையில தூக்கிக் கிட்டு எங்க மக்களோடயே காஞ்சிபுரத்துல இருந்து தெக்க வந்திருக்காங்க. அவங்களுக்குப் பல கஷ்டம் வந்திருக்கு. அதெல்லாம் சமாளிச்சி வந்திருக்காங்க. அப்படியே மதுர வரைக்கிம் வந்துருக்காங்க. அங்க சௌந்தரப் பாண்டியன் கோபுரம் கட்டிக்கிட்டு இருந்துருக்கான். நாங்க கால்நட மேக்கிற சாதி. ஆடு, மாடுலாம் கோபுரத்துல ஏறி பாழாக்கினதால அங்கிருந்து இன்னும் தெக்க தொரத்திட்டான் பாண்டியன். அங்கருந்து வேப்பிலபட்டிக்கு வந்தோம். இப்ப எலுப்பங்குடி மாரியம்மன் கோயில் இருக்கே அங்கதான். அது பொட்டக்காடு. தண்ணி தாகமுன்னு மண்வெட்டியால நிலத்த வெட்டும்போது தண்ணி ஊறிருக்கு. அங்கனயேதான் நாங்க மொதல்ல – கங்கம்மா கூட வந்தவங்கலாம் தங்குனோம். அப்பறந்தான் வேறவேற ஊருக்கு ஆடு மாடுகள மேய்ச்சிக்கிட்டே போய் பிரிஞ்சிட்டோம்”

தகவலாளர் பட்டியல்

எண்	பெயர்	வயது	கல்வி	இனம்	பிரிவு	ஊர்
1	பொன்னம்மாள்	56	-	கோனார்	சாம்பாரிடையர்	புதுப்பட்டு, செஞ்சி
2	சேகர்	68	5	கோனார்	பெருந்தாலி	தனியாமங்கலம், மதுரை
3	மணி	47	-	கோனார்	சிறுதாலி	ஆட்டுக்குளம், மதுரை
4	இராமலிங்கம்	65	8	யாதவர்	நாராயணன் கிளை	வண்ணபாறைப் பட்டி, மதுரை
5	திருமாறன்	35	7	கோனார்	சிறுதாலி	எட்டி மங்களம், மதுரை
6	முத்துராமலிங்கம்	42	5	கோனார்	சிறுதாலி	எட்டி மங்களம், மதுரை
7	மதன்	30		கோனார்	சிறுதாலி	ஆட்டுக்குளம்
8	விவேகானந்தன்	40				விராட்டிபத்து, மதுரை
9	ஆசைக்குமார்	35	-	கோனார்	பஞ்சாரங்கட்டி	மணப்பட்டி, மதுரை
10	பஞ்சு	30		கோனார்	பஞ்சாரங்கட்டி	மணப்பட்டி, மதுரை
11	கண்ணன்	32	5	கோனார்		மணப்பட்டி, மதுரை
12	முத்துபாண்டி	28	8	கோனார்		மணப்பட்டி, மதுரை
13	முத்துபாண்டி	31	8	கோனார்		மணப்பட்டி, மதுரை
14	முத்துபாண்டி	38	5	கோனார்		மணப்பட்டி, மதுரை
15	பால்பாண்டி	56	7	கோனார்	சிறுதாலி	வடபழஞ்சி, மதுரை
16	ஜெயராம்	53	5	கோனார்	பஞ்சாரங்கட்டி	மீனாட்சிபட்டி, மதுரை
17	இரஞ்சிதம்	55	-	கோனார்	பஞ்சாரங்கட்டி	மீனாட்சிபட்டி, மதுரை
18	சக்கரையம்மாள்	57	-	கோனார்		தென்பழஞ்சி

19	மெய் யாதவ்	35		கோனார்		தென்பழஞ்சி, மதுரை
20	ஜெயமணி	26	11	கோனார்	பஞ்சாரங்கட்டி	உ.வாடிப்பட்டி
21	மூவேந்திரன்	18	-	கோனார்		உ.வாடிப்பட்டி
22	முத்துகிருஷ்ணன்	33	8	கோனார்		உ.வாடிப்பட்டி
23	மாயா	36	5	கோனார்		உ.வாடிப்பட்டி
24	ஜெயபாண்டி	59	5	கோனார்		உ.வாடிப்பட்டி
25	காயாம்பூ	55	-	கோனார்		சோழவந்தான்
26	சின்னசாமி	31	-	கோனார்	பெருந்தாலி	சோழவந்தான்
27	சின்னபாண்டி	60	8	கோனார்	பஞ்சாரங்கட்டி	உ.வாடிப்பட்டி
28	முத்துசாமி	32	5	கோனார்	சிறுதாலி	கடலாடி, இராமநாதபுரம்
29	ஆறுமுகம்	60	-	கோனார்		இராமநாதபுரம்
30	இராமகிருஷ்ணன்	55	5	கோனார்	பஞ்சாரங்கட்டி	மானங்காத்தான், சிவகங்கை
31	காசி	57	5	கோனார்		மானங்காத்தான், சிவகங்கை
32	சோனை	45	6	கோனார்		மிளகனூர், சிவகங்கை
33	மலைச்சாமி	57	7	கோனார்		மிளகனூர், சிவகங்கை
34	பெத்தம்மா	50	-	யாதவர்	யாதவர்	நெடுங்குளம், விருதுநகர்
35	இராசு	70	6	யாதவர்	யாதவர்	நெடுங்குளம், விருதுநகர்
36	கோவிந்தன்	66	4	யாதவர்	யாதவர்	கூமாபட்டி, விருதுநகர்
37	கிழவன்	66	-	யாதவர்	யாதவர்	கூமாபட்டி, விருதுநகர்
38	மாரியப்பன்	22	8	யாதவர்		கூமாபட்டி, விருதுநகர்
39	இராஜாமணி	41	8	யாதவர்		கூமாபட்டி, விருதுநகர்
40	இராமர்	47	4	யாதவர்		கூமாபட்டி, விருதுநகர்
41	முத்தம்மாள்	62	-	யாதவர்	யாதவர்	கூமாபட்டி, விருதுநகர்
42	ஜெயகுரு	53	4	யாதவர்		வத்திராயிருப்பு, விருதுநகர்
43	தூங்காத கிழவன்	61	8	யாதவர்		கூமாபட்டி, விருதுநகர்

44	தங்கபாண்டி	19	8	யாதவர்		வத்திராயிருப்பு, விருதுநகர்
45	புலவர் பி.முத்துசாமி	65	B.A., B.Ed.	கோனார்		கூமாபட்டி, விருதுநகர்
46	குருசாமி	37		கோனார்		சேத்தூர், விருதுநகர்
47	இராக்கம்மாள்	32		கோனார்	சிறுதாலி	பெருமாள் தேவன் பட்டி, விருதுநகர்
48	கோபால்	44		கோனார்	சிறுதாலி	பெருமாள் தேவன் பட்டி, விருதுநகர்
49	கிருஷ்ணம்மாள்	90		கோனார்	சிறுதாலி	பெருமாள் தேவன் பட்டி விருதுநகர்
50	சுசப்பையா	64		கோனார்	சிறுதாலி	பெருமாள் தேவன் பட்டி விருதுநகர்
51	சச்சிதானந்தம்	63		கோனார்	கருத்தக் கோட்டை	சேத்தூர், விருதுநகர்
52	இராமசாமி	48		கோனார்	சிறுதாலி	சேத்தூர், விருதுநகர்
53	இசக்கிமுத்து	45	5	கோனார்	பெருந்தாலி	இராயகிரி, திருநெல்வேலி
54	ஜெக்கம்மாள்	62	-	யாதவர்	-	இராயகிரி, திருநெல்வேலி
55	மாரியப்பன்	51	5	யாதவர்		இராயகிரி, திருநெல்வேலி
56	முருகன்	40	5	யாதவர்	-	வாசுதேவ நல்லூர் திருநெல்வேலி
57	வேல்சாமி	65	5	கோனார்	-	வாசுதேவ நல்லூர் திருநெல்வேலி
58	கோவிந்தன்	50	7	கோனார்	-	வாசுதேவ நல்லூர் திருநெல்வேலி
59	கணேசன்	32	-	கோனார்	-	மீனாட்சி புரம், திருநெல்வேலி
60	குருநாதன்	27	-	கோனார்	-	மீனாட்சி புரம், திருநெல்வேலி

61	உதயகுமார்	40	-	கோனார்	காராளர்	முள்ளிக் குளம், திருநெல்வேலி
62	சந்திரமோகன்	38	-	கோனார்	சிறுதாலி	மீனாட்சி புரம், திருநெல்வேலி
63	கந்தசாமி	60	-	கோனார்	சிறுதாலி	புலியங்குடி, திருநெல்வேலி
64	தியாகராசன்	65	-	கோனார்	கருத்தக் கோட்டை	முள்ளிக் குளம், திருநெல்வேலி
65	குற்றாஸ்	48	-	கோனார்	சிறுதாலி	மணலூர், திருநெல்வேலி

கோனார் தமிழ் ஆயரையும், யாதவர் வடுக ஆயரையும் குறிக்கும்

சொற்குறிப்பு அகராதி

அக்கினி சுழி – 213
அடியுரம் – 177
அணிகலன்கள் – 132
அம்பலக்காரர் – 205
அம்மிக்கல் – 197
அரங்க சல்லிக்கட்டு – 217
அரசு மதுபானம் – 130
அரவை இயந்திரம் – 196
அருந்ததி அனைய கற்பு – 80
அருவி – 49
அரைஞாண் – 164
அவரை விதை – 30, 129
அவுசாரி – 237
அறிவிப்புகள் – 66
அறுவடை – 171, 193
அன்னப்பறவை – 53
ஆடு – 55
ஆடுகளம் – 51
ஆடுபுலி ஆட்டம் – 215
ஆட்டிடையர் – 93, 183, 203
ஆட்டு வற்றல் – 194
ஆட்டுக்கல் – 197
ஆட்டுக்கழிவு 133
ஆட்டுக்கறி வற்றல் – 209
ஆட்டுக்கிடை – 9, 50
ஆட்டுக்கீதாரி – 186
ஆட்டுத்திருட்டு – 195
ஆட்டுத்தொகுதி – 43, 184
ஆட்டுத்தோல் படுக்கை – 35
ஆட்டுப்பட்டி – 95
ஆட்டுப்பால் – 192
ஆட்டுப்பொங்கல் – 242, 243
ஆட்டுரம் – 138
ஆண்டுக்கூலி – 184
ஆத்தி மரம் – 98
ஆநிரைக்கவர்தல் – 102

ஆநீர்ப்பத்தல் – 136
ஆம்பல் குழல் – 100
ஆய மகளிர் – 42, 140
ஆயர் ஊர்கள் 165
ஆயர் குடி – 82
ஆயர் படை – 103
ஆயர்சேரி – 90, 135
ஆயன நாயனார் – 91
ஆய்க்கானம் – 144
ஆய்ச்சியர் – 42, 92
ஆய்ச்சியர் குரவை – 106
ஆரியங்கானை – 109
ஆர்க்காடு – 144
ஆலங்கானம் – 144
ஆலமரம் – 71
ஆலாம்பாடி மாடுகள் – 167
ஆவுலபருபு – 290
ஆவுலமாலை – 292
ஆள்பற்றாக்குறை – 180
ஆனைக்கொம்பு – 204
இசக்கி – 109
இடக்கண் துடித்தல் – 57, 210
இடி – 49, 56
இடைச்சியர் – 186, 197
இடைச்சேரி – 90
இந்திரக்கோப்பூச்சி – 51
இந்திரன் – 76
இயக்கி – 109
இரட்டைக்கவர் சுழி – 214
இராமநாதபுரம் வெள்ளை – 182
இராஜசுழி – 213
இருசார் – 256, 313
இருத்தல் – 79
இருமணம் இல்லை – 78, 152
இருவாச்சி – 112
இழை – 52, 65

இளங்கன்று – 58
இளமை மீளாது – 77, 152
இறங்கு நாகசுழி – 213
இறங்கு பூராண் சுழி – 213
இறந்தோர் வழிபாடு – 225
இறப்புச்சடங்கு – 307
இறப்புத்தீட்டு – 268
ஈக்கள் – 212
ஈசல் – 30, 51
ஈசல் உணவு – 51, 125
ஈயல் மூதாய் – 51
ஈரிலை வரகு – 41
உடும்பு – 31
உடை – 131
உணவு – 29
உணவு விடுதிகள் – 162
உண் கலங்கள் – 37
உப்பு வணிகம் – 44
உம்பர் பெருங்காடு – 144
உம்பளச்சேரி மாடுகள் 167
உயிர் வேலி – 34
உயிர்க்கால்கள் – 133
உரம் – 93
உலக்கை – 42, 45
உலர் பசுமைமாறாக்காடு – 144
உழவர் – 93
உறவுமுறை – 250
உறி – 46, 91, 101
உறியடித்தல் – 247
ஊதுகொம்பு – 37, 44, 46
ஊர் தெய்வ வழிபாடு – 70
ஊர்த் தெய்வம் – 150
எடவழக்கு – 237
எமன் – 75
எருதுக்கட்டு – 217
எருமை – 167, 179
எருமைக்கொம்பு – 87, 155
ஏறுகோட்பறை – 113
ஏறுதழுவல் – 61, 85, 107, 149
ஏறுநாக சுழி – 214

ஏறுபூரான் சுழி – 214
ஏறுவால் – 230
ஒற்றையாடை – 32
ஓட்டப்பந்தயம் – 215
ஓட்டு வீடு – 165
ஓதுவார் – 245
ஒருகண்டி – 286
ஓலைப்பாய் – 46
கங்கையம்மன் – 293
கச்சை – 90
கஞ்சங்குல்லை – 52
கடப்பெட்டி – 45
கடம்பமரம் – 71
கடற்கழிகள் – 144
கடைக்கால் – 96
கட்டுவேலி – 90
கணிச்சி – 37, 46
கண்டங்கோதரி – 142
கண்ணன் – 107, 226, 235
கண்ணன் வழிபாடு – 151
கண்ணாமூச்சி – 215
கண்ணேறு – 209
கண்மாய் – 201
கதவுக்கல் – 172
கத்தி – 142
கபடி – 149
கம்பஞ்சோறு – 161
கம்பளி – 147, 167, 193
கரிசல்காடு – 174
கரிவாய்மாடு – 231
கருத்தக்காடு – 204
கருநாகச்சுழி – 213
கருநிறத்துக்காளை – 64
கருந்துவராடை – 32
கருமணல்கள் – 49
கரும்பு – 242
கருவாடு – 129
கருவிளை – 85
கரையாளர் – 205
கலப்பை – 35, 41, 44
கலிங்கப்பட்டாடை – 33

கலிங்கம் – 32, 33
கல்கட்டி – 204
கல்லாங்காய் – 148, 215
கவைச்சட்டை – 163
கழங்காடல் – 59
கழங்கு – 49
கழல் – 34
கழு – 37
கழுத்து மணி – 45, 56, 212, 230
களைக்கடிப்பறை – 41, 44
களைக்கொட்டு – 41
கள் – 32, 125
கள்ள – 204
கள்ளர் – 218
கற்பு – 79
கன்று – 56
கன்னி – 182
கன்னித்தீட்டு – 211
காகிதத் தட்டுகள் – 163
காக்கைகள் – 54, 147, 209
காக்கைக் கரைதல் – 57
காங்கேயம் மாடுகள் – 167
காட்டமராஜு – 285, 286
காட்டுக்கோடி – 266
காட்டுக்கோழி – 53
காட்டுநொச்சி கழி – 199
காட்டெரிப்பு வேளாண்மை – 40, 41, 139
காதணி – 90
காந்தட்செடி – 52, 62
காந்தள் – 65
காப்பு – 164
காமன் – 73
காயாம்பூ – 52, 62
காய்கறிகள் – 131
காரிப்புள் – 105
காலம் அறிவிப்பு – 84
கால்நடை மொழிகள் – 238
காவடி – 101
காவிரிப்படுகை – 145
காளைகளுக்கு மாலை – 37

காளைகள் தொழுப்புகுதல் – 63
காளைக்கன்று – 178
காளைப்போர் – 38
காளையை அடக்கும் வீரர் – 67
கானநோய் – 255
கிடாக்கன்று – 194
கிடாய் – 35, 40, 43, 173, 191, 193, 194
கிடைக்கால் – 95
கிடைமாடு – 177
கிட்டி மஞ்சுவிரட்டு – 217
கிணறு – 37
கிண்கிணி – 34
கிருஷ்ண ஜெயந்தி – 151, 245, 296
கிளிக்கடிக் கருவி – 44
கிளிமொழி – 57
கீதாரி – 173, 205, 227
கீழ்க்கரிசல் – 182
கீழ்க்காவேரி சமவெளி – 145
குச்சியல் – 172, 199, 257
குடல் – 67
குடவாயில் மிளை – 144
குடாப்பு – 95, 133, 142, 147, 165, 186, 188, 189, 199
குடில் – 94
குடிவழக்குகள் – 153
குடைமேல்குடை சுழி – 213
குட்டிப்பொங்கல் – 242
குதிர் – 29, 45
குத்துக்கம்பி – 165, 197
குத்துக்கொம்பு – 41
கும்மட்டி – 50
குரவையாடல் – 69, 105
குரால் காளை – 65
குருந்த மரம் – 98
குருந்தம் – 52
குருமூர்த்தி நாயக்கன்பட்டி வகை – 290
குலதெய்வம் – 150, 191, 222, 223

குலதெய்வ வழிபாடு – 295
குல்லை – 52
குழந்தைப்பிறப்பு – 300
குழல் – 38, 46,
குழை – 34, 90
குள்ளநரி – 40
குறியிடுதல் – 253
குறும்பாடு – 97
குன்று – 48
கூடாரம் – 166, 172
கூடை – 45, 258
கூட்டங்கள் – 249
கெட்ட ஆவி – 210
கேழ்வரகு – 161
கை விளக்கு – 174
கைநனைத்தல் – 259
கைம்பெண் – 228
கைலி – 163
கொக்கிப்பல் – 230
கொக்கு – 53
கொங்காணி – 142, 147, 173, 200
கொங்குப்பகுதி 145
கொச்சை இடையர் – 93
கொடி – 182
கொடுங்கோடை – 48
கொட்டில் – 42
கொண்டல் காற்று – 49, 50
கொண்டைச் சுழி – 213
கொத்து – 142
கொம்புகள் – 67
கொல்லாக்கள் – 284
கொல்லிக்கொம்பு – 213
கொழுக்கட்டை – 161
கொள்ளிக்கட்டை – 40, 46, 50
கொன்றை – 52, 65
கொன்றை மரம் – 37
கொன்றைப் பழம் – 100
கொன்றையம் குழல் – 39
கோடரி – 45, 91, 101, 103, 232
கோடல் – 52

கோடிட்டெண்ணல் – 59
கோட்டிப்புல் – 149, 214
கோதை – 52, 65
கோபாலர் – 110
கோபுரச்சுழி – 214
கோயம்புத்தூர் ஆடு – 182
கோரைத் தடுக்கு – 167, 197
கோரைப்பாய் – 174
கோரோசனை – 212
கோலி – 149, 214
கோவலர் குடி – 111
கோழி – 129
கோழியிறைச்சி – 162
கோனார் – 110, 153, 206
கோன் – 153, 173, 206
சகுனக்குருவி – 148, 211
சகுனம் – 209
சகுனம் பார்த்தல் – 105
சங்கரநாராயணார் சமவெளி – 145
சங்குறுக்கும் தொழில் – 44
சங்கிலி மஞ்சுவிரட்டு – 217
சங்குகட்டி – 204
சடுகுடு குருவி – 211
சதுப்புநிலக்காடு – 144
சதுரங்கம் – 215
சமவெளி – 171
சர்ச் ௱ாடுகள் 179
சல்லிக்கட்டு – 149, 179, 217
சாணத்துகள் – 175
சாணத்தொட்டி – 242
சாணம் – 175, 176, 203, 210
சாதகம் – 210
சாமிஎறுதல் – 292
சாமை சோறு – 161
சாம்பல் நிறக்காளை – 64
சாம்பன் – 204
சாம்பார் – 161
சாய்க்காடு – 144
சால் – 35, 45, 196
சிச்சிலிப்பறவை – 54
சிட்டிக்கால் – 231

சிலம்பம் – 216
சிவபெருமான் – 74
சிவியன் – 132, 204
சிறுதாலி – 204
சிறுதெய்வ வழிபாடு – 150
சிற்றில் இழைத்தல் – 60, 105
சீழ்க்கையொலி – 37, 39, 40
சுண்ணாம்பு – 91
சுமாடு – 45
சூட்டுக்கோல் – 37, 229
சூராங்கழி – 199
சூளுரைத்தல் – 67
செட்டிநாட்டுச் சமவெளி – 145
செந்துவராடை – 90
செம்பூரமண் – 145
செம்பூழ்ப்பறவை – 42, 54
செம்மண் – 145
செம்மல் – 86
செம்மறியாடு – 35
செம்மறியாட்டுக்கறி – 31
செம்மறியாட்டுத் தசை – 129
செய்வினை – 211
செய்வினைப்பயன் – 104
செருப்பு – 46, 142
செவலைக்காளை – 64
சென்னை சிவப்பு – 182
சேர்வை – 206
சேவல் – 53
சேவல் சண்டை – 216
சொக்கரி மீனாட்சி தாலி – 258
சோழியர் – 204
சோளச்சோறு – 161
சோற்றுப்பானை – 40
சௌந்திரபாண்டியன் – 287
தங்கமலை – 174
தச்சநல்லூர் வகை – 288
தடி – 44, 95
தட்டு சுழி – 213
தண்டம் – 178, 181, 196
தண்ணீர்ப் புட்டில் – 171
தம்பளப்பூச்சி – 51

தயிர் – 29, 125
தயிர்க்கடைதல் – 92
தயிர்தாழி – 133, 197
தவளைகள் – 51
தவிட்டுப்புரா – 54
தழை – 52, 65
தழை மாலை – 58
தழைக்குலை – 40
தனிமரபு – 270
தாக்கூட்டு – 258
தாமணிச்சுழி – 214
தாய்மாமன் – 257, 313
தாரை வார்த்தல் – 82
தார்ப்பாய்கள் – 167
தாழைக்குடை – 101
தாழைப்பாய் – 101
தாளருவி – 34
தாளிதம் – 29
தாஸ் – 206
திண்டுக்கல் சமவெளி – 145
திண்ணை – 165
திரிகை – 42, 142
திரிமரங்கள் – 35, 45
திருக்கள்ளி – 241
திருச்சி கருப்பு – 182
திருச்சி சமவெளி – 145
திருமங்கலம் சமவெளி – 145
திருமணம் – 86, 111, 154, 155, 301
தினக்கூலி 169
தினைச்சோறு – 161
தினைமாவு – 30
தீக்கடைக்கோல் – 43, 46, 50
தீக்கோல் – 39
தீங்குழல் – 101
தீட்டுக்கழிப்பு – 268
தீய நிமித்தங்கள் – 104
துடைப்பை சுழி – 213
துணி வெளுக்கும் தொழில் – 44
துண்டுஎலும்பு – 230
துவராடை – 32

தூக்குவாளி – 171
தூங்காதக்கிழவன் – 294
தெலுங்கு யாதவர் – 284
தெளுவு – 192
தெற்கத்தியான் மாடு – 231
தென்னங்கள் – 130
தென்னை மடல் – 163
தேக்கிலை – 30, 31, 45, 125, 163
தேரைகள் – 51
தொடி – 34
தொடை பிரட்டு – 231
தொட்டி – 241
தொழு – 63, 165, 172, 181, 191, 192,
தொழுப்புகுதல் – 63
தொழுவம் – 36, 56, 135
தொன்மம் – 235, 310
தோடர் – 169
தோண்டுக்கழி – 41
தோற்பை – 37, 39, 43, 46
தோன்றி – 52, 85
நப்பின்னை – 106
நம்பியார் – 207
நரி – 55, 100, 196
நல்லசித்தி – 286
நறுமண எண்ணெய் – 91
நற்செயல் – 83
நற்சொல் – 58, 147
நன்னிமித்தம் – 57
நன்னீராட்டு – 112
நாகபூஷணம் சுழி – 213
நாகமலை – 174
நாங்கூழ் புழு – 53
நாமத்தாலி – 132
நாயுடு – 207
நாய் – 196
நாரை – 53
நார்ப்பெட்டி – 142
நிலக்கிழார் – 178
நிலவுடைமையாளர்கள் – 92

நீச்சல் – 214
நீராடல் – 60
நீர் பற்றாக்குறை – 181
நீர்ச்சுழி – 214
நீர்மாலை – 264, 315
நீலகிரி ஆடு – 182
நீலநிற ஆடை – 33
நெட்டிச்செடி – 243
நெட்டிமாலை – 211
நெய் – 29, 125
நெய்ச்சோறு – 31
நெருஞ்சிமுள் – 236
நெல் – 194
நெல்லரிசி – 89, 161
நெல்லரிசி சோறு – 174
நெல்லறிப்பறை – 42, 44
நெறியியல் கூறுகள் – 76
நெற்றிப்பட்டம் – 165
நொண்டி – 148, 215
பகல்கூலி – 170
பகன்றை – 85
பசுக்கிடை – 172
பசும்பொன் – 44
பச்சைக்கிளி – 54
பச்சைக்குதிரை – 149
பஞ்சாயத்து – 239
பஞ்சாரங்கட்டி – 132, 204
படல் – 165
படைக்கட்டு சுழி – 213
படையல் – 154
பட்டி – 95
பண்டமாற்று – 88, 154, 238
பண்ணையார் – 93
பண்பாடு – 27
பண்பாட்டுக்கூறு – 28
பத்தல் – 37
பந்தல் – 35
பம்பரம் – 214
பரண் – 63, 65
பருவமடைதல் – 300
பர்கூர் மாடுகள் – 167

தடாகம் | 353

பலதேவன் – 74
பலாக்காய் – 89
பல்லாங்குழி – 148, 215
பல்லி ஒலி – 57, 147, 210
பழமொழி – 236
பளிங்குமாட்டுக்காரர் – 202, 204
பள்ளர் – 94, 224
பள்ளு இலக்கியங்கள் – 92
பறங்கிப்பூ – 241
பறி – 100, 142, 174
பனங்கள் – 130
பனங்குடை – 41, 44
பனங்குருத்து – 52
பனையோலைக் குடை – 44
பனையோலைப் பெட்டி – 44
பாங்கல் – 52
பாசி – 204
பாசி சட்டை – 96
பாசிங் சுழி 214
பாடகம் – 90
பாடைச்சுழி – 213
பாண்டில் விளக்கு – 45
பாத்திரங்கள் – 188
பாம்புப் புற்று – 56
பால் – 29, 125
பால், தயிர், மோர் – 30, 31
பால்வாய் இடையர் – 100
பால்வேட்கை – 229
பாவூர் வகை – 289
பாவை – 113
பாழிச்சிலம்பு – 144
பாற்சோறு – 89
பானை – 45
பிச்சிப்பூ – 85
பிடவஞ்செடி – 52, 62
பிடவம் – 52, 65
பிடிமண் – 231
பிரம்மன் – 76
பிரியாணி – 162
பிள்ளை – 207
பிள்ளையார் தாலி – 258

பிறந்தநாள் விழா – 240
பின்னெடுப்பு – 231
பீர்க்கம் – 85
புகைசூழ் கொட்டில் – 29
புங்கனூர் மாடுகள் – 167
புட்டாணி சுழி – 213
புதுமனைப்புகுவிழா – 241
புரோட்டா – 162
புலிக்குளம் மாடுகள் – 167
புலிப்பல்தாலி 34
புல்லாங்குழல் – 99, 136
புல்லியங்காடு – 144
புல்லுமறி – 256
புல்வெளிகள் – 36
புழுக்கை – 184, 193
புளிக்குழம்பு – 129
புளிங்களி – 29
புளிங்கூழ் – 29
புளிஞ்சோறு – 29
புறங்காடு – 144
புறஞ்சேரி – 90
புறவணி – 90
புற்று – 51
புன்செய் காடு – 41
புன்செய் நிலம் – 48
புன்புலம் – 90
பூ விற்கும் தொழில் – 44
பூசாரி – 220
பூரான் சவ்வல் சுழி – 213
பெண்டிழந்தான் சுழி – 213
பெண்டுக்குமெக்கி – 204, 258
பெயர் சூட்டு விழா – 240
பெருந்தாலி – 132, 204
பெருந்தெய்வம் – 151
பெருமாள் மாட்டுக்காரர் – 204
பெரும்மழை – 49
பெருவெள்ளம் – 49
பொங்கல் விழா – 173, 198
பொங்கழி – 42
பொட்டுத்தாலி – 132
பொது தெய்வம் – 225

பொதுத் தொழு – 176
பொதுநாட்டு இடையர் – 204
பொதுவர் – 61
பொதுவன் – 58
பொருள்சார் கூறுகள் – 28
பொற்சதங்கை – 34
பொன்தோடு – 90
பொன்னரிமாலை – 34
போகண்டன் – 204
போத்துராஜன் – 293
போர்க்களம் – 67
மகரக்குழை – 34
மகாபாரதச் செய்திகள் – 76
மங்கலஅணி – 34
மஞ்சுவிரட்டு – 216, 217
மடித்துக்கட்டிய ஆடை – 39
மணப்பரிசம் – 113, 155, 263
மணவிழா – 113
மணியக்காரர் – 204, 207
மண் மருந்து – 38
மண்டைத்தாலி – 258
மண்பானை – 242
மண்மணம் – 50
மத்து – 43, 45,
மந்தடி – 207
மந்திரி – 207
மந்திரி சுழி – 214
மந்தை – 36
மயில் – 54
மரபாண்மை – 85
மரபுத்தொழில் – 235
மராமரம் – 71
மலர் சூடுதல் – 103
மலை மேய்ச்சல் – 137
மலைமாடுகள் – 167, 171
மறுமைக்கு மகன் – 59, 78
மன்றாடியார் – 208
மன்னனை வாழ்த்துதல் – 81
மாட்டிடையர் – 203
மாட்டு மந்தை – 173
மாட்டுச்சாணம் – 177

மாட்டுப்பெயர் – 252
மாட்டுப்பொங்கல் – 217, 241
மாட்டுமடி – 61
மாட்டுரம் – 138
மாதக்கூலி – 169, 170, 184
மாதுளை – 89
மாமரம் – 49
மாம்பழம் – 89
மாயோன் – 71, 72, 73
மாரியம்மன் – 219
மால்வழிபாடு – 71
மாவடிக்கால்வகை – 289
மாவட்ட ஆட்சியர் – 218
மான் – 35
மின்னல் – 48
முகூர்த்தம் – 210
முக்கண் சுழி – 213
முக்குந்தர் – 208
முசிறி சமவெளி – 145
முசுண்டை – 85
முதுகு சுழி – 214
முதுபெரும் தெய்வம் – 63
முத்தாலம்மன் – 219
முத்துமாலை – 90, 102
முயல் – 55
முயல் இறைச்சி – 31
முல்லை – 52, 65
முல்லை சான்ற கற்பு – 80
முல்லைக்காடு – 48
முல்லைத்தீம்பாணி – 106
முல்லைமொட்டு – 52
முழுக்கால் சராய் – 162
முளைப்பாரி – 244
முள்ளூர்க்கானம் – 144
முறம் – 42, 45
மூங்கில் அரிசி – 30
மூங்கில் குழாய் – 31, 45
மூங்கில்கழி – 199
மூதாதையர் வழிபாடு – 295
மூதாய் – 51
மூவினத்தாயர் வழக்கு – 82

மென்னிபிடிச் சுழி – 213
மேச்சேரி – 182
மேட்டுநிலம் – 38, 137
மேய்ச்சல் – 171, 235
மேற்கத்தியான் மாடு – 231
மொளக்குச்சி – 196
மோதிரம் – 164
மோர் – 29, 125
மோர் விற்றல் – 44, 141
யமுனை – 108
யாதக்கோன் – 97
யாதவர் – 208
ரச வகைகள் – 161
ரெட்டவாங்கழி – 199
ரெட்டி – 208
லட்சுமி சுழி – 214
வகுத்துமலை – 174
வசியசடங்கு – 213
வடக்கத்தியான் மாடு – 231
வடம் மஞ்சுவிரட்டு – 217
வடுக ஆயர் – 136
வடுகர் – 284
வடுகாயர் – 311
வடை   161
வட்டி – 45
வண்டல் மண் – 145
வண்டிச்சக்கரம் – 35
வண்டு – 54
வதுவை – 86
வம்பமாரி – 78
வரகு கதிர் – 29
வரகு சோறு – 29
வரகு வைக்கோல் – 34
வரகுதாள் – 197
வரத்தாட்டுக்காரர் – 202, 204
வரைவு – 86
வலசை – 173, 189, 193
வலை – 186
வல்லத்துப்புறமிளை – 144

வழுக்குமரம் – 246
வறட்சி – 48, 146, 201
வனத்துறை – 181, 191
வனப்பேச்சி – 296
வாங்கறுவால் – 197
வாடைக்காற்று – 50
வாத்தியார் – 208
வால்முடங்கி சுழி – 213
வாழை இலை – 89, 163
வாழைப்பழம் – 89
வானம்பாடி – 53
விபூதி சுழி – 214
விரிசுழி – 214
விருந்து – 57
விருந்தோம்பல் – 87, 111, 154, 254
விலங்கு சுழி – 213
வில் யாழ் – 46
வீரர்கள் தொழுப்புகுதல் – 63
வீளை – 39
வெட்சி – 52
வெட்டுக்கொம்பு – 231
வெண்காந்தள் – 52
வெண்ணெய் – 29, 30 125
வெப்பமண்ட முட்காடு – 144
வெள்ளரிக்காய் – 89
வெள்ளாடு – 35, 184
வெள்ளாட்டுத் தசை – 30, 129
வெள்ளைக்காளை   64
வெற்றுவிரட்டு – 217
வேங்கை மரம் – 37
வேடர் – 101
வேட்டி – 163
வேம்பூர் – 182
வேனிற்காலம் – 47
வைகறை – 50
வைகை சமவெளி – 144
வைகை பள்ளத்தாக்கு 145
ஜீன்ஸ் – 163
ஜெர்சி – 179